சைகோன்
புதுச்சேரி

வைசகோன்

புதுச்சேரி

(நாவல்)

நாகரத்தினம் கிருஷ்ணா

டிஸ்கவரி பப்ளிகேஷன்ஸ்
எண்: 9, பிளாட் எண்: 1080A, ரோஹிணி பிளாட்ஸ்
முனுசாமி சாலை, கே.கே.நகர் மேற்கு,
சென்னை – 600 078. பேச: 99404 46650

சைகோன் - புதுச்சேரி (நாவல்)
ஆசிரியர்: நாகரத்தினம் கிருஷ்ணா©

SAIGON - PUDUCHERRY
Author: **Nagarathinam Krishna**©

Printed: Ramani Print Solutions, Chennai - 5

First Edition: Dec - 2021

வெளியீட்டு எண்: 0048

ISBN: 978-93-91994-24-2

Pages: 384

Rs. 420

Publisher	Sales Rights
Discovery Publications	**Discovery Book Palace (P) Ltd**
No. 9, Plot,1080A,	No. 6, Mahaveer Complex,
Rohini Flats,	Munusamy Salai,
Munusamy Salai,	K.K.Nagar West,
K.K.Nagar West,	Chennai-600 078.
Chennai - 600 078.	Ph: (044) 4855 7525
Mobile: +91 99404 46650	Mobile: +91 87545 07070

discoverybookpalace@gmail.com
WWW.DISCOVERYBOOKPALACE.COM

இந்த நூலில் பிரசுரமாகியுள்ள எந்த ஒரு பகுதியையும் பதிப்பாளரின் எழுத்துபூர்வமான முன்அனுமதி பெறாமல் எடுத்தாள்வதோ, மறுபிரசுரம் செய்வதோ, மொழியாக்கம் செய்வதோ, அச்சு மற்றும் மின்னணு ஊடகங்களில் மறுபதிப்புச் செய்வதோ, காப்புரிமைச் சட்டப்படி தடை செய்யப்பட்டுள்ளது. இந்த நூலிலிருந்து குறிப்பிட்ட பகுதிகளை மேற்கோள்காட்டி புத்தக விமர்சனம் செய்ய, ஊடகங்களுக்கு மட்டும் அனுமதி உண்டு.

உங்கள் மொபைல் போனிலிருந்து ஸ்கேன் செய்து 'டிஸ்கவரி புக் பேலஸ்' மொபைல் ஆப்பை டவுன்லோடு செய்து, புத்தகங்களை வாங்குங்கள்.

அணிந்துரை:

கதைத் களத்திலிருந்து கிளைக்கும் எழுத்துக் கோபுரம்:
'சைகோன் - புதுச்சேரி' நாவலை முன்வைத்து...

க. பஞ்சாங்கம், புதுச்சேரி - 8.

I

சமீபத்தில் உலகப் புகழ்பெற்ற இயக்குநர் அகிரா குரசேவாவின் நேர்காணல் ஒன்றைத் தமிழ் மொழிபெயர்ப்பில் படித்தேன்; ஓரிடத்தில் ஒரு படத்தை இயக்குவதற்கு முன்னால் அந்தப் படத்தின் கதைக் களத்தைத் தேர்ந்தெடுத்த பிறகுதான் அதன் கதைமாந்தர்களுக்குப் பெயரிடுவது, நிகழ்ச்சிகளைத் தேர்ந்தெடுப்பது ஆகியவை குறித்து முடிவு எடுப்பேன் என்கிறார்; இதைப் படித்த கணமே இதைத்தானே இலக்கியப் படைப்பாக்கம் குறித்துப் பேசுகிற தொல்காப்பியரும் முதற்பொருள், கருப்பொருள் என்று முன்வைக்கிறார் என்ற எண்ணம் எனக்குள் ஓடியதால், அந்த நேர்காணலில் குறிப்பிட்ட அந்தக் கூற்று என் மறதிக்குள் சென்று மறைந்து விடாமல் எனக்குள் நிலைநிறுத்தப்பட்டு விட்டது; இதை ஏன் இங்கே சொல்லிக்கொண்டிருக்கிறேன் என்றால் எழுத்தாளர் நாகரத்தினம் கிருஷ்ணாவும் படைப்பாக்கத்தின் மேன்மையான இந்த ரகசியத்தை அறிந்து செயல்படுபவராகத் தன் எழுத்துப் பயணத்தில் இயங்கியுள்ளார் என்பதைத் தெரிவிப்பதற்காகத்தான்.

முதலில் களத்தை - அதுவும் புதிய புதிய களத்தைத் - தேர்ந்தெடுப்பது, பிறகு அதன்மேல் நின்றுகொண்டு எங்கெங்கோ சிதறிக் கிடக்கும் தகவல்களைத் தேடித் திரட்டித் தன்னுணர்வாக உள்ளிழுத்துத் தேக்கி வைத்துக்கொள்வது, தொடர்ந்து தேக்கி வைத்துக்கொண்டதைக் கதையாடலாக மொழிமயப்படுத்துவது

என்று முப்பரிமாணத்தில் தன் புனைவெழுத்தை நடத்திக் காட்டுகிறார் கிருஷ்ணா; இதை இன்னும் கொஞ்சம் விரிவாகச் சான்றுகளோடு விளக்க வேண்டுமெனத் தோன்றுகிறது. அவருடைய முதல் நாவலான 'நீலக்கடல்' (2005), 16, 17ஆம் நூற்றாண்டுகளில் பிரெஞ்சுக் காலனியாக இருந்த மொரீசியஸ் தீவுக்குக் கொண்டுசெல்லப்பட்ட புதுச்சேரிப் பிரெஞ்சுக் காலனிய மக்களின் வாழ்க்கைப் பாடுகளைப் பற்றிப் பேசுகிறது. மொரீசியஸ் தீவு என்ற, தமிழில் இதுவரை யாருமே தொடாத, புதிய களத்தில் காலூன்றிக்கொண்டு அந்த நாவல் நடக்கிறது. இதுபோலவே 'மாத்தாஹரி' (2008), காஃப்காவின் 'நாய்க்குட்டி' (2015), 'ரணகளம்' (2018) ஆகிய நாவல்கள் பிரெஞ்சுக் காலனியாக இருந்த, புதுச்சேரியைக் களமாகக்கொண்டு ஐரோப்பா வரை நீளுகின்றன. 'கிருஷ்ணப்ப நாயக்கர் கௌமுதி' (2012), நாயக்கர் காலச் செஞ்சியையும் புதுச்சேரியையும் களமாகக்கொண்டு இயங்குகிறது. 'இறந்த காலம்' (2019) என்ற நாவல் புதுச்சேரிக்கு அருகில் இருக்கும் 'ஆரோவில்லை' இயங்கு களமாக அமைத்துக் கொள்ளுகிறது. இப்போது இந்த நாவல், – சைகோன் புதுச்சேரி – பிரெஞ்சுக் காலனியாக இருந்த இந்தோசீனாவை (சைகோன்) தன்னுடைய புனைவுவெளிக்கான கதைக்களமாகக் கொண்டு ஒரு பேராறுபோல நகர்கிறது; ஒவ்வொன்றிலும் களத்தைத் தேர்ந்தெடுப்பதும் தகவல்களைத் திரட்டுவதும் தொடர்ந்து மொழிமயப்படுத்துவதுமென முப்பரிமாணங்களும் முழுமையாகச் செயல்படுத்தப்பட்டுள்ளன. கிருஷ்ணாவின் இத்தகைய எழுத்துப் பயணம் முழுவதிலும் நின்று செயல்படும் மற்றொரு முக்கியமான போக்கைக் கவனிக்க வேண்டும்; அதாவது அனைத்திலும் புதுச்சேரிப் பகுதியை ஏறத்தாழ 200 ஆண்டுகாலம் ஆண்ட பிரெஞ்சுக் காலனித்துவத்தின்கீழ் புதுச்சேரி மக்கள் பட்ட பெரும்பாட்டைத்தான் படைப்பாக்கித் தந்துள்ளார். இந்த அளவிற்குப் பிரெஞ்சுக் காலனித்துவத்தின் கோரமுகத்தையும் தமிழ் நிலப்பரப்பிலும் பண்பாட்டுக் கூறுகளிலும் அது நிகழ்த்திக் காட்டிய மாற்றங்களையும் அவற்றால் பெருவாரித் தமிழ் மக்கள் அடைந்த வலிகளையும் வேதனைகளையும் இலக்கியமாக்கித் தந்தவர்கள் நாம் போற்றும் பிரபஞ்சனும் நம் போற்றுதலுக்குரிய நாகரத்தினம் கிருஷ்ணாவும்தான்; இதிலும் பிரபஞ்சனின் களம் காலனிக்குள்ளான புதுச்சேரி நிலப்பரப்பு மட்டும்தான்; ஆனால் கிருஷ்ணாவின் களம் பிரெஞ்சுக் காலனிக்கு ஆட்பட்ட பல்வேறு வகையான நிலப்பரப்பென விரிந்தது என்பதையும் குறித்துக் கொள்ள வேண்டும்.

கிழக்கிந்திய நாடுகளில் நடந்த ஐரோப்பியர்களின் காலனித்துவத்தைத் தமிழில் வேறு சிலரும் எழுதியுள்ளனர்தான்; ப. சிங்காரம் ('கடலுக்கு அப்பால்', 'புயலிலே ஒரு தோணி'), அகிலன் ('பால்மரக் காட்டினிலே'), ஆர். சண்முகம் ('சயாம் மரண ரயில்'), ரங்கசாமி ('லங்கா நதிக்கரையில்'), குமரன் ('செம்மண்ணில் நீல மலர்கள்'), இளம் வழுதி ('இலட்சியப்பாதை'); பாரதியாரின் 'கரும்புத் தோட்டத்திலே' என்ற கவிதையையும் புதுமைப்பித்தனின் 'துன்பக்கேணி' சிறுகதையையும் சேர்த்துக்கொள்ளவேண்டும்; ஆனால் நாகரத்தினம் கிருஷ்ணா போல் முழுக்க முழுக்கத் தன் நாவல் எழுத்துக்கள் அனைத்திலும் 17–ஆம் நூற்றாண்டு தொடங்கி 20ஆம் நூற்றாண்டு வரை பிரெஞ்சுக் காலனித்துவத்தால் புதுச்சேரிவாசிகள் வாழ்வில் நிகழ்ந்த பல்வேறு அசைவுகளைப் பல்வேறு கோணத்தில் நான் முன்பே சுட்டிக்காட்டியதுபோல பல்வேறு 'களத்தில்' வைத்துத் தமிழில் படைப்பிலக்கியம் செய்தவர்கள் வேறு யாருமில்லை. இதை எந்த அளவிற்கு இன்றைய புதுச்சேரிவாசிகளும் எழுத்தாளர்களும் உணர்ந்திருக்கிறார்கள் என்பது தெரியவில்லை.

II

ஓடி ஓடி உலகம் முழுக்கக் காலனிகளைத் தேடி அடைய ஐரோப்பிய நாடுகளுக்கிடையே நடந்த போட்டியில் புதுச்சேரி பிரெஞ்சுக்காரர்களின் காலனி நாடாக உருவெடுத்தது; மேலும் பிரெஞ்சுக்காரர்களுக்கு இதுதான் முதலில் சிக்கிய காலனி என்ற தகவலையும் இந்த 'சைகோன் புதுச்சேரி' நாவல் மூலம் அறிந்துகொள்கிறோம்; இந்தப் போட்டியில் நாங்கள் மற்ற ஐரோப்பியர்களைவிட வித்தியாசமானவர்கள்; யோக்கியவான்கள், காலனிக்குள்ளான மக்கள் நலத்தையும் எண்ணிப் பார்ப்பவர்கள் என்றொரு எண்ணத்தை உருவாக்கும் நோக்கில் தன் காலனி மக்களுக்குப் பிரெஞ்சுக் குடியுரிமையை வழங்கியது பிரெஞ்சு அரசு. இதற்குப் பெயர் 'ரெனோன்சான்' என்பதாகும். இந்த ஆணைப்படி 'சட்டப்பூர்வமான வயதடைந்த பிரெஞ் சிந்தியர்கள் அனைவரும் ஜாதி, மதம், பாலின வேறுபாடுகள் குறுக்கீடின்றி, பிறப்பால் அவரவருக்கென்று நிர்ணயிக்கப்பட்ட சமூக அடையாளத்தை (சாதி போன்ற அடையாளத்தை) களைந்துகொள்ளலாம்.' குடும்பப் பெயர் ஒன்றை (சான்றாக எதுவார் என்பது போன்று) வைத்துக்கொள்ள வேண்டும்.

இவ்வாறு பிரெஞ்சுக் குடியுரிமை பெற்ற புதுச்சேரி மக்கள், ஏறத்தாழ 'மூவாயிரம் கல்' தொலைவில் இருக்கும் மற்றொரு பிரெஞ்சுக் காலனி நாடான வியட்நாமிற்கு, நாங்களும் பிரெஞ்சுக் குடிமக்கள்தான் என்ற கோதாவோடு, வசதியான வாழ்வைத் தேடிப் புலம்பெயர்ந்து வாழ்ந்த கதையைத்தான் இந்த நாவலில் புனைவாக்கியுள்ளார் நாகரத்தினம் கிருஷ்ணா. எட்டாம் வகுப்பு அளவிற்குப் புதுச்சேரிப் பள்ளிகளில் படித்தவர்களுக்கே சைகோனில் கடற்படை, ஆயுதக்கிடங்கு, கல்வித்துறை, கப்பல் நிறுவனம், நீதித்துறை, நகராட்சி, காவல்துறை... என்று கடிகாரத்தைப் பார்த்து வேலை செய்கிற உத்தியோகங்கள் காத்திருந்தன என்ற தகவலைத் தருகிறார் கதைசொல்லி.

பிரெஞ்சு இந்திய நகரமான புதுச்சேரிக்கு அருகில் இருக்கும் விவசாயக் குடும்பம் ஒன்றில் இரண்டு தம்பிகளோடு மூத்தவளாகப் பிறந்து செல்லமாக வளர்ந்த வேதவல்லியை அவளுடைய 14ஆவது வயதில் 30 வயதடைந்த தாய்மாமன் சுப்புராயனுக்குத் திருமணம் முடித்துக்கொடுக்கிறார்கள்; ஒரே காரணம், தாய்மாமன் வீடு பக்கத்துத் தெருதான்; எனவே அன்பு மகளை எப்பொழுது வேண்டுமானாலும் பார்த்துக்கொள்ளலாம் என்ற ஆசைதான்; ஆனால் சுப்புராயனோ, 'திருமணம் முடித்து நீ பக்கத்துத் தெருவிற்கு வருவதற்கே அந்த அழுகை அழுதவர்கள், சைகோனுக்கு உன்னை அனுப்பச் சம்மதிப்பார்களா? யோசித்துப்பார்' என்று மனைவியைச் சமாதானப்படுத்திச் சம்பாதித்து வசதியாக வாழவேண்டும் என்ற ஆசையில் கப்பலேறி சைகோன் வந்து சேர்கிறான். இவ்வாறு 'புருஷனுடைய காரியம் யாவிலும் கை கொடுக்க' விதிக்கப்பட்டுள்ள நிலையில் இருந்த வேதவல்லியைப் பிரெஞ்சுக் காலனிய அடக்குமுறைக்குள்ளான வியட்நாமியரும் அடக்குகின்ற ஐரோப்பியரும் பிரெஞ்சுக் குடியுரிமை பெற்ற புதுச்சேரித் தமிழர்களும் மளிகைக்கடை, ஜவுளிக்கடை, வட்டிக்கடை என்று வணிகம் செய்து சம்பாதிக்க வந்த பிரிட்டிஷ் இந்தியர்களும் கிரெயோல் தமிழர்களும் (அதாவது ஐரோப்பியர் கலப்பால் உருவானவர்கள் – தங்களுக்கான விசுவாசிகளை உருவாக்கிக்கொள்ள உள்ளூர்ப் பெண்களை மணம் முடித்துக்கொள்ளும் தந்திரத்தினால் உருவான இனம்) மற்றும் லாவோஸ், தாய், கம்போடிய மக்களும் வாழ்கின்ற இந்தோசீனா எனப்படும் சைகோன் என்னவாக மாற்றி வளர்த்தெடுத்தது என்பதுதான் இந்த நாவலின் அடிச்சரடு.

பத்து வயது ஆவதற்குள்ளேயே முழு வீட்டு மராமத்து அனைத்தையும் ஏற்று நடத்திய விவசாயக் குடும்பத்துப் பொண்ணான வேதவல்லி எப்படிப்பட்டவள்? 'எருமைத் தயிரை ஏட்டோடு அகப்பை கொள்ள எடுத்துச் சோற்றுக்கு வலிக்காமல் தலையில் பூவை வைக்கிறதுபோல வைப்பவளாம்'; இப்படிப்பட்டவளுக்குப் புலம்பெயர்ந்த வாழ்வு பிடிக்கவா செய்யும்? "கை நிறைய சோத்தை அள்ளி வாயில் வச்சேன்; இங்கே கரண்டியைப் புடி, குச்சியைப் புடின்னு பாடம் எடுக்கிறாங்க" என்கிறாள் ஓரிடத்தில். கதைசொல்லியும் 1985 தொடங்கி இன்று வரை புலம்பெயர்ந்து பிரெஞ்சு நாட்டில் வாழ்ந்துகொண்டிருப்பவர் என்பதனால் புலம்பெயர் வாழ்வில் எதிர்கொள்ள நேரும் அத்தனை அவஸ்தைகளையும் மிக நுணுக்கமாக வேதவல்லி மூலமாக நாவலுக்கு எந்தப் பங்கமும் இல்லாமல் புனைவுவெளிக்குள் பொருத்திவிடுகிறார். ஆண்டுகள் பல ஆனாலும் வேதவல்லிக்குள் சைகோன் நுழையவே முடியவில்லை:

"சுப்புராயனைத் தவிர என்னுடையதென்று சொல்ல இங்கு எதுவுமில்லை. கண்களைக் கட்டிப் புதைகுழியில் தள்ளப்பட்டிருப்பதைப்போலப் பல நேரங்களில் உணர்கிறேன். ஒவ்வொரு கணமும் புதுச்சேரிக்குத் திரும்பாமல் புதைந்துவிடுவேனோ என அஞ்சி நாள்களைக் கழிக்கிறேன். என் கால் பதித்த பூமியை, கைதொட்ட பூவரசு மரங்களை, பழகிய சிநேகிதிகளை, தாயை, தந்தையை, தம்பிகளை, பாகூர் ஏரியை, புதுச்சேரி குயில் தோப்பை, அதிகாலை நாதஸ்வரத்தை, மார்கழி மாதத் திருப்பாவையை, அம்மா ஆசையோடு கொடுத்த அதிரசத்தை என்றாவது ஒருநாள் திரும்பக் காண்பேன், தொடுவேன், கேட்பேன், ருசிப்பேன் என்ற நம்பிக்கையில் கணங்களைக் கரைத்துக்கொண்டிருக்கிறேன்."

இவ்வாறு 'பிறந்த மண்நோய்' என்று சொல்லத்தக்க அளவிற்குப் பீடிக்கப்பட்டிருக்கும் வேதவல்லி தன்னைச் சைகோனுக்குக் கொண்டுவந்து சேர்த்த, காவல்துறையில் பணியாற்றும் கணவன் சுப்புராயன் நடவடிக்கையில் வெறுப்புற்று ஆண் – பெண் உறவில் ஆணின் அதிகாரம் நிலைநிறுத்தப்பட்டிருக்கும் பாங்கினை மிக நுட்பமாக உணர்ந்து கொள்பவளாகப் பரிணாமம் அடைகிறாள். 'விவேகம், சமயோசிதம், நிதானம், சாதுரியம் என எதிலும் வேதவல்லி

மீசுரம்' என்று தன் கணவன் சுப்புராயன் வாயாலேயே சொல்லும் அளவிற்குச் சைகோன் வாழ்வில் வளர்ச்சி அடைகிறாள் 'அடை காத்த கோழியே தன் குஞ்சைப் பருந்து வசம் ஒப்படைத்த கதைதான் என் திருமணம்' என்று உணர்ந்துகொள்ளும் அளவிற்கு உயர்கிறாள்:

"பொட்டைக்கழுதைகளுக்குத் தெரிந்து ஆவப்போவதென்ன என்பது அவருடைய உயர்ந்த அபிப்ராயம். வயிற்றுக்குச் சோறு, உடுக்கத் துணி, இந்திரியங்கள் தாகவிடாயில் தவிக்கிறபோது தாம்பத்ய உறவு, ஐரோப்பியர் கொண்டாட்டமோ, தமிழர் விழாக்களோ எதுவென்றாலும் தேர்போல் ஜோடிச்சு, அம்மனைப் போல அலங்கரிச்சு இழுத்துச் சென்று சபையில் நிறுத்தும் புருஷ லட்சணம்; இதற்குமேல் ஒரு பெண்டாட்டி மூக்கைச் சிந்த என்ன தேவை இருக்கு என்கிற சமூகத்திற்கு என் புலம்பல் காதில் விழாதென்று எனக்குத் தெரியும்."

இது மட்டுமா? மற்றொரு இடத்தில், "பெரியார், பெண் விடுதலையென்று பேசுற ஆம்பிளைக்குக்கூடத் தங்கள் வீட்டுப் பெண்கள் வேதகாலப் பெண்ணா இருந்தா திருப்தி" என்றும் கிண்டல் செய்கிறாள். "இது என் கணவர் வாங்கிக் கொடுத்த புடவை" என்று ஒரு விழா நிகழ்ச்சியில் வீட்டுக்காரரைப் பெருமைப்படுத்தும் ஒரு பெண்மணியிடம் பேச்சுக் கொடுத்து ஒரு வாங்கு வாங்கிவிடுகிறாள் வேதவல்லி:

"பிறந்ததிலிருந்து நம்ம கேட்டு எது நடந்திருக்கு? இந்த ஆளுக்குக் கழுத்த நீட்டுன்னு சொன்னாங்க, நீட்டினோம். தொங்கத் தொங்கத் தாலி கட்டிக்கிட்டோம். இதைச் சமைச்சி வை, அதைப் பண்ணி வை' என்பாங்க, செய்தோம், 'சைகோனுக்குப் புறப்படு'ன்னு சொன்னாங்க, புறப்பட்டு வந்தோம். நாமளும் மனுஷங்கதானே; அவங்களுக்கு ரெண்டு வார்த்தை, நம்மளுக்கு ரெண்டு வார்த்தைன்னு இருப்பதுதானே நியாயம்" என்றெல்லாம் இன்னும் நீண்டு கொண்டு போகிறது அந்த உரையாடல். இப்படியெல்லாம் வேதவல்லி புதிய பரிணாமம் அடைவதற்கு, ஒரு பக்கம் குடிகாரக் கணவன் என்றால் மற்றொரு பக்கம் இஸ்மாயில் அண்ணன், அவர் மனைவி அமீனா பேகம் மற்றும் புருஷாந்தி போன்ற உன்னதமான ஆண்களோடு பழகக் கிடைத்த வாய்ப்பும் சைகோன் தமிழ்ச் சங்கத்தில் கலந்துகொண்டு அதன் நிர்வாகியாகவும் தமிழாசிரியராகவும் பணியாற்றக் கிடைத்த சமூகச் சூழலும்தான் காரணம் எனச் சொல்லவேண்டும்;

இஸ்மாயில் அண்ணன் ஜவுளிக்கடை, பலசரக்குக்கடை என வைத்துப் பெருஞ்செல்வந்தராக விளங்குபவர். கணவன், மனைவி இருவரும் இந்தியர் சங்கம், அது சார்ந்த விழாக்கள் என அனைத்தையும் முன்னின்று நடத்துபவர்கள். இவர்களின் இஸ்லாமிய வீட்டைக் காட்சிப்படுத்தும் இடத்தில் கதைசொல்லியின் எடுத்துரைப்புத் திறனை அறிந்து வியந்து நிற்க நேர்கிறது (இந்த மாதிரி சைகோன் நகரத்தையும் தெருக்களையும் மலைகளையும் பள்ளத்தாக்குகளையும் வனங்களையும் ஆறுகளையும் கடலையும் போர்க்காட்சிகளையும் நாவலுக்குள் காட்சிப்படுத்த கிருஷ்ணா எடுத்துக்கொண்டிருக்கும் கடும் உழைப்பினையும் மொழித்திறத்தினையும் புலப்படுத்த தனியாகவே ஒரு கட்டுரை எழுதினால்தான் முடியும்).

வேதவல்லி வாழ்வில் பெரும் இடம் பிடித்த மற்றொருவரான லெயோன் புருஷாந்தியும் புதுச்சேரியைச் சேர்ந்த ரெனோன்சான்தான்; ஆனால் மற்ற பிரெஞ்சு இந்தியரைப் போல் இல்லாமல் பிரிட்டிஷ் இந்தியா விடுதலை பெற வேண்டும்; அப்பொழுதுதான் பிரெஞ்சு இந்தியாவான புதுச்சேரிக்கும் விடுதலை சாத்தியமென்று இயங்குபவர்; சைகோனிலுள்ள பிரெஞ்சு வங்கியில் பணியாற்றிக்கொண்டிருந்த புருஷாந்தி, இந்தியாவில் காந்தியடிகள், ‘அந்நியர்களிடம் அடிமை வேலை பார்க்கும் உத்தியோகத்தை உதறிவிட்டுத் தேசத்திற்காக வெளியே வரவேண்டும்’ என்று வேண்டுகோள் விடுத்தபோது தானும் வங்கி வேலையை உதறிவிட்டு வெளியே வந்தவர். அதுமட்டுமல்ல, நான்கு பிள்ளைகளுக்குத் தாயாக இருக்கும் கோடீஸ்வரியான தன் உறவுக்கார விதவையை இரண்டாவது திருமணம் முடித்துக் கொண்டதால் பெரும் சீர்திருத்தவாதி என்று பேர் பெற்றவர்; இவரைக் குறித்து வேதவல்லி ஓரிடத்தில், “என்னைப்போல பிறந்த மண்ணுக்கு ஏங்கும் ஓர் ஆணைச் சந்தித்தேன்; 15 ஆண்டுகாலம் அந்த மனிதருடன் எனது சிநேகிதம்” என்கிறாள். அவரைக் குறித்துக் கேள்விப்படுவனவும் நேரடியாகவும் பார்க்கின்ற அவரது நடைமுறைச் செயல்பாடுகளும் வேதவல்லியை அவருக்கு நெருக்கமாக இட்டுச்செல்லுகின்றன.

இரண்டாம் உலகப்போரை ஒட்டி ஜெர்மனி, பிரான்சு தேசத்தைப் பிடித்துவிடவே, பிரெஞ்சுக் காலனியான சைகோன் தலைமை, ஜெர்மனியின் நட்பு நாடான ஜப்பான் கைக்கு மாறுகிறது. இந்த நிலையில் இங்கிலாந்துக்கு எதிரியான ஜப்பான்

உதவியோடு சிங்கப்பூர், மலேசியா, பர்மா போன்ற கிழக்காசிய நாடுகளில் உள்ள இந்தியர்களைத் திரட்டி, 'இந்திய தேசிய சுதந்திர லீக்' சார்பில் 'இந்திய தேசியப் படை' என்ற விடுதலைப் படையை உருவாக்கி அதன் தலைவராக இருந்த நேதாஜி, சைகோனுக்கும் வருகை தருகிறார்; சைகோன் தமிழர்களிடையே படு குழப்பம்; தற்போதைய தலைமை, நேதாஜிக்கு வேண்டிய ஜப்பானின் தலைமை என்பதால் மெல்லவும் முடியாமல் விழுங்கவும் முடியாமல் வரவேற்கத் தயாராகின்றனர். விடுதலை விரும்பியான புருஷாந்திதான் துணிச்சலாக முன்னின்று நடத்துகிறார்; அரசு ஊழியனான கணவனின் முணுமுணுப்பையும் பொருட்படுத்தாமல் வேதவல்லி ஆர்வத்தோடு அந்த நிகழ்ச்சியில் கலந்துகொள்ளுகிறாள். அப்பொழுது வேதவல்லி கூறும் ஒரு கூற்று முக்கியமானது: "புருஷாந்தியின் சகோதரர்போல இருந்தார் 'நேதாஜி'" என்கிறாள். தன் விரல்களில் கழுத்தில் கிடந்தவை மட்டுமல்லாமல், தன் மனைவி உடம்பில் கிடந்த நகைகளை எல்லாம் கழற்றி நேதாஜி கையில் கொடுத்த புருஷாந்தியைப் பார்த்து வியந்து விம்மி நிற்கிறாள் வேதவல்லி. இதை ஒட்டி வேதவல்லியின் நினைவோட்டத்தைக் கதைசொல்லி சித்திரிக்கும் பகுதி மிக முக்கியமானது. வேதவல்லியின் நெஞ்சில் எந்த அளவிற்குப் புருஷாந்தி வேர் விட்டுப் படர்ந்துவிட்டார் என்பதைக் காட்டும் பகுதி: "நேதாஜிக்கும் புருஷாந்திக்கும் தோற்றத்தில் அதிக வித்தியாசமில்லை. உயரம், ஆகிருதி, தேஜஸ், முகவிலாசம் – இரண்டு பேருக்கும் அப்படியொரு ஒற்றுமை. இருவருமே சராசரி மனிதர் கூட்டத்தில் பிறந்தவர்கள்... அதிகம் போலிகளே நிறைந்த மனிதர் கூட்டத்தில் இப்படிப் பட்டவர்களும் இருக்கத்தான் செய்கிறார்கள்... புருஷாந்தியும் நேதாஜியும் விதியால் தீர்மானிக்கப்பட்ட மனிதர்கள் இல்லை; விதியைத் தீர்மானிக்கிற மனிதர்கள். சொந்த விதியை மட்டுமல்ல, மானுடத்தின் விதியை, தேசங்களின் விதியைத் திருத்தி எழுதுகிறவர்கள்; இந்த அபூர்வ மனிதர்களுக்கு முன்பாக சுப்புவும் நானும் எங்களைப்போன்ற கோடானு கோடி ஈனப் பிறவிகளும் மழைக்கால ஈசல்போலப் பிறப்பதும் தெரியாது; இறப்பதும் தெரியாது. இந்த மகாபுருஷர்கள் முளைப்பர்கள், செடியாவார்கள், கொடியாவார்கள், மரமாக நிற்பார்கள். பூவாக, காயாக, கனியாகக் கற்பகோடி காலம் பயன் தருவார்கள்." இப்படியெல்லாம் புருஷாந்தியைத் தன் நெஞ்சில் பரவிப்படர அனுமதிக்கும் வேதவல்லி ஓரிடத்தில், "மனதில்கூட அந்நிய

ஆடவனைத் தீண்டக் கூடாது என்பது உங்கள் சமூகவிதியெனில் நான் உத்தமி கிடையாது" என்று சொல்ல நேர்கிறது; மேலும் புருஷாந்தி, "எங்கள் ரப்பர் தோட்டத்து வேலையாள் ஒருத்தன் 'இந்தக் குழந்தை அனாதை' என்று என்னிடம் வந்து விட்டுள்ளான்; இதை நீங்கள்தான் உங்கள் குழந்தையாக ஏற்று உங்கள் வீட்டில் வைத்துக்கொள்ள வேண்டும்" என்று கேட்டுக் கொண்டபோது குழந்தை இல்லாத வேதவல்லி, கணவனிடம் கூட முன் அனுமதி கேட்காமல் சம்மதிக்கிறாள். 'லட்சுமி' என்று பெயரிட்டுப் பின்பு கணவனையும் ஏற்றுக்கொள்ள வைக்கிறாள்; புருஷாந்தி செய்கிற ஒவ்வொரு செயலும் அவளுக்குள் இனிமை தருவதாக அமைகிறது.

வேதவல்லியின் இத்தகைய நடவடிக்கைகளைக் காண்கின்ற குடிகாரக் கணவனுக்குள்ளும் சந்தேகம் பரவி வினைபுரிவதையும் கதைசொல்லி பதிவு செய்கிறார்; புருஷாந்தியின் கார் டயரைத் தன் ஆட்களைவிட்டுப் பஞ்சர் பண்ண வைக்கிறார்; புருஷாந்தியோடு சேர்ந்து நேதாஜி வரவேற்பு நிகழ்ச்சியில் கலந்துகொண்டு இரவில் வீடு திரும்பும்போது மழையில் நனைந்துவிட்ட வேதவல்லி, கதவை எவ்வளவு தட்டியும் திறக்காமல் இரவு முழுக்க வெளியிலேயே கிடக்கும்படிச் செய்கிறார்; தாங்க முடியாத மனநிலை மேலெழும் ஒரு நிலையில் நேரடியாகவே தன் மனைவியைப் பார்த்து "வேதா! நீ என்னை விட்டுப் போய்விட மாட்டீயே?" என மருவுகிறார். பதிலுக்கு "இது என்ன பைத்தியக்காரத்தனம்" என்கிறாள் மனைவி.

வேதவல்லி "கடந்த 15 ஆண்டுகளாக, புருஷாந்தியுடன் எனது சிநேகிதம்" என்று சொல்லிக்கொண்டாலும் காதலென்றும் சொல்ல முடியாத, வெறுமனே நட்பு என்றும் சொல்ல முடியாத ஏதோ ஒரு விதமான பெயர் வைக்க முடியாத உறவு இருவருக்கிடையே உருவாகிச் செயல்படுவதைக் கதைசொல்லி மிக நுட்பமாகப் புனைந்து காட்டுகிறார். ஆண் – பெண் உறவில் பெரிதும் பேசப்படாத, ஆனால் சமூகத்தில் பெருவாரியாக நடைமுறையில் உள்ள நுட்பமான ஒரு புதிரான உறவை – மொழிவழிக் கதையாடுவதற்குச் சவாலாக இருக்கும் உறவை – மிக மேன்மையான முறையில் போகிற போக்கில் பதிவு செய்வதுபோன்ற ஒரு பாவனையில் படைத்துக் காட்டியிருப்பது, கதைசொல்லியின் மனித உறவுகள் குறித்த மகாபுரிதலையும் அதைப் புனையும் மொழியாற்றலையும் காட்டுவதாக உணர்ந்து

வாசகன் என்ற முறையில் மகிழ்ந்தேன். ரவிந்தரநாத் தாகூர் இந்த மாதிரியான ஓர் உறவைத் தனது ‘சிதைந்த கூடு’ (நஷ்ட நீட) என்றொரு கதையில் எழுதிக் காட்டியிருக்கிறார்; சத்யஜித்ரே கூட அதைக் ‘காதம்பரி’ என்று திரைப்படமாக எடுத்துள்ளார். மகாமேதைகளின் அடையாளம் இத்தகைய நுண்ணிய தளங்களில் இயங்கிக் காட்டுவதுதான் போலும்.

III

இரண்டாம் உலகப்போரில் ஜப்பானின் கை ஓங்குவதைப் பார்த்து அமெரிக்கா, பிரிட்டீஷ் அரசாங்கத்திற்கு, ‘இனி இந்தக் காலனிய அரசியலைத் தொடரக் கூடாதென்ற’ நிபந்தனையுடன் உதவ முன்வந்தவுடன் இங்கிலாந்து வெற்றி அடையத் தொடங்குகிறது; 1945 மார்ச்சு முதல் ஆகஸ்டு மாதம் வரை ஜப்பான் சைக்கோனில் எதிர்த் தாக்குதல் நடத்திப் பிரெஞ்சு வீரர்களைக் கொன்று குவித்தது; ஆனாலும் சைகோன் முழுதும் ஜப்பானியர்தான் இருப்பதுபோல நினைத்துக்கொண்டு அமெரிக்காவின் B52 விமானம் குண்டு மழை பொழியவே மீண்டும் சைகோன் பிரெஞ்சுக்காரர்களின் கீழ்வந்தது. ஜெர்மனியின் ஆக்கிரமிப்பிற்குள்ளாகிக் கிடந்த பிரான்சிலும் போரில் ஜெர்மன் தோற்றதால் மீண்டும் பிரெஞ்சியர் ஆட்சி நிலைநிறுத்தப்பட்டது; ஆக்கிரமிக்கப்பட்ட பிரான்சில் இருந்து தப்பித்து இங்கிலாந்தில் இருந்துகொண்டு தெகோல், பிரான்சு விடுதலைப்படையை நடத்திக்கொண்டிருந்ததால், இந்த விடுதலைப்படைக்குப் புதுச்சேரியில் உள்ள தமிழ் மக்களும் நிதி திரட்டினர் என்ற தகவலையும் கதைசொல்லி பதிவு செய்துள்ளார்.

இவ்வாறு சைகோனில் மீண்டும் பிரெஞ்சியர் ஆட்சி நிலைநிறுத்தப்பட்டவுடன் ஜப்பான் ஆதரவுடன் இயங்கிய நேதாஜிக்குச் சைகோனில் வரவேற்பும் நன்கொடையும் அளிப்பதை முன்னின்று நடத்திய புருஷாந்தி கைது செய்யப்படுகிறார்; அவர் குடும்பம் நிலைகுலைந்து போகிறது. அவரை வெளியே கொண்டுவர வேதவல்லி படாதபாடுபடுகிறாள்.. அவருடைய அருமை பெருமைகளையும் சமூகச் சேவைகளையும் பட்டியலிட்டு அதிகாரத்தின்முன் கோரிக்கை வைக்க மனு ஒன்றைத் தயாரித்துப் பலரிடம் கையெழுத்து வாங்க அலைகிறாள். ஆனால் யாரும் அதிகாரத்தைப் பகைத்துக்கொள்ள விரும்பவில்லை. அவரிடம்

உதவிகள் பெற்ற தமிழர்கள் யாரும் புருஷாந்தியை எட்டிக் கூடப்பார்க்கவில்லை. இந்த இடத்தில் கதைசொல்லி தமிழர்களின் மன அமைப்பில் உறைந்து கிடக்கும் அடிமை உணர்வையும் ஒற்றுமையின்மையையும் புலப்படுத்தி விடுகிறார். மிகவும் வேண்டிய இஸ்மாயில் அண்ணன்கூட ஒத்துழைக்கவில்லை; தனக்குப் பிறகு சைகோன் வந்து சேர்ந்த சின்னத்தம்பி சிங்காரவேலுவும் மனுவில் கையெழுத்துவிட மறுத்துவிடுகிறான்; இறுதியில் விசாரணை என்ற பேரில் வதைபட்டு மனம் பிறழ்ந்த நிலையில் புருஷாந்தி சிறையிலிருந்து வெளியே தள்ளப்படுகிறார்..

இதற்கிடையில் சைகோனை நூறாண்டு காலமாக அடிமைப்படுத்தி வியட்நாம் மக்களை வாட்டி வதைத்துக் கொண்டிருக்கும் பிரெஞ்சுக் காலனித்துவத்திற்கு எதிராகக் கடந்த ஒன்பது ஆண்டுகளாக ஆயுதப் போராட்டத்தை நடத்திக் கொண்டிருக்கும் ஹோசிமின் தலைமையிலான கம்யூனிஸ்டு விடுதலைப்படை 'தியன்பியன் பூ' – எனும் இடத்தில் தன் கடைசி யுத்தத்தைத் தொடங்கிவிட்டது. இந்தப் போர்க்களக் காட்சிகளையும் வியட்நாம் மக்களின் வீரதீரங்களையும் கதைசொல்லி கம்பனைப்போல், நேரில் பார்த்தவர்போல் அவ்வளவு நேர்த்தியாக எடுத்துரைக்கிறார். எப்பொழுதுமே சம்பளம் வாங்கும் அரசாங்கக் கூலிப்படைக்கும் உயிரைப் பணையம் வைத்துப் போராடும் விடுதலைப்படைக்கும் நடக்கும் போரில் விடுதலைப்படை வெற்றி பெறுவதுதானே வரலாற்றின் அறம். 'யானைக்கும் புலிக்கும் இடையிலான யுத்தம்" என்று இந்தப் போரை வர்ணித்தாராம் ஹோசிமின். நாவலாசிரியரும் புலிகள்போலப் பாய்ந்து வியட்நாம் விடுதலை வீரர்கள் போரிட்டதை வாசகர்களுக்குக் காட்சிப்படுத்துகிறார். கடந்து வர முடியாதபடி அகலமான, கொடூரமான முள்கம்பிவேலி போட்டிருக்குமாம் காலனிய அரசு; முன்னே செல்லும் வியட்நாம் வீரர்கள் அந்த முள் வேலிமேல் தலைகுப்புறப் படுத்துக்கொள்வார்களாம்; பின்னே வரும் வீரர்கள் அந்த உடலின்மேல் மிதித்து முன்னேறிச் செல்வார்களாம். இப்படி மிதிபட்டு உயிரோடு இருந்தவர்கள் குறைவு. இவ்வாறு 56 நாள்கள் உயிரைக் கொடுத்து நடத்திய போரில் சைகோன் தன் விடுதலையைச் சாதித்துக்கொண்டது.

இனி பிரான்சுக்குச் செல்வதா? புதுச்சேரிக்குச் செல்வதா? சைக்கோனிலேயே தங்குவதா என்று பிரச்னைகள் எழுந்தபோது

வேதவல்லி கணவனோடு புதுச்சேரிக்குத் திரும்புகிறாள்; தம்பி சிங்காரவேலுவும் அவனது வியட்நாம் மனைவி மரியாவும் அவர்களின் மகள் இஸபெல்லாவும் பிரான்சுக்குப் புறப்படுகிறார்கள். மகன் பிலிப், கம்யூனிஸ்டு படைவீரன் என்பதால் சைகோனையே தேர்ந்தெடுக்கிறான். லட்சுமி என்று வேதவல்லியின் வளர்ப்பு மகளாக அறியப்பட்ட, வியட்நாம் தாய்க்கும் ஒரு தமிழர்க்கும் பிறந்த பைஃபோங், பாகூரில் சிங்காரவேலுவின் முதல் மனைவி ஜானகிக்குப் பிறந்து அவளால் தந்தையைத் தேடி அடைய சைகோனுக்குக் கப்பலேற்றி அனுப்பப்பட்ட பொன்னுச்சாமியை மணந்துகொண்டு பிரான்சுக்குப் புறப்படுகிறாள்.

* * *

புதுச்சேரிக்கு வந்து ஆறு ஆண்டுகள் ஓடிவிட்டன. ஒரு நாள் வேதவல்லி, வீட்டில் செய்த புட்டை ஒரு பாத்திரத்தில் எடுத்துக்கொண்டு தன்னைப்போலவே புதுச்சேரிக்கு வந்து சேர்ந்த புருஷாந்தியைப் பார்க்கக் காலாற நடந்துபோகிறாள். அவர் மனம் பிறழ்ந்த அதே நிலையில், ஒரு பெஞ்சில் அமர்ந்திருக்கிறார்; கொண்டு வந்த பாத்திரத்தை வேதவல்லி கொடுக்கிறாள். வாங்கிக்கொண்ட புருஷாந்தி திருப்பி அவளிடமே கொடுக்கிறார். இதைப் பார்த்துக்கொண்டேயிருந்த பக்கத்து மனிதர் ஒருவர் “அவருக்குக் கொடுத்துத்தான் பழக்கம், வாங்கிப் பழக்கம் இல்லை” என்கிறார். வேதவல்லி திரும்பி நடக்கத் தொடங்குகிறாள். “ஹோ ஹோ எனப் புருஷாந்தி சிரிப்பது வெகுதூரம் கேட்டது” என்று நாவல் முடிகிறது. இந்தச் சிரிப்புக்கான அர்த்தத்தை வாசகர்கள்தான் எழுதி நாவலை நிரப்பிக்கொள்ள வேண்டும்.

IV

அங்கும் இங்குமெனக் காலத்தாலும் இடத்தாலும் குறுக்கும் நெடுக்குமாகப் பின்னப்பட்டுள்ள ஒரு நேர்கோட்டில்லா நாவலுக்குள் இருந்து நானிங்கே வேதவல்லி என்கிற ஓரிழை வழியாக மட்டும் நாவலைக் குறித்து உரையாடியுள்ளேன். இதேபோல் ஒவ்வொரு இழையைப் பிடித்துக்கொண்டும் மொழியாடுவதற்கு நாவலுக்குள் விஷயங்கள் குவிந்து கிடக்கின்றன. அவற்றுள் ஒன்றிரண்டையாவது சொல்லி என் முன்னுரையை முடித்தால்தான் என் மனம் நிறைவடையும்.

குறிப்பாகப் பாகூர்க்கரையில் பழகி, வயிற்றில் கருவை உருவாக்கிவிட்டுச் சைகோனுக்குக் கப்பலேறிவிட்ட வேதவல்லியின் சின்னத்தம்பி சிங்காரவேலுவை அடைவதற்குப் போராடும் ஜானகியின் கதை, பெண்ணின் பேராண்மையையும் போராடும் மன வலுவையும் புலப்படுத்தும் ஒரு கதை ஆகும். ஊரைச் சமாளித்துக் குழந்தையைப் பெற்று வளர்த்து 'நாலு எழுத்துப்' படித்துத் தகப்பனைத் தேடி அவனைச் சைக்கோனுக்கு அனுப்ப முடிவெடுகிறாள் ஜானகி. படிக்க வைக்கப் புதுச்சேரி சென்றால்தான் சாத்தியமென்று, வெள்ளைக்காரத்துரை வீட்டில் வேலைக்காரியாகச் சேர்ந்து சாதிக்கிறாள். ஒரு நாள் அந்தத் துரை வீட்டுத் துரைசாணி, "எனக்கு இன்னைக்கு உடம்பு சரியில்லை; இன்று இரவு அவரோடு கட்டிலில் நீதான் படுக்க வேண்டும்" எனக் கட்டளையிடுகிறாள். வேலை போனாலும் பரவாயில்லை என்று ஜானகி மறுத்துவிடுகிறாள். நல்ல வேளை, இவளை அங்கு வேலையில் சேர்த்துவிட்ட அந்த முகவரே, வேறொரு பெண்ணை அதற்கு ஏற்பாடு செய்து விடுகிறார். இப்படி இந்தக் கதையாடலை நிகழ்த்திக்காட்டுகிறார் கதைசொல்லி; இதில் ஜானகியின் போராடும் திறம் மட்டுமா வெளிப்படுகிறது? காலனித்துவ அதிகாரம் தன் காலனிய மக்களை எந்த அளவிற்குச் சுரண்டிக் கொழுத்துத் திரிந்துள்ளது என்பதையும் இந்தக் கதையாடல் உரத்துப் பேசவிடவில்லையா? கதைசொல்லி எதுவும் பேசவில்லை; காட்சியைக் காட்டிவிட்டு நகர்ந்துவிடுகிறார்; இப்படியான தொனிகளோடு கூடிய எடுத்துரைப்பு நாவல் முழுவதும் பரந்து கிடப்பதால் நின்று நிதானமாக வாசிக்கும் வாசிப்பை நாவல் எதிர்பார்த்துக் கிடக்கிறது.

* * *

சைகோனின் பண்பாட்டுக் கூறுகளை நாவலுக்குள் படம் பிடிக்கச் சிங்காரவேலுவுக்கும், வியட்நாமியப் பெண் மரியாவிற்கும் ஏற்படும் காதலையும் தொடர்ந்து நடக்கும் திருமண வாழ்க்கை நிகழ்வுகளையும் கதைசொல்லி பயன்படுத்திக்கொள்ளுகிறார்; மரியாவின் முழுப்பெயர் மரியா ஹோவாம்மீ; அன்னமிட்டுகள் என்று அழைக்கப்படும் இந்த வியட்நாமியர் வழக்கப்படி ஒரு பெண்ணை மணம் முடிக்க வேண்டுமென்றால் மாப்பிள்ளை வீட்டார்தான் சீர்வரிசை எல்லாம் செய்யவேண்டும். அரக்கு வண்ணத்திலுள்ள வட்டமான பெட்டி நிறைய வெற்றிலை பாக்கு,

மணப்பெண்ணுக்குச் சிவப்பு நிறத்தில் பட்டுச்சேலை, மேல் சட்டைக்காகவும் நீண்ட கால்ச்சராய்க்காகவும் பட்டுத்துணி, பொன்னாலான காதணி, இரண்டு ஜாடி நிறைய ஒயின், ஒரு கொழுத்த பன்றி – இவ்வளவும் கொடுத்தால்தான் பெண் கிடைக்கும்.

இதேபோல் வியட்நாம் உணவு வகைகளின் பெயர்களை, – பன் ச்சா, மி க்வாங், பன்ச்சுங், நேம், ச்சாய் ஜா, கோய்கோன், லெச்சே – எல்லாம் நாவலுக்குள் கொண்டு வருவதோடு, 'பன் கஸ்யோ' என்ற உணவை எப்படிச் சமைத்து உண்பது என்பதையும் பதிவு செய்கிறார் (உப்பு, மசாலா கலந்து வேக வைத்த இறால், பன்றி இறைச்சி, பீன்ஸ், முட்டை கலந்த கலவையை அரிசிமாவு ரொட்டியுடன் சேர்த்து, அதற்கான மீனு சாஸ்ஸில் நனைத்துச் சாப்பிட வேண்டும்). வியட்நாமில் சாப்பிடப்படும் மற்றொரு உணவையும் இங்கே கட்டாயம் குறிப்பிடவேண்டும். கோழி 21 நாள்கள் முட்டையை அடைகாத்து முடித்தால் குஞ்சு பொரிக்கும்; ஆனால் கொழகொழவென்று திரவத்துடன் இருக்கும் அந்த வளராத குஞ்சை 15ஆம் நாளிலேயே எடுத்துப் பக்குவம் செய்து சாப்பிடுகின்றனர். வேதவல்லியின் சுப்பு இதை விரும்பிச் சாப்பிடப் பழகிக்கொண்டாராம். இவ்வாறு சைகோனின் உணவு, உடை, அலங்காரம், நடை, உடை, பாவனை முழுவதையும் நாவலுக்குள் வாசிப்பிற்குத் தடையேதும் இல்லாமல் பொருத்தி விடுகிறார். 'கிழக்காசியாவின் முத்து' என்று கொண்டாடப்படும் சைகோனின் நிலவரை அமைப்பையும் இயற்கை வளத்தையும் வாசிக்கிற வாசகனை உணரச் செய்துவிடுகிறார்.

* * *

நாவலுக்குள் வாசிப்பின் ஆர்வத்தைத் தக்கவைத்துக் கொள்ள கதைசொல்லிகள் பயன்படுத்தும் மர்ம முடிச்சினையும் லட்சுமி என்ற வேதவல்லியின் வளர்ப்பு மகள் மூலம் அமைத்துக்கொள்ளுகிறார்; அனாதைக் குழந்தை என்று புருஷாந்தியால் இந்த மர்ம முடிச்சுப் போடப்படுகிறது; பிறகு போகப் போகக் கதை வளர்ச்சியின் ஊடே அந்த முடிச்சைக் கொஞ்சம் கொஞ்சமாக அவிழ்த்துக்கொண்டே போகும் கதைசொல்லியின் நுட்பம் நாவலுக்கு அலாதியான அழகை ஊட்டுகிறது. இறுதியில் அந்த லட்சுமியின் தாயை அடித்துச் சிதைத்துப் பைத்தியக்கார நிலைக்குத் தள்ளியது, தன்னை

வளர்த்த தந்தை சுப்பராயன்தான் என்று மகளே அறிந்து துடித்துத் தந்தையை வெறுத்து ஒதுக்கித் தள்ளும் ஓர் அபத்த நாடகமாக அந்த மர்ம முடிச்சு அவிழ்க்கப்படுவதும் நாவலுக்குக் கனம் சேர்க்கிறது.

இப்படிச் சைகோன் நிகழ்வுகளையும் அதன் அரசியல் போக்குகளையும் பிரெஞ்சுக் காலனித்துவத்தின் ஒடுக்குமுறை களையும் விவரித்துக்கொண்டு போகும்போதே புதுச்சேரியில் நடக்கும் அரசியலையும் அங்கு இங்கு என்கிற முறையில் நாவலுக்குள் கொண்டுவந்து விடுகிறார். தலைவர் சவரிநாதன் தலைமையில் புதுச்சேரி அரிஜனசேவா சங்கம் நடத்திய கூட்டத்திற்குக் காந்தியடிகள் வந்து சொற்பொழிவாற்றியதையும் காந்தியடிகள் தன் பேச்சில் புதுச்சேரி விடுதலை குறித்து ஒரு வார்த்தைகூடப் பேசாதது விமர்சனத்திற்கு உள்ளான தகவலையும் பதிவு செய்கிறார்; இந்நிகழ்ச்சியை முன்வைத்து சிநேகிதர்கள் சேஷாசலம் ரெட்டியாரும் சதாசிவ முதலியாரும் உரையாடுவதுபோல் ஒரு காட்சியை அமைத்து தமிழ்ச் சமூகத்தின் சாதிய முகத்தைக் குறித்து அலசிவிடுகிறார்; ஒரு ஊருக்குள் எல்லோரும் பக்கத்தில் பக்கத்தில் கலந்து இருக்காமல் தனித்தனியான குடியிருப்புக்களில் இருக்கும் நிலை நீடிக்கும் வரை சாதியை ஒழிக்க முடியாது என்று நண்பர்கள் இருவரும் பேசிக்கொள்கின்றனர்.

* * *

மேலும் புதுச்சேரியில் நடந்த ஆலைத்தொழிலாளர் போராட்டத்தில் காலனிய அரசு நடத்திய துப்பாக்கிச்சூட்டில் 12 பேர் பலியானது (20 பேருக்குமேல் காயம்), தோழர் சுப்பையா நாடு கடத்தப்பட்டு வேலூர் சிறையில் அடைக்கப்பட்டது போன்ற வரலாற்றுத் தகவல்களை முன்வைத்து, சுதந்திரம், சமத்துவம், சகோதரத்துவம் என்பனவெல்லாம் (பிரான்சில் தொழிலாளர் நலம் பேசும் அரசு ஆட்சியில் இருந்தாலும்கூட) வெள்ளை இனத்தினருக்கு நடுவில்தான்; காலனிய கறுப்பு மக்களுக்குக் கிடையாது என்ற நிலைதான் நிலவியது என்பதை எடுத்துக்காட்டுகிறார்; கூடவே புதுச்சேரியில் இயங்கிய பிரெஞ்சு இந்தியர் கட்சி, மகாஜன சபை முதலியவற்றின் அரசியலையும் நேரு எடுத்த முயற்சியால் விடுதலைபெற்ற இந்திய யூனியனோடு புதுச்சேரிப் பிரெஞ்சு இணையப்போகிறது என்ற

நிலை ஏற்பட்டவுடன் நேற்று வரை பிரெஞ்சுக்காரர்களுக்கு விசுவாசியாக இருந்த குபேர் போன்ற தலைவர்கள், உடனே மாறிக்கொண்டு இந்திய விடுதலைத் தியாகிகளாக வலம் வந்த வரலாற்றுக் காட்சிகளையும் செல்வராஜ் செட்டியார் சுடப்பட்ட நிகழ்வினையும் புதுச்சேரி வந்தபோது தன்னைப் பார்க்க விரும்பிய காந்தியடிகளைப் பார்க்க மறுத்து விட்டார் அரவிந்தர் என்ற தகவலையும் *1954* அக். *18*இல் புதுச்சேரி வரலாற்றில் குறிப்பிடத்தக்க கீழையூர் வாக்கெடுப்பு நிகழ்ச்சிகளையும், கதைசொல்லி நாவலுக்குள் இணைத்துவிடுகிறார். இவ்வாறு நாவல் முழுக்கவும் சமூக வரலாறும் புனைவும் கலந்து ஒன்றையொன்று மேன்மைப்படுத்திக்கொள்கின்றன.

* * *

*2019*இல் எழுதிய 'இறந்த காலம்' நாவலிலேயே தமக்கை வேதவல்லி சைகோனில் இருந்து சிரஞ்சீஷுத் தம்பி சதாசிவத்திற்கு, *1934*ஆம் வருடம் ஜனவரி மாதம் *15*ஆம் தேதி மடல் எழுதுவதாகப் படைத்து, வேதவல்லியையும் புதுச்சேரித் தமிழர்களின் சைகோன் வாழ்வையும் அறிமுகப்படுத்திவிட்டார்; ஆனாலும் மனநிறைவு அடையாமல், முழுமையாகச் சைகோனைக் களமாக வைத்து, அங்குப் புலம் பெயர்ந்து வாழ நேர்ந்த புதுச்சேரி மக்களைக் குறித்து ஒரு நாவல் எழுத வேண்டும் என்று *2020* – ஜனவரியில் பிரான்சில் இருந்து புதுச்சேரிக்கு 1½ மாத விடுமுறையில் வந்தபோது சொல்லிக்கொண்டிருந்தார்.

இப்பொழுது சொன்னபடி ஓர் ஆழமான பின்காலனித்துவ நாவலை எழுதி முடித்துவிட்டார்; தீவிரமான ஒரு படைப்பாக்கத் தீயைத் தனக்குள் கொண்டிராமல் இது சாத்தியமில்லை; அதே நேரத்தில் இந்த ஓராண்டாக உலகம் முழுவதிலும் மக்களைக் கொள்ளை கொண்டுபோவது மட்டுமல்லாமல் இருக்கின்றவர்களின் நடமாட்டத்தையும் நான்கு சுவர்களுக்குள் சுருக்கிப் போட்டுவிட்ட இந்த கோவிட் – *19* தொற்றுக்காலத்தில் இப்படியொரு படைப்பு உருவாகவும் வாய்க்கிறதே என்று இந்த நாவலைப் படித்து முடித்த கையோடு தொற்றுநோய்க்கும் ஒரு நன்றி சொல்லவும் தோன்றுகிறது. நன்றி. வணக்கம்.

புதுச்சேரி – *8*
14.04.2021

அன்புடன்
க. பஞ்சாங்கம்

நாவலைத் தொடங்குமுன்

அ. இந்தோசீனா:

இந்தியாவின் கிழக்கிலும், சீனாவுக்குத் தெற்கிலும் அமைந்த நாடுகள் இந்தோ சீன நாடுகள். இந்தோசீனாவின் ஆரம்ப பெயர் கொச்சின் சீனா, சூட்டியவர்கள், இந்தியாவைக் கொச்சின் மூலமாக அறியவந்த போர்த்துக்கீசியர்கள் ஆனால், இந்நாவல் 1858லிருந்து 1954வரை பிரெஞ்சுக் காலனி அரசாங்கத்தின் கீழிருந்த இந்தோசீனாவை (1858லிருந்து 1907வரை சிறிது சிறிதாக தமது ஆதிக்கத்தின்கீழ் கொண்டுவந்த) கதைக்களனாகக் கொண்டது, அதாவது மலேசியா, சிங்கப்பூர், மியான்மர் நீங்கலாக இருந்த இதரப்பகுதிகள். இவற்றில் பழைய கொச்சின் சீனா பெயரிலிருந்த வியட்நாமின் தென்பகுதியைத் தவிர்த்து பிற்பகுதி முடியாட்சிகள், பிரெஞ்சுக் காலனி அதிகார நிழலில் இருந்தன. கொச்சின் சீனா பிரான்சு தேசத்தின் நேரடி நிர்வாகத்தின் கீழும், பிற பகுதிகள் குறிப்பாக வியட்நாமின் மத்திய (Annam) மற்றும் வட பகுதி (Tonkan), சயாம், கம்போடியா, லாவோஸ் ஆகியவை பாதுகாப்பு விஷயத்தில் பிரான்சு தேசத்தைச் சார்ந்தும் இருந்தன. தொடக்கத்தில் தேசியவாதிகளாலும், அதன் பின்னர் சீனாவில் ஏற்பட்ட பொதுவுடைமைத் தாக்கம் வியட்நாமில் செல்வாக்குப் பெற்றதாலும் ஹோசிமினை தலைவராக் கொண்ட வியட்மின்கள் கொரில்லா தாக்குதல்களில் ஈடுபடலானார்கள். பிரெஞ்சுக் காலனிய அரசு வழக்கமான ஒடுக்குமுறைகளைக் கையாண்டது. ஆனால் 1946 தொடங்கி 1953வரை நடந்த முதல் இந்தோ சீன யுத்தம், வியட்நாம் மட்டுமின்றி இந்தோசீனாவின் பிற நாடுகளும் விடுதலை பெறக் காரணம் ஆயின. வட வியட்நாமை இரண்டாண்டுகளுக்கு (1954) முன்பே போரில் பறிகொடுத்திருந்த

பிரான்சு தென் வியட்நாமைவிட்டு 1956 ஏப்ரல் 28 அன்று நிரந்தரமாக வெளியேறியது. பிரெஞ்சு இந்தோசீனாவுக்கும் பிரெஞ்சிந்தியப் பகுதியான புதுச்சேரிக்குமான பந்தத்தை நாவலில் புரிந்துகொள்வீர்கள்.

ஆ. லெயோன் புருஷாந்தி (Léon Prouchandy):

இந்நாவல் லெயோன் புருஷாந்தியைப் பற்றிப் பேச எழுதப்பட்ட நாவல் எனில் மிகையில்லை. 1901இல் பிறந்த புருஷாந்தி பெயர் விநோதத்தைக்கண்டு மலைக்கவேண்டாம். பல இந்தியப் பெயர்கள் பிரெஞ்சுக்காரர்கள் அவர்கள் காதில் வாங்கிய ஒலியைக்கொண்டு எழுத முற்பட்டதின் விபரீதம் இது. அவருடைய உண்மையான பெயர் பிரசாந்த் ஆக இருக்கவேண்டும். முன்னோர்கள் வெகுகாலத்திற்கு முன்பு ஆந்திராவிலிருந்து புதுச்சேரிக்கு குடிவந்தவர்கள், தமிழரென தாராளமாகச் சொல்லலாம். பல புதுச்சேரிவாசிகளைப் போலவே புருஷாந்தியின் தந்தையும் சைகோன் சென்றார். லெயோன் புருஷாந்தி கல்வியை முடித்து வங்கியில் உத்தியோகம் பார்த்தார். இடையில் திருமணம் நடந்தது. முதல் மனைவியின் அகால மரணம், புருஷாந்தியை மறுமணம் செய்துகொள்ளக் காரணமாயிற்று. இரண்டாவது மனைவி ஒரு விதவை, உறவினர். அந்த அம்மாளுக்கு முதற்கணவர் மூலமாக வந்த சொத்துக்கள் அனைத்திற்கும் இவர் அதிபதி ஆனார். ஏராளமான ரப்பர்த் தோட்டங்கள், நெல்வயல்கள் அனைத்திற்கும் தற்போது லெயோன் புருஷாந்தி ஏக வாரிசு. காந்தி, பெரியார் இருவரிடமும் தீவிர ஈடுபாடு. காந்தியின்மீது கொண்ட விசுவாசத்தினால் வங்கி வேலையை உதறிவிட்டு பொதுத் தொண்டில் இறங்கினார். இந்திய தேச விடுதலைக்குத் தாம் எப்படி உதவ முடியுமென யோசித்தார். இதற்கிடையில் பெரியாரிடத்திலும் பற்றுதல். ஆனால், சைகோன் தமிழர்களிடையே இவர் வற்புறுத்தியது உடைச் சீர்திருத்தம். இத்துடன் நிறுத்திக்கொண்டிருக்கலாம். நேதாஜி இந்திய தேசிய லீக் என ஆர்வம்கொண்டு அதன் காரணமாக ஜப்பானியருடன் காட்டிய நெருக்கம் இவருடைய விதியை மாற்றியது. ஜப்பானியர் இரண்டாம் உலகப்போரில் தோற்றவுடன், நேதாஜியும் விமான விபத்தில் மரணிக்க... பிரெஞ்சு அரசாங்கம் ஜப்பானிய நண்பர்களை தம்முடைய விரோதிகளாகப் பார்க்கிறது. புருஷாந்தியை

கைதுசெய்கிறார்கள், விசாரணை என்ற பெயரில் அரங்கேற்றிய காட்டுமிராண்டித்தனமான வதைகளால் அவர் மனநிலை பிறழ்ந்த மனிதராகச் சிறையிலிருந்து வெளியில் வருகிறார். வியட்நாம், கம்போடியா, பின்னர் சென்னை கீழ்ப்பாக்கமென அளிக்கப்பட்ட சிகிச்சைகளுக்குப் பலனின்றி, 1968 ஆம் ஆண்டு இறக்கவும் செய்தார். இந்த உண்மையை இந்நாவலும் எடுத்துக் கையாண்டுள்ளது. புருஷாந்திக்கு இன்றைய தேதியில் இதைத் தவிர எனக்குச் செய்ய ஒன்றுமில்லை.

நன்றி.. நன்றி...

பார்வைக்கு வந்த நூலின் மூலப்பிரதியை வாசித்த தமிழ்போற்றும் பேராசிரியர் திரு க.பஞ்சாங்கம் காக்கைசிறகினிலே இதழில் கட்டுரையொன்றை எழுதியிருந்தார். சுயநலத்துடன் அதனை இப்புனைவின் அணிந்துரையாக இணைத்திருக்கிறேன். எனது எழுத்துக்கு கிடைத்த மிகப்பெரிய பரிசிலாக நினைக்கிறேன். இதழுக்கும், பேராசியர் நண்பருக்கும் மனமார்ந்த நன்றிகள்.

என்னை ஒரு படைப்பாளியாக வளர்த்தெடுத்ததில் பல காரணிகளுக்குப் பங்குண்டு, என் தந்தைக்குத் துணையாக, எங்களுக்குத் தாயாக குடும்பக் கடமைகளை நிறைவேற்றிய நேரம்போக புத்தகமும் கையுமாக இருந்த எனது தாய், மொழிமீது எனக்கு ஆர்வத்தை வளர்த்த பள்ளி ஆசிரியர்கள், மூத்த எழுத்தாளர்கள், ஆளுமைகள் வரிசையில் இன்று என்னில் இருந்து தெம்பூட்டுபவர் 'பஞ்சு' என நெருங்கிய நண்பர்களால் உரிமையுடன் அழைக்கப்டுகிற திரு. பஞ்சாங்கம் எனவே அன்னாருக்கு மீண்டும் எனது நன்றிகள். எனது மனைவி, நண்பர்கள் அம்பை, நாஞ்சில் நாடன், வெ.சு நாயக்கர், தமிழ்மணி, பா. இரவிக்குமார், பிரெஞ்சு மொழி அனைவருக்கும் நன்றி.

இதழை எனது மனதுக்கிசைந்த வகையில் உரியகாலத்தில் சிறப்பாக கொண்டுவந்த டிஸ்கவரி பப்ளிகேஷன்ஸிற்கும், திரு. வேடியப்பனுக்கும் நன்றிகள்.

ஸ்ட்ராஸ்பூர் — அன்புடன்
25 அக்டோபர் 2021 — **நாகரத்தினம் கிருஷ்ணா**

ஹரிணி

2020 ஜூன் 15...

I

    மனித உறவுகள் தேவைகளைப் பொருத்தவை இல்லையா? அலுவல் சார்ந்து, தினசரி வாழ்க்கைத் தேவைகளை முன்னிட்டு பேருந்திலோ, பொது இடங்களிலோ ஓரிரு விநாடிகளோ, நிமிடங்களோ நம்மை எதிர்கொள்ளும் முகங்கள் எதிர்வீட்டுச் சுவர்போல, தெருமுனைக் கடைபோல, பேருந்து நிறுத்தம்போல அற்ப இருத்தல்களாக எனக்குப் படுகின்றன. விதிவிலக்காக குறுகிய காலம் புதிய ஊர், புதிய தேசம் எனப் பயணிக்கிறபோது அந்நியச் சூழலில் எனது மொழியைப் பேசுகிறவர், நான் பிறந்து வளர்ந்த நாட்டைச் சேர்ந்தவர் என நம்பும் பட்சத்தில் நீங்கள் எப்படியோ, நான் அந்த முகத்தைத் திரும்பத் தேடுகிறேன். கூட்டத்தில் கலந்தாலும் அம்முகத்திற்குரிய உடலைத் தேடும் நோய் என்னைப் பலகாலமாக பீடித்துள்ளது. என்னுடைய வாழ்க்கையில் அவர்களோ, அவர்களுடைய வாழ்க்கையில் நானோ சந்திப்புக்கு முந்தைய நாள்வரை குறுக்கிட்டிருக்க வாய்ப்பில்லை. அறிமுகமற்ற அந்த ஆண் அல்லது பெண், எனதருகில் காலியாகவுள்ள இருக்கையில் உட்காருகிறார். அவர் பேசாமல் அமர்ந்திருந்து தனக்குரிய நிறுத்தம் வந்ததும் இறங்கிப்போயிருந்தால் பிரச்னையில்லை. நான் அறிந்த மொழியில் ஏதோ முணுமுணுக்கிறார் அல்லது நான் திறந்து படிக்கும் நாவலின் ஆசிரியர் தமக்கும் பிடித்த எழுத்தாளர் எனக் கூறிவிட்டு புன்னகைக்கிறார். ஏதோ ஒரு காரணத்தை முன்னிட்டு அறிமுகமாகும் இப்புதியவரை, சில சமயங்களில் எனக்குத் திரும்பச் சந்திக்கவும் நட்புகொள்ளவும் நேரிடுகிறது.

பிரான்சு நாட்டில் கொரோனா தொற்று பற்றிய பதற்றம் மக்களிடையே அதிகம் பரவாமல் இருந்த நாளொன்றில் எதிர்பாராத ஒரு தொலைபேசி அழைப்பு. அழைத்த பெண்ணின் பெயர் மீரா. புதுச்சேரிக்கு அருகிலுள்ள ஆரோவில் நகரில் எதேச்சையாக நான் சந்தித்த ஒரு பெண். பயிற்சி முகாமொன்றில் சம்பவித்த எதிர்பாராத சந்திப்பு. எனக்கும் அவளுக்குமிடையே இருந்த இடைவெளியை என்னைப்போலவே பிரான்சு நாட்டிலிருந்து வந்தவள் என்ற காரணம் குறைத்திருந்தது. ஒருமணி நேரத்திற்கும் குறைவான சந்திப்பு. இதுபோன்ற சந்திப்புகளில் இரு மனிதர்களுக்கிடையில் என்ன நிகழுமோ, பேச்சுகளின் தன்மை என்னவாக இருக்குமோ அந்த வகையிலேயே எங்கள் சந்திப்பும் உரையாடலும் இருந்தன. தொலைபேசியில் தாய்வழிப் பெற்றோரின் இந்தோசீன வாழ்க்கை பற்றிய கூடுதல் தகவல்களுக்காக என்னை அழைத்ததாகவும் கூறினாள். "என்னிடம் என்ன எதிர்பார்க்கிறாய்?" எனக் கேட்டேன். "ஸ்ட்ராஸ்பூர் நகரில் இந்தோசீனா சண்டையில் பங்கெடுத்த வியட்நாமியர் யாரையேனும் சந்திக்க நேர்ந்தால் சைகோனில் சிங்காரவேலு – மரியா ஹோவாம்மீ தம்பதியைப் பற்றிக் கேள்விப்பட்டதுண்டா, என விசாரித்துச் சொன்னால் போதும்" என்றாள். எனக்கு இவ்விஷயத்தில் அவளுக்குப் பெரிதாக உதவ முடியும் என்கிற நம்பிக்கை இல்லை. "முயற்சித்துப் பார்க்கிறேன்" எனக்கூறி அழைப்பைத் துண்டித்துவிட்டேன்.

இது கடலில் தொலைத்த ஊசியைத் தேடும் கதை. எனக்கு இந்நகரில் சில பிரெஞ்சு நண்பர்களையும் இந்தியக் குடும்பங்களையும் தெரியும், அவர்களிடம் விசாரிக்கலாம் அல்லது என்னைப் பெற்றவள் ஒரு பிரெஞ்சுப் பெண்மணி; தவிர சமூக நலத்துறையில் பணியாற்றியவள், அகதிகளாகவும் வேறு காரணங்களை முன்னிட்டும் பிரான்சு நாட்டில் குடியேறிய குடும்பங்களுக்கு தனது அலுவல்சார்ந்து உதவி இருக்கிறாள். அவளுக்கு ஒருக்கால் சைகோனிலிருந்து பிரான்சு நாட்டிற்குக் குடிவந்த வியட்நாமியக் குடும்பங்கள் தெரிந்திருக்கலாம். ஒரு நூற்றாண்டுகால ஆக்ரமிப்பிற்குப் பிறகு, ஆக்ரமிக்கப்பட்டவர்களிடமே தோற்று பிரான்சு இந்தோசீனாவிலிருந்து வெளியேறியது. அவர்களை ஆதரித்து தங்கள் சொந்தங்களைப் பகைத்துக்கொண்ட வியட்நாமியர்களும் தங்கள் உயிரைக் காப்பாற்றிக்கொள்ள அவர்களுடன் பிறந்த

மண்ணைத் துறந்து பிரான்சு நாட்டில் தஞ்சம் புகவேண்டிய நிர்ப்பந்தம். அவர்களில் எத்தனை பேர் சைகோனில் வசித்தவர்கள். அந்த முன்னாள் சைகோன்வாசிகளில் புதுச்சேரி மனிதர்களை அறிந்தவர்கள் எத்தனை பேர்? அப்படியே அறிந்திருப்பினும் இன்றையத் தேதியில் அவர்கள் அனைவரும் முதுமை அடைந்திருக்கவேண்டும். ஆனபோதிலும் மீராவின் தேடலுக்கு உதவத் தீர்மானித்தேன்.

அவள் தொலைபேசியில் அழைத்தவேளையில் நான் முன்பே தெரிவித்ததுபோல மானுட வாழ்க்கை கொரோனா தொற்றிடம் சின்னாபின்னப்பட்டிருந்தது. அபத்தமும் கதவடைப்பும் மிதமான அடக்குமுறையும் முகக்கவசத்துடன் மலிவாக விநியோகிக்கப்பட்ட காலம். அல்பெர் கமுய்யும் காப்ஃகாவும் கனவுகளில் கைகொட்டிச் சிரித்தார்கள். அன்றைக்கும் முந்தைய நாட்களைப்போலவே சலிப்பும் சோர்வுமாய் உட்கார்ந்திருந்தேன். அழைப்புமணி ஒலித்தது. கொரோனா காலங்களில் தேடிவரும் மனிதர்கள் குறைவு. பதிவுத் தபாலை நேரடியாகப் பட்டுவாடா செய்யவேண்டிய கட்டாயத்தில் அஞ்சல் ஊழியர் வந்திருக்கலாம் அல்லது ஆன்லைனில் ஆர்டர் செய்த பொருளை ஒப்படைக்க வந்த ஊழியராக இருக்கலாம் அல்லது மீரா..? கதவைத் திறந்தேன். சந்தேகித்தவர்களில் ஒருவருமில்லை. இவள் குள்ளமான ஆசியப் பெண், மகிழ்ந்து வீட்டிற்குள் வரவேற்கக்கூடிய தோற்றம். மெலிந்த உடல். மஞ்சள் நிறம், கழுத்தின் இருபுறமும் கருகருவென்று அடர்த்தியான கேசம், தட்டையான சிரித்த முகம், கண்களைத் தேடிக் கண்டுபிடித்தபின்,

– என்ன விஷயம் சொல்லுங்கள், என்றேன்

– எனது காரில் காய்கறிகள் இருக்கின்றன, விலை மிகவும் மலிவு, இயற்கை முறையில் விளைந்தவை, என்றாள்.

– சந்தோஷம், ஆனால் இரண்டு நாட்களுக்கு முன்புதான் கடைக்குச் சென்றுவந்தேன். அடுத்தமுறை வந்தீர்களெனில் கண்டிப்பாக வாங்குவேன், என்ற பதிலைக்கேட்டு, ஏமாற்றத்துடன் திரும்பி நடந்தவள், நான் கதவைவிட்டு அகலாமல் இருப்பதை உணர்ந்தவளாய் மீண்டும் வந்தாள்.

– என்னைச் சீனப்பெண் என நினைக்கிறீர்கள், அப்படித்தானே? இல்லை. வியட்நாம். இங்கே ஒரு சங்கம்

வைத்திருக்கிறோம் அதற்காக காய்கறிகள், கைவினைப்பொருட்கள் என விற்கிறோம் .

வியட்நாம் என்ற வார்த்தை எனது குடியிருப்பிற்குள் அவளை அனுமதிக்க விரும்பியது. "உள்ளே வாங்க, ஒரு காபி குடிச்சுட்டுப்போகலாம்" என மரியாதை நிமித்தமாக அழைத்தேன். "இல்லை, எனக்கு நேரமில்லை. அடுத்தமுறை வருகிறேன்" என கூறி வெளியேறியவளைத் தொடர்ந்தேன். தக்காளி, கத்தரிக்காய், திராட்சை, இரண்டு அன்னாசிப்பழங்கள் என வாங்கிக்கொண்டபின், "உங்கள் வியட்நாமியச் சங்கம் எங்கே இருக்கிறது?" என அவளிடம் கேட்டேன். மறுகணம் ஒரு முகவரி அட்டையை எடுத்துக்கொடுத்தாள். புத்தர் ஆலயமொன்று அங்கிருப்பதாகவும் ஞாயிற்றுக்கிழமைகளில் முழுநேரமும் அது திறந்திருக்குமெனவும் தெரிவித்தாள்.

II

வியட்நாம் பெண்ணைச் சந்தித்த மூன்றாவது ஞாயிற்றுக்கிழமை, மீராவும் நானுமாக காலை பத்துமணிக்கு, அவள் கொடுத்திருந்த முகவரிக்குச் சென்றோம். ஸ்ட்ராஸ்பூர் நகரின் வடபகுதியில் இருபது நிமிட காரோட்டத்திற்குப் பின் அடர்ந்த காடுபோல மரங்கள். தார்ச்சாலை மரங்களை விலக்கி உள்ளே எங்கள் வாகனத்தை அனுமதித்த சில நொடிகளில் வணிக வளாகம்போன்ற தோற்றத்துடன் அம்முகவரி எங்களை வரவேற்றது. 'Pagode Phô-Hien' என முன்வாயிற் சிறுபடல் போன்ற கதவருகே சலவைக்கல்லில் எழுதி வைத்திருந்தார்கள். நாங்கள் தயக்கத்துடன் சிறுகதவை உட்பக்கம் தள்ளியபோது, எழுப்பிய சப்தம் அங்கு நின்றிருந்த இரண்டு நடுத்தரவயது ஆண்களின் கவனத்தைத் திருப்பியது. முகக்கவசங்களை இறக்கி மெலிதாகப் புன்னகைத்தார்கள். எங்களை வரவேற்கின்ற வகையில் அவர்கள் தலை தாழ்ந்து உயர்ந்தன. நடுத்தரவயது மனிதரொருவர் கை நாங்கள் செல்லவேண்டிய திசை நோக்கி நீண்டது. கைகாட்டிய பாதையில் இறங்கி நடந்த சில அடிகள் தூரத்தில் நடைகூடமொன்றின் ஆரம்பம். முழுக்க முழுக்க மரங்களை உபயோகித்திருந்த கட்டட அமைப்பு இரு பகுதிகளாகப் பிரிக்கப்பட்டு, ஒரு பகுதி வழிபாட்டுக்கூடமாகவும் மறுபகுதி உணவு விடுதி, சமையற்கூடம், அங்கத்தினர்கள் கூடிப்பேச ஒரு சிறுகூடம் என்றிருந்தன.

கொரோனா தொற்று சூழ்நிலைக்கொப்ப மனிதர் நடமாட்டம் வளாகத்திற்குள் அதிகமில்லை. வந்திருந்த மனிதர்களும் ஆசியர் பாதி, ஐரோப்பியர் பாதி என்றிருந்தனர். அவர்களில் வயதான மனிதர்களைக் காண்பதும் அரிதாக இருந்தது. எதற்காக வந்திருந்தோமா அது நிறைவேறுமென்ற நம்பிக்கை எனக்குச் சுத்தமாக இல்லை. எனது ஏமாற்றத்தை வெளிப்படையாகத் தெரிவிக்கின்ற வகையில் உதட்டைப் பிதுக்கியவண்ணம் மீராவைப் பார்த்தேன். அவள் அது பிரச்னை இல்லை வா என்பதுபோல என்னை இழுத்துக்கொண்டு முன்னேறினாள். காலணிகளைக் கழற்றவேண்டியிருந்தது. வெற்றுக்கால்களுடன் நீரூற்று, செடி கொடிகள் எனக் கடந்து விசாலமான மண்டபத்திற்குள் காலெடுத்து வைத்தோம்.

பால் வெள்ளையில் சலவைக் கல்லால் செய்த பிரமாண்டமான புத்தர் சிலை. மனிதர்கள் தரையில் கால் பாவாமல் நடப்பதுபோல பட்டது, அவ்வளவு நிசப்தம். காணிக்கை செலுத்தினார்கள். ஊதுபத்தியைக் கொளுத்தி மிகப்பெரிய அண்டாபோன்ற பாத்திரத்தில் நிரப்பியிருந்த மணலில் சொருகிவிட்டு ஒதுங்கி மற்றவர்களுக்கு வழிவிட்டார்கள். ஒதுங்கியவர்கள் முழங்காலிட்டுக் குனிந்து வணங்கிய பின்னர் ஆளுக்கொரு தடுக்களவு பாயில் சம்மணமிட்டு அமர்ந்தார்கள். வெள்ளை நிறத்தில் நீண்ட பருத்தியாலான காற்சராயும் அதே நிறத்தில் முழங்கால்களை மறைத்த சட்டையும் தலைமுடியை முற்றிலுமாக மழித்திருந்த பெண்மணி ஒருத்தி முழங்காலிட்டு வணங்கிய பிறகு புத்தர் முன்பாக சம்மணமிட்டு அமர்ந்தார். பௌத்தம் சம்பந்தப்பட்ட புனித நூலாக இருக்கவேண்டும். அதை விரித்து வைத்துக்கொண்டார்; வலது கையில் சிறு மரச்சுத்தியல், அதைக்கொண்டு அருகில் கவிழ்த்திருந்த கையளவு வெண்கலக்கிண்ணத்தை அடித்து ஓசை எழுப்பியபடி சுலோகத்தைச் சொல்ல அதன் ஓசையும் வெண்கலக் கிண்ணத்தின் மெல்லிய அதிர்வும் மண்டபம் முழுதும் ஒலித்து, எழமுடியாமல் எங்களைக் கட்டிப்போட்டன.

பிற்பகல் ஒருமணிக்கு மண்டபத்திலிருந்து வெளியில் வந்தோம். சுட்டெரிக்கும் வெயில். அதிர்ஷ்டவசமாகச் சுற்றிலும் பச்சைப்பசேலென்று மரங்கள், வளர்ந்த கோரைப்புற்கள், செடிகொடிகள்; அரும்புகள், பூக்கள், அங்கொன்றும்

இங்கொன்றுமாக பட்டாம்பூச்சிகள், இனிய நறுமணம். ஒரு சிறு குளம், குளம் முழுக்கத் தாமரையும் அல்லியும். தண்டுகளுக்கிடையே கும்பல் கும்பலாக சிறு மீன்கள். குளத்தையொட்டிப் போட்டிருந்த பெஞ்சில் இளஞ்ஜோடி ஒன்று அமர்ந்திருந்தது. "எங்களுக்குச் சைகோனைப்பற்றியத் தகவல் வேண்டும். உங்களால் அப்படி யாரையாவது அறிமிகப்படுத்த இயலுமா?" என அவர்களிடம் கேட்டது மீரா. அவன் "நாங்கள் ஆம்ஸ்டர்மிலிருந்து வந்திருக்கிறோம். பிரெஞ்சு தெரியாது. எங்கள் சங்கச் செயலாளரிடம் அழைத்துப்போகிறேன், அவர் பதில் சொல்வார்" என ஆங்கிலத்தில் பதில் கூறிவிட்டு முன்னால் நடந்தான். நாங்கள் இருவரும் இளைஞனைப் பின்தொடர்ந்தோம். அவன் எங்களைக் கொண்டுபோய் நிறுத்தியது மூன்றுவாரங்களுக்கு முன்பு, "காய்கறிகள் விற்கிறேன் வேண்டுமா?" எனக் கேட்டு என் வீட்டிற்கு வந்த அதே பெண்ணிடம்.

எங்களைக் கண்டு புன்னகை செய்தவள், "புத்தரை தரிசித்தீர்களா, மண்டபத்தைச் சுற்றிப் பார்க்க முடிந்ததா? உட்காருங்கள் இன்னும் சிறிது நேரத்தில் மதிய உணவு பரிமாறும் நேரம். சைவ உணவு. இருந்து சாப்பிட்டுவிட்டுப் போகலாம்", என எங்களை உபசரிக்க ஆரம்பித்தாள். நான் மீராவின் முகத்தைப் பார்த்தேன். "உங்கள் அன்பிற்கு மிகவும்நன்றி ஆனால் உங்களோடு அமர்ந்து உணவுண்ணும் அதிர்ஷ்டம் இன்றைக்கு எங்களுக்கில்லை. உண்மையில் நாங்கள் வந்தது வேறுகாரணத்திற்காகயு என்றேன். "சொல்லுங்கள், என்ன விஷயம்!" என்ற பெண்ணிடம் மீரா பாரீஸிலிருந்து வந்திருப்பதையும், வந்திருக்கும் காரணத்தையும் தெரிவித்தேன். "இதை நீங்கள் அன்றைக்கே தெரிவித்திருக்கலாமே" என்றவள் சற்றுப் பொறுங்கள் வருகிறேன் எனக் கூறி, சமையல் பாத்திரங்களை ஒழுங்கு செய்து கொண்டிருந்த நடுத்தர வயது பெண்மணியை அழைத்துவந்தாள். மைஃபோங் என்றபெயரில் அறிமுகப்படுத்தப்பட்ட பெண்மணி, எங்களைக் கண்டதும் கும்பிட்டார். தன்னுடைய வளர்ப்புத்தாயும் தந்தையும் புதுச்சேரி தமிழர்கள் என்பதோடு கணவர் தெலோர் பொன்னுச்சாமியும் தமிழர்களென்பதால் தமிழை நன்றாக பேசவருமென்றும், மீராவின் தாய் இசாபெல் நெருங்கிய சிநேகிதியெனவும் இசாபெல் பெற்றோர் சிங்காரவேலுவும் தாய் மரியா ஹோவாம்மியும்

உறவென்றும் கூறினார். என்னுடைய முகவரியைக் கேட்டு வாங்கிக்கொண்டவர், மறுநாளே எனது குடியிருப்பைக் கண்டுபிடித்து 'Saigon - Dimanche, l'Inde - illustré, Reveil Saïgonnais, au comptoir- Hindou, என்று இந்தோசீனா காலத்து சஞ்சிகைகள், தன்னுடைய தாய் வேதவல்லி எழுதிய குறிப்புகளெனக் கட்டுக்கட்டாக காகிதங்களை எங்களிடம் கொடுத்தபோது மீராவுக்கும் எனக்கும் இன்ப அதிர்ச்சி. லட்சுமி அம்மாளை பிற்பகல் உணவிற்குப்பின் விடைகொடுத்து அனுப்பிவிட்டு, மீராவும் நானுமாக ஒரு கதைபோல நீண்ட வேதவல்லியின் குறிப்புகளை வாசிக்க உட்கார்ந்தோம்.

"தூண்டிற் புழுவினைப்போல் - வெளியே
சுடர் விளக்கினைப்போல்
நீண்டப்பொழுதாக - எனது
நெஞ்சுதுடித்த தடீ!" - **பாரதி**

1

சைகோன் (1)

"நம்முடையத் தனித்தன்மையை விலக்கிக்கொண்டு எப்போது கொள்கை அல்லது சித்தாந்தத்திடம் முழுமையாக ஒப்படைத்துவிடுகிறோமோ அக்கணத்தில் குற்றம் தன்னை நியாயப்படுத்த முனைகிறது அதுவே ஒரு நியாயமாக உருப்பெறுகிறது" 'அல்பெர் கமுய்' (Albert Camus) வார்த்தைகள், சத்திய வாக்கு. காலனிய அரசியல்வாதிகளுக்குக் கடல்கடந்து முன்பின் அறிந்திராத மக்களை அடிமைப்படுத்த ஒரு சித்தாந்தம் தேவைப்பட்டதெனில், அவர்களிடமிருந்து விடுதலைபெற எண்ணிய மக்களுக்கும் சித்தாந்தமொன்றின் தேவை இருந்தது. இச்சிந்தாந்தப் போரில் இரு தரப்பு ஆயுதங்களும் பலிகொண்ட உயிர்கள் ஏராளம். வரலாற்றின் ரத்தம் தோய்ந்த பக்கங்கள் எமது பூமியொன்றில் எழுதப்பட்டபோது, கையறு நிலையில் எங்களால் வேடிக்கை மட்டுமே பார்க்க முடிந்தது.

முதல் இந்தோசீனா யுத்தத்தின் இறுதி அத்தியாயம் எழுதப்பட்ட எங்கள் சகோதர பூமிக்குப் பெயர்: தியன் பியன் ஃபூ (Dien Bien Phu). ஒன்பது ஆண்டுகாலப் போரை முடிவுக்குக் கொண்டுவந்த களம். நூறாண்டுகாலம் ஆண்ட ஐரோப்பியர், காலனி

மக்களின் விழிப்புணர்வைப் புரிந்துகொண்டிருக்கவேண்டும். அமைதியாக இந்தோசீனாவிலிருந்து வெளியேறி இருக்கவேண்டும். விடுதலையைச் சில நிபந்தனைகளுடன் வழங்க முன்வந்த காலனிய அரசின் யோசனையை வியட்மின்கள் நிராகரிக்க, யுத்தம் ஆரம்பித்தது. முக்கிய பங்களிப்பார்கள்: பிரெஞ்சுப் படை தரப்பில் – வேன்சான் ஓரியோல், ஹாரி நவ்வார்; வியட்மின்கள் தரப்பில் – ஹோசிமின், ழியாப்; உப பாத்திரங்கள் – இரு தரப்புப் படைவீரர்கள். இரு தரப்பிலும் குறிப்பாக வியட்நாமியர்களுக்கு உயிர்ச்சேதங்கள் அதிகம். போரின் முடிவு? நீங்கள் எதிர்பார்ப்பதுபோலவே நீதியின் பக்கம்.

போரும் கொலைக்குற்றங்ளைச் சேர்ந்ததே. பொதுவில் கொலைக்குற்றம் பகையொன்றின் உச்சகட்டம். இரு மனிதர்களின் நெடுநாளையப் பகையை முடித்துவைக்கும் வினை. தனிமனிதக் கொலைகளில், சம்பவத்தை அடுத்து கொலையாளி, கொலையுண்டவர் இருவரின் பகைக்கான காரணங்கள் முச்சந்திக்கு வருகின்றன. விசாரணையுண்டு, நீதிமன்றமுண்டு, குற்றம் உறுதியானால் குற்றவாளிக்குத் தண்டனையுமுண்டு. பெருவாரியான மக்களின் பிரதிநிதிகளாகத் தங்களை முன் நிறுத்தி ‘சுயநலம், அதிகாரபலம்’ ஆகியவற்றின் பொருட்டு இரண்டு அரசாங்கம் வெளிப்படையாக அரங்கேற்றும் பெரும் எண்ணிக்கையிலான கொலைகளுக்கு, இன்றுவரை தண்டனைகள் இல்லை. அவ்வாறு வழங்கப்பட்டாலும் ஜெயித்தவன், தோற்றவன் அரசியலை அடிப்படையாகக் கொண்டவை அவை.

பெயரோடு பொதிந்துள்ள தகவல்கள் – மனிதரெனில் வாழும் காலத்தில் அறிந்த மனிதர்களாலும் மரணித்த பின்னர் சந்ததியினராலும் (அவர்களின் தேவையைப் பொருத்து) நினைவுகூரப்படும். நாங்கள் மனிதரல்லர்; கழுதை, குதிரையென வாழ்ந்து மடியும் விலங்கினமும் அல்ல. வீடுகளையும் வீடுகள் சார்ந்த மனித உயிர்களையும் சுமக்கும் ஊர்கள். எல்லைகளிலும் போக்குவரத்து முனையங்களிலும் ஆவணங்களிலும் மனிதர் வாழ்க்கையை எளிதாக்க எங்கள் பெயர்களை நாள் முழுக்கச் சுமக்க வேண்டும். எதற்காகப் புதுச்சேரி, ஏன் சைகோன்? சத்தியமாக அப்பெயர்களை நாங்கள் சிபாரிசு செய்தவர்கள் இல்லை. எங்கள் காட்டை அழித்தும் செடிகொடிகளை வேருடன் பறித்தும் எந்த மனிதர் கூட்டம் எங்கள் நிலத்தை

முதலில் ஆக்ரமித்ததோ, உடைமை ஆக்கிக்கொண்டதோ, அந்த உரிமையை நிலைநாட்டிடத் தெரிவுசெய்த ஒரு பெயர். தனக்குப் பிடிக்காத பெயருக்காகக் குழந்தைகள் எங்காவது எதிர்ப்புத் தெரிவித்ததாகவோ, கறுப்புக்கொடி காட்டியதாகவோ செய்திகள் உண்டா? நாங்களும் ஒரு குழந்தையைப்போல பெயர் எதுவென்றாலும் அதனை மௌனமாக ஏற்கப் பழகியிருந்தோம்.

இயற்கை என்னைப்போலவே '**தியன் பியன் ஃபூ**' வையும் அழகாகப் படைத்திருந்தது. **முயோங் தான்** பள்ளத்தாக்கின் செழிப்பானதொரு பகுதி. இன்றைய வடகிழக்கு வியட்நாமைச் சேர்ந்த திய பியன் பிரதேசத்திற்குத் தலைநகரம். **நாம் யூன்** நதி பாயும் பொன் விளையும் நிலம். மலைகளும் குன்றுகளும் சூழ்ந்த பள்ளத்தாக்கு. கருவாலி, செந்தூரம், தேவதாரு, பைன் மரங்கள் நெருக்கமாக வளர்ந்து, பகலில் சூரியனைத் தேடவேண்டிய காட்டுப்பிரதேசம். காற்றுடன் கலந்த பசிய வாசனை. பட்சிகள், விலங்கினங்களின் ஓயாத குரல்கள். உலர்ந்த சருகுகளில், கொதிக்கும் எண்ணெயில் முறுக்கைப் பிழிவதுபோல சடசடவென விழும் மழைத்துளிகள். உயிர்களின் போக்கிலே அவற்றின் வாழ்க்கைக் கொடியைப் படர அனுமதித்த கானகம்: பகற்பொழுதில் இரை தேடி அலைவது, இரவானால் கூட்டிற்குத் திரும்பவதென்று புள்ளினங்களுக்கு ஒழுங்குடன் உயிர்வாழ்க்கை. இளவேனிற் காலங்களில் சிறகுகளை விரித்து அவை ஒயிலாக நடப்பதும் கூரிய மூக்குகளால் ஒன்றை மற்றொன்று தொட்டு விளையாடுவதும் சில்வண்டுகளின் ஓவ்வாத ஒற்றைத் தொனியும் தாய்ப்பறவைகள் ஊட்டும் இரையை எதிர்பார்த்துக் குஞ்சுள் எழுப்பும் கீச்சு ச்சும் தேனுண்ட மகிழ்ச்சியில் வண்டுகள் எழுப்பும் முடிவற்ற சீழ்க்கையுமென இயற்கை செல்வாக்குடன், மனிதர் வாழ்க்கைக்கு இடையூறின்றி அமைதியாகத் தன் காலத்தைக் கழித்துக்கொண்டிருந்த குடில்.

பல நூறு ஆண்டுகளுக்கு முன்பு, இந்தோசீனாவைத் தேடி ஒரு மனிதர் கூட்டம் வந்தது. "மனைவி மக்களுடன் காடுமேடென்று அலைந்து கடைசியாக உன்னிடத்தில் தஞ் சமென்று வந்திருக்கிறோம். பகலில் வயிற்றுப்பசிக்கு உழைக்கிறோம், பிரச்னைகள் இல்லை. ஆனால் இரவு வேளைகளில் உறங்கவும் ஓய்வுகொள்ளவும் கொடிய விலங்குகள், நஞ்சுள்ள உயிரினங்கள் ஆகியவற்றிடமிருந்து காப்பாற்றிக்கொள்ளவும் பாதுகாப்பான

உறைவிடம் வேண்டும்" என்றார்கள். நாங்கள் அனுமதித்தோம். உயிர்வாழ வேட்டையாடினார்கள், மீன் பிடித்தார்கள். இலை தழை, காய் கனி, தேன் என எங்களால் முடிந்ததை வழங்கினோம். கிடைத்ததை உண்பதென்ற உயிர்வாழ்க்கை விதியை மாற்றி விரும்பியதை உண்ண முடிவு செய்து, காடு கரம்பைகளைத் திருத்தி விவசாயம் செய்தார்கள். அமைதியாக வாழ்ந்தார்கள். வேறொரு கூட்டம் வந்திறங்கியது. முந்திக்கொண்ட மக்களிடம், "சிறிது இளைப்பாறலாமா?" எனக் கேட்டிருக்கிறார்கள். இவர்களும் தங்கள் இல்லக் கதவை விரியத் திறந்து உபசரித்திருக்கிறார்கள். ஒரு மாதமாயிற்று, இரு மாதமாயிற்று, அழையா விருந்தாளி போவதாக இல்லை. அவர் விருந்தோம்பிய வீட்டைச் சொந்தம் கொண்டாடினார்.

யாரைக் குற்றம் சொல்வது, இதில் இந்தோசீனாவின் பங்கென்ன? யோசிக்கிறேன். இவ்வளவு ஆண்டுகளுக்குப் பின்னரும் மனித விலங்குகளில் எவை கொடியவை, எவை சாதுவானவை என்பதை விளங்கிக்கொள்வதில் எங்களுக்குப் போதாமைகள் உள்ளன. ஐந்தறிவு விலங்குகளாக மனிதர்களையும் படைத்திருந்தால் தோற்றங்கள் போதும். அறிவை வன்முறை, பொல்லாங்கு, தீவினைக்குச் செலவிடுவதில் உங்களுக்கு ஆர்வம் இருக்கிறது. மரம், செடி கொடிகளுக்கும் ஆதரவு அளித்தோம். அவை அறநூல்களை அறிந்தவை அல்ல. சண்டை சச்சரவு இன்றிச் சமாதானமாக வாழக் கற்றிருக்கின்றன. மனிதர்களுக்கு இடம் கொடுத்தோம்: காட்டுப்பன்றியைத் துரத்தும் ஓநாயைப்போல, இயற்கையின் பசிய வாசனையை வெடிமருந்தின் நெடி இன்று விரட்டுகிறது. பட்டாம்பூச்சிகள் வட்டமிடும் செந்தூரப்பூக்களைக் கொத்தாக ஒடித்தால், பொடுகு செதில்போல காய்ந்த ரத்தம் உதிர்கிறது. பகலைக் கண்டிராத காட்டிற்குள் வழிதவறுகிறபோது நொறுங்கும் சருகுகளில் மனிதர் எலும்புகளோ, மண்டையோடுகளோ கால்களில் இடறுகின்றன. வயல்களில் உழைத்துவிட்டு **நாம் யூன்** நதியில் அலுப்புத் தீர்வதற்கு வியட்நாமியர்கள் நீராடுகிறபோது ரத்தவாடை அடிக்கிறதென்று பேசிக்கொள்கிறார்கள். எதிரிகளுக்கென்று புதைத்து வைத்த கண்ணிவெடிகளுக்கு அவர்களே பலியாவது போர்கள் புகட்டும் பாடம்.

இன்றும் **தியன் பியன் பூ** மக்கள் ஆணோ, பெண்ணோ '**அவ் தாய்**' என்ற முழங்கால்களை மறைத்த நீண்ட சட்டை

அணிந்து, மழைக்காலத்தில் மட்டுமின்றிக் கோடையிலும் **'நோன் லா'** என்கிற தலைக்குடைமாதிரியான தொப்பியுடன் வான்கோழிபோல நடந்து சாலையோரக் கடைகளில் **'நூக் மியா'**வை உறிஞ்சியபடி பிரெஞ்சுக்காரர்களுடன் நடந்த இறுதிப் போரைக் குறித்து உரையாடுகிறார்கள். "எங்கள் பாட்டன் கலந்துகொண்ட யுத்தம்", "என் தந்தை பங்கேற்ற சண்டை" எனப் பெருமையாகச் சொல்லிக் கொண்டாலும் இழப்பும் வலிகளும் அவர்களின் நிரந்தரச் சிலுவைகள். "எங்கள் எல்லைக்குள், எங்களுடைய மனைவி, மக்களுடன் அமைதியாக வாழ்ந்தோம். அக்கரை மனிதர்களின் குடியைக் கெடுக்கும் உத்தேசம் ஒரு போதும் எங்களுக்கு இருந்ததில்லை, அவர்கள் சோற்றில் எங்கள் மனிதர்கள் மண்ணை அள்ளிப்போட்ட சம்பவங்களும் ஏதுமில்லை! பின் எதற்காக ரத்த வெறியுடன் எதிரிகள் அலைந்தார்கள். அன்பை வழிபட்ட எங்களை ஆயுதம் ஏந்த வைத்தார்கள்?" என உயிர்ப்பிணங்களாக காலவெள்ளத்தில் மிதத்கிற **அன்னாமிட்டுகள்** புத்தனிடம் கேட்கிறார்கள். குருதியால் எழுதப்பட்ட தங்கள் வரலாற்றுப் பக்கங்களை மறுவாசிப்பு செய்கிறபோதெல்லாம், மனிதர் உடல்களை முதுகிற் சுமப்பதாக எண்ணி வேதனையில் முனங்குகிறார்கள்.

பிரெஞ்சு ஆதிக்கத்திற்கு எதிராக வியட்நாமியர் நடத்திய யுத்தம் ஹோசிமின் கூற்றுப்படி '**யானைக்கும் புலிக்கும் இடையிலான யுத்தம்**'. அவருக்குப் பிரெஞ்சுக்காரர்கள் யானை, வியட்மின்கள் புலி:

"புலி அமைதியாக இருக்க நேர்ந்தால் யானை தன் சக்திவாய்ந்த கொம்புகளால் அவ்விலங்கைக் குத்திக்கிழிக்கும். எனவே புலி அமைதியாக இருப்பதில்லை. தன் தாக்குதலை ஒருபோதும் நிறுத்தாது. பகலில் காட்டில் பதுங்கி இரவில் வெளிவரும். யானைமீது பாய்ந்து அதன் வயிற்றைக் கிழித்தெறிந்த பின்னர் மீண்டும் இருண்ட காட்டில் மறைந்து விடும். ஆயாசத்துடன் நிலத்தில் விழும் யானை, ரத்தப்போக்குக் காரணமாக பின்னர் இறந்துவிடும்."

ஹோசிமின் எதிர்பார்த்ததுபோலவே யுத்தமும் நடந்தது. ஒரு யானைக்குப் பதிலாக இரண்டு யானைகளைப் புலி தாக்கியது. இரண்டு யானைகளும் வயிறு கிழிந்து குடல் தள்ளிக் கோரைப் புற்களை குருதியால் நனைத்து ஈக்களும் கொசுக்களும் மொய்க்க

உடல் புழுத்து, அழுகி வரலாற்றை முடித்துக்கொண்டன. தோற்ற யானைகளுக்கு ஏன் தோற்றோம் என்பதற்கு ஆயிரத்தெட்டுக் காரணங்கள். குறிப்பாக பிரெஞ்சு யானைகளுக்கு. இன்றைக்கும் பல்போன பிரெஞ்சு யானைகள் பீரையோ, ஒயினையோ குடித்துக்கொண்டு அதனால்தான் இதனால்தான், அவரால்தான் இவரால்தானென உண்மையிடமிருந்து தப்பிக்க அரசியல், பொருளாதாரக் காரணங்களில் தலையைப் புதைத்துகொள்கிறார்கள். வியட்நாம் பெண்கள் உடல் பற்றிய அறிதலுக்குக் காட்டிய அக்கறையை தியன் பியன் ஃபூ பற்றிய பூகோள அறிவிலும் செலுத்தி இருக்கலாம். பல்லாயிரம் மைல்கற்கள் தொலைவிலிருந்து இறக்கியிருந்த பிரெஞ்சுப் படையினரில் 'எனது தாய்நாட்டிற்காகப் போரிடுகிறேன்' என்ற உணர்வுடன் கலந்துகொண்டவர்கள் மிகவும் சொற்பம்.

தியன் பியன் பூவில் நடந்த இறுதி யுத்தம் அந்நியருக்கும் சொந்தநாட்டினருக்கும் இடையில் நடந்த யுத்தம். ஐரோப்பியர் "கூண்டில் அடைபடு! வேண்டியது கிடைக்கும்," என்று கூற, வியட்மின்கள் "விடுதலையைக் கொடு, வேண்டியதை நாங்கள் தேடிக்கொள்கிறோம்" எனத் தெரிவித்த பதிலால் நடந்த யுத்தம்.

*

2

சைகோன் - வேதவல்லி (1)

1953 நவம்பர் 15...

வனவாசம் – சந்நியாசினி – தவ வாழ்க்கை – காலமும் தூரமும் – வெறுமை – ஏக்கம் – சலிப்பு – தனிமை – மனவலிகள் – மனச்சோர்வு – தெளிவற்ற நிலை – இனம்புரியாத வேதனைகள் – எங்கும் மெலிந்த இருள் – வெப்பம் – ஏகாந்தம் – பெண்: மாதர் அறங்களை மாட்சிமைப்படுத்த திருமணத்திற்கு முன்பாக வேதவல்லி, மணந்தபின், புருஷனுடைய காரியம் யாவிலும் கைகொடுக்க வரம்பெற்றுள்ள மதாம் ஃபெலிக்ஸ் சுப்பராயன்.

ஜன்னற்கதவுகள் வழக்கம்போல விரியத் திறந்திருக்கின்றன. கம்பிகளில் முகத்தை அழுந்தப் பதித்து நின்றுகொண்டிருக்கிறேன். இன்று தனது பணியைச் சரியாகச் செய்தோம் என்கிற திருப்தியில், ஒரு மணிநேரத்திற்கு முன்பாக, சூரியன் நாளின் கதவை அடைக்கத் தயாரானபோது வந்து நின்றவள். குடியிருப்புகள், தேவாலயம், புத்தர் ஆலயங்கள் எனக் களைப்பின்றி நடந்த பார்வை சைகோன் ஆற்றில் நீந்தி, வெகுதூரத்தில் துவைத்து உலரப்போட்ட நீலத்துணிபோல பரந்து கிடந்த தென் சீனக்கடல்

கரையின் நின்று தன்னை ஆசுவாசப்படுத்திக்கொள்கிறது. ஆர்வத்தில் அலையவிட்ட பார்வை மறுகரையில் புதுச்சேரி நடைவாசற் கதவுகள் அடைத்துக் கிடப்பதை அறிந்து கலங்கி நிற்கிறது. பொறுமையற்ற இருள் பூனை அடுப்படிக்குள் நுழையும் உத்தியுடன் மெல்லக் கவிய குடியிருப்புகள், தேவாலயம் என ஒவ்வொன்றாக அதனுள் புதைய ஆரம்பித்தன.

வயது 45. இந்தியப் பெண்மணி. கட்டுக்கழுத்தி. கடந்த பத்து ஆண்டுகளாக மோசமான குடிப்பழக்கத்திற்கு ஆளான ஒரு புருஷன். அந்நிய நாடு. நெஞ்சுகொள்ள பிறந்த வீடு. சொந்த மண்ணைப் பிரிந்த ஏக்கம். மேசையில் வைத்த சோறும், குழம்பும், செய்த பதார்த்தங்களும் என்னுடைய கோவலனுக்காகக் காத்திருக்கின்றன, ஆனால் நான் கண்ணகியுமில்லை மாதவியுமில்லை. மனத்தால்கூட அந்நிய ஆடவனைத் தீண்டக் கூடாது என்பது உங்கள் சமூக விதியெனில் நான் உத்தமி கிடையாது.

இன்னும் விளக்கேற்றவில்லை. வீட்டில் இருள் அடைந்துகிடக்கிறது. வேண்டி அழைத்த விருந்தாளி. கடந்த பல ஆண்டுகளாகவே எனக்கும் அதற்கும் நெருக்கம் அதிகம். பகலை அதிகம் நேசிப்பதில்லை. ஆனால் பகல் இருக்கும் வரை இரவும் வெளிச்சமென்று ஒன்று இருக்கும்வரை இருட்டும் தொடரும் என்பதால், பகலையும் வெளிச்சத்தையும் ஏற்றுத் தொலைக்கிறேன். “முதிர் பருவத்தில் இருக்கிறோம் அந்திப்பொழுதும் சூரிய அஸ்தமனமும் நமக்கு அகத்தியம்” என்று போதை தெளிந்த நிலையில் சில மாதங்களுக்கு முன்னர் சுப்பராயன் கூறினார். சுப்பராயன் தொட்டுத் தாலி கட்டின ஆம்பிடையான். “அகத்தியந்தான்” என தலையாட்டிவிட்டு, எந்திர கதியில் அன்று உணவைப் பரிமாறினேன்.

விரும்பியே இருட்டை அழைக்கிறேன். ஆரத் தழுவுகிறேன். கணவர் கதவைத் தட்டும்வரை அதோடு கள்ள உறவு. இருவரும் குலாவுகிறோம், அசிங்கமாய்ப் பேசிக்கொள்கிறோம், கூடுகிறோம். வியர்வை சொட்டும் அதன் மார்பில் தலை சாய்ப்பேன். முன் தலைமயிரும் நெற்றியும் மூக்கும் கருவாயும் சொட்டு சொட்டாய் என் நரம்புகளின் வழி கடத்தும் முறைகேடான ஆண் போதை உடலை முறுக்கும். தெளியும்வரை அதன் தோளில் சாய்ந்திருப்பேன். கண்ணைக் கசக்குவேன், இடையிடையே

இரண்டொரு வார்த்தைகள். இருள் ஆறுதலாக ஏதாவது பேசும், அழாதே என விழியோரங்களில் தயங்கி நிற்கும் கண்ணீரைக் கரிய தன் கூரிய அலகால் சீண்டித் துடைக்கும். சில நாட்களில் கருவறைக் குழந்தைபோல அதன் வயிற்றில் சுருண்டும் கிடப்பேன்.

இரவு நித்திரை கொள்ளும்போது எல்லாம் இருந்து, காலையில் கண்விழித்துப் பார்க்கையில், எதுவும் இல்லை என்கிற மனநிலை. இருப்பவையும் எங்களுக்குச் சொந்தமானவை இல்லை என்பதை அறிவு ஏற்கெனவே சைகோனில் இறங்கிய முதல் நாளே தெளிவுபடுத்தியது. வியட்நாமியர் முகங்களை ஏறிட்டுப் பார்க்க அன்றே வெட்கப்பட்டதுண்டு. புதுச்சேரியிலிருந்து பயணித்து வந்த எங்கள் நீராவிக் கப்பல் துறைப்பிடித்திருந்த கடலும் நாங்கள் கப்பலைவிட்டு இறங்கிய துறைமுகமும் அவர்களுடையது. துறைமுகத்திலிருந்து எங்களை அழைத்துபோன வாகனம் ஊர்ந்த சாலைகள் வியட்நாமியர் போட்டவை. வீதிகளின் இரு மருங்கிலும் வரிசையாக இருந்த வீடுகள், அவர்கள் கட்டியவை. மீகாங் டெல்டா பகுதி, சைகோன் நதி, பசுமை போர்த்திய நெல் வயல்களென்று கண்ணிற் பட்டவையெல்லாம் அவர்களுக்குச் சொந்தமானவை, அவர்களுடைய மூதாதையர் சொத்து. பல நூறு ஆண்டுகளாக அவர்கள் உழைத்துச் சம்பாதித்தவை. அவற்றைச் சொத்துரிமைச் சட்டப்படியும் தார்மீகப்படியும் வாரிசுகள் அனுபவிக்கிறார்கள். உடைமையாளர் அனுமதியின்றி திறந்த வீட்டில் எதுவோ புகுந்ததுபோல ஐரோப்பியர் உள்ளே நுழைந்தார்கள், அவர்கள் முதுகின் பின்னே ஒளிந்து, எங்களுக்கும் பங்கு கேட்கிறோம்.

சைகோனிலும் வங்காள விரிகுடா சாயலில் ஒரு சமுத்திரம். புதுச்சேரியில் தகித்த அதே சூரியன். கொம்பு சுழற்றிக் காற்றடித்து பெய்யும் ஆடிமழை. வயல்வெளிகள். நெற்கதிர்கள் சலசலப்பு அவ்வளவும் இருக்கின்றன. ஆனாலும் எனக்கு இங்கு ஏதோ குறைந்திருக்கிறது. இன்னும் சொல்லப்போனால் புதுச்சேரியைக் காட்டிலும் கூடுதலாக மலைகள், பள்ளத்தாக்கு, ஜீவநதியாக சைகோன் நதி, மீகாங் டெல்டா, இருந்தும் திருப்தியில்லை. இந்தியர்கள் கூடிக்கொண்டாடும் விழாக்கள், பொங்கல், புது வருடம், திருமணங்கள், மாரியம்மன் கோயில் – முருகர் கோயில் விழாக்கள் எல்லாமிருந்தன, இருந்தும் சந்தோஷமில்லை. சைகோன் பெரிய நகரம், பெரிய பெரிய

கடைகள், ஒப்பேரா தியேட்டர்கள், ஐரோப்பியருடன் விருந்துகள், ஆனாலும் வெற்றிடத்தில் முட்டிக்கொள்ளும் அனுபவம். சைகோன் வாழ்க்கை ஒரு கனவு, நிஜமில்லை என்ற எண்ணம் இக்கணம்வரை நீடிக்கிறது. நம்பிக்கை – ஏமாற்றம், ஆசை நிராசை, சந்தோஷம் – துக்கம், இரண்டிற்குமிடையில் ஏதோ ஒரு புள்ளி, ஏதோ ஓர் இடம்: திரிசங்கு நிலைமை?

நீங்கள் உடன்படுங்கள், உடன்படாமல் போங்கள் எனக்கு அக்கறையில்லை. சிங்காரவேலுவும், பிறரும் வியட்நாமை நேசிக்க வைத்த யோசனைகளை நானும் முயன்றிருக்கிறேன். ஆனால் எனக்குத் தோல்வி. தெம்புமில்லை, தைரியமும் இல்லை, எனக்கு அழணும் போலிருக்கு, எடுத்துக்கொண்ட சிகிச்சைக்குப் பலனின்றி திரும்பத் திரும்ப புதுச்சேரி, புதுச்சேரி மனிதர்கள் என்கிற படுக்கையில் விழும் நோயாளி நான். தம்பி சிங்காரவேலுவிடமும் கணவர் சுப்பராயனிடமும் வாதிட்டுச் சலிச்சிட்டுது. ஆண்களின் பதிலாளிகளாக அவர்கள் உபதேசித்த சமாதானக் குப்பைகளில் துளியும் நம்பிக்கையில்லை.

சைகோன் வந்த புதிதில் நான் பட்ட பாட்டைச் சொல்ல வார்த்தைகள் இல்லைங்க. தலைவலியும் நோவும் தனக்கு வந்தால்தான் தெரியும்னு சொல்லுவாங்க. இது கொஞ்சம் வித்தியாசமான தலைவலி, நோவு. கண்டு கண்டா நினைவுகளில் வீங்கி விண்ணு விண்ணுங்குது. பழகிப்போச்சு. ஊரில் என்னைக் கொண்டவன் வீடு காதமோ, தூரமோ இல்லை. இருந்தாலும் தோட்டக்காலில் ஒதுங்கற சாக்குல பொறந்த வீட்டுக் கதவைத் தட்டினது அதிகம். புதுச்சேரியில் பிறந்து விழுப்புரத்தில் வாழ்ந்தாலும் எனக்கு விழுப்புரம் அந்நிய மண். பிறந்த மண் அறிமுகப்படுத்திய உயிர் வாழ்க்கையின் முதல் வீட்டை, வீட்டு மனிதர்களை, குழந்தைப் பருவத்தில் கொஞ்சிய மனிதர்களின் கதகதப்பை, வீட்டிலிருந்து காலெடுத்து வைத்த முதல் வீதியை, ஊரை, ஊர்க் கோயிலை, தெருமுக்குக் கேணியை, பொதுவெளியை, ஊருக்கு அழகு சேர்த்த ஏரி, குளம், குட்டைகளை, ஊர்ச் சனம் பேசிய பாஷையை, பரம்பரை சமாச்சாரங்களை துறப்பது முடியற காரியமா? கை நிறைய சோத்தை அள்ளி வாயில வச்சேன், இங்க கரண்டியைப் புடி, குச்சியை புடின்னு பாடம் எடுக்கிறாங்க.

புருஷர்கள் சுலபமா மாறிடுவாங்க. ஐரோப்பியர் விருந்தில், அந்நிய ஸ்த்ரீகளின் இடுப்பில் ஒரு கை, தோளில் ஒரு கைன்னு கொடுத்து, ஆம்பிளைகள் வெக்கமில்லாம ஆடும்போது அவர்கள் முகத்தை நீங்கள் பார்க்கவேண்டும். ஆனால் அதை ஒரு பொட்டச்சி செய்யக்கூடாது. அவள் மாத்திரம் இந்தியப் பெண்ணாக கட்டுப்பாடு கத்திரிக்காய்னு இருக்கவேண்டும். இங்கு ஏற்பாடு செய்யப்பட்டிருந்த ஒரு பொங்கல் விழா ஒன்றில், தன்னுடைய கணவர் வாங்கிக் கொடுத்தாரென்று பெண்மணி ஒருவர், தான் கட்டியிருந்த பட்டுச்சேலையைக் காட்டி பெருமைப்பட்டார், அவரிடம்:

– நாம ஏங்க இப்படி இருக்கிறோம், என்றேன்.

– எப்படி? எனக் கேட்டவர் முகத்தில் கடுகடுப்பு. நான் விடுவதாக இல்லை.

– இதில் நீங்கள் பெருமைப்பட என்ன இருக்குது. உங்கள் கணவருக்குப் பிடிச்சது, அவர் வாங்கிக் கொடுத்ததுன்னு சொல்றீங்க, சந்தோஷம். அதுக்குப் பதிலா "புடவையை நான் பார்த்தேன், திருப்தியா இருந்தது, அவரிடம் சொன்னேன், வாங்கிக்கொடுத்தார். புதுப்புடவையை வாங்கியதில் எனக்கும் பங்கிருக்கின்னு" சொல்லியிருந்தா, உங்களைச் சத்தியமா மெச்சியிருப்பேன். பிறந்ததிலிருந்து, நம்ம கேட்டு எது நடந்திருக்கிறது. "இந்த ஆளுக்கு கழுத்தை நீட்டுன்னு!" சொன்னாங்க, நீட்டினோம். தொங்கத் தொங்க தாலி கட்டிக்கிட்டோம். "இதைச் சமைச்சி வை, அதைப் பண்ணி வை!" என்பாங்க, செய்தோம். "சைகோனுக்குப் புறப்படு!"ன்னு சொன்னாங்க, புறப்பட்டு வந்தோம். நாமளும் மனுஷங்கதானே, அவங்களுக்கு ரெண்டு வார்த்தை, நம்மளுக்கு ரெண்டு வார்த்தைன்னு இருப்பதுதானே நியாயம்.

– ஏது நல்லா இருக்கிற எங்க குடும்பத்துல பிரச்னை உண்டாக்கிடுவீங்கபோல இருக்கே. இப்படியொரு பதிலை உங்ககிட்ட நான் எதிர்பார்க்கலை மதாம். உங்களைப் பத்தி எல்லோரும் பெருமையா சொன்னாங்க. நாம சீதை, கண்ணகின்னு பேசற தேசத்துல இருந்து வந்தவங்க. அவங்க கொணத்துல கொஞ்சமாவது நமக்கும் இருக்கணும். அதுதான் பொம்பளைகளுக்கு லட்சணம்.

– அப்படீன்னா, பாஞ்சாலிக்கு அஞ்சு புருஷனாம், நமக்கு குறைந்தது ரெண்டாவது வேணுமில்லையா?

அந்தப் பெண்மணி கோபத்துடன் விடுவிடுவென்று திரும்பி நடந்தார். அதன்பின்பு வேறு விழாக்களில் என்னைக் காண நேர்ந்தால் முகத்தைத் திருப்பிக்கொள்கிறார். அவர் என்றில்லை, பெரும்பாலான பெண்களுக்குப் பண்பாடு என்பது சமூகச் சாத்திரத்தில் சொல்லப்பட்டதுதான். எனது மனநிலைக்கு இசைவான பெண்கள் கிடைப்பது அபூர்வமாக இருந்தும் விழாக்களுக்குப் போவது, புதுச்சேரியை ஞாபகப்படுத்திக்கொள்ள.

அதிர்ஷ்டவசமாக என்னைப்போலவே பிறந்த மண்ணுக்கு ஏங்கும் ஓர் ஆணை, விழா ஒன்றில் கண்டேன். பதினைந்து ஆண்டுகாலம் அம்மனிதருடனான எனது சிநேகிதம் பற்றிப் பேச தனியாக ஓர் அத்தியாயம் எழுத வேண்டும், எழுதுவேன். திடீரென்று ஒரு நாள் அவர் இல்லையென்றானது, புதுச்சேரி நினைவு மறுபடியும் என்னை வாட்ட ஆரம்பித்துவிட்டது. அவர் இடத்தில் இருளை வைத்திருக்கிறேன்.

எனக்கும் எனது பிறந்த மண்ணிற்குமான தூரம் பல ஆயிரம் மைல்கள். இரண்டு மூன்று மாதக் கடற்பயணம். கணவர் சுப்பராயனுக்கு ஜரிகைக் கனவுகள் இருந்தன. சைகோனுக்குக் கப்பலேறினார். அவர் கையைப்பிடித்துக்கொண்டு நானும் வனவாசம் செய்யவேண்டியிருந்தது.

எத்தனை மணியென்று தெரியாது. கணவர் எப்போது வந்தார், நான் அவருக்குக் கதவைத் திறந்தேனா, திறக்கவில்லையென்றால் எப்படி உள்ளே வந்தார்? எடுத்துவைத்திருந்ததைச் சாப்பிட்டிருப்பாரா அல்லது போதையில் சாப்பிடாமலேயே உறங்கியிருப்பாரா? தெரியாது. நிலைக்கடியாரம் திடீரென நள்ளிரவில் தட்டியெழுப்ப உறக்கம் கலைந்திருந்தேன். உடம்பிலிருந்து விடுபட்ட மனம் சில கணங்கள் என்னை அவதானிக்கிறது. எனதுடலை அலட்சியம் செய்துவிட்டு, வெளியேறுகிறது. தடையில் முட்டிய நீர் விலகும் இயல்புடன் சுழித்து இருளுடன் கலக்கிறது. அணை மதகின் திறப்புபோல தெருக்கதவுகள் திறக்க, வீதியில் ஆவேசத்துடன் பாய்கிறது. எதனுடனும் ஒட்டாமல் எதிர்கொண்ட சக பாதசாரிகளை அலட்சியம் செய்துவிட்டு, ஒழுங்கு செய்யப்பட்ட கரைகளுக்குள் புதுவெள்ளம்போல பாய்கிறது.

பெரும் நீர்ப்பரப்பு, நரிகள்போல ஊளையிடும் அலைகள். உயர்ந்து கரையில் விழுந்த அலைநீரின் அழைப்பை மறுத்து, கரையில் நிற்கிறேன். காலடியில் நீரும் மணலும் கலந்து குறுகுறுக்கின்றன. குனிந்து பார்த்தேன். நிலத்தில் மட்டுமின்றி கடலுடனும் கலந்திருந்த சன்னமான இருளில், வெகுதூரத்திற்கு கொத்து கொத்தாய் நீர்கோர்த்த பாதச்சுவடுகள்.

*

3

சைகோன் - வேதவல்லி (2)

புதுச்சேரிக்கருகில் பாகூரில் பிறந்தேன், வளர்ந்தேன். விவசாயக் குடும்பம். குடும்பத்திற்கு மூத்தவள். இரண்டு தம்பிகள். பத்து வயசு முடியும் முன்பே வீட்டு மராமத்து என்னுடையது. எல்லோருக்கும் வேதவல்லி வேண்டும். "ஏண்டி வேதா, காலம்பர இருந்து ஈர்க்குளியைத் தேடறேன், நீ கண்டியா!" என அம்மா ஆரம்பிப்பார். கடைசியிலே, "இந்த எழவு புடிச்ச ஈரமிலாரு நல்லா புடிச்சி எரிய மாட்டேன்னுது, கொஞ்சம் ஊதாங்குழலெடுத்து நீயாவது ஊதித் தொலை. பசியோட வயக்காட்டுலருந்து திரும்பற உங்கொப்பாரு கோவம் எப்படின்னுத்தான் உனக்குத் தெரியுமே!" என முடிப்பார். தந்தைக்கும் நான் அருகில் இருக்க வேண்டும் கேட்பதை எடுத்துக் கொடுக்க வேண்டும். வீட்டைவிட்டு வெளியிற் போகிறாரென்றால் வீடு அமர்க்களப்படும். "துண்டை எடு!" என ஆரம்பிப்பார், "வெத்திலைப் பெட்டியை எங்க வச்சேன்" எனத் தலையைச் சொறிவார். வாசற்படியைத் தாண்டும்போது "கொடையை மறந்துட்டேன்" என வெத்திலைச் சாறு வாயோரத்தில் குமிழிட, முகத்தைக் கோணலாக வைத்துக்கொண்டு சொல்வார்.

எரிச்சல் வரும். "எனக்குத் தெரியாது, போங்கப்பா" எனக் கூறிவிட்டு, அவரைக் கடந்து தெருவாசலுக்கு ஓடுவேன். அங்கே கமலம், விருத்தாம்பாள், பூங்காவனம் பொட்டுக்கண்ணு என்று, எனக்காக ஒரு கூட்டம். தம்பிகள் மட்டும் லேசா என்ன? அவர்களுக்கும் நான் வேண்டும். அப்பா புதுச்சேரியிலிருந்து சேவு, அல்வான்னு எது வாங்கிவந்தாலும், பங்குபோட தமக்கை தேவை. அம்மா தோசை வார்த்தால் தொடமாட்டார்கள். நான் வார்க்கவேண்டும். "அவ பொம்பிளைப்புள்ளை, காலாகாலத்துல ஒருத்தனுக்கு வாழ்க்கைப்பட்டுப் போறவ, அவள நம்பி நீங்க இருக்கக் கூடாது!" என அம்மா, அப்பாவுக்கும் சேர்த்து எச்சரித்து அலுத்துவிட்டது. "அவ எனக்கும் பொண்ணு. நீ அவளைத் தொந்தரவு செய்யாம இரு. நானும் இருக்கிறேன்" என்கிற வார்த்தைகளைத் தொடர்ந்து, அப்பா சட்டென்று முகத்தைத் திருப்பிக் துண்டின் முனையை எடுத்துக் கண்களைத் துடைத்துக்கொள்வது அடிக்கடி நடக்கும்.

பக்கத்துத் தெருவில் இருந்த அம்மாவின் முப்பது வயது தம்பி சுப்புராயனுக்கு, பதினான்கு வயதில் என்னைக் கல்யாணம் செய்துகொடுத்தார்கள். மறுவீடு சாங்கியம் முடிந்து என் மாமா வீட்டிற்குத் திரும்பவேண்டும். 'சீர்செனத்தியை' ஊர் மெச்சும்படி செய்த அப்பா, எல்லாவற்றையும் வண்டியில் ஏற்றினார். புகுந்த வீட்டுக்குப் போக எனக்கும் புதிதாக கணவர் அந்தஸ்து பெற்றிருந்த என் மாமாவுக்கும் ஒரு வில் வண்டி ஏற்பாடு. எல்லோரும் பார்த்துக்கொண்டிருக்க, வண்டிக்காரரை இறங்கும்படி தந்தை வற்புறுத்தினார். ஏர்க்காலில் கைகளை ஊன்றினார். தரையிலிருந்து எம்பி கொலுப்பலகையில் உட்கார்ந்தார். சாட்டையை சொடுக்கினார். அடுத்த ஐந்தாவது நிமிடம் புகுந்த வீட்டு வாசலில் வில்வண்டி நின்றது. என்னைக் கைகொடுத்து இறக்கிவிட்டவர், துண்டை வாயில் பொத்திக்கொண்டு தேம்பி அழ ஆரம்பித்துவிட்டார். கூடியிருந்த மொத்த சனமும் அழுதது.

மனத்தைக் கல்லாக்கிக்கொண்டு புகுந்த வீட்டிற்குள் நுழைந்த நான் யாரிடமும் பேசவில்லை. பழங்காலங்களுக்கிடையே ஒரு புதுக்கலமாக அந்த வீட்டுக்குள் காலெடுத்து வைத்தேன். முழங்கால்களைப் பிடித்துக்கொண்டு கால்மூட்டுகளில் தலையைச் சாய்த்து நெஞ்சுக்குள் சுரந்திருந்த அழுகையை

நாகரத்தினம் கிருஷ்ணா | 47

வெளியில் கொட்டினேன். மொடமொட என்றிருந்த பட்டுப் புடவையின் முந்தானை மொத்தமும் ஈரமானது. புது மாப்பிள்ளை பலமுறை கதவைத் தட்டினார். அவரைக் கணவர் என்று சொல்லலாமா? அம்மாவுக்குத் தம்பி. என் தம்பிகளும் நானும் அடுத்த தெருவிலிருந்த அவர்கள் வீட்டுக்குப் போகும்போதெல்லாம் ஒன்றாக விளையாடி இருக்கிறோம். எங்கள் வீட்டிற்கு அவர் வந்தாலும் விளையாட்டுகள் நின்றதில்லை. அவரை மாமா என அழைத்ததைவிட சுப்பு எனக் கூடுதலாக அழைத்திருப்பேன். தம்பிகளை வாடா, போடா என்று சொல்லி அழைத்துப் பழகியதால் மாமாவையும் வாடா, போடா என வாய் தவறிச் சொல்வதுண்டு. "பாயையும் தலைகாணியையும் எடுத்துக்கொடு, திண்ணையில் படுத்துக்கிறென்" என்றார். "படுத்துக்கோ!" என்றேன். அவர் முகம் கறுத்துவிட்டது. "நாம சேர்ந்து படுக்கணும் அதுக்குத்தான் கல்யாணம்" என்ற சுப்பு அக்கம்பக்கம் பார்த்துவிட்டு என்னைக் கட்டிப்பிடித்து... அழுகை அழுகையாக வந்தது. வெகு நேரம் அழுதேன். என் வீட்டு மனிதர்களை நினைத்தேன். "அப்பா, மகளைப் பிரியும் துயரத்தை வெளிக்காட்டிக் கொண்டதுபோல அம்மா ஏன் காட்டவில்லை. அத்தனைக் கல் நெஞ்சக்காரியா?"

மறுநாள் வீட்டிற்குச் சென்றிருந்தபோது எனது தாயிடம் மனத்தில் புகைந்துகொண்டிருந்த கேள்வியைக் கேட்டேன். "எனக்குச் சொல்லத் தெரியலை. ஆனா பொண்ணாப் பொறந்தவளுக்கு எதுவும் சதமில்லைங்கிறதப் புரிஞ்சுகிட்டாக் நீ இப்படிக் கேக்கமாட்ட. உன்னமாதிரி பொறந்த வீடு எனக்கில்லையா? அப்பா, அம்மா, அண்ணன், தம்பின்னு யாருமில்லையா? எல்லாரையும் மறந்துட்டு புருஷன் வீடே கதின்னு இந்த வீட்டுக்கு வந்தேன். அத்தை, மாமா, நாத்தி, கொழுந்தன், கொழுந்தி, பிள்ளைகள், பெண்ணென்று புது சொந்தங்கள் கிடைச்சாங்க. இப்போ எனக்குத் துணையா எத்தனை பேர் இருக்காங்க? நீ கிளம்பிப் போயிட்ட, நாளைக்கு உன் தம்பிகளுக்கு பொண்டாட்டிகள் வந்தா அவங்களும் இல்லைன்னு ஆயிடும். எனக்கு அவர், அவருக்கு நான் என்று காலத்தைத் தள்ளணும். அப்படித்தான் நம்ம சமூகம் சொல்லுது. உங்க அப்பா சிநேகிதர் சேஷாசலம் ரெட்டியார் எப்படிப்பட்டவர்னு உனக்குத் தெரியுமில்ல. அந்தத் தப்பை என் தம்பி சுப்புராயனும் செய்யலாம். நீ சகிச்சுக்கணும்.

அதைத்தான் இந்த ஊரும் உறவும் எதிர்பார்க்குது. மாங்கல்யம் கழுத்துல தொங்கறவரைக்கும் நமக்கு மரியாதை. கொஞ்ச நாளா உங்க அப்பாருக்குப் பாகூர் பிடிக்கலையாம், புதுச்சேரிக்குப் போகலாங்கிறார். எனக்குச் சம்மதமா, சம்மதமில்லையா என்கிற அக்கறை எல்லாமில்லை. ராமன் இருக்குமிடம் அயோத்தி, ஆகையால் நானும் புதுச்சேரிக்குப் புறப்படணும்" என்பது அம்மாவின் விளக்கமான பதில். அப்படித்தான் நானும் சைகோனுக்கு கப்பல் ஏறினேன். கப்பலில் எங்களைப்போலவே ஆணும் பெண்ணுமாக பல தம்பதிகள். ராமர்கள் அதிகாலைச் சூரியன்போல தகதகவென்று எதையோ சாதித்துவிட்ட பெருமையில் சிரிப்பும் கும்மாளமுமாய் இருந்தார்கள். சீதைகள் நாங்கள் கூண்டுக்கிளிகளாக அனுமதிக்கப்பட்ட வெளிக்குள் இறக்கைகளை அடித்துக்கொண்டு, தசரத ராமர்கள் முகத்தை அமைதியாகப் பார்த்துக்கொண்டிருந்தோம்.

சைகோனைப் பொருத்தவரை தாய் கூறிய வார்த்தைகள் நிஜமாயிற்று. சுப்பராயனைத் தவிர, என்னுடையதென்று சொல்ல இங்கு எதுவுமில்லை. கண்களைக் கட்டி புதைகுழியில் தள்ளப்பட்டிருப்பதைப்போல பல நேரங்களில் உணர்கிறேன். ஒவ்வொரு கணமும் புதுச்சேரிக்குத் திரும்பாமல் புதைந்துவிடுவேனோ என அஞ்சி நாட்களைக் கழிக்கிறேன். எனது கால் பதித்த பூமியை, கைதொட்ட பூவரசு மரங்களை, பழகிய சிநேகிதிகளை, தாயை, தந்தையை, தம்பிகளை, பாகூர் ஏரியை, புதுச்சேரி குயில் தோப்பை, அதிகாலை நாதஸ்வரத்தை, மார்கழி மாதத் திருப்பாவையை, அம்மா ஆசையோடு கொடுத்த அதிரசத்தை என்றாவது ஒரு நாள் திரும்பக் காண்பேன், தொடுவேன், கேட்பேன், ருசிப்பேன் என்ற நம்பிக்கையில் கணங்களைக் கரைத்துக்கொண்டிருக்கிறேன்.

*

4

சைகோன் (2)

1953 நவம்பர் 23, காலை மணி 10.

இன்னதென்று புரியாததொரு பதற்றத்தில் அவர்கள் மொத்தபேரும் இருந்தார்கள். சிறிது நேரத்தில் தியன் பியன் ஃபூ பள்ளத்தாக்கில் ஒருவர்பின் ஒருவராக குதிக்கவேண்டும். எதுவும் நடக்கலாம்: யுத்தகளத்தில் பலியாகலாம், கை, கால்களை இழந்து, முடமாகத் திரும்பலாம், வியட்மின்களால் சிறைபிடிக்கப்படலாம், அதிர்ஷ்டமிருப்பின் உயிருடன் திரும்பலாம். எதிர்வரிசையிலும் உறைந்த முகங்கள், நேரிட்ட பார்வையைத் தவிர்த்த கண்கள். அவன் மனதில் சைகோனுக்கு கப்பல் ஏறுவதற்கு முன்பாக வழி அனுப்பவந்த முகங்கள்: முதலில் அவன் தாய், பிறகு நடேச பாரதியார், நண்பர்கள், பிறமனிதர்கள்... வரிசை நீள்கிறது. தாய் மட்டும் திரும்ப வருகிறார். முன்னால் நிற்கிறார். வழக்கம்போல வாயல் புடவை, சீட்டித் துணியில் ரவிக்கை. தவிட்டு நிற முன்பற்களுடன் நெளியும் உதடுகள், காது குறும்பி நிறத்தில் அழுக்குடன் ஒரு மூக்குத்தி, கலங்கிய கண்கள், பார்வையில் அவ நம்பிக்கை.

அவள் மனம் படும்பாட்டை கைகள் எழுதுகின்றன. நொடிக்கொருமுறை கன்னத்தைத் தடவுகிறாள். தோள்களைத் தொட்டு, "வேளா வேளைக்குச் சாப்பிடு, சனிக்கிழமையில எண்ணெய் தேய்ச்சுக் குளி, அடிக்கடி கடுதாசி போடு!" என்கிற அக்கறைச் சொற்களில் உரிமை தொனித்தது. இனி உனக்கு இதையெல்லாம் யார் சொல்லப் போகிறார்கள் என்கிற அச்சம். அருகிலிருந்த வியட்நாமிய நண்பன் பிலிப் அவனுடைய கைகளைப் பிடிக்க, ஊர் நினைவிலிருந்தும் அம்மாவின் கண்ணீர் சொரியும் கண்களிலிருந்தும் பொன்னுச்சாமி தன்னை விடுவித்துக்கொண்டான். பார்வையால் அவனுக்கு நன்றியைத் தெரிவித்து சிநேகிதனின் முதுகில் வாஞ்சையுடன் தட்டினான்.

மலைகளுக்கிடையில் அவர்களுடைய பாராசூட் பட்டாலியனை சுமந்தவண்ணம் சாதுவாக டகோட்டா விமானம் பறந்துகொண்டிருந்தது. தெலோர் பொன்னுச்சாமி காலனிய பாராசூட் படைப்பிரிவின் ஆறாவது பட்டாலியனைச் சேர்ந்த ராணுவ வீரன். இன்னும் ஒரு சில நிமிடங்களில் அவர்களை வழிநடத்தும் ராணுவத் தலைமையகம் **தியன் பியன் ஃபூ** பள்ளத்தாக்கில் அவர்களுக்கென தேர்ந்தெடுத்துள்ள இடத்தில் குதிக்கவேண்டும். மிகவும் ரகசியமாக இந்தோ சீனப் பிரெஞ்சு ராணுவத் தலைமை தீட்டிய திட்டம். நள்ளிரவில் அவர்களுக்குத் தகவல் தெரிவிக்கப்பட்டது. கடந்த சில தினங்களாகவே முகாமில் ஒருவிதப் பதற்றம் குடிகொண்டிருந்தது, உணவு நேரங்களில் வழமையான கலகலப்பு இல்லை. முதலில் காலையில் 7, 30க்கு புறப்படவிருந்தார்கள். வானிலை சரியில்லையென தகவல் கிடைத்ததால் மூன்று மணிநேரம் தாமதம். வானிலையைக் காட்டிலும் இந்தோசீனாவிலிருந்த பிரெஞ்சு ராணுவத் தலைமை குழப்பத்தில் இருந்தது என்பதே உண்மை.

பிரெஞ்சுக் காலனி அரசாங்கத்திற்கும் வியட்மின்களுக்குமான கிட்டத்தட்ட ஒன்பது ஆண்டுகாலம் கண்ணாமூச்சி விளையாட்டுபோல நடந்த முதல் இந்தோ சீன யுத்தத்தை முடிவுக்குக் கொண்டுவர பிரெஞ்சுக் காலனி அரசாங்கம் தீர்மானித்தது. இருதரப்பும் பொருள், மனித உயிர்களென பெரும் இழப்பை சந்தித்துவிட்டன. காலனி அரசாங்கத்தைக் காட்டிலும், காலனி மக்களான வியட்மின்களுக்கு மனிதரிழப்பு அதிகம். பல்லாயிரக்கணக்கான உயிர்ப்பலிகளைக் கொடுத்தும்

அவர்கள் சோர்வின்றிப் போராடுவது பிரெஞ்சு ராணுவத்தை வியப்பில் ஆழ்த்தியது. அதிலும் ஆட்டுமந்தைபோல கிடந்த ஒரு கூட்டத்தைக் கட்டுப்பாடு மிகுந்த ராணுவ பட்டாலியன்களாக மாற்றிய தளபதி **'ழியாப்' (Giap)** உடைய யுத்த தந்திரங்களை ராணுவக் கல்வியும் யுத்தமுனையில் பல்லாண்டு அனுபவமும் பெற்ற பிரெஞ்சுத் தளபதிகள் சமாளிக்க முடியாமல் திணறுகிறார்கள்.

தியன் பியன் ஃபூ பள்ளத்தாக்கை ஆக்கிரமித்து பிரெஞ்சு ராணுவத் திறமையை நிரூபிக்க முடிந்தால், இந்தோ–சீன யுத்தத்தின் முந்தைய தவறுகளுக்குப் பரிகாரம் தேட முடியும், ஜெனிவாவில் எதிரி வியட்மின்களுடன் நடத்தவிருக்கும் பேச்சுவார்த்தையில் தங்கள் வார்த்தை எடுபடும் என்பது காலனி அரசாங்கத்தின் கனவு. தியன் பியன் ஃபூ பள்ளத்தாக்கைக் கைப்பற்றி வியட்மின்களை ஒடுக்க முடிந்தால், வியட்மின்கள் தளபதியின் லாவோஸ் தாக்குதல் திட்டம் தடுக்கப்படும். சீனர்களிடமிருந்து வியட்மின்கள் பெறும் உதவிகளும் இல்லையென்று ஆகிவிடும். ஆனால் அதற்கு முன்பு பிரெஞ்சு ராணுவத்திற்குச் செய்யவேண்டிய வேலைகள் இருந்தன. தரைவழியாக துருப்புகளையும் யுத்தத் தளவாடங்களையும் கொண்டுசெல்ல சாத்தியமில்லாத நிலையில், விமானங்களில் எடுத்துச்செல்ல, ஜப்பானியர்கள் சிதைத்திருந்த ஓடுபாதையை சரிசெய்யவேண்டும், அதற்கான தளவாடங்களையும், தொழில் நுட்பம் தெரிந்த மனிதர்களையும், அவர்கள் உதவிக்கு ஆட்களையும் கொண்டுசேர்க்க வேண்டும், பின்னர் தரைப்படை ராணுவத்தைக் கீழிறக்கவேண்டும். இவையெல்லாம் பிரச்னைகளின்றி நடந்தேற உரிய பாதுகாப்பும் தரப்படவேண்டும். பிறகு ஹோசிமின்னும், ழியாப்பும் வழிநடத்தும் வியட்மின்கள் நிலத்தில் பாம்புகள், நீரில் மீன்கள் என்ற உண்மையையும் ஒவ்வொரு நகர்விலும் கணக்கில் கொள்ளவேண்டும்.

பொன்னுச்சாமி அங்கம் வகிக்கும் பட்டாலியனை சுமந்த C47 டக்கோட்டா – ஓர் அமெரிக்கத் தயாரிப்பு – அது தனது விலாவைத் திறந்து குதிக்கக் கட்டளையிட்டபோது காலை பத்தரை பதினொன்றிருக்கலாம். பொதிகளைப்போல பூமியில் அவர்கள் எறியப்பட்ட பகுதிக்குத் திட்டவரைவுப்படி பெயர் **நட்டாஷா (Natacha)**. தியன் பியன் ஃபூ கிராமத்திற்கு வடபகுதி.

பொன்னுச்சாமியும் அவனுடைய வியட்நாமிய நண்பன் பிலிப்பும் பத்தாவதாகவோ பதினொன்றாகவோ பாராசூட்டுடன் குதித்திருப்பார்கள், உறுதியாகச் சொல்லமுடியவில்லை. நீலவானத்தின் இடுப்பைச் சீண்டும் மலைகளையோ, அதைப் பிறர் கண்டுவிடக்கூடாது என்பதுபோல திரையிட்டிருக்கும் மேகங்களையோ ரசிப்பதற்கெல்லாம் அவர்களுக்கு நேரமில்லை. வெளியே தள்ளப்பட்ட மறுகணம் கண்கள் பூமியிலும் கவனம் சிக்கலின்றி பாராசூட்டை விரிப்பதிலும் இருந்தன. வியர்வையாக வெளிப்பட்ட மெலிதான அச்சம் அவனது காக்கிச் சீருடையை நனைப்பதை அலட்சியப்படுத்திவிட்டு நீரில் செங்குத்தாக இறங்குவதுபோலக் குதித்தான். அங்குமிங்குமாக காற்றில் அலைபாய்ந்துவிட்டு பூமியில் கால்களை ஊன்றி அவசர கதியில் பாராசூட்டை மடிக்கத்தொடங்க, காத்திருந்தவர்கள்போல வியட்மின்கள் அவர்களைக் குறிவைத்துச் சுடுகிறார்கள். தற்காத்துக்கொண்டு, எதிரிகளின் திசைநோக்கி சுட்டபடி பைத்தியக்காரனைப்போல ஓடுகிறான். ஓடுகிறபொழுது தாங்களே ஒருவர்மீதொருவர் மோதிக்கொண்டு விழுவதும் நிலைமையை உணர்ந்து எழுவதும் மீண்டும் பாதுகாப்பான இடம்தேடி ஒளிவதும், எதிரியைக் குறிவைத்துச் சுடுவதும் என்று மும்முரமாகப் போர்புரிய வேண்டியிருந்தது. அதேவேளை தியன் பியன் ஃபூ கிராமத்தின் தென் திசையில் குதித்திருந்த அவர்கள் படைப்பிரிவின் முதல் பட்டாலியனுக்கு அதிகம் பிரச்னைகள் இல்லை.

பிற்பகல் மூன்றுமணி. மீண்டும் டக்கோட்டா விமானங்களின் உறுமல். அவர்களுடைய பாரசூட் படைப்பிரிவின் முதல் பட்டாலியன், உரிய சமயத்தில் துணைக்கு வந்தனர். பாரசூட்கள் உதவியுடன் இரண்டு 75 மி. மீ கனரக பீரங்கிகளும் பொதிகளாக பூமியில் இறக்கப்பட்டன. அவர்களுடைய பலம் கூடி இருப்பதை வியட்மின்கள் உணர்ந்தார்களா அல்லது வழக்கம்போல அவர்களின் பதுங்கிப் பாயும் யுத்த தந்திரத்தில் இதுவும் ஒன்றா எனத்தெரியவில்லை, சுடுவதை அவர்கள் நிறுத்திக்கொண்டார்கள். முதல்நாளைப் பொறுத்தவரை, பொன்னுச்சாமி பட்டாலியனில் 15பேர் கொல்லப்பட்டிருந்தார்கள். சுமார் 50பேருக்குமேல் காயப்பட்டிருந்தனர். அவர்களுடைய எதிரிகளுக்கு உயிர்ச்சேதம் அதிகமிருக்குமென சொல்லப்பட்டது.

அன்றிரவு சந்தோஷமாக கழியுமென பொன்னுச்சாமியும் பிலிப்பும் எதிர்பார்த்தார்கள். நடந்தது எதிர்மாறாக இருந்தது. தியன் பியன் ஃபூ ஜெனரல் பேயறைந்தவர்போல இருந்தார். 'தொங்க்கன்' (Tongan) பகுதியில் இருந்த ராணுவத் தலைமையுடன் முதல் நாள் யுத்தம் பற்றிய அறிக்கையை வயர்லெஸ் மூலம் தெரிவித்தவர் சோர்ந்து காணப்பட்டார். பொன்னுச்சாமி அருகில் கூடாரத்தில் படுத்திருந்த சிநேகிதன் பிலிப்பை நள்ளிரவில் எழுப்பி அழைத்துச் சென்றார். அழைத்துச்சென்ற சில நிமிடங்களில் திரும்பி வந்தான். முகம் கறுத்து இருந்தது. வாய் திறந்து காரணத்தைச் சொல்வானென பொன்னுச்சாமி எதிர்பார்த்தான். பிலிப் அமைதியாக இருந்தான். துப்பாக்கியுடன் இவர்கள் கூடாரத்திற்குக் காவலிருந்த மற்றொரு படைவீரன், தார்ப்பாலினை விலக்கிவிட்டு, என்ன விஷயமென சைகையால் கேட்டான். பிலிப் அப்போதும் வாய் திறக்கவில்லை, சிகரெட் ஒன்றை பற்றவைத்துப் புகையை மார்பு புடைக்க உள் வாங்கி அலட்சியமாக வெளியேற்றினான். கடந்த ஐந்தாண்டு சிநேகிதத்தில் முதன்முறையாக பிலிப்பின் நடவடிக்கை பொன்னுச்சாமிக்குப் புதிராக இருந்தது.

*

5

சைகோன் (3)

1954 மார்ச் 14...

அந்திவேளை. காலையில் தீப்பந்துபோல ஜுவாலையுடன் மேலெழும்பும் சூரியன், மாலையில் மறையவேண்டும் என்பது இயற்கையின் திட்டம். எதுவும் நிரந்தரமல்ல. தியன் பியன் ஃபூ யுத்தம் தொடங்கி நான்கு மாதங்கள் கடந்துவிட்டன. நுரையீரலுக்குக் காசநோய்போல வியட்மின்களை முடக்க தியன் பியன் ஃபூ பள்ளத்தாக்கு என பிரெஞ்சு ராணுவம் நினைத்தது. யுத்த தந்திரம் ஆங்கிலத் தளபதி ஒருவருக்குச் சொந்தம். அப்போது இந்த தந்திரத்திற்குப் பெயர் **சிந்தி** (chindi). இந்திய–சீன எல்லையில், தரைவழிப் போக்குவரத்து சாத்தியமற்ற ஒரு பகுதியைத் திடீரெனக் கைப்பற்றி யுத்த தளவாடங்களை இறக்கி பாதுகாப்பைத் திடப்படுத்திக்கொண்டு, எதிரிகளைத் (ஜப்பானியர்) தாக்குதல். முதலில் விமானங்களை இறக்க ஓடுபாதைகள் வேண்டும், அதனைத் தொடர்ந்து பாதுகாப்பு அரண்கள், பதுங்குகுழிகள் வேண்டும். இவற்றுக்கெல்லாம் பொறியாளர்கள், கள ஊழியர்கள் தேவைப்பட்டனர். அவர்களைக் கொண்டுவந்து

இறக்கி பணிகளைச் செய்யவேண்டுமானால், எதிரிப் படையினரிடமிருந்து அவர்களுக்குப் பாதுகாப்பு வேண்டும். முதல் நாள் தியன் பியன் ஃபூவில் பொன்னுச்சாமியின் பாராசூட் படைப்பிரிவும், வேறு சில பட்டாலியன்களும் இறக்கப்பட்டதின் நோக்கம் இது. அதன்படி பொன்னுச்சாமியின் பாரசூட் படைப்பிரிவினர் பாதுகாப்பு அளிக்க, சிவில் எஞ்சினியர்கள், உதவியாளர்கள் விமானங்களில் அழைத்துவரப்பட்டார்கள். புல்டோசர்களெல்லாங்கூட விமானங்களில் கொண்டுவரப்பட்டு பாராசூட்டுகளில் இறக்கப்பட்டன. ஓடுபாதைகள் போடப்பட்டதும் விமானங்கள் தரையிறங்கின. பதினேழு நாட்கள் ஓய்வின்றி பறந்த விமானங்கள் 1760 டன் யுத்தத் தளவாடங்களையும் பொருட்களையும் கொண்டுவந்து சேர்த்தன. பின்னர் தரைப்படை வீரர்களும் சேர்ந்துகொள்ள காலனி அரசாங்கத்தின் ராணுவ பலம் பதினோறாயிரம் வீரர்கள் என உயர்ந்தது.

“வியட்மின்கள் வாலாட்டினா ஒட்ட நறுக்கிடமாட்டோமா” என்று ராணுவ அதிகாரி நக்கலாகக் கூறியது பொன்னுச்சாமியின் காதிலும் விழுந்தது. போர் உக்கிரமாக நடந்தது. ஜனவரி முதல் தேதி வரையில் வியட்மின்களை ஜெயித்துவிடுவோமென, பிரெஞ்சு இராணுவத் தலைமை உறுதியாக நம்பியது, தங்கள் விவேகம் குறித்து அவ்வளவு கர்வம். அந்தக் கர்வம் அவருடைய எதிரிக்கும் இருக்குமில்லையா? வாழ்க்கையில் ஒரு சிறு பகுதியேனும் கர்வத்திற்குரியதாக அமையத்தான் வேண்டும். வியட்மின்களை வழிநடத்திய ‘ஹோசிமின்னும்’ ஜெனரல் ‘ழியாப்பும்’ தங்கள் வாழ்க்கையையே கர்வத்திற்குரியதாக மாற்ற முனைந்தவர்கள் என்பதை பிரெஞ்சுப் படையினர் புரிந்துகொண்டபோது நான்கு மாதங்கள் கடந்திருந்தன.

பிரெஞ்சு ராணுவத் தலைமையகத்தில் ரகசியமாக பாதுகாக்கப்பட்ட தியன் பியன் ஃபூ திட்டம் பற்றிய தகவல் வியட்மின்களின் தலைமைக்கு முன்னதாகப் போய்ச்சேர்ந்திருந்தது. பிரெஞ்சு ராணுவத்தின் தியன் பியன் ஃபூ ஆக்ரமிப்பைத் தடுப்பதா அல்லது ஆக்ரமிக்க அனுமதித்த பின்னர் அவர்கள் ராணுவ நிலைகளைத் தாக்குவதா என்ற யோசனையில், வியட்மின்கள் இரண்டாவதைத் தேர்ந்தெடுத்திருக்கிறார்கள். முதல் நாள் தியன் பியன் ஃபூவில் பொன்னுச்சாமியின் பாராசூட் படையினர் குதித்தபோது அவர்களைச் சுட்டுவிட்டு ஓடி மறைந்தார்கள்.

தொடர்ந்து பிரெஞ்சுப்படையினர் தாக்குதலை எதிர்பார்த்திருக்க, அவர்கள் ஏமாற்றினார்கள். இவர்கள் எதிர்பாராத இடத்தில், எதிர்பாராத நேரத்தில் திடீரென்று தோன்றி தாக்குதலை நடத்தினார்கள்.

இரண்டாம் உலகப்போரின்போது அமெரிக்க ஆதரவு நிலைப்பாட்டை எடுத்த சியாங் - கை - ஷேக் இல்லை என்றானபிறகு மாசேதுங் சீனாவிடமிருந்து வியட்மின்களுக்கு ஆயுத உதவிகள் கிடைத்தன. தியன் பியன் ஃபூ பள்ளத்தாக்கிற்குத் தரைவழி மார்க்கமே சாத்தியமில்லை என்ற பிரெஞ்சு ஜெனரல்களின் முடிவைப் பொய்யாக்கி, செங்குத்தான மலைச் சரிவு வண்டிப்பாதைகளில் மண்டிக்கிடந்த புதர்களை அழித்தும் பாறாங்கற்களை அகற்றியும் இரவும் பகலுமாக தங்கள் மக்களின் ஒத்துழைப்புடன் சாலைகள் போட்டிருக்கிறார்கள். சைக்கிள்களிலும், மாட்டுவண்டிகளிலும், மனிதர் முதுகிலும் பிரெஞ்சு ராணுவத்தின் ஒற்றர் விமானங்களை ஏமாற்றிவிட்டு பிரெஞ்சு ராணுவத் தளவாடங்களுக்கு நிகராக ஆயுதங்களைக் குவித்திருக்கிறார்கள்.

வெதுவெதுப்பான வெப்பம் முதுகைத் தொட... பொன்னுச்சாமி திரும்பினான். பிலிப். நண்பனா, எதிரியா? கடந்த பல மாதங்களாக அவனுடைய மனத்தை அரிக்கும் கேள்வி. வழக்கமான அதே சிரிப்பு. உதடுகளைப் பிரித்து, முகவாயை அசையாமல் நிறுத்தி, மேலடுக்குப் பற்களை மட்டும் உயர்த்தி, தலையைச் சொடுக்குப்போடுவதுபோலப் போட்டு, "என்ன?" என்கிறான். "உன்னைப் புரிஞ்சுக்க முடியலை!" என்பது பொன்னுச்சாமியின் பதில். "பரவாயில்லை, எங்கே என்னை புரிஞ்சுக்கிட்டிருப்பியோன்னு, பயந்துட்டேன். நட்பு நீடிக்கணுமென்றால் அதிகம் ஒருத்தரையொருத்தர் புரிஞ்சுக்காம இருக்கணும். அதுதான் நல்லது. வா, இரவு உணவு விநியோகிக்கிறாங்க. போகலாம்!" என்று அவன் கூறியபோது அதை எப்படி எடுத்துக்கொள்வதென தெரியாமல் இடையனைத் தொடரும் ஆடுபோல பொன்னுச்சாமி பின்னே சென்றான். உணவுப்பொட்டலங்களைப் பெற்றுக்கொண்டு, கோழி விழுங்குவதுபோல இருவருமாக உண்டுமுடித்தார்கள்.

மாலை மணி ஆறு. அவர்களுக்குச் சொல்லப்பட்ட இடங்களில் எந்த நேரமும் எதிரிகளின் தாக்குதல் இருக்குமென்ற

எதிர்பார்ப்புடன் பதுங்குகுழிகளில் பாதி உடலை மறைத்துக் காத்திருந்தார்கள். பீரங்கிப் படைவீரர்கள் தங்கள் பீரங்கிகளை கடைசியாக ஒரு முறை சுட்டு ஓய்ந்திருந்தார்கள். வடதிசை விமானப்படையும் எச்சரிக்கையுடன் உதவக் காத்திருந்தது. இருள் பரவத் தொடங்கியது. டக்கோட்டாவின் லூரசியோல் விமானம், பிரெஞ்சுப் படையினருக்கு உதவ தியன் பியன் ஃபூ வானவெளியில் முகம் காட்டும் நேரம். மலைச்சரிவுகளில் காட்டுச்செடிகள் மண்டிக்கிடக்கும் புதர்களில் ஒளிந்திருக்கும் வியட்மின்களின் பீரங்கிப் படை பொன்னுச்சாமியின் காவலரண் **கப்ரியலை (Gabriel)** நோக்கிச்சுட ஆரம்பித்தார்கள். அவர்களுடைய நடுத்தர மற்றும் கனரகப் பீரங்கிகளை உபயோகிக்க முடியாத நிலையில் பதுங்குக் குழிக்குள் தலையை இழுந்து வியட்மின்கள் படையினர் ஓயட்டுமெனக் காத்திருந்து பின்னர் முடிந்தமட்டும் இவர்களும் சுட்டார்கள். மங்கிய நிலவொளியில் எங்கும் புழுதி, தூசி மண்டலம் மேலெழும்பிப் பரவுகிறது. அதிகாலை 2.30வரை தாக்குதல் நீடித்தது. பின்னர் பிரெஞ் சுப் படையினருக்குக் கருணைகாட்ட விரும்பியவர்கள்போல ஒருமணி நேரம் வியட்மின் படையினர் அமைதி காத்தார்கள், பின்னர் என்ன நினைத்தார்களோ திரும்பவும் சுட்டார்கள். துப்பாக்கிக் குண்டுகள் இரு திசைகளிலும் ஆலங்கட்டி மழைபோல சடசடவென்று பொழிந்துகொண்டிருக்க... வியட்மின்களின் அதிரடிப்படையினர் இவர்களை நோக்கி சுட்டுக்கொண்டே, யார் முந்திக்கொள்வதென்று பந்தயம் கட்டியதுபோல பாய்ந்தோடி வருகின்றனர். அவர்கள் குறி இவர்களின் அரண் என பொன்னுச்சாமிக்கும் மற்றவர்களுக்கும் விளங்கிற்று. கப்ரியல் அரண் பாதுகாப்புக்கெனப் போட்டிருந்த முள்வேலியில், வியட்நாமியர்களின் சிறிய கண்கள் அகலாமல் பதிந்திருந்தன.

பிரெஞ்சுப் படைவீரர்களின் எந்திரத் துப்பாக்கிகளும் சிறுரகப் பீரங்கிகளும் வியட்மின் வீரர்களின் முயற்சியைத் தடுப்பதற்குத் தொடர்ந்து தீயைக் கக்குகின்றன. சிலர் நின்றபடி மண்ணில் சாய்கின்றனர், சிலர் படுகாயமுற்று மார்பைக் குருதி நனைக்க நிலத்தில் துடிக்கின்றனர். சிலர் வயிற்றைப் பிடித்தபடி பெருங்கதறலுடன் விழுகிறார்கள். தப்பியவர்கள் தொடர்ந்து நிலத்தில் விழுந்த மனிதர்களை மிதித்தும் தாண்டியும் புலியின் பாய்ச்சலுடன் இவர்களை நெருங்குகிறார்கள்.

பொன்னுச்சாமியின் கண்ணெதிரே அந்தக் காட்சி. ஓடிவந்த வியட்மின் படையினரின் முன் வரிசை முள்கம்பிவேலிகளில் தங்கள் பாதியுடலை மடித்துக் கிடத்த... அவர்களைத் தொடர்ந்து வந்த சக வியட்நாமிய வீரர்கள் அவர்கள் முதுகில் காலை வைத்து எம்பிக் குதிக்கின்றனர். முள்கம்பிவேலியெங்கும் குருதியில் தோய்ந்த மனித உடல்கள், வயிறு கிழிந்து, குடல் சரிந்து தொங்குகின்றன. பொன்னுச்சாமி தன்னை நோக்கி ஓடிவந்த வியட்நாமிய வீரனைக் குறிவைத்தான். பார்வை மங்கியது, கைகள் நடுங்கின. தலை சுற்றியது. துப்பாக்கி கை நழுவ, மூர்ச்சையாகி விழுந்தான்.

*

6

சைகோன் - சிங்காரவேலு (1)

1954 மே 1...

இன்னும் எத்தனை நாளைக்கு சைகோன் வாழ்க்கை என்ற கேள்வி எங்களிடத்தில் இருக்கிறது. குறிப்பாக பிரெஞ்சு எஜமானர்களை நம்பிவந்த புதுச்சேரி அடிமைகளான எங்களுக்கு. இந்தோ சீனா யுத்தம், எந்நேரத்திலும் முடிவுக்கு வரலாமென்றும் வியட்மின்கள் சைகோனை கைப்பற்றிவிடுவார்கள் என்றும், வதந்திகள். திடீரென்று ஏதாவது நடந்து வியட்மின்கள் கலவரத்தில் ஈடுபட்டு, ஐரோப்பியர்களையும் அவர்களுக்கு விசுவாசமாக இருந்தவர்களையும் தாக்குவார்கள் எனும் அச்சத்துடனேயே சம்பந்தப்பட்டவர்கள் நடமாடினார்கள். அப்படி ஏதேனும் விபரீதமாக நடந்தால் பிரிட்டிஷ் இந்தியத் தமிழர்களும் அக்கம்பக்கத்தில் இருக்கிற வியட்நாமியக் குடும்பங்களும் மட்டுமே எங்களைக் காப்பாற்ற முடியும்.

பல நூறு மைல்களுக்கு அப்பால் 'தியன் பியன் ஃபூ'வில் புலிகளுக்கும் யானைகளுக்கும் இடையில் தொடங்கிய யுத்தம் அதன் உச்சத்தை எட்டியதைத்

தெரிவிக்கும் வகையில் பட படவென்று இறக்கைகளை விலாவில் அடித்தபடி புள்ளினங்களும் விலங்குகளும் பறந்தும் பாய்ந்தும் நான்கு திசைகளிலும் சிதறுகின்றன. சைகோனில் கடந்த பல ஆண்டுகளாக வாழும் தமிழர்கள் அனைவரும், குறிப்பாக **ரெனோன்சான்கள் (Renonçants)** எங்கள் வாழ்க்கைத் திசையை மீண்டும் ஒருமுறை தீர்மானிக்கும் நெருக்கடியில் இருந்தோம்.

நான்கு தமிழர்கள் கூடினால் போதும் "என்ன மச்சான், என்ன யோசனை வெச்சிருக்க? சைகோனா, புதுச்சேரியா, பிரான்சா?" என ஒருவர் கேட்பார். அதற்கு மற்றவர், "ஒன்னும் புரியலை மாமா! இத்தனை வருடத்துக்குப் பிறகு, இந்தியாவுக்கு எந்த மூஞ்சிய வச்சிக்கிட்டு திரும்பப் போறது, எனக்கு மட்டுமல்ல? உறவுக்காரப் பயலுவளுக்கும் சம்பாதிச்சுக்கிட்டுப் போகணும். இல்லைன்னா ஒரு பயலும் எட்டிப்பார்க்க மாட்டான். எந்த காரியமும் நடக்காது. பிரான்சுக்குப் போகலாம்னா புதுச்சேரி, காரைக்கால் ஆசாமிகள்போல நாம ரெனொன்சான் பண்ணிட்டா சைகோனுக்கு வந்தோம். கூத்தநல்லூர் பாய், 'ஒரு பாத்திரக்கடை வெச்சிருக்கேன், வந்து பார்த்துகறியா'ன்னு கூப்பிட்டார். வந்தேன். இங்கே ஒரு சீனாக்காரியையும் கண்ணாலம் பண்ணிக்கிட்டேன். இந்த மண்ணிலேதான் இனி சாகவும் செய்யணும்" என்பார். மற்றவரோ, "நீவேணா இங்கேயே இருந்துக்கலாம். ஒம்பொண்டாட்டி சீனாக்காரி. நான் சைகோனில் வாழப்போறதில்ல. இந்தியாவுக்கும் திரும்பப் போறதில்லை. ராணுவத்தில இருக்கும்போது ஒரு ஆப்ரிக்க சிநேகிதன் கிடைச்சான், செனெகல் நாட்டுக்குக் கூப்பிட்டான். அங்கதான் போக உத்தேசம்" என்பார். இந்த உரையாடல்களும் அலுத்து, தமிழர்களைக் குறிப்பாக புதுச்சேரி தமிழர்களைக் கண்டால் கடந்த ஒரு கிழமையாக ஒளிய ஆரம்பித்தேன்.

'உறங்கும் மனிதன் விழிக்கமாட்டான்' என நினைப்பது எத்தனை முட்டாள்தனம். புத்திசாலிகளாகத் தங்களைக் காட்டிக்கொண்ட பிரெஞ்சுக்காரர்கள் இப்படி ஏமாறுவார்களென நான் நினைக்கவில்லை. ஆதிக்கப்போட்டியில், காலனிய அரசியலை கௌரவ அரசியலாக ஐரோப்பிய நாடுகள் நினைத்தது ஒரு காலமெனில், அவ்வரசியலால் அவர்கள் மூக்கறுபடும் காலமிது.

இரவு எட்டுமணி, எங்கள் ஜவுளிக்கடையை மூடும் நேரம். வழக்கமான வியாபாரம் இல்லை. பேரேடுகளை அதற்குறிய இடத்தில் வைத்துவிட்டுத் திரும்பினேன். “வீட்டில் பென்ஷனை வாங்கிக்கொண்டு என்ன பண்றீங்க, எங்கடையில கணக்கெழுதிக்கிட்டு கொஞ்சம் ஒத்தாசையா இருங்க. எனக்கும் நம்பகமான ஒருத்தர் கிடைச்சமாதிரியும் இருக்கும், பேச்சுக்கு ஒரு நல்ல துணை கிடைச்சதுபோலவும் ஆகும். என்ன சொல்றீங்க?” என மரைக்காயர் கேட்டபோது என்னால் முடியாது எனச் சொல்ல முடியவில்லை, தலையாட்டினேன். கடையை ஏறக்கட்டுவதற்கான உத்தரவுக்காக சக ஊழியர்கள் காத்திருக்கிறார்கள். முதலாளி மரைக்காயர் க.வே.அங்கப்ப செட்டியாருடன் வெகுநேரமாகப் பேசிக்கொண்டிருந்தார். செட்டியார் லேவாதேவி செய்கிறவர். கொச்சின் சீனா முழுக்க நூறு பியாஸ்தரிலிருந்து ஐந்தாயிரம் பத்தாயிரம் பியாஸ்தர்வரை வட்டிக்கு விடுகிறார். கடைமூடும் நேரம் பார்த்து, ஊழியர்களின் வயிற்றெரிச்சலைக் கொட்டிக்கொள்வதற்கு என்றே, உள்ளே நுழைவார். மரைக்காயருக்கும் அவருடன் பேசாமல் நாளை முடிப்பதென்றால் சிரமம். என்னிடம் பேசுவது குறைந்துவிட்டது. அதற்கு முன்பு தப்பித்தால் போதுமென்று இருந்திருக்கிறேன். இந்த மாற்றம் நான் சம்பளம் வாங்கும் ஊழியனாக ஆனதால் ஏற்பட்டிருக்கலாம். ‘இந்தோ சீனா யுத்தம்’, சைகோன் தமிழர்கள், உள்ளூர் முருகன் கோயிலில் மூன்று நாட்களில் நடக்கவுள்ள ‘சித்ரா பௌர்ணமி விழா’ ஏற்பாடு, ‘கம்யூனிஸ்டுகள் கைக்கு சைகோன் போனதும் நம்ம கோயில்கள் என்ன ஆகும், நாம இங்கிருக்க முடியுமா?’ என்றேல்லாம் பேச்சு நீளும். அரை மணிநேரம் கழிந்திருக்கும், செட்டியார் கடுக்கன்கள் குலுங்க தலையாட்டினார். தலையில் ஒருபக்கமாக இறங்கிய உருமாலை இரண்டு கைகளையும் கொண்டு, நேர்செய்த திருப்தியில் வேட்டியின் ஒரு முனையைக் கையில் பிடித்தபடி படியில் நிதானத்துடன் கால்வைத்தார். அவர் வீதியில் இறங்கட்டுமெனக் காத்திருந்ததுபோல, ஜவுளிக்கடை பாய் ஊழியர்களைப் பார்த்தார். “எதற்காகத் தலையைச் சொறியணும். ஆக வேண்டிய வேலையைப் பாருங்க, புறப்படுவோம்” என்றார். விளக்குகளை அணைத்துவிட்டு எல்லோரும் வெளியேறிய பின்னர் கதவுகளை இழுத்துப் பூட்டினேன். ஒருமுறைக்கு இருமுறை தள்ளிப்பார்த்து உறுதி செய்து சாவியை மரைக்காயரிடம் கொடுத்துவிட்டு “நான்

வரேன் பாய், நாளைக்குப் பார்ப்போம்" எனச் சொல்லிக்கொண்டு கடைச் சந்தில் நிறுத்தியிருந்த என்னுடைய மொபெட்டை எடுத்தபோது பத்துக்குமேல் ஆகியிருந்தது.

வீட்டை நெருங்கியபொழுது, மரியா வாசல் கதவைத் திறந்து வைத்துக்கொண்டு உட்கார்ந்திருந்தாள். "இஸாபெல் தூங்கியாச்சா?" என்ற கேள்விக்குப் பதிலேதும் சொல்லாமல் உள்ளே சென்றாள். "எம்மேல கோபமா?" என்றேன். "பின்னே, ஒவ்வொரு நாளும் 24 மணிநேரமும் ஒழைச்சு என்னத்தைக் கண்டீங்க? வேளையா வீட்டுக்கு வரணும். மகளை வேண்டாமென்று தலை முழுகிட்டீங்க. மகளிடத்திலாவது கொஞ்ச நேரத்தை செலவு பண்ணணும் என்கிற எண்ணமெல்லாம் இல்லாம இருந்தா எப்படி? என் தந்தை வந்திருந்தார். கூடிய சீக்கிரம் யுத்தம் முடிஞ்சுடும்னு பேசிக்கிறாங்களாம். பிரெஞ்சுக் காரர்களுக்கு ஆதரவாக இருப்பவர்களை வியட்மின்கள் உயிரோடு விட்டுவைக்கமாட்டாங்கன்னு வதந்தி. அவருக்குப் பிரான்சுக்குப்போக உத்தேசம். 'மருமகன் என்ன யோசனை வைத்திருக்கிறார்' எனக் கேட்டார். 'எனக்கு மகன் பிலிப் பற்றிய கவலைகள் இல்லை. இஸாபெல் எதிர்காலத்தை மனசுல வெச்சிப் பாத்தா, பிரான்சுக்கு குடியேறுவது நல்லதெனப் படுது. ஆனா அப்பாகிட்ட ஒண்ணும் சொல்லல. 'உங்க மருமகப்பிள்ளை வரட்டும். பேசிட்டுச் சொல்றேன்' என்றேன்" எனப் படபடவென்று பொரிந்து தள்ளினாள். ஏதோ இன்றைக்குத்தான் அவள் தகப்பனார் எங்கள் வீட்டிற்கு வந்ததுபோலவும் தமது பிரான்சுக்குப் போகும் யோசனையை முதன்முதலாகப் மகளிடம் தெரிவித்ததுபோலவும் நீங்கள் நினைத்தால் அது தவறு. தியன் பியன் ஃபூ யுத்தம் ஆரம்பித்த நாளிலிருந்தே கிராமபோன் பெட்டி தேய்ந்த ரெக்கார்டுபோல பலமுறை என்னிடம் பாடிவிட்டாள். "முதல்ல என்ன சமைச்சு வச்சிருக்கிற? எனக்குப் பசி காதை அடைக்குது!" எனக்கூறிவிட்டு சாப்பாட்டு மேசைக்கு முன்னால் உட்கார்ந்தேன். "பன் க்ஸ்யோ செஞ்சிருக்கேன் உங்களுக்குப் பிடிக்குமென்று" எனக்கூறி உப்பு, மசாலா கலந்து வேகவைத்த இறால், பன்றி இறைச்சி, பீன்ஸ், முட்டை கலந்த கலவையை அரிசிமாவு ரொட்டியுடன் எடுத்துவைத்தாள். அதற்கு வழக்கம்போல ஒரு கிண்ணத்தில் மீன் சாஸ். நனைத்துச் சாப்பிடவேண்டும். "உங்க சாப்பாடு எனக்கு சலிச்சுப்போச்சு, எனக்குத் தமிழ்ச் சாப்பாடு வேணும்" எனக்கூறி அவள்

கண்களைப் பார்த்தேன். "வேணும் வேணும்! எங்கிட்ட நடக்காது. இப்படியே சொல்லிக்கிட்டிருந்தா, ஒரு நாளைக்கு அதை நறுக்கி சாஸ் வெச்சிடுவேன். ருசியா இருக்கும்னு சொல்லியிருக்காங்க. பஞ்சகாலத்துல அப்படி நடப்பதுண்டாம்." அவள் செய்தாலும் செய்வாள். கவனமெல்லாம் அவள் கைகளிடத்திலும் என் கால்களுக்கிடையிலும் இருந்தது. நான் உணவுண்ணும்வரை காத்திருக்கவில்லை, கையை அலம்பிக்கொண்டு கொட்டாவி விட்டபடி தூங்கச் சென்றாள். உண்டு முடிக்க பதினோரு மணி ஆயிற்று. இஸாபெல் அறைக்குச் சென்று உறங்கிக்கொண்டிருந்த மகளின் நெற்றியில் முத்தமிட்டுவிட்டு வெளியில் வந்தேன், கூடத்தில் எனக்கென ஒரு பாயும் தலையணையும் காத்திருந்தன. விளக்கை அணைத்துவிட்டுப் பாயைத் தரையில் விரித்துப் படுத்தேன். உள்தளத்தில் முட்டிச்சோர்ந்த பார்வை கனக்க, முதுகைத் தரையிலிருந்து விடுவித்து, விலாவைத் தரையில் ஊன்றி பார்வையைச் சுவரில் நிறுத்தினேன். ஏதேதோ நினைவுகள்.

முதலில் மகன் பிலிப். அவன் நடவடிக்கைகளைச் சந்தேகித்தேன். எக்கேடாவது கெட்டுப்போ எனத் தலைமுழுகிவிட்டேன். மரியாவும் அவள் பெற்றோரும் பெரும்பாலான நடுத்தர மற்றும் வசதி படைத்த வியட்நாமியரைப்போல காலனி அரசாங்கத்தின் ஆதரவாளர்கள். என்னைப்பற்றிச் சொல்ல என்ன இருக்கிறது. நான் புதுச்சேரிக்காரன், ரெனோன்சான். பிரெஞ்சுக்காரர்களை நம்பிப் பிழைக்க வந்தவன். என்னுடைய ஆதரவு யார் பக்கம் என்பதைச் சொல்லவேண்டியதில்லை. என் மகன் என் மனைவியின் தாய்மாமா குடும்பத்தைக் கொண்டாடுகிறவன். அவர்கள் வீட்டில் தகப்பனும் மகனும் ஹோசிமின் கட்சியில் இருக்கிறவர்கள். அவர்கள் பிரெஞ்சு அரசாங்கத்தைக் கடுமையாகத் திட்டுகிறவர்கள். அவர்களின் உறவு வேண்டாமென மரியாவும் பிள்ளையைக் கண்டித்துப் பார்த்துவிட்டாள். திடீரென்று ஒரு நாள் 'பிரெஞ்சு ராணுவத்தில் சேர்ந்துவிட்டேன்' என்றான். நான் எதிர்பார்க்கவில்லை. அவன் நடவடிக்கைகளில் சந்தேகம் இருக்கிறது.

அடுத்தது வேதவல்லி அக்காள். அவள் வாழ்க்கையிலும் சில விரும்பத்தகாதவை நடந்துவிட்டன. யுத்த முடிவு எதுவாக இருந்தாலும் இந்தியா திரும்பப்போவதாகச் சொல்லிக் கொண்டிருக்கிறார்கள். மாமா மனம் மாறலாம். அவருக்குப்

பிரெஞ்சுக்காரர்களுடன் கோபமே அன்றி வியட்மின்களுடன் இல்லை. இந்தியா, வியட்நாம் எதுவென்றாலும் அவருக்குப் பிரச்னைகள் இல்லை, காலத்தை ஓட்டிவிடுவார். "வயசாயிட்டுது. சைகோனா இருந்தாலென்ன, பிச்சேரியா இருந்தாலென்ன? எங்கனாச்சும் ஓரிடத்திலே கட்டை வெந்தா சரி!" என்கிற அவர் புலம்பலைக் கேட்டு எங்களுக்கும் அலுத்துவிட்டது. தமக்கை இந்தியா பைத்தியம். "கப்பலில் வந்திறங்கிய அன்றைக்கு, கடல்மீது வைத்த கண்களை இன்றுவரை அகற்றியவளில்லை" என மாமா அவளைக் கேலி செய்வதுண்டு. ஜன்னலைத் திறந்துகொண்டு வானத்தைப் பார்ப்பது, கடற்கரைக்குப்போனால் கப்பல்களை வெறித்துப் பார்ப்பது, புதுச்சேரியிலிருந்து புதிதாக யார் வந்திறங்கினாலும் அவர்களைத் தேடிச்சென்று ஊர்ச் சேதியை விசாரிப்பது என ஆரம்பித்துவிட்டாளாம். தற்போது இந்தியா, ஐரோப்பியர்களிடமிருந்து விடுதலையும் பெற்றிருக்க, சுதந்திர இந்தியாவைக் காணும் ஆவலும் அவளுக்கு இருந்தது. இவை எல்லாவற்றையும்விட நினைவிழந்த நிலையில் இந்தியாவுக்கு அழைத்துச் செல்லப்பட்ட 'புருஷாந்தி என்ன ஆனார்?' என்பதற்கு நிச்சயம் அவளுக்குப் பதில் தேவை.

என்னுடைய கதை வேறு. மனைவி மரியா உட்பட, வியட்நாமியத் தயாரிப்புகளில் ருசிகண்டுவிட்டேன். எனக்கு வியட்நாமியர் மொழி தெரியாது, ஆனால் எனக்காக மரியா தமிழ் கற்றுக்கொண்டாள். மனைவியும் மகளும் தமிழ், தெங்-வியட் இரண்டும் சரளமாகப் பேசுவார்கள். பன் ச்சா, மி க்வாங் என்று வகைவகையான வியட்நாமிய உணவுகளையும் சமைப்பாள். மீக்காங் நதி 'பங்கா'மீன்களை வாங்கிக்கொடுத்தால் மணக்க மணக்க நம்ம ஊர் மீன் குழம்பும் வைப்பாள். பிரச்னைகளைப் பொருத்து மாரியம்மன் கோயிலில் கற்பூரமும் புத்த விகாரங்களில் ஊதுபத்தியும் கொளுத்துகிறாள்.

இருபதுக்குமுன் புதுச்சேரி. இருபதுக்குப்பின் சைகோன் என்கிற வரிசையில் புதுச்சேரிக்கு ஜானகி, சைகோனுக்கு மரியா. பனங்கள் குடித்தவனுக்கு கோப்பையில் விஸ்கி. வானம் வசப்பட்டிருந்ததைப்போல சந்தோஷம். ஜாதிகள், சடங்குகள் பூஜை புனஸ்காரங்கள் விஷயத்தில் பழைமைவாதிகளாகவும் பிறவற்றில் ஐரோப்பியராகவும் தங்களை அடையாளப்படுத்திக்கொண்ட சில புதுச்சேரி தமிழர்கள்போலன்றி, சைகோன் தமிழர்கள்

எல்லாவற்றிலும் உண்மையாக இருப்பது எனக்குப் பிடித்திருக்கிறது. ஞாயிற்றுக்கிழமைகளில் குதிரைப் பந்தயம், வாய்ப்புகள் அமையும்போதெல்லாம் Perroquet அல்லது Perchoir இரவு விடுதிகளில் விடிய விடிய ஆட்டம். அந்நியப் புருஷர் என்ற பேதமின்றிப் பழகும் ஐரோப்பியப் பெண்கள், அவர்களின் கட்டுப்பாடற்ற வாழ்க்கை, சுதந்திரத்தை அவர்கள் அணுகிய விதம் பிடித்திருந்தன. எனது நடத்தை கண்டு முகம் சுளிக்க, கண்டிக்க, அறிவுறுத்த அம்மா, அண்ணன், பெரியவர் நடேசபாரதி, உறவுகள், எதிர் வீடு, அண்டை வீடு... ம் ஒருவருமில்லை. தெரிந்த முகங்கள் இல்லை. என் இஷ்டம், என் விருப்பமென கோயில் காளைபோல திரிந்திருக்கிறேன்.

*

7

சைகோன் - சிங்காரவேலு (2)

இருபத்துமூன்று ஆண்டுகளுக்கு முன்பு, 1929ஆம் வருடக் கடைசியில் என் தாயிடமும் ஊர் ஏரிக்கரையில் வைத்து ஜானகியிடமும் சொல்லிக்கொண்டு சைகோனுக்கு கப்பல் ஏறினேன். கைவசம் பிரவே டிப்ளோமா இருந்தது, புதுச்சேரி மனிதர்களுக்கு இருபதாம் நூற்றாண்டின் தொடக்கத்தில் அதன் மதிப்பு என்னவென்று தெரியும் நீங்கள் தமிழ்நாட்டைச் சேர்ந்தவரெனில் ESLC அல்லது எட்டாம் வகுப்புத் தேறியவன் என வைத்துக்கொள்ளுங்கள். இந்தக் கையிருப்புக்கே இந்தோசீனாவில் கடற்படை, ஆயுதக்கிடங்கு, அஞ்சல்துறை, நகராட்சி காவல் துறை, சுங்க இலாக்கா, நீதித்துறை, கல்வித்துறை, கப்பல் நிறுவனம் என்று கடிகாரத்தைப் பார்க்கிற உத்தியோகங்கள் காத்திருந்தன. சைகோனுக்கென்று புறப்பட்டுவந்த புதுச்சேரி இந்தியர்களில் பெரும்பாலோர் காலனி அரசாங்க அலுவலகங்களில் பேனாவும் கையுமாக உத்தியோகம் பார்த்தார்கள். எனது கனவுகள் வேறு திசையில் இருந்தன.

புதுச்சேரிக்கு அருகில் உள்ள பாகூர் சொந்த ஊர். அம்மா, அக்காள், அண்ணன், அப்பா என

சந்தோஷமாக வாழ்ந்த குடும்பம். அவர்கள் என் பேரில் உள்ள அக்கறையில "அப்படி இருக்கணும், அவரைப்போல வரணும்" என்று அறிவுறுத்தி இருந்தார்கள். வேதவல்லி அக்காள், "ஏரிக்கரையில ஒரு பொண்ணோட உன்னைப் பார்த்ததா மாமா சொன்னார். 'என் தம்பியா இருக்காது'ன்னு சொல்லிப் பார்த்தேன். அவர் நம்பின மாதிரி தெரியலை, நீ நல்லா வருவன்னு எதிர்பார்த்தேன், இப்படி பண்ணலாமாடா" எனப் புலம்பி இருக்கிறாள். உறவினர் நடேசபாரதி, "ராமனைப் பாத்தியா, லட்சுமணனைப் பாத்தியா?" என்பார், ஏதோ அவங்க ரெண்டு பேரும் அடுத்த தெருவுல இருக்கிறமாதிரி. அம்மா, அக்காள், நடேசபாரதி இன்னும் இவர்களைப்போல பலரைக்கொண்ட சமூகமும் தலைமை தாங்கும் அரசும் அவர்களுக்குப் பிரச்னைகள் கொடுக்காத நல்ல மனிதனா, நல்ல பிரஜையா இருக்கவேண்டுமென்று நம்மிடம் எதிர்பார்க்கிறது. எதைப் படித்தாலும் எதைக் காதில் வாங்கினாலும் நம்ம போக்கில் நாம போவது இயல்புதானே?

'இந்தோசீனாவுக்குப் புறப்படுவதற்கு முன்பாக புதுச்சேரியில் சட்டப்பூர்வமான வயதடைந்த பிரெஞ்சிந்தியர்கள் அனைவரும் ஜாதி, மதம், பாலின வேறுபாடுகள் குறுக்கீடின்றி, பிறப்பால் அவரவருக்கென்று நிர்ணயிக்கப்பட்ட சமூக அடையாளத்தைக் களையலாம்' என்கிற பிரெஞ்சுக் காலனிய ஆணை அனுமதித்தபடி நானும் எனது பிறப்பு சபித்திருந்த ஜாதி சமய அடையாளத்தைத் துறந்து பிரெஞ்சு பிரஜையானேன். என் தந்தை பெயருக்குப் பதிலாக ஐரோப்பியர் உச்சரிக்க வசதியாக ஒரு குடும்பப் பெயரைத் தெரிவு செய்துகொள்ளவேண்டும் என்றார்கள். நான் குழம்பிக்கொண்டு நின்றதைக்கண்டு, பிரெஞ்சு அதிகாரி வைத்த பெயர் எதுவார். அன்றிலிருந்து நான் எதுவார் சிங்காரவேலு. ஐரோப்பியருக்கு இணையாக சிவில் உரிமைகளைப் பெறுவேன் என்ற உத்தரவாதம் தரப்பட்டது.

கடந்தகால வாழ்க்கையைப்பற்றிப் பெரிதாகச் சொல்ல எதுவுமில்லை. ஒரு நடுத்தர விவசாயக் குடும்பம். வயிற்றுப்பாட்டுக்குப் போதுமான நிலமிருந்தது. நெல் விளையும் பூமி. ஏரிப்பாசனம். மதகடிக்குக்கீழ். வாய்க்காலில் போகும் தண்ணீரை நகத்தால சீண்டினாப்போதும். வருஷத்துக்கு மூணு போகம். சந்தோஷமாகத்தான் இருந்தோம். அக்காள் குடும்பத்தில்

மூத்தவர், அடுத்தது அண்ணன், நான் கடைசிப்பையன். வீட்டிற்குச் செல்லப்பிள்ளை. வேதவல்லி அக்காளை நம்பித்தான் வீடே இருந்தது. அதிலும் என் தப்பனாருக்குக் காலையில் மகள் முகத்தில் விழிக்காதுபோனால் எதுவும் சரிவராது. இந்நிலையில் அம்மாவின் தம்பிக்கு வேதவல்லி அக்காளை திருமணம் செய்து, அவள் புகுந்த வீட்டிற்குப் போகவேண்டிய நாளும் வந்தது. மகளைப் பிரிந்த கவலைகள் அவருக்கு நிறையவே இருந்தன. அடுத்த தெருவில் தமக்கையின் கணவர் வீடு இருந்ததால், விரும்பியபோது மகளைப் பார்க்கலாம்தானே. அப்பா தன்னைத் தேற்றிக்கொள்வாரென நினைத்தோம். 'கடையாணி கழண்டு, வைக்கோல்கட்டு ஏற்றின வண்டி குடைசாஞ்சி அடிபட்டதுல மூச்சுப்பேச்சில்லன்னு' எனக் கூறி வீட்டுக்கூடத்தில் போட்டிருந்த விசுப்பலகையில், அப்பா உடலை ஊர் மனுஷங்க நாலஞ்சு பேரு கொண்டுவந்து கிடத்தினபோது எனக்குப் பத்து வயசு, அண்ணனுக்குப் பன்னிரண்டு வயசு. விபத்துக்குப் பிறகு அவர் தேறிவர பல மாதங்கள் பிடித்தன. குடும்ப பாரம் மொத்தமும் சதாசிவம் அண்ணன் தலையில விழுந்தது. அம்மா சிக்கனமாக குடும்பத்தை நடத்தினார்.

அக்காளுடைய புகுந்த வீடு பக்கத்துத் தெரு. காலையிலேயே, தமக்கை வீட்டுக்குபோய்க் கதவைத் தட்டுவேன். தாயின் கையினால் சாப்பிட்டதைவிட அக்காள் கையினால் ஒரு பிடி அதிகம் சாப்பிட்டிருப்பேன். எருமைத்தயிரை ஏட்டோடு அகப்பை கொள்ள எடுத்து சோற்றுக்கு வலிக்காமல் தலையில பூவை வெக்கிறதுபோல வைப்பார். தொடுகறி, முதல் நாள் வைத்த காரக்குழம்பு அல்லது உப்புப் போட்ட மோரில் ஊறவைத்த நாரத்தை. அக்காவும் ஒரு நாளைக்கு ஒரு தடவையாவது எங்களைப் பார்க்காமல் இருந்ததில்லை. இந்த லட்சணத்தில், ஏதோ அவங்க அக்கரையிலும் நாங்க இக்கரையிலும் வாழ்வதுபோல அம்மா எப்படி... அண்ணன் எப்படின்னு ஆரம்பிச்சு, நாரத்தை மரம், கொய்யா மரம், வண்டிமாடுகள், செவலைப்பசு, கிடாரிக்கன்று அனைத்தையும் மூச்சுவிடாம விசாரிப்பார். அக்காளும் மாமாவும் என்னைப்போலவே, ஆனால் எனக்கு முன்பாக சைகோனுக்குப் புறப்பட்டு வந்தார்கள். 'நிறைய சம்பாதிக்கணும், வசதியா வாழணும்' என்கிற ஆசைதான் சைகோனுக்கு வரும் மனிதர்களிடத்தில் அன்றைக்கு இருந்தது. மாசிமக தீர்த்தவாரிக்குப் போவதுபோல

புறப்பட்டு வந்தோம். விழா முடிஞ்சதும் திரும்பிடுவோம் என்று நினைத்தோம். அக்காளுக்கு எப்படியோ எனக்குக் கட்டுப்பாடற்ற சைகோன் வாழ்க்கை அந்த நாளில் மிகவும் பிடித்திருந்தது. பல ஆண்டுகளுக்குப் பிறகு ஒரு நாள் அக்காளை இந்த ஊரில் ஒரு துணிக்கடையில் தற்செயலாகச் சந்தித்தேன். அவங்க கண்ணிரண்டிலும் அப்பிக்கொண்டிருக்கிற வெறுமையை எழுத எனக்குப் போதாது.

சைகோனுக்குப் புறப்பட இண்டு நாள்கள் இருக்கும்போது, அண்ணனிடம் பயந்தபடி விஷயத்தைக் சொன்னேன்: "ஒரு மசுரும் வேணாம். வெவசாயம் பாக்க விருப்பமில்லைன்னா சொல்லு, இங்கேயே அரசாங்கத்துல எவ்வளவோ வேலை இருக்குது. அக்காவும் மாமாவும் கொழுத்துப்போய்ப் போனாங்க, உனக்கென்ன தலையெழுத்து? பொண்ணைப் பிரிஞ்ச துக்கத்துல தண்ணிவென்னியில்லாம கிடந்து இப்போதான் அப்பாவும் அம்மாவும் தேறிவர்றாங்க, அவங்களை நீ முழுசா கொன்னுடாத!" என்று கூறியபடி திண்ணையிலிருந்து எழுந்துகொண்டார். அருகிலிருந்த சொம்பிலிருந்த தண்ணீரால் ஒருமுறைக்கு இருமுறை வாயைக் கொப்பளித்துவிட்டு துண்டை உதறித் தோளில் போட்டபடி, தெருவில் இறங்கினார். அவர் சம்மதிக்க மறுத்தால் பயணம் நின்றுவிடுமா என்ன? நான் போவதென்று துணிந்திருந்தேன். எனக்கு அன்றைக்குப் பிரச்னை அம்மாவுமல்ல, அப்பாவுமல்ல... ஜானகி, அவளைச் சமாளிக்கவேண்டும்.

*

8

சைகோன் - சிங்காரவேலு (3)

சுடும் சூரியன், சுடாத நிலம். தொட்டுச் சிரிக்கும் காற்று, தொடாமல் சிரிக்கும் ஏரி நீர். பறை கொட்டுவதுபோல சலசலக்கும் பனையோலைகள், இரை தொட்டு முணுமுணுக்கும் தூக்கணாங் குருவிகள். தை மாத வெயில். மேகத்தைக் களைந்த நீலவானம். மெதுவாய் அசைபோட்டபடி ஏரி நீரிலிருந்து கரையேறும் வண்டிமாடுகள், நனைந்த கோமணத்துணியின் முனையைப் பிழிந்தபடி அவற்றைத் துரிதப்படுத்தும் ஆனந்தக் கவுண்டர்.

கடந்த சில நிமிடங்களாக பாகூர் ஏரிக்கரையில் நடந்து கொண்டிருக்கிறேன். ஏரியின் மறு பக்கம் நீர்த்தேக்கம் குறைந்துள்ள பகுதியில் கோவணமும் தலைப்பாக்கட்டுமாக ஒருவர் மீன் பிடித்துக்கொண்டிருந்தார். காற்றோடு கலந்திருந்த புல்லாங்குழல் இசை மார்புக்கூட்டைத் தடவிக் கடக்கிறது. குழலிசைக்குச் சொந்தக்காரன் காத்தவராயன். வளைந்த ஒரு புளியமரக்கிளையில் சாய்ந்து படுத்தவண்ணம் காற்றை இசையாக மாற்றுவதில் தேர்ந்தவன். அவனைப் பார்த்துக் கையை அசைத்துவிட்டுத் தொடர்ந்து நடந்தேன். வாயிலிருந்த வெத்திலைச் சாறைக் காறி

உமிழ்ந்துவிட்டுத் தலைமூட்டையுடன் என்னைக் கடந்த புடவை வியாபாரி முத்தாண்டி அண்ணனைக் கும்பிட்டேன். ரத்தச் சிவப்பில் பூத்திருந்த முருக்கைப் பூக்களைக் கொத்தாக ஒடித்துக் கையில் வைத்துக் கொண்டேன். பகலில் எந்தப் பக்கம் மேய்ச்சலுக்கு அழைத்துப் போனாலும் அந்திவேளையில் தங்கள் உழவு மாட்டுடனோ அல்லது இரண்டொரு ஆடுகளுடனோ ஏரிக்க்ரையை மிதிக்காமல் ஜானகி வீடு திரும்புவது இல்லை. ஒரு வகையில் அவளுடைய இந்த வேலைத் திட்டம் எனக்கு மிகவும் சௌகரியமாக இருந்ததெனச் சொல்லவேண்டும்.

எப்போதென்று நினைவில்லை ஆனால் ஜானகியைப் பல வருடங்களாக எனக்குத் தெரியும். “எங்கம்மாவுக்கு ஓடம்புக்கு முடியலை, என்னை அனுப்பினாங்க” எனச் சொல்லிக்கொண்டு கொல்லைப்புறவாசலில் அம்மா எதிரே அவள் வந்து நின்ற ஞாபகம். இடுப்பில் ஒரு கூடை, கையில் தென்னங்குச்சித் துடைப்பம். உடுத்திப் பல கிழமைகள் ஆன கசங்கிய அழுக்கடைந்த ஒரு பாவாடை, ஒரு சட்டை. பாவாடை நாடா இறுக்கத்தில் பிதுங்கிய வயிறு. எண்ணெய் காணாத தலைமயிரில் உருவாகியிருந்த ஒற்றை ஜடை, அவள் தலையைத் திருப்பும்போதெல்லாம் அசைந்தது. கழுத்தில் பாசிமணி. என்னைப்போலவே நல்ல கறுப்பு ஆனாலும் திரும்பப் பார்க்கத் தூண்டும் களையான முகம். கன்னங்கள் ஒட்டி முகவாய்த் தடயமின்றிக் குவிந்திருக்கும் உதடுகள். அன்று தொழுவத்தைக் கூட்டிப் பெருக்கிவிட்டு, மதியம் கூழுக்குத் தொழுவத்தில் அவள் தாய் சொருகி வைத்திருந்த இடத்தில் மட்டையைத் தேடினாள். இல்லை. பின்னர் அரிவாளை இடுப்பில் சொருகியபடி வெளியில் சென்ற சிறிது நேரத்தில் ஒரு குருத்தோலையுடன் திரும்பி வந்தாள். அதன் அடிப்பாகத்தைப் பிரித்து ஏனை வடிவில் குழிவானதொரு பாத்திரம்போல செய்து மறுமுனையை ஒரு ஓலையைக் கிழித்துக் கட்டினாள். புருவத்தில் விழுந்த கேசத்தை முழங்கையால் அவ்வப்போது பின்னுக்குத் தள்ளியவண்ணம் அவள் இளம் கைகள் காட்டிய சுறுசுறுப்பின் மயக்கத்தில் இருந்தேன். அம்மா “ஆத்தாளைபோலப் பெண்ணும் கெட்டிக்காரிதான்” என்றார். அவர் யாரையும் அவ்வளவு சுலபமாகப் பாராட்டுவதில்லை. “எனக்கும் ஒண்ணு செஞ்சி கொடு” என நான் கூற, அம்மா அதட்டினார். ஒருவருடம் ஓடியிருக்கும், பழைய ஜானகி இல்லைன்னு புரிஞ்சுது. பாவாடை, சட்டைக்குப் பதிலாக அம்மா

கொடுத்த புடவையைச் சுற்றியிருந்தாள். முகத்தில் கூடுதலாக ஒரு மினுமினுப்பு. அம்மா அடுப்படியில் இருந்தார். கையில் புதிதாக ஒரு மட்டை. என்னிடம் "சின்னாண்டை உங்களுக்குத்தான் செஞ்சேன், வெச்சுக்குங்க" சொல்லிமுடித்துக் களுக்கென்று சிரிக்கிறாள், சொடுக்குவதுபோலத் தலை அசையவும் தோளைத் தொட்டுத் திரும்பிய முகத்தின் விழி பாவங்களும் நினைவில் உள்ளன.

அறுவடைக் காலம். களத்துமேட்டில் நெற்கட்டுகள். பகல்பொழுது ஆயாசத்துடன் கண்துயிலும் நேரம், அதன் நித்திரைக்கு இடையூறின்றி இரவு போர்த்த ஆரம்பித்தது. 'செத்த நேரம் பார்த்துக்கோ, வந்துடுவேன்' என்று கூறியிருந்த தமையன் உத்தரவுப்படி நெற்கட்டுகளுக்குக் காவலாக இருந்தேன். கயிற்றுக்கட்டிலில் முதுகைப் பரத்தி வாய்க்கு வந்ததைப் பாடிக்கொண்டிருந்ததாக ஞாபகம். எவ்வளவு நேரம் அவ்வாறு இருந்திருப்பேன் என்பதைச் சொல்ல என்னால் முடியாது. ஒரு கணத்தில் கட்டுப்போரின் பின்பக்கமிருந்து ஆடோ, மாடோ பிடுங்கித் தின்பதுபோலச் சத்தம். தரையில் கிடந்த கம்பை எடுத்துக்கொண்டு ஓடினேன். அங்கே நான் நினைத்ததுபோல மாடோ, கன்றோ எதுவுமில்லை. பதிலாக ஒரு பெண். கதிர்களைப் பிசைந்து நெல்மணிகளை மடியில் வாங்கிக்கொண்டிருக்கிறாள். "ஏய்.. ஏய் என்ன செய்யற?" அதட்டிக்கொண்டே நெருங்கினேன். ஜானகி. எதனால் அப்படி நடந்துகொண்டேன் என்று தெரியவில்லை. நெற்கட்டுகள்மீது சாய்ந்து நின்றவள்மீது, தமையன் எந்த நேரமும் திரும்புவார் என்கிற அச்சம் இம்மியுமின்றி நானும் சாய்ந்தேன். எனது முகத்தை விலக்க முயன்று தோற்றாள். "ஐயோ, என்ன பண்றீங்க? விடுங்க" என்ற குரல், என் உதட்டில் அடங்கியது. அடுத்த சில நிமிடங்களில் அனலாகச்சுட்ட அவள் உடம்பும் உதறி அடங்கியது. சில நிமிடங்கள் கடந்திருக்கும். வரப்பில் மனிதர் அரவம். "உங்க அண்ணன் வர்றாறுபோல... நான் கௌம்பணும்" எனக் கூறித் தன் உடலிலிருந்து என்னை விலக்கினாள். கலைந்த ஆடையைச் சரிசெய்தாள். மடி அவிழ்ந்து தரையில் கொட்டிய நெல்மணிகளைப் பற்றிய கவலைகளின்றி இரவுக்குள் கலந்தாள்.

வழக்கமாக ஜானகியை அவளுடைய ஆடுகளுடன் சந்திக்க நேரும் அரசடிக்கு வந்திருந்தேன். காற்றில் அலைந்த கேசத்தைக்

காதுமடலின் பின்புறம் தள்ளியபடித் துறட்டுக்கோலால் அரசமரத்தின் தாழ்ந்திருந்த கிளையொன்றிலிருந்து தழை பறித்துக்கொண்டிருந்தாள். கீழே விழுந்த கணத்தில் தளிர் குழைகளாகத் தேர்வுசெய்து கவ்வி, அசைபோட்டவண்ணம் ஆடுகள் அவளைச் சுற்றி வந்தன. அக்கம் பக்கம் பார்த்து, ஒருவருமில்லை என உறுதி செய்துகொண்டபின் "ஜானகி" என அழைத்தேன். ஆடுகள் எனது குரலைக் கேட்டதும் தலையை உயர்த்தி "ம்.மே" என்று கத்திக்கொண்டு கலைந்தோடின. ஜானகியின் கவனம் முழுக்கத் துறட்டுக்கோலைக் கையாளுவதில் இருந்தது அல்லது அதுபோல பாவனை செய்தாள். நான் வந்திருப்பதை உணர்ந்திருப்பாளென நினைத்தேன். அதற்கான அறிகுறிகளில்லை. ஏரியின் சரிவில் தடதடவென இறங்கித் துறட்டுக்கோல் பிடித்திருந்த கைகளைப் பற்றினேன்.

"எங்க வந்தீங்க சொல்லுங்க?"

– உன்னைப் பார்க்கணும் என்றுதான் வந்தேன்.

"பார்க்கிறதுக்கு எங்கிட்ட புதுசா என்ன இருக்கு? சலிச்சுப்போச்சு, கிளம்பற. ஆரோக்கியம் சொன்னான். நீயும் சீமைக்குப் போறியாமே?

– ஆமாம் சைகோனுக்குப் போறேன். ரெண்டு மூணு வருஷத்திலே திரும்பிடுவேன்.

"திரும்பி?"

– உன்னைக்கூட்டிக்கிட்டுப் போயிடுவேன்.

"இதை நான் நம்பணுமாக்கும். குடுத்தனக்காரப் பொண்ணு எவளையாவது ஒங்க வூட்டுல பாத்து வெச்சிருப்பாங்க. அவளைக் கூட்டிக்கிட்டுபோவ, இனி நான் எதுக்கு?"

வெடுகென்று வார்த்தைகள் தெறித்தன. கண்களில் நீர் கோர்த்திருந்தது. புறங்கையால் மூக்கை நான்கைந்து முறை அழுந்தத் துடைத்தாள். விரல்முனையில் மினுமினுத்த ஈரத்தை உடலைச் சுற்றியிருந்த துணியில் துடைத்துக்கொண்டாள். கைகளிலிருந்த துறட்டுக்கோலைத் தரையில் எறிந்துவிட்டு, மரத்தடியை நெருங்கினாள். வலது முழங்கையைத் தலைக்குக் கொடுத்து, ஒரு காலை தரையிலும் மறு காலை முக்கோணமாக மரத்திலும் ஊன்றி நின்றாள். மாலைச் சூரியன் மேகத்தை

ஒதுக்கிவிட்டு முகத்தைக் காட்ட, சுள்ளென்று மஞ்சள் சிவப்பில் விழுந்த சூரிய ஒளியில் கன்னக் கதுப்புகள் பளபளக்கின்றன. இமைகள் படபடக்க, மேலாடையின்றி இருந்த நெஞ்சு ஏறி இறங்கியது. அவள் கீழுதட்டை இரு விரல்களிலும் அழுந்தப்பிடித்து, 'என்னை நம்பு நான் வந்திடுவேன்' எனச் சொல்ல நினைத்தேன். வார்த்தைகள் தொண்டையில் சிக்கிக் கொண்டிருக்க, எனதுடலில் பதற்றமும் நடுக்கமும். என் உடம்பு சைகோனுக்குப் போவதற்கு முன்பாக ஒரே ஒருமுறை எனக் கெஞ்ச ஆரம்பித்தது. மூளை உடன்பட்டு அதற்கான தந்திரங்களை யோசிக்கிறது. அவள் கண்களை வெறித்துப் பார்த்தேன், எனக்கான கதவுகள் திறக்கட்டுமென காத்திருந்ததில் சில கணங்கள் கழிந்தன. அவள் உடலில் காற்றில் அசையும் இலைகள்போல மெல்லிய நடுக்கம். கேட்டது கிடைத்த சந்தோஷம். மெல்ல என் தலையை அவள் முகத்தில் இறக்கியபோது கண்ணிரப்பைகளில் திரண்டிருந்த நீர் கன்னக்கதுப்பில் உடைந்து இறங்கியது. மறுகணம் என்னைத் தள்ளிவிட்டு, விடுவிடுவென நடந்தாள். "ஆடுகள் வேணாவா?" என்று நான் கேட்டதை அவள் காதில் வாங்கினாளா என்று தெரியவில்லை.

இரண்டு நாள்கள் கழித்துப் படகிலிருந்து இறங்கி கப்பலின் தள்ளாடிய படிகளில் கால் வைத்தபோது வெகுதூரத்தில் கடற்கரையில் கைகளை அசைத்தவண்ணம் வழி அனுப்ப வந்த உறவினர்கள்: அண்ணன் சதாசிவம், அம்மா, நடேசபாரதி அனைவரும் இருக்கிறார்கள். கப்பல் புறப்பட்ட பின்னரே கலைந்து செல்வார்கள். எனது பார்வையோ கூட்டத்தில் எங்காவது கண்களில் நீர்மல்க ஜானகி தென்படுகிறாளா என அலைந்தன. கப்பல் சைரன் உரத்து ஒலித்தது. நிழல்போல காத்திருந்த மனிதர்களிடத்தில் இறுதியாக ஒருமுறை கையசைத்து விடைபெற்றேன்.

*

9

சைகோன் - மரியா ஹேவாம்மீ (1)

1930 ஜனவரி 25...

"மரியா.. அலங்கரித்தது போதும் வெளியில் வா. மாமா வீட்டில் கொடுத்துட்டு வந்துடு. நேரங்கடந்து போனால் அவங்க சாப்பிட உட்கார்ந்திடுவாங்க." மேசையைவிட்டு எழுந்திருக்காத அம்மா குரல் கொடுத்தாள்.

கருநீலத்தில் பண்டிகைக்கென, என் தந்தை இந்தியர் ஒருவர் கடையில் வாங்கிப் பரிசளித்திருந்த பட்டுச்சட்டை கண்ணாடியில் பார்க்க நன்றாகவே இருந்தது. இடதுபக்கமிருந்த சட்டையின் சிறு நாடாக்களை தடவி எடுத்து அவற்றின் எதிராளிகளுடன் சமரசம் செய்து வைத்த பின்பு, சட்டை மார்பகங்களுடன் கூடுதலாக ஜொலிக்க, தடவிப்பார்த்து, வெட்கப்பட்டேன். நல்லவேளை அம்மா பார்க்கவில்லை. அவள் கோபத்தைப் பற்றி உங்களுக்குத் தெரியாது. ஒரு முறை நகரசபை ஹாலில் பிரெஞ்சு ஓவியர் ஒருவரின் கண்காட்சி நடைபெற்றது. ஒரு சனிக்கிழமை அவற்றைப் பார்ப்பதற்கு அப்பா எங்களை அழைத்துச் சென்றார். ஓவியங்களில் மேலாடையின்றி இருந்த

பெண்ணொருத்தியின் ஓவியத்தைக் கண்ட மறுகணம், அம்மா ஓர் அடிகூட எடுத்துவைக்கவில்லை. "இந்த அசிங்கமெல்லாம் நமக்கு வேண்டாம், வீட்டுக்குத் திரும்பலாம்" எனக் கறாராகக் கூறியவள், அடுத்து மூன்று நாள்கள் அப்பாவிடம் ஓயாமல் சண்டை. பத்து நாட்களுக்கு முன்பு வேறொரு பிரச்னை. என்னுடைய பள்ளித் தோழி ஒருத்தியை வீட்டிற்கு அழைத்துவந்திருந்தேன். அவள் பெயர் தொனாதியோ, ஐரோப்பியப் பெண். அவள் ஆடை தோளை மட்டும் மறைத்திருந்தது. முன்பக்கம் கழுத்துக்குக் கீழே அதிகம் இறங்கி பாதி மார்புகள் தெரிய ஒரு ஃப்ராக் அணிந்திருந்திருந்தாள். முகம் சுளித்த அம்மாவின் காதில் வீட்டிற்கு வந்திருந்த எங்கள் வகுப்புத் தோழனும் என் தாய்மாமாவின் மகனும் ஆகிய ஆன்பின், பிரெஞ்சுத் தோழிக்குப் பள்ளியில் 'plus jeune traînée de Saïgon' (ஊர் மேயறவள்) என்கிற பட்டப்பெயருண்டு என விளையாட்டாகச் சொல்லிவிட்டான். பொதுவாக எங்கள் அன்னாமிட் பெண்கள் தங்கள் பாதத்தைக்கூடக் கணவனைத் தவிர பிற ஆண்கள் பார்த்துவிடக்கூடாது என்றிருப்பவர்கள். அன்றிலிருந்து, நான் உடுத்தும்போதெல்லாம் அம்மாவின் கண்கள் என்னை அளவெடுக்கின்றன. அது தவிர "நாம வெள்ளைக்காரிகளில்லை என்கிற நினைப்பு இருக்கட்டும்", என்கிற எச்சரிக்கை வேறு.

"மரியா..!" மீண்டும் அம்மாவின் குரல். திறந்திருந்த அறைக்கதவைத் தன் பக்கம் கூடுதலாக இழுத்து, ஒயிலாகக் கழுத்தை வளைத்து கூடத்தின் மறுபக்கம் பார்வையை ஓட்டினேன். அம்மாவின் கைகள் சோற்றுப் பாண்டம், நூக்னோம் கோப்பை, உணவுண்ணும் குச்சிகள் என ஒவ்வொன்றாக மேசையிலிருந்து அகற்றிக்கொண்டிருந்தன. தேநீரைச் சப்புக் கொட்டியபடி உறிஞ்சும் அப்பாவின் நரை தட்டிய தலை முடி முதுகுடன் தெரிந்தது. விருந்துண்ண வந்திருந்த தந்தையின் சகோதரர் குடும்பங்கள் வெளியேறி இருக்க... அவர்களின் நாற்காலிகள் காலியாக இருந்தன.

சிரித்துக்கொண்டே, கதவைப் பின்புறம் இழுத்துச் சாத்தியபடி வெளியில் வந்தேன்.

"எங்கம்மா எடுத்து வெச்சிருக்கிற?"

என் கேள்விக்குப் பதிலின்றி அம்மாவின் கண்கள் சமையலறைப் பக்கம் திரும்பியது. நான் புரிந்துகொண்டு

சமையலறைப் பக்கம் விடுவிடுவென நடந்து, எனக்காகக் காத்திருந்த தூக்குப்பாத்திரத்தை எடுத்துக்கொண்டு வெளியில் வந்தேன். தெரு நடையில் மாட்டிவைத்திருந்த விழல் தொப்பியைத் தலையில் வைத்து அதன் நாடாவை முகவாய் அடியில் தள்ளினேன். தெருவாசலில் கால்வைத்தபோது சுள்ளென வெயில்.

அடுத்த வீதிவரை போகவேண்டும். இன்று எங்கள் புது வருடப் பிறப்பு – **தேத் கின் தான் (Tết Nguyên Đán)**. நான்கைந்து நாட்கள், ஊர் கோலாகலமாக இருக்கும். பகலில் விருந்து, இரவானால் பட்டாசு, பொதுவிடங்களில் வாண வேடிக்கை, சிங்க உடையில் ஆட்டம் என அமர்க்களப்படும். உறவினர்கள் எங்கள் வீட்டிற்கு வருவார்கள். நாங்கள் அவர்கள் வீட்டிற்குச் செல்வோம். இயல்பு வாழ்க்கைப் பாதிக்கப்படலாம். வெத்திலையைக் கூடுதலாக மென்று துப்புவார்கள். வசதி படைத்த அன்னாமிட்டுகள் கஞ்சா புகைத்துச் சுருண்டு கிடப்பார்கள். மற்ற காலங்களில் தற்போதெல்லாம் எதையோ பறிகொடுத்த மனநிலைக்கு எங்கள் மக்கள் ஆளாகிவிடுகின்றனர். முன்பெல்லாம் இப்படி இருந்ததில்லையென அம்மா சொல்கிறாள். உண்மைதான். நான் சின்னப்பெண்ணாக இருந்தபோது சைகோன் கூடுதல் சந்தோஷத்தில் இருந்தது. ஐரோப்பியர்களால்தான் நாடு நன்றாக இருக்கிறதென்பது அப்பாவின் வாதம். ஆனால், அவர்கள் வந்தபின்பு நிலைமை மாறிவிட்டது, நாட்டின் வளங்களை ஐரோப்பியரும் அவர்களை அண்டியிருப்போரும் உறிஞ்சுகிறார்கள் என்பது என்னுடைய தாய்மாமனைப் போன்றவர்களின் வாதம். தற்போது அன்னாமிட்டுகள் ஒருவர் மற்றவரைச் சந்தேகித்து வாழ்கின்றனர் என்பது நிஜம். உரையாடல் மோதல்களாக உருமாறி கைகலப்பில் முடிவது வாடிக்கையாகிவிட்டது. இதே புது வருடம் முன்பெல்லாம் கூத்தும் கும்மாளமுமாக உறவினர்கள் புடை சூழ வீட்டில கழிந்துள்ளது. நேரத்திற்குக் கல்லறைகளுக்குச் சென்று அவற்றைச் சுத்தம்செய்து அலங்கரித்து, சாம்பிராணிக் குச்சிகளுடன் முழங்காலிட்டு வணங்கி இருக்கிறோம். இவ்வருடம் அம்மாவின் சகோதரர் குடும்பம் வீட்டிற்கு வரவில்லை. அப்பாவும் சென்று அழைத்திருக்கலாம். அவருடைய சகோதரர்களை மட்டும் அழைத்திருந்தார். அப்பாவை ஐரோப்பியர்களின் கைக்கூலியென, மாமா விமர்சிப்பதாகப் பேச்சு. அப்படி அவர் சொல்லியிருக்கக்

கூடாதுதான். மாமா குடும்பத்தின்மீது கோபமிருந்தாலும் அம்மா புது வருடத்திற்கென விஷேசமாக சமைத்தவற்றை என்னிடம் கொடுத்தனுப்ப விரும்பியபோது, அப்பா தடுப்பதில்லை.

ஐரோப்பிய நாடுகளின் பொருளாதாரம், வாணிப அடிப்படையிலான காலனியத் தேடலுக்கு எங்கள் பிரதேசமும் தப்பவில்லை. இரண்டு காரணங்கள்: சீனாவுடன் வாணிகம் செய்ய பூகோளவியல் அடிப்படையில் தென்கிழக்கு ஆசிய நாடுகள் சாதகமாக அமையும் என்ற ஐரோப்பியரின் நம்பிக்கை முதலாவது. கம்போடியா, லாவோஸ், தொங்கன், அன்னாம் முடியாட்சிகளுக்கிடையே இருந்த ஒற்றுமையின்மையும் பலவீனமும் இரண்டாவது. 'கிறித்துவ மதபோதகர்களுக்குப் பாதுகாப்பு' என்ற பெயரில், பத்தொன்பதாம் நூற்றாண்டில் எங்கள் பிரதேசத்துக்குள் பிரெஞ்சுக்காரர்கள் நுழைந்தார்கள். பின்னர் தங்கள் ராணுவ பலத்தினால் எதிரிகளிடமிருந்து உங்களைக் காப்போம் என இந்தோசீனாவின் பிற முடியாட்சிகளுக்குப் பிரெஞ்சுக்காரர்கள் உறுதி அளித்தார்கள். இந்தோசீனா பிரெஞ்சு இந்தோசீனாவாக மாறிய கதையிது.

எங்க குடும்பம் கிறித்துவக் குடும்பம். மாமாவின் குடும்பத்திற்குப் புத்த பகவானே அனைத்தும். அம்மாவிடம் என் தந்தை 'உங்க அண்ணனுக்குப் பிழைக்கத் தெரியவில்லை' என மாமாவை விமர்சனம் செய்வது வாடிக்கையாகிவிட்டது. அப்பாவின் வார்த்தைகளில் நியாயம் இருந்ததோ இல்லையோ, பிழைப்பிற்குரிய தந்திரம் இருந்தது: அவருக்கு நகரசபையில் எழுத்தர் உத்தியோகம், ஐரோப்பியர் பிள்ளைகளுடன் எனக்குப் படிக்கின்ற வாய்ப்பு இவையெல்லாம் அப்பா பிழைக்கத் தெரிந்தவர் என்பதால் கிடைத்தவை.

*

10

சைகோன் - மரியா ஹோவாம்மீ (2)

மாமா வீடுள்ள புறநகர்ப் பகுதியில் எங்களைப்போன்ற அன்னாமிட்டுகள், லாவோஸ், தாய், கம்போடிய மக்கள் அதிகம் வசிக்கிறார்கள். பிரெஞ்சுக்காரர்கள் வந்த பிறகு சைகோனில் ஐரோப்பியர்களும் அண்மைக்காலமாக அவர்கள் ஆதிக்கத்தின் கீழிருந்த எங்கள் அண்டை தேசத்து மக்களும் நகரத்தில் அதிகரித்துவிட்டனர். வர வர அன்னியர் தேசத்தில் வாழ்வதைப் போன்ற எண்ணம் தன் அண்ணனைப்போலவே தானும் உணர்வதாக என்னுடைய தாய் புலம்புகிறாள். "புத்தர்தேசத்தில் இயேசுவும் அல்லாவும் இந்துக் கடவுள்களும் பஞ்சம் பிழைக்க வந்துவிட்டார்கள்" என மாமா கேலி செய்கிறார்.

"ஒரு தாய்ப் பிள்ளைகளாக வாழ்ந்த பிரதேசத்தில் உடலால் மட்டுமல்ல, மரபுகளாலும் வேறுபட்ட மனிதர்களை வணிகச் சரக்குகளுடன் இறக்குமதிசெய்து சந்தைப்படுத்தித் தங்கள் பண்புகளில் கலப்படம் செய்துவிட்டார்கள் என்பதில் உள்ள நியாயத்தை சைகோன் நகர லாகிராந்தியேர், அவென்யூ நொரந்தோம், புல்வார் பொனார், புல்வார் ஷர்னெர், ரூய் கத்தினா போன்ற

முக்கிய வீதிகளைப் பார்த்திருப்பீர்களானால் உங்களுக்குப் புரியும். ஒரு தேசத்தின் வளத்தை அல்லது வறுமையை; ஒழுங்கை அல்லது ஒழுங்கின்மையை; சுதந்திரத்தை அல்லது அடக்குமுறையை வீதிகளைக்கொண்டு தெரிந்துகொள்ளலாம்" என்பார் மாமா. அவருக்கு வீதிகள் ஒரு சமூகத்தின் கண்ணாடி. 'சைகோன் வீதிகளில் ஓம் புருஷனை சுயபுத்தியோட நிதானமாக நடந்து பழகச்சொல், பிரெஞ்சுக்காரர்கள்மீது நான் ஏன் கோபம் கொண்டிருக்கிறேன் என்பதற்கான காரணம் புரியும்' என மாமா தன் தங்கையான என் தாயிடம் பல முறை கூறியிருக்கிறார்.

ஒரே சீராக நடந்துகொண்டிருக்கிறேன். வழக்கமான சைகோன் வெயில் என்றாலும் வீடுகள், வீதி, கண்ணில் தென்பட்ட இரண்டொரு கை ரிக்ஷாக்கள் அவற்றை இழுக்கும் மனிதர்கள், தேங்கிக் கிடந்த சாக்கடை நீர், அவற்றில் மொய்த்திருந்த கொசுக்கள், ஆக்கிரமித்திருந்த வெயில் எரிச்சலைத் தந்தன. வெயில் தணிந்தபின் வந்திருக்கலாம். சற்றுமுன்புவரை கையில் கனத்த தூக்குப்பாத்திரம் திடீரென்று லேசானது. அனுபவத்தின் அடிப்படையில் சொல்வதெனில், மாமா வீட்டை நெருங்கிவிட்டேன்.

தினக்கூலிகள், உழைக்கும் மனிதர்கள் அதிகம் வசிக்கும் பகுதி. இப்பகுதியிலுள்ள வீடுகள் எங்கள் குடியிருப்புகளைப்போல சௌகரியமானவை அல்ல. தோள்மீது கைபோட்டுச் சேர்ந்து வரிசையாக நிற்கும் வீடுகள். ஒன்றைப்போலச் சிற்றோடுகள் வேய்ந்த கூரைகளைக் கொண்டவை. அவை மழை நீரையும் பனியையும் உட்கொண்டு, உடனே உலர்ந்துவிடாமல் ஈரப் பதத்துடன் இருப்பதால், வெப்பத்தைத் தணிக்கும். எனினும் முறையான பராமரிப்பின்றி, அங்காங்கே காரை உதிர்ந்து, பூஞ்சக்காளான் படிந்த செங்கற்சுவர்களைச் செடிகொடிகள் மூடியிருக்கும். அத்தை சமைத்து வைத்த உணவுப்பண்டங்களில் மறுகணம் மொய்க்கும் ஈக்களுக்கும் கொசுக்களுக்கும் அங்குதான் ஒண்டிக்குடித்தனம்.

நடுத்தர வயது ஆணொருவர் வேட்டி, முழங்கை மறைத்த வெள்ளைச்சட்டையுடன் நடந்துவந்தார். அருகில் பட்டுச்சேலையில் அவருடைய மனைவி. இந்தியர்கள். அநேகமாகத் தமிழர்கள். வட்டிக்குப் பணம் கொடுக்கும் தமிழரல்லர். அவர்கள் சட்டையின்றித் திறந்த மார்புடன்

இருப்பார்கள். இவர்கள் கடந்த பல ஆண்டுகளாக பிரெஞ் சிந்தியக் காலனியான புதுச்சேரியிலிருந்து, வந்திருப்பவர்கள். அரசாங்கத்திலும் ராணுவத்திலும் வேலை பார்க்கிறவர்கள். பிரிட்டிஷ் இந்தியத் தமிழர்கள் தனி ரகம்: வட்டித்தொழில், வியாபாரம், தனியார் நிறுவனங்களில் கணக்கெழுதுதல் என்றிருப்பவர்கள். இவர்களில் மரைக்காயர்கள் சைகோனின் முக்கிய வீதிகளில் ஜவுளி வியாபாரம், ஏற்றுமதி – இறக்குமதி எனப் பணத்தில் கொழுத்திருக்கிறார்கள். கத்தினா வீதியை மொத்தமாக ஆக்கிரமித்திருக்கிறார்கள்.

ஒரு வீட்டருகே நான்கைந்து சிறுமிகள் புத்தாடைகளில் விளையாடிக்கொண்டிருந்தார்கள். விளையாட்டை நிறுத்திக் கொண்டு, இமைகளை விரியத் திறந்து ஆச்சரியத்துடன் என்னைப் பார்த்த சிறிது நேரத்தில் வீட்டுக்குள் ஓடி மறைந்தார்கள்.. அவர்கள் கம்போடியர்களாக இருக்கவேண்டும், இதற்கு முன்பு பார்த்த நினைவில்லை. தொளதொளவென்று நீண்ட காற்சராய் அணிந்து இடுப்பில் அதன் நாடாக்களைப் பிடித்தபடி, குறுக்கிய கண்களும், முகவாயில் சாம்பல்நிறத் தாடியும் வாயின் இரு புறமும் உதடுகளை ஒட்டி எலி வால் மீசையுடன், சுருங்கிய கன்னங்கள், முதுகோடு ஒட்டிய வயிறெனப் பார்த்த சீனரைக் கண்டதும் மாமா வீடு நெருங்கிவிட்டதெனப் புரிந்தது.

மாமாவின் வரவேற்பு எப்படியிருக்குமென எனக்குத் தெரியும். “Dì Dì.. *(அத்தை... அத்தை)*” என அழைத்துக்கொண்டே உள்ளே நுழைந்தேன். துணிநாடாவில் பின்னிய கட்டிலை விரித்துப் போட்டிருந்தார்கள். பக்கத்திற்கு ஒன்றாக இரு பெஞ்சுகள். ஒவ்வொருவரும் தங்கள் பீங்கான் கோப்பையில், மத்தியிலிருந்த பெரிய தட்டிலிருந்த உணவுப்பண்டங்களில் விரும்பியதை எடுத்துப் போட்டபடி இருந்தார்கள். அத்தை, மாமா, அவர்களுடைய மகன், கடைக்குட்டி மின் ச்சாவ், எனப் பார்வை கடந்து ஓர் இளைஞரிடம் முடிந்தது. அவர் கறுப்பு நிறமும் உணவுக்குச்சிகளை உபயோகிக்கத் தெரியாது தடுமாறுவதையும்கொண்டு சைகோனுக்குப் புதியவர் என்று விளங்கிக்கொண்டேன். சிகை கலைந்திருந்தது. முகத்தில் களைப்பு குடியிருந்தது. கூடத்தில் ஓர் ஓரமாகப் போட்டிருந்த முக்காலியொன்றில் உட்கார்ந்தேன். வரவேற்ற அத்தை என்னிடம். “க்ஸின் வோ ப்பே (Xin vô phép)!” என வியட்நாமிய மொழியில் கேட்டார். உன்னை விட்டுவிட்டு சாப்பிடும்படி

ஆயிற்று என அதற்குப் பொருள். அதற்கென்ன பரவாயில்லை என்கிற அர்த்தத்தில் "கொங் தாம் (Không dam)" என்றேன். புது வருடத்திற்கெனத் தயாரித்திருந்த உணவுகள், ஒரு பெரிய பித்தளைத் தாம்பாளத்தில் வரிசையாகக் கோப்பைகள். அவற்றில் நேம், பன்ச் சுங், லெ ச்சே. எனக்கு நாக்கில் எச்சில் ஊறியது. அம்மாவைக் காட்டிலும் அத்தை நன்றாகச் சமைப்பாள்.

எனது கவனம் உணவுக்குச்சியுடன் தடுமாறிய புதிய விருந்தினர் மீது திரும்பச் சென்றது. அவரைப் பற்றித் தெரிந்துகொள்ள விரும்பி,

"விருந்தினருக்கு ஒரு கரண்டியைக் கொடுத்திருக்கலாமே" என்றேன்.

"மிக்க நன்றி" எனக் கூறிவிட்டு உணவுக்குச்சிகளைக் கீழே வைத்த இளைஞரின் கண்கள், என்னை விழுங்கிவிடுவதுபோல பார்க்க... எனக்குச் சங்கடமாக இருந்தது. பார்வையைத் தவிர்க்கும் வகையில் அமர்ந்திருந்த முக்காலியிலிருந்து எழுந்துகொண்டேன்.

இளைஞர் கூறிய நன்றிக்குப் பதில் சொல்ல நினைத்தாலும் அவருடைய புது வெள்ளப் பார்வை எனது மனத்தில் ஏற்படுத்திய உடைப்பைச் சரிசெய்ய முடியாமல் தடுமாறினேன். எச்சில் கூட்டி விழுங்கிக்கொண்டு அம்மா கொடுத்துவிட்டதை எடுத்துக்கொண்டு "பாத்திரத்தைக் கொடுத்தீங்கன்னா, நான் கிளம்பிடுவேன் அத்தை" என்றேன்.

வீட்டுக்கு வந்த விருந்தினரில்லை. சைகோனுக்கு வந்த விருந்தினர். பெயர் எதுவார். இந்தியாவிலிருந்து முதன்முதலா நம்ம தேசத்துக்கு வந்திருக்கிறார். "துறைமுகத்தில் இருக்கிற பிரெஞ்சு ராணுவ அலுவலகத்திற்குப் போகவேண்டும், உதவ முடியுமா?" எனக் கேட்டார். அவர் இருந்த நிலைமையைப் பார்த்து வீட்டிற்கு அழைத்துவந்தேன் – என் அத்தை மகன் எனக்கு விளக்க முன்வந்தான். அன்று தமிழ் இளைஞரின் கண்கள் என்மீது தம் பார்வையை ஊன்றிய நேரம் இரண்டொரு நிமிடங்கள் என்கிறபோதும் அம்மனிதரை மறுபடியும் காண விரும்பினேன்.

*

11

சைகோன் - சிங்காரவேலு (4)

முதல் நாள் சைகோனில் நடந்தவற்றை அசைபோட்டுப் பார்க்கிறேன். 1930களில் இந்தோசீனாவில் பிரெஞ்சுக் காலனி அரசாங்கத்திற்கு ராணுவத் தேவை பெரிதாக இல்லை. ஆனால் எனக்கு சொல்தா (ராணுவ வீரன்) என்ற பிரெஞ்சுப் பதத்தின் மீது ஒரு கவர்ச்சி இருந்தது. சைகோனில் கப்பலில் இருந்து இறங்கியதும் கைவசம் வைத்திருந்த தகவல்களைக்கொண்டு பிரெஞ்சு ராணுவ அலுவலகத்திற்குச் செல்லவேண்டும். பிரெஞ்சு காலனியப் படைக்கு ஆளெடுப்பது அங்குதான். யாரிடத்திலாவது விசாரிக்கலாமெனத் தகரப்பெட்டியும் நானுமாக அலைந்தபோது இரண்டு வியட்நாமிய வாலிபர்கள் உரையாடிக்கொண்டிருந்தனர். அவ்விருவரில் ஒருவர் அழுந்த வாரிய தலையும் மணிக்கட்டுத் தெரிய முழுக்கைச் சட்டையும் அணிந்து மடித்திருந்தார். சட்டையின் கீழ்ப்பகுதியை நீண்ட கால்சராய்க்குள் திணித்து, இடுப்புவாரை இறுக்கியிருந்தார். அணிந்திருந்த உடை பிற இந்தோ சீனர்களிடமிருந்து வித்தியாசப்படுத்தி இருந்தது. அவரிடம் ஐரோப்பியர் சாயலைக் கண்டேன்.

அவரை நெருங்கி, ராணுவ அலுவலகத்தின் முகவரியைக் காட்டி, எப்படிப் போகவேண்டுமெனக் கேட்டேன். பொறுமையாக எனக்கு விளக்கிக் கூறியவர், என்னைப் பாதத்திலிருந்து தலைவரை ஒருமுறை நோட்டமிட்டார். கண்களை எனது முகத்திற்கு நேராக நிறுத்தி (எனக்குப் பிடித்தமான வகையில்) திருப்தி அடைந்தவராய்: "இன்று புது வருடக் கொண்டாட்ட தினம், இந்நாளில் எங்கள் நம்பிக்கைப்படி ஒரு வீட்டிற்கு அழைக்கப்பட அதிர்ஷ்டம் வேண்டும். அந்த அதிர்ஷ்டம் உங்களுக்குக் கிடைத்திருக்கிறது. நீங்களும் பிரயாணக் களைப்பில் இருக்கிறீர்கள். எங்கள் வீட்டிற்கு விருந்தினராக வாருங்கள். பிறகு நானே நீங்கள் செல்லவேண்டிய இடத்திற்கு உங்களை அழைத்துப்போகிறேன்" என்று கூறி வியக்க வைத்தார்.

முன்பின் தெரியாத சைகோன் இளைஞரின் அழைப்பை ஏற்க முதலில் தயங்கினேன். ஏற்கெனவே கூறியதைப்போல அன்றைய தினம் அப்படியொரு உதவி தேவை என்கிற நிலையில், என் வயதொத்த அந்த இளைஞரின் கனிவான பார்வையையும் அன்பான சொற்களையும் ஏற்று அவருடன் சென்றேன். உபசரித்த வீட்டின் விருந்துணவை உண்பதற்கு அவர்கள் வழக்கப்படி குச்சிகளை உபயோகிக்க வேண்டும். நான் கையால் சாப்பிடுகிறேன் என்றுரைக்கக் கூச்சமாக இருந்தது. இரண்டு குச்சிகளையும் விரல்களில் நிறுத்தமுயன்று நான் தடுமாறுவதை இளைஞர் புரிந்துகொண்டார். அக்கறையுடன் தன் கையிலிருந்த குச்சிகள் இரண்டையும் மேசையில் போட்டுவிட்டுச் சில நிமிடங்கள் எனக்குப் பொறுமையாகப் பாடமெடுத்தார். மிகவும் உன்னிப்புடன் கவனித்தேன். அவர் விளக்கியபோது சுலபம் போலத் தோன்றியது. ஆனால் அடுத்த சில நிமிடங்களில் பழையபடி தடுமாறினேன். "முதலில் சிறிது சங்கடமாக இருக்கும். பிறகு பழகிவிடும்" என்ற இளைஞர், இந்த முறை என்மீதிருந்த கவனத்தை மேசையிலிருந்த உணவின்மீது செலுத்தி வேண்டியதை தமது கோப்பையில் எடுத்துவைத்துக்கொண்டு விறுவிறுவென உண்ணத் தொடங்கினார். மற்றவர்கள் கவனமும் உணவில் இருந்தது. நான் குச்சிகளைக் கையில் பிடித்துக்கொண்டு திருதிருவென விழித்துக்கொண்டிருந்தேன். அந்தச் சமயத்தில்தான் அவர்களுடைய உறவுக்காரப் பெண்ணொருத்தி உள்ளே வந்தாள். வியட்நாமிய மொழியில் அவர்களுக்கிடையில் நடந்த சிறு உரையாடல் என்னைப் பற்றியது என்பதை அவர்களின் முகபாவங்கள் தெரிவித்தன. எனக்கு மிகவும் வெட்கமாக

இருந்தது. குச்சிகளைக் கீழேபோட்டுவிட்டு அழுந்த வாயைத் துடைத்துக்கொண்டு திரும்பிய கணத்தில் புருவங்களை உயர்த்தியிருந்த அவளுடைய விழிகளில் எனது கண்கள் மோதி நின்றன.

அப்பெண்ணின் கண்களுக்கும் ஜானகியின் கண்களுக்கும் நிறைய வித்தியாசம். ஜானகியின் கண்கள் பெரியவை, வேப்பிலை வடிவம். கண்மணியும் அது சார்ந்த பகுதியும் கறுமையும் ஈரமும் மினுமினுப்பும் உயிர்ப்பும் கொண்டவை. இமைகள் நொடிக்கொருமுறை சிமிட்டியபடி இருக்கும். பார்வை எதையும் சந்தேகிக்கும். இவளுடைய விழிகள் சிறியவை. அதிகம் இமைக்கவில்லை. கபிலநிறக் கண்மணியையும் அதனைச் சுமந்த சிறுவில்லைபோன்ற தகட்டையும் பார்த்ததென்னவோ கணநேரம். ஆனால் சரிகைபோன்ற அதன் மினுமினுப்பு மனத்தில் பதிந்துவிட்டது. ஐம்புலன்களில் கண்களுக்குக் கூடுதல் சக்தி உண்டெனப் பெரியவர் நடேசபாரதி அடிக்கடி சொல்வார். நமக்கு முன்பாக இருக்கும் மனிதர் பேசிப் புரியவைக்க முடியாததை, தொட்டுணர்த்த இயலாததைக் கண்கள் சொல்லும், விவரிக்கும் என்பார். அவர் ஊர் ஊராகச் சென்று நாடகம் போடுகிறவர். பெண்களை வளைத்துப்போடும் பாத்திரங்களை மிகவும் அநாவசியமாகச் செய்வார். அதை நிஜ வாழ்க்கையிலும் நிரூபித்தவர்.

மரியாவுடைவை கண்கள் அல்ல, விழிகள். கண்கள் பொதுவாக ஒரு பொருளைப் பார்க்க அனுமதிப்பது மட்டுமே தமது கடமை என்பதுபோல இருக்கும். விழிகள் இமைக்க மறந்து, எதிர்ப்படும் பொருளைப் படிக்கவும் முயற்சிப்பவை. கண்களை நேராக நிறுத்தி அல்லது நேரிட்டுப் பார்த்துப் பேசும் மனிதர்களை அதிகம் விரும்புவேன். நேரிட்டுப் பார்த்துப் பேசும்போது, வார்த்தைகளும் நேரானதாகக் கோணலின்றி, பொய்யின்றி, மனம் நினைப்பது சொற்களாக உருமாறும். அவளுடைய கண்களில் வெளிப்பட்ட பார்வையின் கூர்மையை அம்மன் சுதைகளில் கண்டிருக்கிறேன். கிராம தேவதைகளின் கண்களில் வெண்படலம் பிதுங்கிக் கண்மணியில் தெரியும் அக்னி ஜுவாலை நம்மை அச்சுறுத்தும். இவள் கண்களில் அச்சுறுத்தல் இல்லை. ஈரம் தெரிந்தது. சைகோன் துறைமுகம் அருகே கண்ட புத்தனின் கண்களைப்போல இமைகள் கீழிறங்கி 'சாந்தி சாந்தி' என்றன. அவள் ஏதோ சொல்கிறாள், வாய் வார்த்தைகளைப்

பெரிதுபடுத்தாமல், என்னிடமிருந்து விடைபெறவிருந்த அவள் பார்வையை வழி அனுப்பிவைப்பதில் மும்முரமாக இருந்தேன்.

மறுநாள் முதல் பிரெஞ்சுக் காலனியப்படை வீரர்களில் நானும் ஒருவன். தகவல் சேகரிப்புத் துறையில் உத்தியோகம். கம்பியில்லா தந்திமுறைக்குப் பயிற்சி பெற்றிருந்தோம். எதிரிகளுடைய தகவல் பரிமாற்றத்தை இடைமறித்துக்கேட்டு, சங்கேதச் சொற்களின் உண்மையான பொருளறிந்து அவர்களின் நடவடிக்கைகளுக்கு உரிய பதிலடி கொடுக்கும்வகையில் எங்கள் ராணுவத்தைத் தயார்படுத்த உதவும் பணி. படை நடவடிக்கைகளின் பின்புலத்தில் இருப்பதால் எங்கள் உடலுக்கோ, உயிருக்கோ ஆபத்துகள் பொதுவில் இருப்பதில்லை. சைகோனுக்கு அருகில் **கான்ஹோய்** ஊரில் எனக்குப் பணி நியமனம். அப்போதெல்லாம் பிரெஞ்சுக் காலனி அரசாங்கத்திற்கு எதிரிகளென்று சொல்லப் பெரிதாக எவருமில்லை. அவ்வப்போது சில சில சலசலப்புகள் உள்ளூர் மக்களிடமிருந்து எழுவதும் எழுந்த வேகத்தில் அடங்குவதுமாக இருந்தன. வேலை சந்தோஷமாகப் போய்க்கொண்டிருந்தது.

ஒரு மாதம் கழிந்திருக்கும். புதுச்சேரியைச் சேர்ந்த மற்றொரு நண்பனும் என்னைப்போல டிரான்ஸ்மிஷன் என்கிற தகவல் சேகரிப்புத் துறையில் சேர்ந்திருந்தான். எனக்கு ஒரு மாதம் சீனியர். குடியிருப்பில் அவனும் நானும் அடுத்தடுத்த அறைகளில் தங்கியிருந்தோம். இருவரும் ஒளிவு மறைவின்றி நிறையப் பேசுவோம். எங்களுக்குள் ரகசியங்கள் இல்லை. அவற்றுள் ஜானகி, சைகோன் பெண் பற்றிய பேச்சுக்களுமுண்டு. ஒரு நாள் அவனிடம்:

– என்ன செய்யறதுன்னு தெரியலை, ஜானகியையும் மறக்க முடியலை, இந்தப் பெண் நினைப்பும் அடிக்கடி வருது என்றேன்.

– ரெண்டுமே இருந்துட்டுப் போவட்டும், சைகோன்ல இருக்கும்போது, சைகோன் பொண்ணு, புதுச்சேரிக்குத் திரும்பினா ஜானகி.

– அய்யய்யோ!

– என்ன நொய்யோ, இதுல என்ன பிரச்னை. சைகோன்ல இருக்குற நம்ம ஆட்களுக்கு ஊருல ஒண்ணு, இங்க ஒண்ணுங்கிற உண்மை உனக்குத் தெரியுமா, தெரியாதா?

– நிறையப் பேரு செய்யறதால சரியாயிடுமா? அது தப்பில்லையா?

– இங்கே பாரு, உங்கிட்ட பேசினதுல நான் புரிந்துகொண்டது, நீ நெறையப் படிச்சிருக்க. அதனால செய்யற தப்பைச் சமாளிக்க உனக்குக் காரணங்கள் சுலபமா கிடைக்கும். அடுத்து ஒரு தப்பை நெறையப்பேரு செஞ்சா நம்ம சமூகத்திற்கு அது சரி. புதுச்சேரியில இருந்தப்ப, இடியாப்பம், புட்டுன்னு சாப்பிட்ட. இங்க அது கிடைக்கல, பட்டினியா கிடக்கிறோம். ராணுவ முகாமுல புதுசா புதுசா என்னென்னவோ கொடுக்கிறாங்க, வேண்டாமென்று சொன்னமா? அதமாதிரி நெனைச்சுக்க. புடவையில ஒண்ணு, கவுன்ல ஒண்ணுன்னு இருக்கட்டுமே. தவிர நம்மள இங்கே கேக்கறதுக்கு யாரு இருக்காங்க? இந்தியா திரும்பினா மறக்காம ஜானகிக்குத் தாலி கட்டிடு. அவளுக்கு அதுதான் வேணும். அப்படியே தெரிஞ்சாலும் அந்தப் பொண்ணும் எந்தக் கேள்வியும் கேக்காது. ஆம்பிளைன்னா அப்படி இப்படின்னுதான் இருப்பாங்கன்னு மனசைச் சமாதானப்படுத்திக்கும்.

இருபது வயதில் நண்பன் பேச்சு எதார்த்தமாக இருந்தது. “மற்ற புதுச்சேரி ஆட்கள் எப்படியோ, நான் என்னுடைய ஜானகிக்குத் துரோகம் செய்யமாட்டேன்” எனச் சொல்லிக் கொண்டேன். ஆனால் இந்தப் பிரசவ வைராக்கியம் அதிகக் காலம் நீடிக்கவில்லை. குடல் காய்ந்த குதிரை வைக்கோலைத் தின்னத்தானே செய்யும் (கண்டதையும் படித்த அறிவு சமாளிக்கத்தான் செய்யுது). சூழலுக்கொப்ப காலம் அமைத்துக் கொடுக்கிற தடத்தில் பயணிப்பது எனக்கும் எளிதாகவும் இருந்தது, சுகமாகவும் இருந்தது. புதுச்சேரி – வீடு. சைகோன் – காடு. கட்டுத்தறிக்கு அடங்கும் வீட்டு விலங்குகளைக் காட்டிலும் காடுகளில் திரியும் வன விலங்குகளின் வாழ்க்கை எனக்குச் சொப்பனம். எனது ருசிக்குத் தேவையான அளவு ஆசைகள், தெரிவுகள் இருக்கின்றன. ராஜகோபுரம் இல்லை, ஆனால் வெயிலுக்கும் மழைக்கும் ஒதுங்கப் போதுமான விழல் வேய்ந்த வீடு. புதிய ஊர், புதிய மனிதர்கள். தமக்கையைப்போல நான் சந்தித்த ஒரு சில தமிழர்களைப்போல எனக்கு ஊர் ஞாபகம் என்கிற மண்ணாங்கட்டியெல்லாம் இல்லை. ஐரோப்பியரைப்போல இன்றைக்காக வாழவேண்டும், வாழ்ந்தேன். இந்த நேரத்தில்தான் என்னை இந்தே–சீனாவின் வடபகுதி ராணுவப் பிரிவுக்கு மாற்றலாகி உத்தரவு வந்தது.

*

12

சைகோன் - வேதவல்லி (3)

1930 செப்டம்பர் 28...

ஞாயிற்றுக்கிழமை. தண்டாயுதபாணி கோயிலுக்குப் போகவேண்டும். காலையிலேயே குளித்து முடித்து, புடவையை மாற்றிக்கொண்டேன். இட்டிலிக் குண்டானைக் கரி அடுப்பில் வைத்திருந்தேன். எங்களுக்கென்ன பிள்ளையா குட்டியா, புருஷன், பொண்டாட்டியென்று வீட்டில் நாங்கள் இரண்டு பேர். அவருக்கும் எனக்கும் ஓர் ஈடு இட்டிலி ஊற்றினால் போதும். அவர் குளிச்சுட்டு வந்தாரென்றால் இரண்டு பேரும் பலகாரத்தைச் சாப்பிட்டுவிட்டுக் கோயிலுக்குப் புறப்பட்டுவிடலாம். இம்மாதிரி சந்தர்ப்பங்களில்தான் ஊர் மனிதர்களைப் பார்த்து இரண்டு வார்த்தைகள் நல்லது கெட்டதென்று பேச முடிகிறது. ஊர் பற்றிய நினைவைத் தற்காலிகமாக ஒதுக்கிவைக்கவும் முடிகிறது. முருகருக்குத் தங்கக்கவசம் பூட்டி, வைரவேல் தரிசனம் என்று சொன்னார்கள். அப்படியே பிற்பகலில் இஸ்மாயில் அண்ணன் மனைவி அமீனாவைப் பார்த்துவிட்டு வரலாமென்று உத்தேசம். கணவருக்குக் காவல்

துறையில் உத்தியோகம் என்பதால், அவர் என்னுடன் வருவது நிச்சயமில்லை. அண்மைக்காலமாக வியட்நாமியர்களுக்குக் காலனி அரசாங்கத்திடம் பயமில்லை என்கிறார்கள். ஆங்காங்கே கலவரங்கள். குறிப்பாக ஐரோப்பியர்கள்மீது தாக்குதல்கள் என்பது வாடிக்கையாகி விட்டன.

பிற காலனிப் பகுதிகளைக் குறித்துப் பிரெஞ்சு முடியாட்சிக்கு மனத்தில் என்ன நினைப்பு இருக்கிறதோ, ஆனால் இந்தோசீனா என்கிறபோது அவர்கள் பேச்சில் ஒரு திமிர் இருப்பதை, கணவருடன் கலந்துகொள்ளும் ஐரோப்பியர் விருந்துகளில் உணர்ந்திருக்கிறேன். வியட்நாமியர்களை, ஐரோப்பியர்கள் உண்மையில் மனிதர்களாக மதிக்கின்றனரா என்கிற சந்தேகம், எனக்கு ரொம்ப நாளாக உண்டு. என் கணவர் தெரிவித்த ஒரு செய்தி அதிர்ச்சி அளித்தது. நம்பமுடியவில்லை. இந்தோசீனாவிலிருக்கும் ஐரோப்பியருக்குச் சொந்தமான விவசாயம் மற்றும் தொழில் நிறுவனங்களில் தொழிலாளர்களைத் தண்டிப்பதற்கெனச் சிறு அறைகள் உண்டாம். அவ்வறைகளில் ஐரோப்பிய முதலாளிகள் தங்கள் கோபத்துக்கு ஆளாகும் தொழிலாளர்களைக் கைவிலங்கிட்டு அடைத்துவைப்பது உண்டாம். வியட்நாமியர் வறுமையைச் சாதகமாக்கிக்கொண்டு, கொத்தடிமைகளாகப் பலரை இந்த நிறுவனங்கள் வைத்துள்ளதாகவும் தெரிவித்தார். புதுச்சேரி பிரெஞ்சு நிர்வாகமே பரவாயில்லை என்கிற நிலைமை.

'வியட்நாமைத் தூர கிழக்கு நாடுகளுக்கிடையில் ஒரு முத்து' என பிரெஞ்சுக்காரர்கள் வாயாரப் புகழ்கிறார்கள். இங்குள்ள மேல்தட்டு வியட்நாமியருக்குத் தங்களைத் தங்கம், முத்து என ஐரோப்பியர் கொண்டாடுவதில் பெருமை இருக்கிறது. ஆனால் காலனி அரசாங்கத்தால் பாதிக்கப்படுகிறோம் என நினைக்கிறவர்கள் கோபத்தில் இருக்கிறார்கள். காலனியின் நன்மைக்கெனக் கூறி, இங்கே காலனி அரசாங்கம் செய்யும் காரியங்களின் பலன்கள் அவ்வளவும் இந்தோசீனாவில் குடியேறியுள்ள ஐரோப்பியர்களுக்கும் சில மேட்டுக்குடி வியட்நாமியருக்குமே அன்றி நமக்கல்ல என்கிற எண்ணம் பெரும்பாலான வியட்நாமிய மக்களிடம் உண்டு.

மூன்று வருடங்களுக்கு முன்பு **லாய் ச்சாவு (Lai-Chau)** சிறைக்கூடத்தில் வியட்நாமியக் கைதிகள் கலவரம் செய்து தப்பியோடி இருக்கிறார்கள். அடுத்த சில நாட்களில்

அவர்களில் பலர் பிடிபட்டிருக்கிறார்கள். பிடிபட்டவர்களின் தலைகளை வெட்ட உத்தரவு பிறப்பித்து, அதைப் பிரெஞ்சுப் படையினர் நிறைவேற்றியும் உள்ளனர். இந்த வருடம் பிப்ரவரி மாதத்தில் **யென் பே (Yen Bay)** ராணுவ முகாமில் ஒரு அசம்பாவிதம். காலனியில் இருக்கிற பிரெஞ்சு ராணுவத்தில் உள்ளூர் மக்களும் இடம்பெற்றிருக்கிறார்கள். அவர்களில் இரு பட்டாலியன்கள் அதிகாலை இரண்டரை மணிக்கு திடீரென்று ஐரோப்பிய ராணுவ அதிகாரிகளைக் குறிவைத்துத் தாக்குதல் நடத்தியிருக்கிறார்கள். தாக்குதலில் ஐந்து பிரெஞ்சு ராணுவ அதிகாரிகள் கொல்லப்பட்டார்களாம். கலவரத்திற்குத் தூண்டுகோலாக இருந்தது, வியட்நாம் தேசியவாதக் கட்சியினர். சிலமணி நேரங்களிலேயே கலவரம் ஒடுக்கப்பட்டது. கலவரத்தில் ஈடுபட்ட பலர் சுட்டுக்கொல்லப்பட்டனர். பொதுமக்கள் ஒத்துழைப்பு கலகக்காரர்களுக்குக் கிடைத்தது எனச் சந்தேகித்த காலனி நிர்வாகம் நடத்திய குண்டுவீச்சில் அப்பாவி மக்கள் 27 பேர் மடிந்தனர். அவர்களில் சிறுவர்கள் 6 பேர். காலனி அரசாங்கம் தொடர்ந்து புலன் விசாரணை என்ற பெயரில் சந்தேகித்த பலரைச் சிரச்சேதம் செய்தது. அண்மையில் மற்றுமொரு சம்பவம்: **மீ என்பே (Mi yenbay)** பகுதி விவசாயிகள் நிலத்தீர்வையை எதிர்த்துப் பேரணி நடத்தியிருக்கிறார்கள். அவர்கள் **வின் (Vinh)** நகரை நோக்கி முன்னேற, அரசாங்கம் நடத்திய குண்டுவீச்சில் 157 பேர் கொல்லப்பட்டதாகத் தகவல். அடக்குமுறை கடுமையாக இருக்கிறது என்கிறபோதும் வியட்நாமியர்கள் அஞ்சுவதாகத் தெரியவில்லை.

"என்ன யோசனை?" – வெப்பமான மூச்சுக்காற்றுடன் கணவர் குரல் முகத்தில் விழுந்தது.

– ஞாயிற்றுக்கிழமை அதுவுமா, காலையில் எழுந்து முகச்சவரம் செய்ததால், எனக்குச் சந்தேகம். இன்றும் உங்களுக்கு அலுவல் இருக்கலாம் என நினைச்சேன்.

"ஏன் நீ ஏதாவது திட்டம் வச்சிருக்கிறியா?"

– அலுவல் எதுவும் இல்லன்னா, முருகர் கோயிலுக்குப் போகணும். திரும்பும்போது, அமீனா அண்ணி வீடுவரை சென்று வர உத்தேசம்.

"என்ன உத்தேசம்? நான் தீர்மானம் செய்திருக்கிறேன், நீயும் வாடான்னு சொல்லு, எஜமானி அம்மா சொல்றதை எப்போ

தட்டி இருக்கேன். சீக்கிரம் வந்துடலாமில்லையா, நீ பாட்டுக்கு ஊர்க்கதையைப் பேசிக்கிட்டு உட்கார்ந்திடாதே. மாலையில் என்னுடைய சிநேகிதர்கள் சிலரைப் பார்க்கணும்.

– எதற்காகப் பார்க்கணும். அவர்களோடு சேர்ந்து விடிய விடியக் குடிக்கணும். புதுச்சேரியில நீங்க இப்படியெல்லாமில்லை. இங்க கேக்க ஆளில்லை என்கிற தைரியம். என்னவோ செய்யுங்க. வெள்ளைக்காரங்ககூட இருக்கும்போது, கொஞ்சம் கவனமா இருங்க. வியட்நாமியர் கோவம் நம்ம மேலயும் இருக்காம்."

"அதுக்கு ஒரு யோசனை வெச்சிருக்கன்."

– என்னது?

"ஒரு வியட்நாம் பெண்ணைக் கல்யாணம் பண்ணிக்கிறதுன்னு."

– அப்படியே எனக்கும் ஓர் ஆளப் பாருங்க, தானிக்குத் தீனி சரியாயிடும்.

"நீ செஞ்சாலும் செய்வ. இப்ப என்ன கோயிலுக்கு உன்னோட வரணும் சரியா? வேட்டி, சட்டையை எடுத்துக் கொடுத்தியானா, நான் தயாராயிடுவன்."

– ஏற்கெனவே அலமாரியிலிருந்து எடுத்துக் கட்டிலில் வச்சிருக்கேன். வாங்க, முதலில் பலகாரத்தைச் சாப்பிடுங்க. நேரமாகுது."

* * *

அர்ச்சனைத் தட்டுடன் கணவரும் நானுமாக வீட்டிலிருந்து புறப்பட்டு வெளியில் வந்தபோது, சைகோன் நிறைமாதப் பிள்ளத்தாய்ச்சிப் பெண்ணின் முகத்தைப்போல வெயிலில் பளபளத்தது. காலை மணி பத்து. புரட்டாசி, ஐப்பசி மாதங்களில் பொதுவாக இந்த நேரத்தில் வெயில் குறைந்திருக்கும். சைகோன் நதி பக்கம் என்பதால், பிற்பகலில் குளிர்ந்த காற்றுக்குப் பஞ்சமில்லை. எக்லிஸ் வீதியில் முருகர் கோவில் இருந்தது. நாங்கள் தெஸ்த்தார் வீதியில் வசித்தோம். தூரம் அதிகமில்லை என்கிறபோதும் கொதிக்கும் வெக்கையில் அவ்வளவு தூரம் நடந்துபோவது சிரமம். பூஸ் – பூஸ் என்கிற கை ரிக்ஷாக்கள் சைகோனில் கிடைக்கும். இரண்டு பியாஸ்தர் கொடுத்தால் போதும். கோயிலை அடைந்தபோது பதினொன்றாகி

இருந்தது. முருகர் கோயில் காரைக்குடி நாட்டுக்கோட்டைச் செட்டிமார்களின் கைங்கர்யம். அவர்கள் தயவில் முருகர் சுபிட்ஷமாக இருந்தார். வெள்ளி மயில் வாகனம், வெள்ளித் தேர் என்று அவர் சைகோன் வீதியில் வலம் வருகிறபோது, ஒரு பக்கம் முழுக்கால் சராய் அணிந்த புதுச்சேரித் தமிழர்கள், மறுபக்கம் முழங்காலைத் தாண்டாத வேட்டி, கழுத்தில் துண்டு, தலையில் குடுமி என நாட்டுக்கோட்டைச் செட்டிமார்களைப் பார்க்கலாம். பாதுகாப்பிற்குப் புதுச்சேரி சிப்பாய்கள். செட்டியார்கள், பிரிட்டிஷாரின் தமிழ் நிலப்பகுதிகளிலிருந்து வந்தவர்கள்.

ஞாயிற்றுக்கிழமை என்பதாலும், முருகருக்குத் தங்கக்கவசம் அணிந்து வைரவேலை அவர் கையில் கொடுத்திருப்பதாலும் சைகோன் இந்துக் குடும்பங்கள் மட்டுமின்றி வியட்நாமியர்கள், சீனர்களெனப் பக்தர்கள் குவிந்திருந்தனர். அர்ச்சனைத்தட்டை வாங்கிக்கொண்டு வெளியில் வர மணி பன்னிரண்டுக்குமேல் ஆகியிருந்தது. கோவில் அருகிலிருந்த நவநீதம்மாள் சாப்பாட்டுக் கடையில் மதிய உணவை முடித்துக்கொண்டு, அவர்களிடமே ஒரு பியாஸ்தருக்கு லட்டும் கைமுறுக்கும் அமீனாவீட்டுப் பிள்ளைகளுக்கென்று வாங்கிக்கொண்டேன். மீண்டும் கோயிலுக்குத் திரும்பி, அங்கிருந்த தமிழ்க் குடும்பங்களிடம் உரையாடிவிட்டு வெளியில் வர மாலை மணி நான்கு.

அமீனாவும் இஸ்மாயில் அண்ணனும் எதிர்பார்த்துக் காத்திருப்பவர்கள்போல வெளி வாசற்படியில் நின்றிருந்தார்கள். எங்களைப் பார்த்த மறுகணம் அமீனாபேகம், தன் தோளில் கிடந்த புடவைத் தலைப்பால், தலையை மூடினார். கணவரின் முகமும் இஸ்மாயில் அண்ணனின் முகமும் நேருக்கு நேர் சில கணம் நின்று பார்வைகளைப் பரிமாறிக்கொண்டன. என் கணவர் வணக்கம் எனப் பிரெஞ்சு மொழியில் கூறிக் கையை நீட்ட... இஸ்மாயில் அண்ணன் மெலிதான புன்னகையுடன் "சலாம் அலைக்கும்" எனக்கூறி, என் கணவரைத் தோளோடு தோள் சேர்த்து அணைத்து உள்ளே அழைத்துச் சென்றார். இதற்கெனக் காத்திருந்தவர்போல அமீனா பேகம் வாஞ்சையுடன் என் கைகளைப் பற்ற, இருவரும் ஆண்களைப் பின் தொடர்ந்தோம்.

*

13

சைகோன் - வேதவல்லி (4)

அமீனா பேகம் வீடு பெரிய வீடு. முன்வாயிலில் இருந்து வீட்டிற்குச் செல்ல சில கஜதூரம் பாதை அமைத்து இரு பக்கமும் போகன் வில்லா ரோஜா செடிகள். பாதையெங்கும் கமகமவென்று வீசிய ரோஜாவின் மணம் வீட்டின் உள்ளே நுழைந்து விரித்த ரத்தினக்கம்பளத்தில் அமர்ந்தபோதும் என்னைச் சுற்றிவந்தது. வீட்டின் பின்புறம் பெரிய தோட்டம். புல்வெளிகளில் ஆங்காங்கே மரங்கள். தோட்டத்தின் ஒரு பகுதியை காய்கறிக்கென ஒதுக்கி இருந்தார்கள். தோட்டத்துக்குப் பின்புறத்தில் சிறு ஓடை. நீர் சலசலப்பது பட்சிகளின் ஓசைகளோடு கலந்து கேட்டது. பின்புற வேலியில் உள்ள திட்டியைத் திறந்தால் நதியில் கால் வைக்கலாம் என்றார்கள்.

இந்திய விழாக்களில் சந்திக்கிறபோதெல்லாம் அந்த அம்மாள் தங்கள் வீட்டிற்கு அழைத்திருக்கிறார்கள். இந்த முறைதான் அதற்கான நேரம் அமைந்தது. வரவேற்பறை மிகப் பெரியதாக இருந்தது. கூடத்தில் சுவர் ஓரமாக பர்மா தேக்கில் கண்ணாடிக் கதவிட்ட ஒரு பெரிய அலமாரி. நீள் வரிசையில் பீங்கான் கோப்பைகளும்,

குவளைகளும் அதனுள் கொலு வைக்கப்பட்டவைபோல அடுக்கி வைக்கப்பட்டிருந்தன. சுவரில் மையமாக கருநீல வெல்வெட் துணியொன்றில் சிவப்புப் பட்டுநூலால் பின்னப்பட்டிருந்த மெக்காவின் காபா. கீழே அரபு மொழியில் பொன்னிற எழுத்துக்களில் குர் ஆன் வாசகம்.

இரண்டு தளம் அமைந்த வீடு. தடித்த கம்பிகளைச் சுவரில் பதித்துப் பெரிய வாசலின் ஆகாயவெளியை மூடியிருந்தார்கள். அதன்மேல் மல்லிகைக்கொடி அடர்த்தியாகப் படர்ந்திருந்தன. புதிய மோஸ்தரில் ஜமீன் கதைகளில் வருவதுபோல பட்டும் பொன்னிற இழைகளும் கலந்த மெத்தை தைத்த ஆசனங்கள். "ஆண்கள் வேண்டுமானால் ஆசனத்தில் உட்கார்ந்து பேசட்டும், நமக்குத் தரைதான் வசதி. ஒரு ஜமுக்காளத்தை விரியுங்கள் அண்ணி, உட்கார்ந்தே பேசுவோம்!"எனத் தெரிவித்தேன்.

அமீனா பேகம் தலையாட்டினார். அவர் நல்ல சிவப்பு. சிவந்த உதடுகளோடு ஒட்டிய முறுவல் அலங்கரிந்திருக்கும் முகத்தை அவ்வப்போது பார்க்காது பேசினால் எனக்குத் திருப்தியாக இருக்காது. அவர் தலையில் விசிறிபோல கிரீடத்தை வைத்து ஒன்றிரண்டு மயிலிறகையும் அதன் உச்சியில் வைத்து, இதழ் விரிந்த ஒரு ரோஜாவைக் கையில் கொடுத்தால் மும்தாஜ்தான். கணவன், மனைவி இருவரும் இந்தியர் சங்கம், அதுசார்ந்த விழாக்கள் என எல்லாவற்றையும் முன்னின்று நடத்துபவர்கள். சைகோன் இந்தியர்களிடத்தில் இருவரும் மரியாதைக்குரிய தம்பதி.

என் கணவரும் இஸ்மாயில் அண்ணனும் மெத்தை தைத்த இருக்கைகளில் அமர்ந்தார்கள். அவர்கள் எதிரே பெண்கள் நாங்கள் தரையில் விரித்த ஜமுக்காளத்தில் சம்மணமிட்டு உட்கார்ந்தோம். "அண்ணி கொஞ்சம் இருங்க, வர்றேன்" என உள்ளே போன அமீனா பேகம் இரு வெள்ளித்தட்டுகளில் வாதுமைப் பருப்பும், பேரீச்சம்பழமும் கொண்டுவந்தவர் ஒன்றை ஆண்கள் முன்பும் மற்றதை என் முன்பாகவும் வைத்துவிட்டு அமர்ந்தார். இஸ்மாயில் அண்ணன், "ஹஜ் யாத்திரை போயிட்டுவந்த உறவுக்காரர் மெக்காவுல வாங்கி வந்தது, நீங்க சாப்பிடணுமென்பது அல்லாவின் கருணை. எடுத்துக்குங்க!" என்றார். என் கணவர், நான் மடியில் வைத்திருந்த பையைக்காட்டி ஜாடை செய்தார். அப்போதுதான்

நாங்கள் வாங்கிவந்த லட்டும் முறுக்கும் ஞாபகத்திற்கு வந்தன. பொட்டலத்தைப் பேகத்திடம் கொடுத்து, "புள்ளைங்களுக்கென்று வாங்கி வந்தேன், எங்க ஒருத்தரையும் காணோம்?" என்றேன். "ஞாயிற்றுக்கிழமை இல்லையா, மூணு பேரும் அவங்க குப்பி வீட்டுக்குப் போயிருக்காங்க. மாசத்துக்கு ஒரு தடவையாவது அங்கே போகணும் – போகலைன்னா அவங்களுக்குத் தலை வெடிச்சிடும்" என்று பதில் வந்தது.

– மன்னிச்சுக்குங்க, காப்பிபோடணுமே என்று பாலை எடுத்துவச்சேன், மறந்துட்டேன். நீங்க பேசிக்கொண்டிருங்க அஞ்சு நிமிஷத்துல வந்துடறேன். எனக்கூறிச்சென்ற அமீனா பேகம், பத்து நிமிடங்கள் கழித்து மூன்று பேருக்குமாக பித்தளை டபரா செட்டுகளில் ஆவி பறக்க காப்பி கொண்டுவந்தார்.

– தூள் எங்க அண்ணி கிடைக்குது, காப்பி பிரமாதம், என்றேன்.

– எங்கக் கடைத்தூள்தான், நாங்களே காப்பிக் கொட்டையை வறுத்துத் தயார் பண்றோம். எப்படி இத்தனை நாளா உங்களுக்குத் தெரியாமல் போச்சு.

– அதுதான. ஏங்க அடுத்த முறை ஜவுளிக்கடைக்கு போகும்போது இவங்க மளிகைக் கடைக்கும் ஒரு நடை எட்டிப்பார்த்துட்டு வந்திடுவோம்.

– எட்டிப்பார்த்துட்டுன்னா எப்படி, கடையில யார் யார் இருக்காங்க, என்னலல்லாம் விக்கிறாங்க எனப் பார்க்கதுக்கா ? எனக்கூறிவிட்டு என்கணவர் சிரிக்க, நாங்களும் சேர்ந்துகொண்டோம்.

– வராதவங்க வந்திருக்கீங்க, ரொம்ப சந்தோஷம். நீங்களும் நம்ம இந்தியச் சங்கத்துல ஏதாவது ஒரு பொறுப்பை எடுத்துக்கிட்டு , உதவணும். இந்தவருடம் பொங்கல் விழாவைச் சங்கத்துச் சார்புல நல்லாக் கொண்டாடணும் என்றிருக்கோம். உங்களுக்குத் தெரிந்த புதுச்சேரித் தமிழர்களிடத்திலும் இதைப்பற்றிச் சொல்லுங்க. நீங்கல்லாம் நமக்கு எதற்கு இதெல்லாம் என ஒதுங்கி வாழ்வதுபோலத் தெரியுது.

– சொல்றன். நான் போலீஸ்ல இருக்கேன். சந்தாகட்டி மெம்பரா இருக்கறது பிரச்சனையில்ல. ஆனா கமிட்டியிலே

பொறுப்பேற்கிறது கஷ்டம். அதுவும் சைகோன் இப்போ இருக்கிற நெலமையிலே உங்க வேண்டுதலுக்கு நல்ல பதிலை என்னால சொல்ல முடியாது. ஆனா, ஒண்ணு செய்யலாம். என்மனைவி வேதவல்லிக்கு இதிலெல்லாம் ரொம்ப ஆர்வமிருக்கு. அவளுக்குப் பெண்கள் குழுவுல ஒரு பொறுப்பைக் கொடுங்க. சந்தோஷமா செய்வா.

– புதுச்சேரிக்காரர்கள் நகரசபை, சுங்கத்துறை, துறைமுகம், அஞ்சல்துறை, காவல்துறை, நீதித்துறைன்னு எல்லா இடத்திலும் அரசாங்கத்துல நல்ல பதவியிலே இருக்கீங்க. சின்ன சின்ன பிரச்சனை ஐரோப்பியரோட உங்கள் மக்களுக்கு இருந்தாலும் நீங்க இல்லைன்னா காலனி அரசாங்கம் ஸ்தம்பித்துப்போகுமென்பது ஐரோப்பியருக்கு நன்றாகவே தெரியும். நீங்க மனசுவெச்சா நாம இங்க இன்னும் நல்லா வரமுடியும். இப்போதைக்கு நம்ம சங்கத்திற்குச் சொந்தமா ஒரு கட்டடத்திற்கு ஏற்பாடு செய்யனும். இடத்தை மட்டும் நகரசபை கொடுத்தாபோதும். கட்டுமானச் செலவை நாங்க பார்த்துக்குவோம்.

– உங்களுக்கு என்ன பதில் சொல்றது. ஒரு பக்கம் வியட்நாமியர்கள் நாங்கள் என்னவோ ஐரோப்பியர்களோட கூட்டுச்சேர்ந்துகிட்டு அவர்கள் சாப்பாடுல மண்ணள்ளி போடறதா நெனைக்கிறாங்க. இன்னொருபக்கம் என்னதான் பிரெஞ்சுக் குடியுரிமையோட இருந்தாலும், நாளை பெரும் பிரச்சனை என்று வருகிறபோது ஆசியர்கள் அனைவரும் ஒன்றாகிவிடுவார்கள் என்ற எண்ணம் ஐரோப்பியர்களிடத்திலும் இருக்கிறது. கொஞ்சம் சூடு தணியட்டும், என்ன செய்யலாமென்று பார்ப்போம்.

– பிரெஞ்சுக் குடியுரிமைவச்சிருந்தாலும் நம்ம விசுவாசத்துமேல அவர்களுக்குச் சந்தேகம் இருக்கத்தான் செய்யும். அது இயல்பு. உங்க ஆட்களும் அதைப் புரிந்துகொள்ளவேண்டும் என்பதுதான் எங்களைப் போன்றவர்கள், எதிர்பார்ப்பு. லெயோன் புருஷாந்தியைக் கேள்விப்பட்டிருக்கீங்களா?

– இல்லை, தெரியாது?

– அவரும் உங்களைப்போல ஒரு ரெனோன்சான். இருந்தாலும் தான் ஓர் இந்தியர் என்பதை மறந்தவரில்லை. அவர் பிரெஞ்சு வங்கியிலே வேலை செய்தார். இந்தியர்கள்

அன்னியர் கீழ்செய்யும் பணியை உதறவேண்டும் எனக் காந்தி இந்தியாவில் அறிவித்ததின் எதிரொலியாகத் தம்முடைய பேங்க் வேலையை ராஜினாமா செய்திருக்கிறார். அவர் ஐவேசியுள்ள மனுஷன். இந்த வருஷம் ஆரம்பத்துலதான் கணவரை இழந்திருந்த சொந்தக்காரப் பெண்மணியைத் திருமணமும் செய்துகொண்டார், சொத்துள்ள பெண்மணி. அதனால இந்த பேங்க் வேலை அவருக்குப் பெரிசில்லை என்பதும் வாஸ்தவம். ஆனால் அந்த மனசு எல்லாருக்கும் வரணுமே. அவரைப்போல அரசாங்க வேலையிலிருக்கிற மற்றவர்களும் கவர்ன்மெண்ட் வேலையை விடணுமென்று நான் சொல்லலை. இந்தியர்கள் என்ற நெனைப்போடவாவது நாம இருக்கணுமில்லயா, நம்ம நெத்தியிலேதான் தெளிவா எழுதியிருக்குதே அதை எப்படி விடமுடியும்.”

“விடமுடியாதுதான் இன்னொரு தடவை வர்றோம். சாவகாசமா உட்கார்ந்து பேசுவோம்” என்ற கணவர் முகத்தைப் பார்த்தேன். அவர் முகம் சுருங்கி இருந்தது. புரிந்துகொண்ட நானும் எழுந்துகொண்டேன்.

*

14

சைகோன் - சிங்காரவேலு (5)

1932 மே 14...

வாடகைக்காரொன்றில், என்னுடன் பணிபுரியும் அல்ஜீரிய நண்பனும் நானுமாக ஹனோயின் புறநகர்ப் பகுதியை ஒட்டியிருந்த தொதொ என்கிற சிற்றூரை நோக்கிப் பயணித்துக் கொண்டிருந்தோம். சனிக்கிழமை. நேரம் காலை எட்டரை ஒன்பது இருக்கலாம். கிழக்கில் பெரிய தீக்கங்குபோலச் சூரியன். மஞ்சள் திரவம்போல அதன் ஒளிக்கதிர்கள் பிரவாகமெடுத்து, மலைகள், நீர்நிலைகள் எனப் பாய்ந்து, சேடை கூட்டியிருந்த வயல்களில் விழுந்து, தலைகுனிந்து நெற் பயிர் நாற்றுகளை ஊன்றிக்கொண்டிருந்த விவசாயிகளின் முதுகில் விழுந்ததுபோக மிச்சமிருந்தவை எங்கள் வாகனத்தைத் தொடர்ந்து வந்தன.

இந்தோசீனாவின் வடபகுதியில் தொங்கன் பகுதிக்கு மாற்றலாகி இரண்டு ஆண்டுகள் ஆகியிருந்தன. ராணுவ நெறிமுறைகளைக் கறாராகப் பின்பற்றியதும் உயரதிகாரிகளிடம் காட்டிய பணிவும் எங்களுக்கான உடல் மற்றும் மூளை சார்ந்த தேர்வில் பாராட்டும்படி வெற்றி பெற்றதும் சாதாரண

ரேடியோ டெலிஃகிராப்ட் ஆப்ரேட்டர் இருந்த எனக்கு இன்று சீஃப் ரேடியோ டெலிகிராஃப்ட் ஆப்ரேட்டர் உத்தியோக உயர்வு. சந்தோஷச் செய்தியைத் தெரிவித்த அதிகாரிக்கு ஏதாவது பரிசு கொடுக்க நினைத்தேன். உள்ளூர் ஆசாமி ஒருவர், ஹனோய்க்குத் தெற்கிலுள்ள கிராமங்கள் கைவினைப் பொருள்களுக்கு பிரசித்தம் என்று கூறினார். என்னுடன் பணிபுரிந்த அல்ஜீரிய நண்பனுக்கு ஒரு பாட்டில் ரம் வாங்கித் தருவதாகக் கூறித் துணைக்கு அழைத்துக்கொண்டேன்.

கிராமத்தை நெருங்கியிருந்தோம். உளிகள் எழுப்பும் ஓசையும் அவைகளின் தலையில் மரச்சுத்தியல்கள் விழும் ஓசையும் ஒன்றையொன்று பிரிய மனமில்லாதவைபோலச் சேர்ந்து ஒலித்தன. இடைக்கிடை வாள்கொண்டு மரம் அறுப்பதும் காதில் விழுந்தது. கார் கண்ணாடியை இறக்கும் போதெல்லாம் அறுத்த மரங்களின் ஈர மணம். கைகள் உளி, சுத்தி என்று பிடித்திருக்க கலைஞர்களின் கண்கள் செதுக்கும் மரத்துண்டுகளில் அகலாமல் இருந்தன. “காரை எங்கே நிறுத்த?” எனச் சாரதி கேட்ட கேள்விக்கு “எங்கே நிறுத்தினாலும் சம்மதம், நாங்கள் இறங்கிக்கொள்கிறோம்” என்றேன். மறுகணம் காரோட்டி, காரின் தடையை அழுந்த மிதித்திருக்க வேண்டும், கிறீச்சிட்டு வாகனம் நின்றது.

நானும் அல்ஜீரிய சிநேகிதனும் இறங்கி நடந்தோம். வீதியில் நடக்கிற எங்களைத் தங்கள் கடைக்குள் அழைத்துக் கலைப்பொருட்களை விற்கும் உத்தேசமின்றிப் பெரும்பாலான ஸ்தபதிகள் தங்கள் பணியில் கவனமாக இருந்தனர். எதிர்பாராதவிதமாக தலையை உயர்த்திய இரண்டொருவர் மட்டும் புன்னகையுடன் தலையை அசைத்துவிட்டு மீண்டும் செதுக்கத் தொடங்கினார்கள், அவர்களைச் சுற்றிலும் வெவ்வேறு அளவில் உளிகள். புதுச்சேரியைச் சேர்ந்த கிராமங்களுக்குச் சென்றிருக்கிறேன். பெரும்பாலான கிராம மக்களுக்குத் தொழில் விவசாயமாக இருக்கும். அவர்களைச் சார்ந்து தச்சர், கருமார், கம்மாளர் சிறுபான்மையினராக இருப்பார்கள். ஒட்டுமொத்தக் கிராமமும் குலத்தொழிலாக இன்றிக் குடும்பத் தொழிலாக மரச்சிற்பங்கள் செய்வதை இந்தோசீனாவில்தான் முதன் முறையாகப் பார்த்தேன். ஆண்கள் – பெண்கள், சிறியவர் – பெரியவர் என்ற பேதமின்றிக் குடும்ப உறுப்பினர்கள் மொத்த உழைப்பிலும் சிலைகள் உருவாகின்றன. பரிசளிக்க

ஒரு கலைப்பொருளை வாங்கவேண்டும் என வந்திருந்தாலும் ஊரே கலைப்பொருட்களின் காட்சிக்கூடமாக இருக்க, கண்களைத் தொடர்ந்துசெல்ல கால்களை அனுமதித்து நடந்துகொண்டிருந்தோம். ஓரிடத்தில் அதற்கு முற்றுப்புள்ளி வைக்க நினைத்தவன்போல அல்ஜீரிய நண்பன், "இப்படியே நடந்துகொண்டிருந்தால் எப்படி... ஏதாவது வாங்க வேண்டாமா?" எனக் கேட்ட மறுகணம் கண்ணில்பட்ட ஒரு சிற்பக்கூடத்தில் நண்பனின் கையைப் பரபரவென்று இழுத்தபடி உள்ளே நுழைந்தேன். ஒரு பிரமாண்டாமான புத்தர் சிலையைச் செதுக்குவதில் இளைஞர் ஒருவர் மும்முரமாக இருந்தார். எங்கள் வருகையை உணர்ந்ததாகத் தெரியவில்லை. உளி உயருகிறபோது சுத்தியும் உயர்வதும் உளியின்முனை மரத்தில் ஊன்ற, சுத்தி தாழ்ந்து அதன் தலையில் 'ணங் ணங்' விழுவது தாள அலங்காரம்போல ஒலிக்க, ஓசையில் மயங்கிச் சில கணங்கள் நின்றிருப்போம்.

"விற்பனைக்குரிய சிலைகள் உள்ளே இருக்கின்றன" என்றொரு இனிய குரல், பெண்குரல்.

என் கண்களை என்னால் நம்பவும் முடியவில்லை, நம்பாமல் இருக்கவும் முடியவில்லை. குரலுக்குரிய பெண் சைகோனுக்குக் கப்பலில் வந்திறங்கிய முதல் நாள் சந்தித்த அதே பெண். எனக்குள் நிகழ்ந்த இன்பப் பிரளயம் அவள் முகத்திலும் எதிரொலித்தது. மறுகணம் மெலிதான புன்முறுவலை உதடுகள் சுமக்க என்னை நெருங்கினாள். படபடத்த இமைகளுடன் பட்டாம்பூச்சியாக நெருங்கிய கண்கள், என் முகத்தில் எங்கே அமரலாம் என்பதுபோலச் சில நொடிகள் அங்குமிங்கும் முகத்தைச் சுற்றிவந்தன. ஆனால் சென்றமுறைபோல எனது பார்வையைத் தவிர்க்கும் எண்ணம் அவளுக்கு இல்லை. ஓரிரு நிமிடங்கள் அமைதியாகக் கழிந்தன. அல்ஜீரிய நண்பன் செருமினான், அவனுடைய கை என் தோளில் விழுந்தது. பிரெஞ்சு மொழியில் "இந்தச் சிலையை வாங்க முடியாது. வாங்க வேண்டியவை உள்ளே இருக்கின்றன" என்று கூறிச் சிரித்தான். நண்பனின் வார்த்தைகளில் ஒருவித எள்ளல் இருந்தாலும் எனக்கு அநாகரிகமாகப் பட்டது. அவன் வார்த்தைகளை அவள் அப்படித் தப்பாக எடுத்துக்கொள்ள வாய்ப்பிருக்கிறது என அஞ்சி, "தவறாக எடுத்துக்கொள்ளாதீர்கள், அவனுக்கு எதுவும் விளையாட்டுத்தான்" என்றேன். அவள், "எனக்கும்

உங்க வயதுதான், புரிஞ்சுக்க முடியுது" எனக்கூறி கலகலவென்று சிரித்துவிட்டு முன்னே நடக்க, நாங்கள் பின்தொடர்ந்தோம்.

விழல் வேயப்பட்டிருந்த கூடமொன்றில் விதவிதமாக புத்தரின் சிலைகள் – வழக்கமாகக் கிழக்கு ஆசிய நாடுகளில் புத்த ஆலயங்களில் காண்கிற மரச்சிற்பங்கள். அவள் ஒவ்வொன்றையும் கையிலெடுத்து மைத்ரேயர், சாக்கியமுனி என விளக்கிக்கொண்டிருக்க, சற்று முன்பாக அவள் பதில் கொடுத்த தைரியத்தில், கண்களையே பார்த்துக்கொண்டிருந்தேன். சில நிமிடங்களுக்குப் பிறகு "எது வேண்டும் சொல்லுங்கள்" என்றாள். எனக்கு என்ன பதில் சொல்வதென்று குழப்பம். நண்பனைப் பார்த்தேன். அவன் கோபத்தில் இருப்பதை முகம் காட்டியது. கண்ணில்பட்ட இரண்டு மரச்சிற்பங்களை வாங்கிக்கொண்டு வெளியில் வந்தேன். அப்பெண் வெளியில் வந்து எங்களைப் பார்க்கிறாளா எனத் திரும்பிப் பார்த்தேன், இல்லை. விற்பனைக் கூடங்களை மதிய உணவிற்கு இங்கு மூடும் வழக்கம் எனக் கேள்விப்பட்டிருக்கிறேன், ஒருவேளை அப்போது அவள் வெளியில் வரலாம் என நினைத்தேன். நினைத்ததை உடன் வந்த நண்பனிடம் சொல்லவும் செய்தேன். "இந்த வம்பெல்லாம் வேண்டாம், உனக்குப் பெண்கள் வேண்டுமா, ஹனோய்க்குப் போகலாம். 14 வயதிலிருந்து, 50 வயது வரை, 2 பியாஸ்தரிலிருந்து 10 பியாஸ்தர்வரை புதர் மறைவில் சில நிமிடங்களோ, வீடுகளில் இரவு முழுக்கவோ இருக்கலாம். என்ன சொல்ற? எனக்கும் ரொம்ப நாளாச்சு" என்றவனைச் சமாதானப்படுத்தினேன். அப்பெண்ணை இரண்டு ஆண்டுகளுக்கு முன்பு சைகோனில் கண்ட விவரத்தைக் கூறியதும் அமைதியானான்.

தோளில் மூங்கிற்கழியைச் சுமந்து அதன் இரு முனைகளிலும் கயிற்றில் கட்டித் தொங்கவிட்டிருந்த கூடைகளில் வாழைப்பழம், ரம்பூட்டான், லிச்சி, பூங்கொத்துகள் விற்கும் பெண்ணொருத்தி தெருவில் நடந்து போய்க் கொண்டிருந்தாள். அவளைத் தடுத்து நிறுத்திப் பேரம் பேசி கொஞ்சம் ரம்பூட்டானும் வாழைப்பழமும் வாங்கி முடித்தபோது என்னுடைய காத்திருப்பு வீண்போகவில்லை. விற்பனைக்கூடத்திலிருந்து நான் எதிர்பார்த்த பெண் வெளியில் வந்தாள். தலையை உயர்த்தியவள் சாலையின் மறுபக்கம் நிற்கும் என்னைப் பார்த்துச் சிரித்தாள். பிறகு பல காலம் தெரிந்த ஒரு நபரைத் தேடி வருபவள்போல என்னிடம் வந்தாள்.

"இதெல்லாம் யாருக்கு, எனக்கா?" என நமட்டுச் சிரிப்புடன் கேட்டபோது, என்ன பதில் சொல்வது எனத் தெரியாமல் சிரித்தேன்.

"சிரிப்பது இருக்கட்டும், அவங்க தாமரை அல்லின்னு வச்சிருக்காங்க பாருங்க... அதுல ரெண்டு வாங்கிக் கொடுங்க, எனக்குப் பழமெல்லாம் வேண்டாம்" என்றாள்.

எனக்கு சந்தோஷம் பிடிபடவில்லை. வியாபாரப் பெண்மணியின் முகத்தில் கூடுதலாக சந்தோஷம். கூடையில் காம்புகளுடனிருந்த மொத்தப் பூக்களையும் கையிலெடுத்து, "பாதி விலைக்குத் தர்றேன், எடுத்துக்கோங்க. நானும் வீடு திரும்பணும்" என்றாள்.

என்ன விலை சொல்வாளோ என்ற பயம், மாதக் கடைசி, கையிலிருக்கும் பணம் போதுமா எனத் தெரியவில்லை. கூடவந்த சண்டாளனுக்கு ரம் வாங்கிக் கொடுப்பதாக வாக்குக் கொடுத்திருந்தேன். எனது தோல் பையைத் திறப்பதில் நான் காட்டிய தயக்கத்தை விளங்கிக்கொண்டவள்போல "கவலை வேண்டாம். நான் கொடுக்கிறேன்" எனக்கூறி அவள் கைப்பையைத் திறந்து, விற்பனைக்காரியிடம் பணத்தைக் கொடுத்தாள். தொடர்ந்து, "இது என்னுடைய தந்தையின் பெரிய சகோதரருக்குச் சொந்தமான மரச்சிற்பக்கூடம். அழைக்கும்போது உதவிக்கு வருவேன். என்னைத் திருமணம் செய்துகொள்ளும் எண்ணமிருந்தா அடுத்த மாதம் சைகோனில்தான் இருப்பேன். முகவரி என் மாமா பையன் ஹூய் கொடுப்பான், அவங்க வீட்டு முகவரி தெரியுமில்லையா, அவனையும் அழைத்துக்கொண்டு அப்பாவிடம் பேசுங்க" என மூச்சுவிடாமல் கூறி முடித்து, ஆசுவாசப்படுத்திக்கொண்டாள். எனக்கு என்ன பதில் சொல்வதென்று தெரியவில்லை, வார்த்தைகளுக்குத் தடுமாறினேன். நான் ஏதாவது சொல்வேன் என எதிர்பார்த்துச் சில நொடிகள் என் முகத்தைப் பார்த்துக்கொண்டு நின்றாள். நான் பதிலின்றி இருக்கவே திரும்பி விடுவிடுவென நடந்து, மீண்டும் கடைக்குள் மறைந்தாள்.

*

15

சைகோன் - மரியா ஹோவாம்மீ (3)

1932 ஜூலை 10...

ஞாயிற்றுக்கிழமை. காலை பத்தரை பதினொன்றிருக்கும். வெளியில் மழை கொட்டியது. மூன்று நாள்களில் ஐரோப்பிய காலண்டர்படி எனக்கு 16 வயது. ஆனால் எங்கள் கணக்குப்படி பார்த்தால் வருடத்தின் ஆரம்பத்திலேயே 16 வயது பிறந்துவிட்டது. அன்னாமிட்டுகளான எங்களுக்கு வயதைக் கணக்கிடப் பிறந்த வருடம்தான் கணக்கு. மாதம், தேதி முக்கியமல்ல. வருடத்தில் நீங்கள் டிசம்பர் 31இல் பிறந்திருந்தாலும் அதைத் தொடர்ந்து வரும் வருடம் ஜனவரி முதல் தேதி உங்கள் வயது இரண்டு. என் தந்தைக்கு நகரசபையில் உத்தியோகம், ஐரோப்பியர்களிடம் சிநேகிதம். ஐரோப்பியர் பிள்ளைகளுக்கென இருந்த பிரெஞ்சுப் பள்ளியில் நான் படிக்க முடிந்ததற்கு அப்பாதான் காரணம். அவருக்கு எங்கள் மக்களிடையே இருந்துவரும் பழக்கவழக்கங்கள் எல்லாமே தப்பு. அதிலொன்று இளம்வயதில் பெண்களுக்கு மணம் முடிப்பது. பதினாறு வயதில் பல பெண்கள் இங்கே திருமணம் முடிந்து ஒரு குழந்தைக்குத் தாயாகி

இருப்பார்கள். அம்மா அதற்கு நேரெதிர். பெரும்பாலான அன்னாமிட்டுகளைப்போலத் தனது மகள் கல்யாணத்தை உரிய காலத்தில் முடிக்க என்னுடைய தாய்க்கு ஆசை. வெளியில் போகும்போதும் வரும்போதும் உணவுண்ண அமரும்போதும் அதைக் காரணமாக வைத்து முணுமுணுக்கிறாள்.

இரண்டு வருடங்களுக்கு முன் இந்திய வாலிபரைப் பார்த்த சமயம், பள்ளியில் படித்துக்கொண்டிருந்தேன். என்னுடைய தாய்மாமா வீட்டைக்காட்டிலும் எங்கள் வீட்டில் புது வருடத்தை ஆடம்பரமாகக் கொண்டாடுவோம். வியட்மியப் பண்டங்களோடு அம்மா கேக் எல்லாங்கூடச் செய்வாள். அவற்றை எங்கள் நெருங்கிய சொந்தக்காரர்களுக்குக் கொடுத்தும் அனுப்புவாள். பிற்பகலில் ஆரம்பித்து இரவு வரை உறவினர்கள் வீட்டிற்கு ஓயாமல் நடக்கவேண்டும். அந்தவகையில்தான் அன்றும் மாமா வீட்டிற்குப் போனேன். அங்குதான் அந்த ஆளைப் பார்த்தேன். மாநிறம், உதட்டில் பூஞ்சைக்காளான் படிந்திருப்பதுபோல மீசை. தலை கலைந்திருந்தது. அணிந்திருந்த ஆடைகள் கசங்கிப் புது வருடத்திற்கும் எங்களுக்கும் சம்பந்தமில்லை என்பதுபோல இருந்தன. வெகுதூரக் கடற்பயணத்தின் களைப்பு முகத்தில் தெரிந்தது. இருந்தபோதிலும் மழையில் நனைந்த மரம்போல ஈரத்தன்மையுடன் கூடிய திடகாத்திரத்தை, மேசைக்குமேல் சட்டைக்குள்ளிருந்த மார்பு தெரிவித்தது. பத்தொன்பது இருபது வயது இருக்கலாம். மேசையில் அத்தை, மாமா, அவர்களுடைய மகன் ஹூய், கடைக்குட்டி மின் ச்சாவ் எல்லோரும் எங்கள் வழக்கபடி உணவைச் சுற்றி அமர்ந்திருந்தார்கள். மாமா, அத்தை மேசையில் அமர்ந்திருப்பதைப் பொருட்படுத்தாது அந்நிய மனிதரைப் பார்த்தேன். எங்கள் உணவுண்ணும் முறைக்கேற்பக் கொடுக்கப்பட்ட குச்சிகளைக் கையாளச் சிரமப்பட்டார். அங்கிருந்த என் மாமா, அத்தை பற்றிக் கவலைப்படாமல், நான் அசட்டுத்தனமாக ஏதோ உளறிய ஞாபகம். அத்தையும் புரிந்துகொண்டிருக்க வேண்டும். என்னைச் சீக்கிரம் அனுப்பிவைக்கத் தீர்மானித்தவள்போல தன்னுடைய உணவுக் குச்சிகளைக் கோப்பைக்கருகே போட்டாள், கணைத்துக்கொண்டு எழுந்துவந்தாள். அந்த இளைஞரையும் என்னையும் ஒருமுறை பார்த்துவிட்டு, விடுவிடுவென்று உள்ளே சென்று ஒரு பாத்திரத்தை எடுத்துவந்தாள். அதில் நான் கொண்டுவந்தவற்றை எடுத்துவைத்தாள். அவள் செய்திருந்த ச்சாய் ஜா, கோய்க்கோன்

இரண்டிலும் கொஞ்சம் கொஞ்சம் எடுத்துவைத்து தூக்குப் பாத்திரத்தைக் கையில் கொடுத்தாள்.

அன்றிலிருந்து அந்த இளைஞன் நினைவாக இருந்தேன் என ஒரு வரியில் உங்களுக்குச் சொல்லிவிடலாம். பள்ளியில் என் வகுப்பிலிருந்த இந்தியப் பையன்களோடும் பெண்களோடும் சிநேகிதத்தை வளர்த்துக்கொண்டதற்கு அம்மனிதரும் ஒரு காரணம். இந்திய சிநேகிதர்கள் வீட்டுப் பண்டிகைகளுக்கும் விழாக்களுக்கும் அழையா விருந்தாளியாகச் சென்றேன். அவர்கள் அதிகம் புழங்கும் சைகோன் வீதிகளில் கண்களை அலையவிட்டேன். ராணுவ முகாம்கள், அரசு அலுவலகங்கள் என முயற்சித்துப் பார்க்கும் எண்ணமும் ஒரு பக்கம் துளிர்த்தது. ஏன் இப்படி அவர்மீது பைத்தியமாக இருக்கவேண்டும், எனக்குள் நானே பலமுறை கேட்டுக்கொண்டதுண்டு. மறுபடியும் அவரைப் பார்ப்போம் என்ற நம்பிக்கை சுத்தமாக இல்லை. இருந்தும் அம்மாவின் நச்சரிப்பைச் சமாளித்து திருமணத்தைத் தள்ளிப் போட முடிந்தது. போன மாதம் அந்த அதிசயம் நிகழ்ந்தது. தந்தையின் பெரிய சகோதரர் ஹனோய் நகரப் புறநகர்ப் பகுதியில் மரச்சிற்பக் கடையொன்று வைத்திருக்கிறார். அவ்வப்போது சென்று அவருக்கு உதவுவதுண்டு. கடந்த அக்டோபர் மாதம் அங்குப் போயிருந்தேன். இரண்டுமாத வேலைக்குப் பிறகு சைகோனுக்குத் திரும்பலாம் என்றிருந்தவேளையில் ராணுவ உடையில் அந்நிய தேசத்து இளைஞர்கள் இரண்டு பேர் கடைக்குள்ளே நுழைகிறார்கள். முன்னால் வந்தவர் தலையை உயர்த்திய கணத்தில் எதிர்பார்த்திராத ஒரு சந்தோஷம். சில நொடிகள் இருவருமே என்ன பேசுவது எனத் தெரியாமல் திகைத்து நின்றது நிஜம். சென்ற இரண்டு ஆண்டுகளாக என் மனத்தில் அவர் வாழ்ந்ததுபோலவே, அவர் மனத்தில் நான் இருந்திருக்கிறேன். அதை வாய் திறந்து தெரிவிக்கும் உத்தேசம் அவரிடம் இல்லை. எனக்கும் அகங்காரம், இறங்கிப்போக விருப்பமில்லை. அடிமனத்தில் அவராக இருக்குமோ என்கிற சந்தேகமும் சிறிது இருந்தது. தோற்றத்தில் சில மாற்றங்கள் தெரிந்தன. ராணுவத்தில் சேர்ந்திருப்பதால் நேர்ந்திருக்கலாம். தலைமயிர் ஒட்டவெட்டப்பட்டு இருந்தது. மீசை இல்லை, முகச்சவரம் செய்திருந்தாலும் முகவாயிலும் கன்னத்தின் கீழ்ப்பகுதியிலும் நுண்ணிய கரும்புள்ளிகளாக மயிர்க்கால்கள். எவ்வித உணர்ச்சியையும் காட்டிக்கொள்ளாமல்,

வந்ததற்கு ஏதாவது வாங்கவேண்டும் என்பதுபோல இரண்டு மரச்சிற்பங்களை வாங்கினார்கள்.

கடையைவிட்டு வெளியேறியபொழுது, திரும்பிப் பார்ப்பார் என நினைத்தேன். இல்லை. அவர்கள் வெளியேறிய பின்னர் எனக்கு இருப்புக்கொள்ளவில்லை. சிற்பக்கடையில் இருந்த என்னுடைய பெரியப்பா, என்னை அழைத்து ஏதோ கேட்க நான் ஏதோ சொல்கிறேன். ஒரு மணிநேரத்திற்குப் பிறகு பதற்றத்துடன் வெளியில் வந்தேன். இரண்டு மனிதர்களும் வீதியின் மறுபக்கம், பூ, பழங்களைத் காவடித்தூக்கில் வைத்து வியாபாரம் செய்யும் பெண்ணிடம் பேரம் பேசிக் கொண்டிருந்தார்கள். எனக்காகத்தான் அம்மனிதர் தன் சக நண்பனுடன் காத்திருக்கிறார் என்பது உறுதியாகிவிட்டது. எனது திருமணத்தைத் தள்ளிப்போட்டதன் பலனை அனுபவிக்க இருக்கிறேன் என்பதை விளங்கிக்கொண்டதும் நடுவீதியில் துள்ளிக் குதித்தோடி அவரைக் கட்டி அணைத்து, தேம்பி அழவேண்டும்போலிருந்தது. வெடித்துப் பீறிட்டு எழவிருந்த விம்மலை அடக்கிக்கொண்டு அன்று “வீட்டுக்கு வந்து அப்பாவிடம் பேசு!” எனக்கூறும் துணிச்சல் எப்படி வந்தது என்பது உண்மையில் ஆச்சரியம். அப்பா தடை சொல்ல மாட்டார். சைகோனில் இந்திய ஆண்களை வியட்நாமியப் பெண்கள் மணப்பதென்பது இன்று சகஜமாகிவிட்டது. ஹனோயிலிருந்து சைகோன் திரும்பிய நாள்முதல் அவரை எதிர்பார்த்துப் பித்துப்பிடித்தவள்போல நேரத்தைக் கழிக்கிறேன்.

மழை நின்றிருந்தது. ஓட்டுக்கூரைகளில் விழுந்த நீர் திரண்டு குழாய்கள் வழியே சாலையோரத்தில் விழும் சலசலப்பு அதிகமாகக் கேட்டது வீதியை மழை நீர் நனைத்திருந்ததால், வாகனங்கள் இடும் சப்தம் அதிகமாகக் கேட்டது. உர்ரென்று ஏதாவதொரு வாகனத்தின் சப்தம் தூரத்தில் கேட்க ஆரம்பித்ததும் தெருக்கதவைக் திறந்துகொண்டு வாயிற்படியில் ஓடிவந்து நிற்பேன். கடந்துபோனதும் ஏமாற்றத்துடன் திரும்புவேன். தந்தை பத்திரிகை ஒன்றை வாசித்துக்கொண்டிருந்தார். அவர் கண்கள் என்னைக் கண்காணிக்கின்றன என்பது புரியாமலில்லை. ஐந்தாவது தடவையாகத் தெருவாசலை நோக்கிக் கால் வைத்தபோது, மல்லிகைப்பந்தலில் ஓரிடத்திலும் நிலைகொள்ளாமல் இறக்கைகள் படபடக்க அலையும்

வண்ணத்துப் பூச்சிகளைக் கண்டேன், அவற்றில் ஏதோ ஒன்றாக நான் இருப்பது போல பிரமை. இறக்கை உதிர்ந்த ஒன்று வாசலில் விழுந்தது. முதுகில் விழுந்த மழைத்துளியை எதிர்க்கச் சக்தியின்றித் துடித்து அமைதியானது. எனது நிலைமையும் அப்படி முடிந்துவிடுமோ, என்கிற விபரீதக் கற்பனையில் வாயிற்படியைத் தாண்டி, வீதியின் இரண்டு பக்கமும் பார்வையை ஓடவிட்டேன். வேகத்தைக் குறைத்துக்கொண்டு மெதுவாக ஒரு மொபெட் என் வீட்டின் முன் நின்றது. மொபெட்டை ஓட்டிவந்து வீட்டுவாசலில் நிறுத்தியது எனது சகோதரன் லீ, காலை ஊன்றி இறங்கியது எனது எதிர்பார்ப்பு.

*

16

சைகோன் - சிங்காரவேலு (6)

1932 செப்டம்பர் 25...

புதுச்சேரியிலிருந்து 3000 கல் தொலைவிலிருந்த சைகோனில் வந்திறங்கிய தினத்தன்று கண்ட பெண்ணை, இரண்டு வருடங்கள் கழித்து சைகோனிலிருந்து 700 கல் தொலைவிலிருந்த ஹனோய் நகரின் புறநகர்ப் பகுதியில் பார்க்க நேரிடுமென ஒரு போதும் நினைத்தவனில்லை. இரண்டுமே எதிர்பாராதவை. மரச்சிற்பங்களுக்குப் புகழ்பெற்ற 'தொ தொ' கிராமத்தில் அவளைச் சந்தித்தபின் வேலையில் கவனத்தை முழுமையாகச் செலுத்த முடியவில்லை. இதனால் தொங்கன் சீன எல்லையில் கிடைத்த தகவலை முழுமையாகக் குறிப்பெடுக்கத் தவறியது தலைமை அதிகாரியின் காதுக்கு எட்ட, என்னை அழைத்துக் கடுமையாக எச்சரித்தார். எங்கள் துணை அதிகாரி அவரிடம் "புதுச்சேரிப் பையன் வேலையில் இதுவரை எந்தக் குறையையும் கண்டதில்லை. நான் எச்சரிக்கிறேன், துறை நடவடிக்கை எதுவும் வேண்டாம்" எனச் சமாதானம் சொன்னார். எனது இருக்கைக்குத் திரும்பிய அரைமணி நேரத்திற்குப் பின்னர் என்னைத்

தேடிவந்த துணை அதிகாரி, “எனது அறைக்கு வா!” எனக் கூறிவிட்டுச் சென்றார். அல்ஜீரிய நண்பன், “பயப்படாதே, அந்த ஆள் நல்ல மனுஷன், இனி வேலையில கவனமா இருக்கிறேன் என்று சொல்லு!”என முதுகைத் தட்டித் தைரியப்படுத்தினான்.

கையிலிருந்த தொலைத்தொடர்பு சாதனத்தை மேசையில் போட்டுவிட்டு, துணை அதிகாரியின் அலுவலக அறைக்குச் சென்றேன். ராணுவ முறைப்படி சல்யூட் அடித்து, “நீங்கள் அழைத்த காரணத்தைத் தெரிந்துகொள்ளலாமா?” எனப் பணிவுடன் கேட்டேன். அவர் ஒரு முறுவலுடன் “கதவு திறந்திருக்கிறது, அதை மூடிவிட்டு வாருங்கள்” என்றதும் என்னுடைய முட்டாள்தனத்தைத் நொந்துகொண்டே கதவை மூடிவிட்டு, அவர் முன்னால் திரும்பி அசடு வழிய நின்றேன். அவர் “உட்காருங்கள்!” என்றார். தயங்கினேன். ராணுவ அதிகாரிகள் எங்களைப் போன்றவர்களை உட்காரவைத்துப் பேசினால், தண்டிக்கப்போகிறார்கள் என்று அர்த்தமாம். அதைப் புரிந்துகொண்டவர்போல, “பயப்படாமல் நாற்காலியில் உட்காருங்கள். தண்டிக்கும் உத்தேசம் எனக்கில்லை” எனத் தெரிவித்துவிட்டு, என் முகத்தைப் பரிசோதிப்பவர்போல கண்களை அகற்றாமல் நேராகப் பார்த்தார்.

“கப்ரோல் எதுவார், என்னை உங்களுக்கு ஞாபகமில்லை?”

– எந்த அர்த்தத்தில் இதைக் கேக்கறீங்க?

கடந்த ஆறு மாதமா எனக்குக் கீழே வேலை பார்க்கறீங்க, இருந்தபோதும் ஒருமுறைகூட வேறெங்கும் என்னைப் பார்த்த ஞாபகம் வரவில்லை என்பது ஆச்சரியம். என்னை உங்களுக்கு நினைவில்லை?”

– இங்கே வந்த இரண்டாம் நாளே, நீங்க யாருன்னு எனக்குப் புரிந்தது. 1930 ஜனவரி 25ஐ, எப்படி நான் மறக்க முடியும். இருந்தும் அதிகாரியாக இருக்கும் உங்களிடம் அதை எப்படிக் கேட்பதென்று தயக்கம். அடுத்து, இங்கே வியட்நாமியர் எல்லோரும் ஒரே முகத்துடன் இருப்பதுபோல இருக்கிறது. உங்கள் மனிதர்களை அடையாளப்படுத்துவது மிகவும் சிரமம்.”

“சரி சரி, என்ன உங்களுக்குப் பிரச்னை. உங்கள் மீது புகார் வருகிறது. கடந்த சில நாட்களாக வேலையில் உங்களுக்குக் கவனம் இல்லையாமே.”

"நீங்கள் தப்பாக எடுத்துக்கொள்ளமாட்டீர்கள் எனில் ஓர் உண்மையைச் சொல்லணும். உங்கள் வீட்டிற்கு வந்த அன்று, உங்கள் உறவினர் பெண் ஒருவரைச் சந்தித்தேன். அப்பெண் நினைவாகச் சில நாட்கள் இருந்ததும் உண்மை. வருடங்கள் கூடக்கூட இனி அந்தப் பெண்ணைச் சந்திக்க வாய்ப்பில்லை என்று நினைத்திருந்த வேளையில், கடந்த வாரத்தில் நம்முடைய அலுவலக அனுமதியுடன் வெளியில் சென்றிருந்தபோது எதேச்சையாக ஒரு கடையில் அவளைக் கண்டேன். மேற்கொண்டு என்ன செய்யலாமென்ற குழப்பத்தில் இருந்தவேளையில் என் மனத்தைப் படித்தவள்போல அவளுடைய தந்தையிடம் பேசுமாறு கூறினாள். ஒருவாரம் விடுப்புக் கிடைத்தால் சைகோனுக்குப் போகலாம்."

"ஓ! இப்பத்தான் மரியா திருமணம் தள்ளிப்போனதற்குக் காரணம் புரியுது. ஒன்னு செய்யுங்க, மேலதிகாரிங்க கிட்ட சிபாரிசு செய்து சைகோனுக்கே மாற்றலுக்கு ஏற்பாடு பண்றேன். நாளைக் கடத்தாம அவளைத் திருமணம் செய்யப் பாருங்க. சைகோன் தகவல் தொடர்பு அலுவலகத்தில் மரியாவின் சகோதரர் லீ அதிகாரியாக இருக்கிறார். அவருக்கு ஒரு கடிதம் தருகிறேன். அவரைச் சென்று பாருங்கள். எல்லாம் நல்லபடி நடக்கும்."

அவரிடம் விடை பெற்றுக்கொண்டு எனது இருக்கைக்குத் திரும்பும்போது 'மரியா' என்ற பெயரைப் பலமுறை சொல்லிப் பார்த்துக்கொண்டேன். அருகிலிருந்த அல்ஜீரிய சிநேகிதனை மகிழ்ச்சியுடன் கட்டிப்பிடித்து விஷயத்தைச் சொன்னேன். "இரவு விருந்துக்கு ஏற்பாடு செய்யட்டுமா?" என்றவனிடம் "அதெல்லாம் வேண்டாம், சைகோனுக்கு வந்து கேட்பாரில்லாம வாழ்ந்ததுபோதும். இந்த நிமிஷத்துல இருந்து ஒழுங்கா நடந்துக்கணும்" என்ற என் பதிலுக்கு, உதட்டைப் பிதுக்கி, தோளைக் குலுக்கி, "உன் விருப்பம்" எனக் கூறிவிட்டு வேலையில் கவனம் செலுத்த ஆரம்பித்தான்.

மறுகிழமை மரியாவின் உறவினரான அதிகாரி தந்த வாக்குறுதிப்படி, சைகோனுக்கு மாற்றலாகி உத்தரவு கிடைத்தது. **கான் கோய்நான்** ஏற்கெனவே பணியாற்றிய இடம். பணியில் சேர்ந்த அன்றே மரியாவின் தமையனிடம் அவருடைய உறவினரான ஹனோய் அதிகாரியின் கடிதத்தைக் கொடுத்தேன். இரண்டு நாள்கள் தொடர்ந்தாற்போல, இரவு உணவை

உண்டு முடித்த கையோடு, என் குடும்பம் பற்றிய தகவல்களை விசாரித்தார். "குடும்பம் வசதியா?" என்ற கேள்வி வந்தது. "ஏன்?" என்று கேட்டேன். "எங்கள் அன்னாமிட்டுகள் மரபில், பெண்வீட்டார் நாங்க க பான் (Ga ban – பெண் கொடுக்கச் சம்மதம்) சொல்ல வேண்டுமென்றால், மாப்பிள்ளைவீட்டார் நாங்க கேட்கின்ற பணத்தைக் கொடுக்கணும். உங்களால் முடியுமா, பேங்க்ல கணிசமா இருக்குமா?

அதுக்கு முடியலை என்றால், நாங்கள் கேட்கும் தொகைக்குரிய கடனை அடைக்கும்வரை எங்களுக்கு நீங்கள் சம்பாதித்துக் கொடுக்கணும்" எனக் கூறியபோது, நான் பயந்தது உண்மை. என் முகம் போனபோக்கைப் பார்த்து, விளங்கிக் கொண்டவர்போல, "பயப்படாதீங்க, நாங்க அப்படியெல்லாம் நடந்துகொள்ளப்போவதில்லை" என்ற பின்னர்தான் எனக்கு மூச்சுவந்தது.

மூன்று நாள்கள் கழித்து அவர் வீட்டிற்குச் சென்றோம். என்னை எதிர்பார்த்து ஒவ்வொரு நாளும் தவித்திருக்கிறாள். எங்களைக் கண்டதும் வரவேற்கும் வார்த்தைகள் ஏதுமின்றி வீட்டினுள் ஓடி மறைந்தாள். உள்ளே நுழையும்போதே மரியாவின் சகோதரன் தன்னுடைய தாயை அழைத்தான். மகளும் தாயுமாக அறையிலிருந்து வெளியில் வந்தார்கள். அவர்களிடம் ஒரு தட்டைக் கொண்டுவரச்சொல்லி, தன் கைப்பையிலிருந்து வெத்திலைப் பாக்கு, பூ என்று எடுத்துவைத்தான். மரியாவின் தகப்பனார் செய்தித்தாளை வாசித்துக்கொண்டிருந்தவர் எங்களுடன் சேர்ந்துகொண்டார். எல்லோரும் தட்டில் இருந்த வெத்திலைப் பாக்கையும் என்னையும் ஆச்சரியத்துடன் பார்க்கிறார்கள். என் கண்கள், தாயின் தோளருகே ஒளிந்தபடி நின்றிருந்த மரியாவின் முகம் காட்டும் பொம்மலாட்டத்தை ரசித்தபடி இருந்தது. மரியாவின் சகோதரன் அவளுடைய பெற்றோர்களிடம்:

"நான் மரியாவின் அண்ணனாக இங்குவரவில்லை, இந்திய நண்பருக்குப் பெண் கேட்கும் ங்கோய் லம்மோய் (nguoi lammoi) ஆக வந்திருக்கிறேன்" என்றான்.

இந்தப் பிள்ளைக்குத் தெரிந்த பெரிய மனிதன் நீ ஒருவன்தானா? இந்த ஊரில் இவருக்குத் தெரிந்தவர்கள் வேறு யாருமில்லையா? – கேட்டது மரியாவின் தந்தை.

“ராணுவத்தில் எனக்குப் பணி, வெளிவட்டார ஆட்களை எனக்கு அதிகம் தெரியாது. என்னுடைய தமக்கையும் அவர் கணவரும் எனக்கு முன்னால் இங்க வந்திருக்காங்க. அவர்களை இரண்டு வருடங்களாகத் தேடிக்கொண்டிருக்கிறேன். என்னை நீங்க நம்பலாம். உங்க மகளை நல்லா பார்த்துக்குவேன்” என்று குறுக்கிட்டுத் தெரிவித்தேன்.

அடுத்த இரண்டு வாரங்களுக்குப் பிறகு அவர்கள் சம்பிராதாயப்படி மரியாவின் அண்ணன், சில நண்பர்கள் பட்டாளத்துடன் திரும்பவும் அவள் வீட்டிற்குச்சென்று **பா ச்சூ (Bat chu)** வாங்கி வந்தேன். அது வேறொன்றுமில்லை, பெண்ணின் பிறந்த நாள் குறிப்பு. வாங்கிவந்தேனே தவிர, எந்தப் பொருத்தமும் நான் பார்க்கவில்லை. என் உடனிருந்த புதுச்சேரி நண்பன், “தமிழர் ஒருவர் அக்குறிப்புகளைக் கொண்டு பொருத்தம் பார்த்துச் சொல்வார்” என்றான். நான் காதில் வாங்கவில்லை. மரியாவின் தாய் பிடிவாதமாக என்னுடைய பிறந்த தேதி, நாளெல்லாம் கேட்டு யாரிடமோ கொடுத்துப் பார்த்தாளென்று கேள்விப்பட்டேன். அதன் பிறகு **லெ நேப் தெ (Lê nap tê)** எனும் நிச்சயத் தாம்பூல நிகழ்ச்சி. இந்த முறை எனது புதுச்சேரி நண்பன் அவனுக்குத் தெரிந்த பெரியவர் ஒருவரிடம் தகவலைத் தெரிவித்து இரண்டு தமிழ்க் குடும்பங்களை அழைத்திருந்தான். இரண்டு குடும்பங்களில் ஒன்று புருஷோத்திக் குடும்பம். அவரை அறிமுகப்படுத்தியபோது “வசதி படைத்த சைகோன் தமிழர்களில் ஒருவர்” என்றான். அன்னாமிட்டுகள் சம்பிரதாயப்படி மாப்பிள்ளை வீட்டார் தரப்பில் என்னென்ன செய்யவேண்டுமோ: அரக்கு வண்ண வட்டமானதொரு பெட்டி நிறைய வெத்திலைப் பாக்கு, மணப்பெண்ணான மரியாவுக்குச் சிவப்புநிறத்தில் ஒரு பட்டுச் சேலை, அவர்கள் வழக்கப்படி மேல் சட்டைக்காகவும் நீண்ட கால்சராய்க்காகவும் பட்டுத்துணிகள், பொன்னாலான காதணி, இரண்டு ஜாடி நிறைய ஒயின், ஒரு கொழுத்த பன்றி – மொத்தச் செலவும் புருஷோத்தியுடையது. அதற்கு அடுத்த மாதத்தில் ஏறக்குறைய இதுபோன்ற சடங்குகளுடனேயே எங்கள் திருமணமும் நடந்தேறியது.

*

17

சைகோன் - வேதவல்லி (5)

1934 ஜனவரி 7...

"பாவியர் சபைதனிலே - புகழ்ப்
பாஞ்சால நாட்டினர் தவப்பயனை
ஆவியில் இனியவளை - உயிர்த்
தணிசுமந் துலவிடு செய்யமுதை
ஓவியம் நிகர்த்தவளை - அரு
ளொளியினைக் கற்பனைக் குயிரதனைத்
தேவியை, நிலத்திருவை - எங்குந்
தேடினுங் கிடைப்பருந் திரவியத்தை
படிமிசை இசையுறவே - நடை
பயின்றிடுந் தெய்விக மலர்க்கொடியைக்
கடிகமழ் மின்னுருவை - ஒரு
கமனியக் கனவினைக் காதலினை
வடிவுறு பேரழகை - இன்ப
வளத்தினைச் சூதினில் பணயம் என்றே
கொடியவர் அவைக்களத்தில் - அறக்
கோமகன் வைத்திடல் குறித்துவிட்டான்."

எனக்கென எழுதப்பட்டதுபோல இருந்தது, தொடர்ந்து வாசிக்கும் மனநிலையில் இல்லை. புத்தகத்தை மூடி ஓரமாக வைத்தேன். மூத்த தம்பி

சதாசிவத்துக்கு எழுதிய கடிதம் மேசையில் கிடந்தது. இன்றைக்கு, நாளைக்கெனத் தள்ளிப்போட்டு, தள்ளிப்போட்டு அவனுக்கு எழுதும் கடிதம். கவலைகளெல்லாம் தீரட்டும், சந்தோஷமா வாழறபோது ஒரு நாளைக்கு ஆற அமர உட்கார்ந்து கடிதம் எழுதலாம் என நினைத்து நினைத்தே நாள்கள் ஓடிவிட்டன. பிறந்த ஊரின் செளகரியத்தையும் சந்தோஷத்தையும் வாழவந்த ஊரில் இழந்துவிட்டேன் என்கிற கவலை எனக்குத் துளியும் இல்லை. எனக்கிருந்த கவலையெல்லாம் உறவுமுகங்களையும் ஊர்முகங்களையும் பார்க்க முடியவில்லை என்பதுதான். ஏன் கடிதம் எழுதவில்லை என்பதற்கு எனக்கான காரணம் எனது மனக்கவலைகளை எழுதிப் பெற்றவர்களையும் தம்பிமார்களையும் வீணாகக் காயப்படுத்தக் கூடாது என்பது ஒருபக்கம். பெண்படும் வேதனைகள் வேதனையே அல்ல என நம்பும் மனிதர் கூட்டத்தில் என்னைப்போன்ற பெண்களும் இருக்கிறார்கள் என்கிற உண்மையை விளங்கிக்கொண்டது இன்னொரு பக்கம்.

ஆசை ஆசையாக ஏறின கப்பல் பயணம். கணவர் ஒருவேளை தன்னுடைய நெருங்கிய சிநேகிதர்களிடத்தில் சொல்லியிருக்கலாம். எங்கள் வீட்டுக்குத் தெரிவிக்க வேண்டாமென்றார். ஒருத்தரிடத்திலும் எங்கள் சைகோன் பயணத்திட்டத்தை மூச்சு விடவில்லை. அவருடைய குணம் அப்படி. வீட்டுப்படியை எதுவும் தாண்டக்கூடாது. தான் ரெனொன்சான் எடுத்துக்கொண்டதையே ஒரு வாரம் கழித்து நெருங்கிய சிநேகிதர்களிடத்தில் தெரிவித்து அலுத்துப் பொண்டாட்டிகிட்டச் சொன்ன மனுஷன். பொட்டைக் கழுதைகளுக்குத் தெரிந்து ஆவப்போவதென்ன என்பது அவருடைய உயர்ந்த அபிப்ராயம். வயித்துக்குச் சோறு, உடுக்கத் துணி, இந்திரியங்கள் தாகவிடாயில் தவிக்கிறபோது தாம்பத்ய உறவு, ஐரோப்பியர் கொண்டாட்டமோ, தமிழர் விழாக்களோ எதுவென்றாலும் தேர்போல ஜோடிச்சு, அம்மனைப்போல அலங்கரிச்சு இழுத்துச் சென்று சபையில் நிறுத்தும் புருஷ லட்சணம்; இதற்குமேல ஒரு பெண்டாட்டி மூக்கைச் சிந்த என்ன தேவை இருக்கு என்கிற சமூகத்திற்கு என் புலம்பல் காதில் விழாதென்று எனக்குத் தெரியும்.

“ஏங்க, என்னைப் பெத்தவங்களாச்சே... அவங்ககிட்டக்கூடச் சொல்லாம புறப்பட்டா எப்படி?” என்று சைகோனுக்குப்

புறப்பட்டபோது நானும் கேட்காமல் இல்லை. அவர் நெஞ்சு முட்டச் சாராயம் குடித்திருந்த வேளையில் நாவை அடக்கத் தவறியிருந்தேன். அவர் கையை ஓங்கியதும் இறங்கிய கணத்தில் உணர்ந்த வலியும் பொறிகள் கலங்கி நிலத்தில் சுருண்டதும் நினைவில் இருக்கின்றன. கண்விழித்தபோது அருகில் இருந்தார். சுவரில் முதுகைச் சாய்த்து, கால்களை நீட்டியிருந்தார். எனது தலை அவரது மடியில். என் தலையை ஏதோ செல்லப்பிராணியின் முதுகைத் தடவுவதுபோல வருடிக்கொண்டிருந்தார். நான் சட்டென்று எழுந்து நெஞ்சில் முட்டும் அழுகையை அடக்கிக்கொண்டு தரையில் கண் பதித்தபடி இருந்தேன். என் அருகே அவர் விலாவும் என் விலாவும் பொருந்த நெருங்கி அமர்ந்தார். அவருடைய இடதுகை மீண்டும் என் தலைமீது அமர்ந்தது. நா தழுதழுக்க:

"ஓர் ஆம்பிளை எதற்காகச் சொல்றான் என யோசிக்கணும் வேதம், காரணமில்லாம சொல்லுவேனா? நாம மறுவீடு போய்விட்டுத் திரும்பினப்போ என்ன நடந்தது என்பதை மறந்திருக்கமாட்ட. கண்காணாத சீமைக்குப் பொண்ணை அனுப்புவதைப்போல அழுது உங்க வீட்டார் ஆர்ப்பாட்டம் பண்ணினாங்க. ஓங்கப்பன் ஏதோ மொத்தச் சொத்தையும் பறிகொடுத்தமாதிரி உன்ன நெனைச்சுக் கலங்கினான். இந்தமாதிரி மனிதர்கள்கிட்ட நாம சைகோனுக்குப் போகிற விஷயத்தைச் சொன்னா, எப்படி எடுத்துக்குவாங்கன்னு நீ யோசிக்கமாட்டியா? சொன்னா, கப்பல் ஏறும் நேரம் பார்த்து ஒப்பாரி வைப்பாங்க. வழி அனுப்ப வந்த சனம் மொத்தமும் வேடிக்கை பார்க்கும். நம்ம சனங்க பரவாயில்லை, புரிஞ்சுக்குவாங்க. வெள்ளைக்காரன் என்ன நினைப்பான். சைகோனுல இறங்கினதும் விலாவாரியா ஒரு கடுதாசி போடு. நீதான் எல்லாந்தெரிஞ்சவள் ஆச்சே. நான் சொல்லியா கொடுக்கணும். ஏதாவது எழுதிச் சமாளிச்சுடு. நான் தடுக்கப்போவதில்லை."

வாங்கிய அறைக்கு, ஒத்தடம்போல வார்த்தைகள். பூம்பூம் மாடுபோல தலையாட்டினேன். கணவரால் எனக்குக் கப்பல் ஏறும் பாக்கியம். அப்போதெல்லாம் எங்களுக்கு நான்கு சக்கரத்தில் ஓடும் மோட்டார் வாகனமே பெரிய விஷயம். நாலு நாளைக்கு அதைப்பத்தி ஊருல தண்டோரா போட்டுச் சொன்ன காலங்கள் உண்டு. ஊரைவிட்டுப் புதுச்சேரிக்கோ,

வில்லையனூர் வீராம்பட்டணமென்று திருவிழாவிற்கோ, மறுநாள் கல்யாணத்திற்கு, முதல் நாள் மாலை பெண்ணை அழைத்துக்கொண்டு மாப்பிள்ளை ஊருக்குப் போவதற்கோ எதுவென்றாலும் எருதுகள் பூட்டிய வண்டிகள்தான் எங்கள் கனவு வாகனம். மாசிமகத் தீர்த்தவாரிக்குக் கீற்று, ஈச்சம்பாய் கொண்டு மூடிய வண்டியில் வைக்கோல் கூளத்தைத் தெளித்து அதன்மேல் ஜமுக்காளத்தை விரித்து, நாங்கள் புறப்படும் நேரம் பார்த்து, 'நானும் வர்றேங்க்கா' என்கிற பூங்காவனத்தையும் ஏற்றிக்கொள்ள ஒருத்தர் மடிமேல ஒருத்தர் என்பதுபோல உட்கார வேண்டும். போதாதற்கு, ஈயம் பூசிய பாத்திரத்தில் கட்டுச்சாதம், ஈச்சங்கூடையில் பூ, பழம், தேங்காய். இப்படிப் பயணப்பட்டுப் பழகியவளுக்குக் கப்பல் பயணமென்றால் கசக்கவா செய்யும்.

புதுச்சேரியில ஆண்பிள்ளைக்கும், பெண்பிள்ளைக்கும் உள்ள இலக்கண வேறுபாடுகளென்ன? நீதிநூல்கள் என்ன போதிக்குது, இதிகாசங்கள் என்ன சொல்லுது என்பதைச் சிந்திக்கிற பக்குவத்தில் நானில்லை. சைகோனில் தமிழ்ப்பெண்கள் மொத்தப் பேரும் அடக்க ஒடுக்கமா ஊர் மெச்ச வாழ்ந்துக்கிட்டிருக்காங்க. நான் மட்டும் விதிவிலக்காக இருக்க முடியாது, அதனால நாலு பேரு என்ன சொல்லுவாங்க என்றெல்லாம் யோசிப்பதுண்டு. இருந்தும் சமையல் முடித்து ஓய்ந்த வேளைகளில், கணவர் அவசர அவசரமாக உறவுகொண்டுவிட்டு, இறங்கிப்படுத்த பின்னர் தொடரும் கணங்களின் வெக்கையில், அவர் விடும் குறட்டை ஏற்படுத்திய எரிச்சலில் படித்தவற்றையும் கேட்டவற்றையும் அசைபோடத் தொடங்குவேன். கணவர் அடித்தாரென்று கண்ணைக் கசக்கிக்கொண்டு நேரம், காலம் பார்க்காம பிறந்த வீட்டுக்குப் போக முடிந்த புதுச்சேரி இனி, எனக்குச் சொந்தமில்லை இங்கே? 'நான் அநாதை. அவரைக் கேட்பதற்கு யாருமில்லை' என நினைத்திருந்த கருத்தை ஒரு நாள் மாற்றிச் சொல்லிப் பார்த்தேன். 'அவர் அனாதை. என்னைக் கேட்பதற்கு ஆளில்லை' எனக்குத் தைரியம் கிடைத்தது.

தமிழ்ச் சங்கம் சார்பில் பொங்கல் விழா ஏற்பாடு செய்திருந்தார்கள். இஸ்மாயில் அண்ணன் கடைக்குச் சென்றிருந்தபோது, கணவரிடம் "வரும் ஞாயிற்றுக்கிழமை பொங்கல் பண்டிகை; பிரிட்டிஷ் இந்தியாவிலிருந்து வந்திருக்கிற

தமிழர்களுக்கு மாத்திரம் சொந்தமில்லைங்க, புதுச்சேரி தமிழர்களுக்கும் வேண்டப்பட்டது; அதனால அவசியம் நீங்கள் கலந்துகொள்ளணும், நாங்கள் எதிர்பார்ப்போம்" எனக் கூறியிருந்தார். இஸ்மாயில் அண்ணன் கூறியதிலும் உண்மை இல்லாமலில்லை. புதுச்சேரி, காரைக்கால் தமிழர்கள், தாங்கள் ஏதோ பிரெஞ்சு அரசாங்கத்துக்கு மிகவும் நெருங்கிய சொந்தக்காரர்கள் என்ற கருத்தில் பிரிட்டிஷ் இந்தியத் தமிழருடன் அதிகம் ஒட்டாமல் இருந்தனர். எங்களை அதிகம் வெளியில் செல்லாமல் தடுத்ததில் என் கணவருடைய வேலைக்கும் பங்குண்டு. காவல்துறையில் வேலை. அதனால் விரும்பி அழைத்தாலும்கூட நாங்கள் பல நிகழ்ச்சிகளைத் தவறவிட்டிருக்கிறோம். இருந்தும், பலமுறை துணிந்து கணவரின்றிச் செல்ல ஆரம்பித்திருக்கிறேன். அவர் அலுவலகத்திலிருந்து திரும்பியதும் பிரச்னை வெடிக்கும். "நாம மட்டும் தனியா வந்திருக்கோமே என்று நினைத்து விழா ஏற்பாட்டாளர்களிடம் சொல்லிக்கொண்டு வேளையாய் வீடு திரும்பவேண்டாமா... மதிய உணவை கேண்டீன்ல நான் ஒழுங்கா சாப்பிடறதில்லை என்பதுதான் உனக்குத் தெரியுமே" என ஆரம்பிப்பார். நான் வாய் திறப்பதில்லை. பதில் சொன்னாலும் தப்பு, பதில் சொல்லாவிட்டாலும் தப்பு. இந்த வாழ்க்கை பழகிவிட்டது.

*

18

சைகோன் - வேதவல்லி (6)

1934 ஜனவரி 14...

தைப்பொங்கல். காலையில் எழுந்து, கரி அடுப்பில் புதுப் பானையில் பொங்கலிட்டு இறக்கி எளிமையாகப் படைத்துவிட்டு விழாவுக்குத் தயாரானேன். சுப்புவும் நிகழ்ச்சியில் கலந்துகொள்ளும் யோசனையில் இருந்தார். மளமளவென வேலைகளை முடித்தோம். இருவரும் உடுத்திக்கொண்டு வெளியில் வந்து சிறிது தூரம் நடந்திருப்போம். எங்கள் அருகே ரெனோ நோவா மோட்டார் வாகனம் ஒன்று நின்றது. வாகனத்தைக் கண்டதும் அது இஸ்மாயில் அண்ணனுடையது என்பதைப் புரிந்துகொண்டேன். கண்ணாடியை இறக்கி, "விழா மண்டபத்துக்குத்தானே காரில் ஏறுங்க" என்றார். கணவர் முகத்தைப் பார்த்தேன். அவர் இஸ்மாயில் அண்ணனுக்கு நன்றி தெரிவித்துவிட்டு முன் இருக்கையில் அமர்ந்தார். நான் பின் இருக்கையில் உட்கார்ந்து கதவை இழுத்துச் சாத்தினேன். "எங்கே அண்ணியும் பிள்ளைகளும்?" என விசாரித்தேன். "அவர்களை மண்டபத்தில்விட்டு ஒரு மணி நேரம் ஆச்சு. அவசரமாக ஒருத்தரைப்

பார்க்கவேண்டி இருந்தது. சந்திச்சுட்டு மண்டபத்திற்குத் திரும்பிக்கொண்டிருந்தேன், உங்களைப் பார்த்தேன்", எனப் பதில் கிடைத்தது.

சைகோன் தமிழர்களிடத்தில் பண்டிகைகளுக்குக் குறைவில்லை. டிசம்பர் இறுதியில் கிறிஸ்துமஸ் பண்டிகை, அதைத் தொடர்ந்து ஆங்கில வருடப்பிறப்பு. தை மாதப் பொங்கல் திருவிழா, மே மாதத்தில் ரம்ஜான் பண்டிகை. தீபாவளி, பிறகு மாரியம்மன் கோயிலில் நவராத்திரி, ஆயுத பூஜை; முருகனுக்கு வெள்ளித்தேர் என வருடம் முழுக்க எங்களைச் சந்தோஷப்படுத்த விழாக்கள் இருந்தன. இது தவிர காதணி விழா, மஞ்சள் நீர், திருமணம் போன்ற சுபச் சடங்குகளும் உண்டு. வேண்டியவர்கள் எனில் சமய பேதமின்றித் தகவல் வரும். தம்பதி சமேதரராக வந்திருந்து நேரிலும் அழைப்பார்கள். டிசம்பர், ஜனவரி மாதங்கள் கூடுதலாக அமர்க்களப்படும்: கிறிஸ்துமஸ், ஆங்கில வருடப்பிறப்பு, தைப்பொங்கல், சீனர் மற்றும் வியட்நாமியர்களின் வருடப் பிறப்பென்று நிறைய பண்டிகைகள். கிறித்துவப் பெண்கள் பட்டுடுத்தி வீட்டிலிருக்கிற அவ்வளவு நகைகளையும் பூட்டிக்கொண்டு தேவாலயத்துக்குப் போவார்கள். கர்த்தரிடம் மன்றாடுவார்கள். உறவினர்கள், நண்பர்கள் வீட்டுக்குப் போவார்கள். மாலை ஆறு மணிக்கே கொண்டாட்டம் ஆரம்பித்துவிடும். அலங்காரத்துடன் வந்திருக்கிற பெண்களை நோட்டமிட்டபடி ஆண்கள் பிராந்தியைக் குடிப்பார்கள். ஆரஞ்சு ஜூஸ் குவளையைக் கட்டுப்பெட்டியான இந்தியப் பெண்மணி ஒருவர் கையில் எடுப்பார். அதேவேளை பிராந்திக் கோப்பையைக் கையில் எடுத்த மற்ற பெண்மணி, தன்னுடைய ஐரோப்பிய நாகரிகத்திற்குத் துணை வேண்டி, சிவப்புச்சாய உதடுகளைத் திறந்து, "பிராந்தி ஒன்னும் பண்ணாது, கொஞ்சம் எடுங்க மதாம்" என்பார். ஆரஞ்சு ஜூஸை கையில் எடுத்த பெண்மணி அப்போதும் மது குடிக்கத் தயங்கினால், "உங்களுக்கு **கங்கோனா** ஒயின் சரிவரும், பிராந்தி வேண்டாம்" எனச் சாமார்த்தியமாக சமாதானம் செய்வார். சைகோனில் மது குடிக்கும் இந்தியப் பெண்மணிகளை விரல்விட்டு எண்ணிவிடலாம். என் கணவர்போன்ற ஆண்கள், விழாக்களிலும் பிற கொண்டாட்டங்களிலும் கலந்துகொள்வதற்கு மது முக்கியமானதொரு காரணம்.

விழாக்கள், தமிழரில்ல சுபகாரியங்கள் ஆகியவற்றில் தற்போது அதிகமாகக் கலந்துகொள்கிறேன். மஞ்சள் நீர்ச்சடங்குக்கு அழைத்தார்கள், மகளுக்குப் பூ முடிக்க அழைத்தார்களெனக் கணவரிடம் நிகழ்ச்சிகளில் கலந்துகொள்ளக் கூசாமல் பொய்யும் சொல்கிறேன். "எனக்கெதுவும் வேண்டாம் வீட்டில் அடைந்து கிடக்கிறேன். நீங்கள் போங்கள், குடியுங்கள், கும்மாளமடியுங்கள்" என்று கணவர் அழைப்பை மறுத்துச் சத்தம்போட்ட நான், இன்று விரும்பிப் போகிறேன். என்னை யாரும் அழைக்க வேண்டும் என்பதில்லை. நிகழ்ச்சி பற்றிய செய்தியை எங்காவது காதில் வாங்கியிருப்பேன்; போ.. போ... கலந்துகொள் என என் தலைக்குள் ஒரு குரல் உத்தரவு இடும். கலந்துகொள்வேன்.

அங்கு போனதும், ஓர் அரைமணி நேரம் தெரிந்தவர்கள் கண்ணில் பட்டால் அவர்களிடம் பேசுவேன். அப்படி ஒருவரும் இல்லையெனில் ஓர் ஓரமாக நின்று வேடிக்கை பார்ப்பேன். தேவையெனில் 'ஒருவருக்கொருவர் ஒத்தாசை செய்து திடங்கொள்' என பைபிள் சொல்வதுபோல, உண்மையான இறைநம்பிக்கை என்பது நற்கருமங்களுக்கு உதவி, ஒத்தாசை புரிவதென இசுலாமியர் மார்க்கம் கூறுவதுபோல, விழாக்களுக்கு வந்திருக்கும் பெண்களுடன் கலந்து அவர்கள் செய்யும் காரியங்களுக்கு ஒத்தாசையும் செய்வேன். இதை நான் ஏன் செய்கிறேன் எதற்காகச் செய்கிறேன் என்பதற்குக் காரணம் சொல்ல எனக்குத் தெரியாது. மூடிய ஜன்னல் கதவின் இடுக்கில் பாயும் ஒளிக்கீற்றுபோல ஏதோ மூளையை உரசுகிறது. பாகூரில் சின்னையா பிள்ளையென்று ஒருவர் இருந்தார். அம்மா வழியில் சொந்தம். வித்தியாசமான மனுஷன். ஊரில் நல்லதோ, கெட்டதோ எது நடந்தாலும் அவரைக் கூப்பிடவேண்டாம் ஆஜராகிவிடுவார். இதுதான் என்பதில்லை எல்லா வேலைகளையும் இழுத்துப்போட்டுக் கொண்டு செய்வார். பந்தக்காலும் நடுவார், பந்தி இலையை எடுக்கவும் செய்வார். இவ்வளவு செய்கிறவர், கடைசிப் பந்தியிலாவது உட்கார்ந்து, ஒரு வாய் சாப்பிட்டுவிட்டுப் போகலாம் இல்லையா, தொடமாட்டார். அவர் இறக்கும் வரை அப்படித்தான் வாழ்ந்தார். இப்படி வாழ்ந்து என்ன சம்பாதித்தார் என்கிறீர்களா. நிலம் நீச்சு ஆளு அம்பென்று வாழ்ந்த பெரிய மனிதர்களெல்லாம் அவரைப் பார்த்தால் கையெடுத்துக் கும்பிடுவார்கள். மூலவரைச் சேவித்துக்கொண்டு

ஊரின் முக்கியமான பெரிய மனிதர்களெல்லாம் நிற்பார்கள், தீபாராதனைத் தட்டுடன் அர்ச்சகர் ஓரமாய் நிற்கிற சின்னய்யா பிள்ளையைத் தேடுவார்.

"இதற்காகவா இந்த மனுஷன் இவ்வளவையும் செய்யணும்?" என்று ஒருமுறை அப்பாவிடம் கேட்டேன். "நீ கேட்ட இந்தக் கேள்வியைப் பலரும் அவரிடம் ஏற்கெனவே கேட்டாச்சு; மழுப்பலான சிரிப்பைத் தவிர வேறெதையும் அந்தப் பைத்தியக்காரன் சொன்னதில்லை" என்றார். பாகூரில் கேட்ட கேள்விக்கு, எனக்கு விடை கிடைத்த இடம், சைகோன். பொழுது: முன்னிரவு வேளை: என்றும்போல ஜன்னல் வழியாக நட்சத்திர ஆகாயத்தைக் கண்களால் துலக்கிக்கொண்டிருந்த நேரம். அதுமுதல் எனக்கும் பைத்தியக்காரிப் பட்டம் வாங்கும் ஆசைகள் அடிக்கடி வந்தன.

சைகோன் தமிழர்களுக்குப் பொங்கல் பண்டிகை முக்கியமான பண்டிகை. பொங்கல் பண்டிகைக்கு விழா எடுக்கப் பஞ்சாங்கத்தைப் பார்த்து நாள் குறிக்கிறபோது, பொங்கல் நாளை ஒட்டி வருகிற ஞாயிற்றுக்கிழமை அன்று விழாவை வைத்துக்கொள்வார்கள். தமிழ்ச் சங்கம் நடத்தும் பொங்கல் விழாவில் இரண்டு வருடங்களாகக் கலந்துகொள்கிறேன். என்னுடன் பொங்கல் விழாவிற்குக் கணவர் முதல் முறையாக வருகிறார். மண்டபத்தை அடைந்தபோது, விழா ஏற்பாடுகள் களைகட்டி இருந்தன. சிலர் மேடையை ஒழுங்கு செய்துகொண்டிருக்கிறார்கள். மேடைக்குக் கீழே போடப்பட்டிருந்த நாற்காலிகளில் பூக்காடுபோல மனிதர்கள்: மல்லிகை, முல்லை, தாமரை, தாழம்பூ, பவளமல்லி, நந்தியாவட்டை, செவ்வந்தியென அத்தனையும் தமிழ்ப்பூக்கள். உதிர்வதற்குத் தயாரானவை, உதிர்வதற்கு முந்துபவை, ஒரு வாரத்திற்கு முன்பாகப் பூத்தவை, அண்மையில் பூத்தவை, சற்றுமுன்பு மலர்ந்தவை, மொக்குகள், அரும்புகள். பூஜைக்கு, அலங்காரத்திற்கு, தலையில் சூட, கழுத்தில் மாலையாய் விழ என விதிக்கப்பட்ட உயிர்ப்பூக்கள். தமிழ்ப்பேச்சு போதாதென்று வாசனைத் தைலத்தின் மணம் மண்டபமெங்கும் நிறைந்திருந்தது. வந்திருந்தவர்களில் பெரும்பான்மையோரைக் கடைகளில், வீதிகளில், கோயில்களில் கண்டிருக்கிறேன். அவர்களுடனான உறவென்பது பரஸ்பரப் புன்னகையைத் தாண்டியதில்லை.

எனது கவனம் மொட்டுகளிடத்தில் சென்றது. பட்டுப்பாவாடை, பட்டுச்சட்டை, நெற்றிச்சுட்டி, காதில் தொங்கட்டான், சடைக்குக் குஞ்சமென அலங்காரமும் ஆனந்தமுமாகச் சிறுமியர்கள் ஐந்தாறு பேர் வட்டமாக நின்று ஒருவரையொருவர் தொட்டும் தலையை ஆட்டியும் தேர்ச் சிலைகள் குலுங்குவதுபோல ஆர்வத்துடன் பேசிக் கொண்டிருப்பதைச் சில கணங்கள் ருசித்தேன். அவர்களின்அந்த வயதில் நானும் பல விழாக்களில் பட்டுப்பாவாடை சலசலக்கக் குறுக்கும் நெடுக்கும் காரணமின்றி அலைந்தது ஞாபகம் வந்தது. சற்றுத் தூரத்தில் பையன்கள். சிறுமியரைக் கைகாட்டிக் கலகலவென்று சிரிக்கிறார்கள்; சத்தமாகப் பேசுகிறார்கள். “டேய் கத்தாதீங்க, பொம்பிளைப்புள்ளைங்க எவ்வளவு அடக்கம் ஒடுக்கமா இருக்குதுங்க, நீங்க மட்டும் ஏண்டா இப்படி!” எனத் தோளில் போட்டிருந்த துண்டைத் தலையில் உருமாலாகக் கட்டியபடி ஒரு நடுத்தர வயது மனிதர் சத்தம்போட்டார். “ஆம்பிளைப்பசங்கன்னா அப்படித்தான் இருப்பாங்கய்யா, அவங்க போடற சத்தத்தைவிட நீ போடற கூச்சல்தான் இங்கே பெருசா கேட்குது. இன்னும் வரவேண்டியவங்க இருக்கிறாங்க; நாற்காலிகள் பத்தாது; இன்னும் பத்துக்குக் குறையாம தேவைப்படும் கொண்டுவந்து போடு!” எனக் கூறிக்கொண்டே இஸ்மாயில் அண்ணன் எங்கள் பின்னால் வந்து நின்றார். தொடர்ந்து என்னிடம், “ஏம்மா இங்கேயே நின்னுட்டீங்க, அமீனா உள்ளே, சில பெண்களோடு சேர்ந்து பொங்கலிடறாங்க, உள்ளே போங்க. சீக்கிரம் ஆகணும்னு சொல்லுங்க; முக்கியமானவங்க எல்லாம் வர்ற நேரம்” என்றார்.

கணவர் முகத்தைப் பார்த்தேன். “நீ போ போ... நான் மிஸியே வேலாயுதம் வந்திருக்கிறதைச் சித்த முன்ன பார்த்தேன். அவர் இங்கதான் எங்கனாச்சும் இருக்கணும். அவர்கிட்ட பேசிக்கொண்டிருக்கிறேன்” என்றார். பேச்சு உண்மையாக இருந்தது, “போ... போ, வீட்டுக்குத் திரும்பினதும் வெச்சுக்கறேன் கச்சேரி!” என்கிற மிரட்டல் தொனி இல்லை. இஸ்மாயில் அண்ணன் கைகாட்டிய பக்கம் போனேன், இரண்டு மூன்று பெண்கள் இறக்கிவைத்த பொங்கல் பானையை மூடிவைப்பதில் கவனமாக இருந்தார்கள். சர்க்கரைப்பொங்கல், கரும்பு, உளுந்துவடை, பாயசம் கலந்த மணம். “ஏதாவது ஒத்தாசை பண்ணணுமா?” எனக் கேட்டுக்கொண்டே உள்ளே நுழைந்தேன்.

குரலைக்கேட்டு அமீனா பேகம் திரும்பிப் பார்த்தார். புர்க்காவைக் கழுத்துக்குப் பின்னே தள்ளியிருந்தார். "வாங்க வேதா அண்ணி, எல்லாத்தையும் முடிச்சிட்டோம். பாயசத்துல ஏலக்காயும் குங்குமப்பூவும் போட்டு இறக்க வேண்டியதுதான். அதை இவளுவ செஞ்சிடுவாங்க" என்று அவர் முகம் திரும்பிய பக்கம் என் பார்வை சென்றது. இரண்டு குமரிப்பெண்கள். ஒருத்தி, தமிழ்ப்பெண் ஆகவும் மற்றொருத்தி வியட்நாமியப் பெண்போலவும் இருந்தார்கள். "நம்ம பெரியசாமி அண்ணன் பொண்ணுங்க. படிப்பு, சமையல் ரெண்டும் நல்லா வரும்" என்கிற அறிமுகத்திற்குப் பிறகு இரண்டு பெண்களும் சிறிய முறுவலுடன் கைகூப்பினார்கள். ஒரு தலையாட்டலில் அதை ஏற்றுக்கொண்டு திரும்பினேன்.

அங்கிருந்த மற்றவர்களை அமீனா பேகம் அறிமுகப் படுத்தினார். என் கண்கள் அவர்கள் சேலைகளையும் அணிந்திருக்கும் நகைகளையும் எடைபோட்டு, புரிந்துகொள்ள முயன்றது. "இவர்கள் மதாம் சுந்தரம், இந்த அம்மாள் மதாம் சாமி. இவங்க ரெண்டு பேரும் லா கிராந்தியே வீதியில இருக்காங்க, இவங்க மதாம் லெபிளாங் தெஸ்த்தார் வீதியில உங்க பக்கத்துலதான் இருக்காங்க. கடைசியா இவங்களைப் பத்தி சொல்லணும்... இவங்க மதாம் புருஷாந்தி, போல் பிளான்ஷி வீதியில இருக்காங்க." மதாம் புருஷாந்தியை அமீனா பேகம் அறிமுகம் செய்தபோது இளம்பெண்களைத் தவிர மற்ற பெண்களின் முகம் போனபோக்கைக் கவனித்தேன். ஓர் அரைமணி நேரத்தை வாய்க்கு வந்ததைப் பேசிக் கழித்தோம்: "சைகோனுக்கு எப்போ வந்தீங்க? புதுச்சேரியில எங்கே வீடு? ரெனோன்சான் கொடுத்து வந்தீங்களா, கொடுக்காம வந்தீங்களா? திரும்ப ஊருக்குப் போகும் எண்ணமிருக்கா?" இப்படி. அவை அலுத்தபின்பு "அதிரசம் சுட்டேன், சரியா வரலை", "செட்டியார் கடை வெள்ளைப்பூண்டு முன்னமாதிரி இல்லை" போன்றவைகளைச் சேர்த்துக்கொண்டோம். 'எல்லோரும் கும்பல் கும்பலா நின்னு பேசறதை விட்டுட்டு, உட்கார்ந்தா நிகழ்ச்சியை ஆரம்பிச்சுடலாம்" என ஒருவர் மேடையில் அறிவிக்க, பேச்சுகள் நின்று மண்டபம் அமைதியானது.

*

19

சைகோன் - வேதவல்லி (7)

பதினோருமணிக்கு விழா தொடங்க இருப்பதை அறிவிப்பாளர் தெரிவிக்க... கணவரைத் தேடினேன். அமர்ந்திருந்த மனிதர்களில், மடித்தவிரல் மூட்டுகளைக்கொண்டு மீசையைத் தடவிக்கொடுக்கிற கை அசைவு கண்ணில்பட்டது. நீலம், வெள்ளை, சிவப்புக்கற்கள் பதித்த பிரெஞ்சுக்கொடி மோதிரம் டால் அடித்தது. எட்டாவது வரிசையில் நான்காவதாக உட்கார்ந்திருந்தார். எனக்கென ஒரு நாற்காலியைக் காப்பாற்றி வைத்திருந்தார். நான் சென்று உட்கார்ந்தேன். விழாமேடையில் கவனம் சென்றது. இரண்டு பெரிய மேசைகளை இணைத்துப்போட்டிருந்தார்கள். மேசைமீது சந்தன நிறத்தில் ஒரு விரிப்பு. நாற்காலிகளில் சைகோனைச்சேர்ந்த முக்கியஸ்தர்கள். விழா மேடைக்கருகே மாக்கோலம். நடுவே அலங்கரித்த பொங்கல் பானை. இருபுறமும் மஞ்சள் கொத்து. சுவரில் சோலையுடன் சாய்த்துவைத்த கருப்பங்கழிகள். இரண்டு சிறிய குத்துவிளக்குகள். சிறிய வாழை இலையொன்றில் பொங்கல். வாழைப்பழத்தில் ஊன்றிய சாம்பிராணிக்குச்சிகளில் ஒடிந்து மேலெழும்பும் புகை நாடா.

ஓர் இளைஞர் மைக் முன்னால் நின்று "கடவுள் வாழ்த்து" என அறிவித்தார். மண்டபம் அமைதியானது. மேடை ஆசாமிகள் உட்பட அனைவரும் எழுந்து நின்றோம். இளம்பெண் ஒருத்தி "அகர முதல எழுத்தெல்லாம்" என ஆரம்பித்துக் கடவுள் வாழ்த்திலுள்ள பத்துக் குறள்களையும் பிழையின்றிப் பாடினாள். அவள் பாடி முடித்ததும் கைதட்டல். நான் எழுந்து நின்று தட்டினேன். மேடையில் இருந்தவர்கள் மட்டுமின்றி, எனக்கு முன் இரண்டு வரிசைகளில் இருந்தவர்களும் திரும்பிப் பார்த்தார்கள். கணவர் உட்கார் என்பதுபோல என் புடவை முந்தானையை, நான் உணரும் வகையில் அழுந்த இழுத்தார். புரிந்துகொண்டு அமர்ந்தேன்.

மேடையில் ஓரமாக நின்றிருந்த இளைஞர், மைக்கின் முன்னால் நின்று அனைவரையும் வரவேற்றார். சிறப்பு விருந்தினர் புருஷாந்தி பெயரைக் குறிப்பிட்டு, காந்தியின் பேரிலும் பெரியார் பேரிலும் அவருக்குள்ள ஈடுபாட்டைப் புகழ்ந்துவிட்டு, "சைகோன் தமிழருக்கு அவரால் பெருமை" என்றார். அடுத்துப் பேசியது தமிழ்ச் சங்கத் தலைவர் இஸ்மாயில் அண்ணன். 'தமிழர்களும் பொங்கலும்' என்று பேசினார். 'சங்கத்தின் அண்மைக்காலச் செயல்பாடுகளைப் பட்டியலிட்டார். சங்கத்தின் சார்பில் பிள்ளைகளுக்குத் தமிழ், சங்கீதம், நாட்டியம் சொல்லிக்கொடுக்க ஏற்பாடுகள் நடக்கின்றன' என்றார். "சகோதரர் புருஷாந்தி நிகழ்ச்சியில் கலந்துகொண்டிருப்பது சங்கத்திற்குப் பெருமை சேர்க்கிற விஷயம்" என்றவர், சங்கத்தின் சார்பில் நிகழ்ச்சி ஏற்பாடுகளுக்கான அனைத்துச் செலவையும் சிறப்பு விருந்தினர் புருஷாந்தி ஏற்றுக்கொண்டிருப்பதைச் சிலாகித்துப் பேசினார். "புதுச்சேரித் தமிழர்களும் சங்கத்தில் உறுப்பினராகவேண்டியது அவசியம்" என்றார். "பிரெஞ்சிந்திய சங்கத்தை நாங்கள் வேண்டாம் என்று சொல்லவில்லை; அதேவேளை இந்தோ–சீனத் தமிழர்களின் எதிர்கால நலனைக் கருத்தில் கொண்டு நாம் அனைவரும் ஒன்றுபடுவது அவசியம்; பிரிட்டிஷ் இந்தியத் தமிழர், பிரெஞ்சு இந்தியத் தமிழர் என்பதுபோன்ற பேதங்கள் நம்மிடம் கூடாது" எனப் பேசிவிட்டு உட்கார்ந்தார்.

நிகழ்ச்ச்சி அறிவிப்பாளர் "புருஷாந்தி!" என்ற பெயரைத் தெரிவித்துப் பேசுவதற்கு அழைத்தார். மேடையில் கவனம் சென்றது. அமர்ந்திருக்கும் முக்கியஸ்தர்கள் பலரையும் l'Inde Illustré என்ற பிரெஞ்சு – இந்தியர்களின் பத்திரிகை மூலமாக

அறிந்திருக்கிறேன். இன்னார் இன்னாரென்று சரியாகச் சொல்ல எனக்குப் போதாது என்றாலும் சைகோன் தமிழ்ச்சமூகத்தில் அதிகம் புழக்கத்தில் இருக்கும் பெயர்களுக்குச் சொந்தக்காரர்கள்: தண்டாயுதபாணி கோயில் தர்மகர்த்தா சோமசுந்தர செட்டியார், சின்னசாமி வாண்டையார், கிருஷ்ணசாமித் தேவர், மாரியம்மன் கோயில் நிர்வாகி சுப்ரமணியபிள்ளை, இந்தோ – சைகோன் ஜவுளிக்கடை உரிமையாளர் கூத்தநல்லூர் இஸ்மாயில் அண்ணன். பொங்கல்விழா என்பதால் எல்லோரும் வேட்டி, சட்டை, அங்கவஸ்திரத்துடன் இருந்தனர். விதிவிலக்காக ஒருவர் மட்டும் ஐரோப்பியர் உடையில் – இளம்வயது – கம்பீரத்துடன் நாற்காலியில். கோணல் வகிடு, நீள் சதுர குண்டு முகம், பாரியான உடம்பு, கூர்மையான பார்வை என்கின்ற வகையில் அமர்ந்திருந்தார். அவரையும் பிரெஞ்சு இந்தியர்களின் இதழில் கண்டிருக்கிறேன். அண்மைக்காலமாக இந்தோ சீனத் தமிழர்களிடத்தில் ஓரளவு செல்வாக்குப் பெற்ற பெயர். அதனாலேயே புதுச்சேரி – காரைக்கால் தமிழர்களின் பொறாமைக்கும் ஆளாகியிருந்தார். நிகழ்ச்சி அறிவிப்பாளர் "புருஷாந்தி" என்ற பெயரைச் சொல்லி அழைக்க… அவர் நாற்காலியைப் பின்னுக்குத் தள்ளி எழுந்து நிற்பதைக் காண, முன்கால்களை 'ட' போல மடித்திருந்த சிங்கமொன்று சட்டென்று காலூன்றி எழுந்து நிற்பதுபோல இருந்தது.

இரண்டாண்டுகளுக்கு முன்பாக இஸ்மாயில் அண்ணன் வீட்டிற்கு எனது கணவருடன் சென்றிருந்தபோது அவர் காந்தியின் சட்டமறுப்பு இயக்கம் பற்றியும் அதன் எதிரொலியாக சைகோனில் புருஷாந்தி தமது வங்கி வேலையை ராஜினாமா செய்தது பற்றியும் தெரிவித்தார். எனது கணவர் சுப்புராயன் எப்போதுமே புதுச்சேரித் தமிழர்களைக் கொண்டாடுகிறவர். பிரெஞ்சுக் குடியுரிமை பெற்ற புதுச்சேரித் தமிழர்களுக்குக் கல்வித் தகுதிக்கேற்ப அரசாங்க உத்தியோகங்கள் காத்திருந்தன. மாஜிஸ்திரேட், வழக்கறிஞர், கிளார்க், போலீஸ், ராணுவ வீரர் என இந்தோ–சீனவெங்கும் புதுச்சேரி, காரைக்கால் தமிழர்கள். அவர்கள் கூலிகள் இல்லை. பிரெஞ்சிந்தியர்கள் இல்லையெனில் காலனி நிர்வாகம் முடங்கிவிடும் என்கிற கர்வம் கணவர் சுப்புவுக்கு. புருஷாந்தி ஒரு புதுச்சேரித் தமிழர் என்கிற செய்தி, அவரைச் சந்தோஷப்படுத்தும் என நினைத்தேன். பதிலாக புருஷாந்தி என்ற பெயரைக் காதில் வாங்கும்போதெல்லாம் அவர் முகம் அஷ்டகோணலானது. அதைப் புரிந்துகொண்டிருந்தால்

புருஷாந்திக்குப் பின் நாள்களில் நேர்ந்த கொடும்பாதகத்தைத் தவிர்த்திருக்கமுடியும்.

பல ஆயிரம் மைல்களுக்கு அப்பால் பிரிட்டிஷாருக்கு எதிராகக் காந்தி வைத்த கோரிக்கைக்கு சைகோனில் பிரெஞ்சுக் காலனியியின் கீழிருந்த புருஷாந்தி தன் பேங்க் உத்தியோகத்தை உதறிய பேச்சு அடங்கும் முன்பே அவருடைய இரண்டாவது திருமணம் பற்றிய செய்தி எங்களுக்குக் கிடைத்தது. இப்புதிய திருமணம் புருஷாந்திக்குச் சீர்திருத்தவாதி என்கிற அடையாளத்தைக் கொடுத்தது. காரணம் புருஷாந்திக்கு இரண்டாம் தாரமாக வாழ்க்கைப்பட்டிருந்த பெண்மணி ஒரு விதவை; நான்கு பிள்ளைகளுக்குத் தாய். பெண்மணியின் இறந்துபோன முதல் கணவர் சவரிக்கண்ணு ஒரு கோடீஸ்வரர். புருஷாந்திக்கு நெருங்கிய உறவினர். ரப்பர் தோட்டங்களும் ஏராளமான நெல்விளையும் பூமியும் அவருக்குச் சொந்தமாக இருந்தன. இவை போதாதென்று சைகோனிலும் புதுச்சேரியிலும் மாளிகைபோன்ற வீடுகளும் இருந்தன. அத்தனை சொத்திற்கும் தற்போதைக்கு ஏக வாரிசு புருஷாந்தி. "இத்தனைக் கோடி சொத்துடன் ஒருத்தி எனக்கும் கிடைப்பது உறுதி என்றால், ஒரு விதவை என்ன, ஒன்பது விதவைகளுக்குக்கூட தாலி கட்ட நான் தயார்" என விதண்டாவாதமாகப் பேசினார் சுப்பு. அவரிடம் வாதிட்டு என்ன ஆகப்போகிறதென புருஷாந்தி பேச்சை நானும் எடுப்பதில்லை.

புருஷாந்தியின் ஒரு கை மைக்கைப் பிடித்திருந்தது. இன்னொரு கை கோட் பாக்கெட்டில் இருந்தது. "பெண்களுக்கும் உரிய பொறுப்புகளை நாம் கொடுக்கவேண்டும், பொங்கல் விழாவை மதபேதமின்றிப் பார்ப்பது எனக்குச் சந்தோஷமாக இருக்கிறது. அதுபோல ஆண், பெண் பேதமும் நம்மிடத்தில் இருக்கக்கூடாது; அடுத்தமுறை மேடையில் பெண்களையும் நான் பார்க்கவேண்டும்" என விழா ஏற்பாட்டாளர்களிடம் புருஷாந்தி கோரிக்கை வைத்தார். கணவரைப் பார்த்தேன். உணர்ச்சிகளை வெளிப்படுத்தாது, எவ்விதச் சலனமுமின்றி இருந்தது அவர் முகம். புருஷாந்தி தொடர்ந்து பேசினார்:

"நண்பர்களே!

இந்தியா நாகரீகத்தின் தொட்டில் என்பதை நன்கு அறிவீர்கள். இன்று நாகரீகத்தில் பிற தேசங்கள் அதை

முந்திக்கொண்டுள்ளன. அண்டை நாடுகளான ஜப்பான், சீனாவுக்குப்பிறகே நாகரீகத்தில் இந்தியாவெனச் சொல்கின்ற நிலைமையில் நாமிருக்கிறோம். முன்பெல்லாம் சடைபின்னிய சீனர்களைச் சர்வசாதாரணமாக இந்தோசீனாவில் பார்க்க முடிந்த காலமொன்று இருந்தது. தற்பொழுது அப்படி ஒருவரையும் வீதிகளில் காணமுடிவதில்லை. தூர கிழக்கு நாடுகள் அனைத்திலும் மக்கள் தங்கள் செளகரியத்திற்கு ஏற்ப ஆடைகள் அணிகிறார்கள். அதிலும் குறிப்பாக ஐரோப்பியர் ஆடைமுறை சரியான தேர்வு என்பதை இன்று உணர்ந்திருக்கின்றனர்.

நாமும் குடியேறியுள்ள நாட்டில், நம்முடைய மதிப்பினை உயர்த்திக்கொள்ளும்வகையில் நாகரீகமாக உடைஅணிவது அவசியம். முதலாவதாக நம்முடைய இசுலாமியசகோதரர்களுக்கு நான் விடுக்கும் அன்பான வேண்டுகோள், வீட்டைவிட்டு வெளியில்வருகிறபோது கைலி இனி வேண்டாம். பதிலாக ஐரோப்பியரைப்போல உடுத்தப் பழகிக்கொள்ளுங்கள். அதுபோல இந்து சமூகத்தினரிடம் குறிப்பாக நம்முடைய செட்டியார்களிடத்தில் மன்றாடி வேண்டுவது, இனி இடுப்பிற்கு ஒரு வேட்டி, மேலே ஒரு துண்டு போதும் என நினைத்து வெளியில் வரவேண்டாம். ஐரோப்பியரைப் போல உடுத்தப் பழகிக்கொள்ளுங்கள். அவ்வாறே குடுமிவைத்துக் கொள்ளும் பழக்கமும் வேண்டாம். சுகாதாரத்திற்குக் கேடான விஷயம் மட்டுமல்ல, நம்முடைய ஒட்டுமொத்த சமூகத்தின் கெளரவத்தைப் பாதிக்கின்ற கலாசாரம்.

இப்பொங்கல் விழாவில் சைகோன் நகரிலுள்ள முக்கிய தமிழர்களெல்லாம் கூடியுள்ளீர்கள். சகோதரர் முகம்மது இசுமாயில் இருக்கிறார், அருணாசலச் செட்டியார் வந்திருக்கிறார், குமரப்பச் செட்டியார், சின்னசோமய்யத் தேவர், கிஷ்ணசாமித் தேவர் எனப் பெரியவர்களெல்லாம் வந்திருக்கிறீர்கள்;உங்கள் ஆசியுடனும் சிறியவன் என்னுடைய விண்ணப்பம் ஏற்கப்படவேண்டுமெனக் கேட்டுக்கொள்கிறேன். இது புருஷாந்திக்காக அல்ல, நம்முடைய சமூகத்தின் பெருமையைக் காப்பாற்ற. நம்முடைய சமூகத்தின் மதிப்பு இந்தோசீனாவில் மேலும் உயரவேண்டும் என்பதற்காக என்பதை நீங்கள் புரிந்துகொள்ளவேண்டும்."

மனத்திலிருந்த செய்தியைத் தெளிவாகக் கூறிய திருப்தியில் சபையினரைப் பார்த்துப் புருஷாந்தி வணங்கினார். வந்திருந்தவர்கள் கைதட்டினார்கள். அரையில் வேட்டி,

ஆடையற்ற மார்புக்கூடு, நெஞ்சுக்குழி, அவிழ்ந்த குடுமி என்றிருந்த ஒருசிலர் கடைசிவரிசையில் காச்மூச்சென்று கத்த, இசுமாயில் அண்ணன் “எதுவாக இருந்தாலும் பிறகு பேசலாம்... அவங்களைச் சமாதானப்படுத்துங்க” எனக்கூற, கூச்சல் அடங்கியது. நிகழ்ச்சியைத் தொகுத்துவழங்கியவர் “வேதவல்லி அம்மா நன்றி கூறுவாங்க” என மைக்கில் அறிவித்துவிட்டு என்னைப் பார்த்தார். எனக்கும் ஒன்றும் புரியவில்லை, திரு திருவென்று விழித்தேன். கணவர், பிரச்னையில் தனக்குச் சம்பந்தமில்லை என்பதுபோல அமைதியாக இருந்தார். “தைரியமா எழுந்துவந்து ரெண்டு வார்த்தை சொல்லுங்க. நீங்க தமிழ் வாத்தியாரா இருந்து தமிழ் சொல்லிக்கொடுப்பீங்க என்கிற எதிர்பார்ப்பும் சங்கத்தில இருக்கு, எழுந்து வாங்கம்மா!” என்று மேடையிலிருந்து குரல்கொடுத்த இஸ்மாயில் அண்ணனுக்கு மதிப்புக் கொடுத்து, அனுமதிகேட்கின்றவகையில் கணவரின் முகத்தை இரண்டாவது முறையாக, சில நொடிகள் பார்க்கிறேன். அவர் கண்கள் நிலத்தில் படிந்திருந்தன. குனிந்த தலை நிமிர்வதாக இல்லை. வருவது வரட்டுமென மேடை ஏறினேன்.

மைக்கின் முன்னே நின்றேன். கழுத்து, முதுகு இரண்டிலும் ஊற்றெடுத்ததுபோல வியர்வை; முந்தானையை எடுத்து நெற்றியில் முத்து முத்தாகச் சுரந்து நின்ற வியர்வைத்துளிகளைத் துடைத்துவிட்டு, நன்றி சொல்வதற்கு முன்பாக, “புருஷாந்தி மிஸியேகிட்ட ஒரு கேள்வி” என அவரைப் பார்த்தேன். அவர் அமைதியாக இருந்தார். “வேட்டி வேண்டாம் கைலி வேண்டாம் எல்லோரும் ஐரோப்பியரைப்போல உடுத்தணும்னு அண்ணன் புருஷாந்தி பேசினாங்க. சந்தோஷம். ஆனால் எனக்கொரு சந்தேகம்... ஆண்கள் ஐரோப்பியரைப்போல உடுத்தினால், பெண்களாகிய நாங்களும் ஐரோப்பியராக மாறுவதுதானே நியாயம். பொருத்தமாகவும் இருக்கும். குடுமி வைத்திருப்பது சுகாதாரக்கேடெனில், இந்தியப் பெண்களின் கொண்டையும் சுகாதாரத்திற்குக் கேடுதானே? உங்கள் கருத்தை எதிர் பார்க்கிறேன். பொறுமையா யோசிச்சுச் சொல்லுங்க” என்றேன். புருஷாந்தி பதிலேதும் சொல்லவில்லை. என் கணவர் உட்பட எதிரில் அமர்ந்திருந்த ஆண்கள், பெண்கள் அவ்வளவு பேரும் என்னை எரிப்பதுபோலப் பார்த்தார்கள்.

*

20

சைகோன் - வேதவல்லி (8)

விழா முடிந்தது. ஆண்களுக்கு முதல் பந்தி என்றார்கள். காலையில், "அங்கே எத்தனை மணிக்குப் போடுவானுங்களோ அதுவரைக்கும் என்னால காத்திருக்க முடியாது; படைச்சாச்சு இல்ல, கொண்டுவா" எனக் கணவர் சாப்பிட உட்கார்ந்ததால், நானும் ஒரு வாய் சாப்பிட்டேன். நிகழ்ச்சியெல்லாம் ஒரு வழியாக முடிந்து பசியோடிருந்த சின்னஞ் சிறார்க்கு உணவளித்துவிட்டுப் பெரியவர்கள் பந்தியில் உட்கார்ந்தபோது பிற்பகல் இரண்டுமணி ஆகியிருந்தது. "ஆண்களுக்குப் பரிமாறிவிட்டு அப்புறமா பெண்கள் நாம உட்காரலாம்!" என்றொரு பெண்மணி சொல்ல, தங்கள் கணவன்மார்களோடு முதல் பந்தியில் உட்கார்ந்துவிட்டு வெள்ளெனக் கிளம்பலாம் என நின்றிருந்த ஒன்றிரண்டு பெண்கள் தயக்கத்துடன் ஒதுங்கிக்கொண்டார்கள். வாய்ப்பினை நழுவவிடத் தயாரானவர்களில்லை என்பதுபோல ஆண்கள் இலைமுன் சம்மணமிட்டு அமர்ந்து குவளையிலிருந்த நீரை இலையில் தெளித்துத் துடைத்துக்கொண்டிருந்தனர். கோட்டணிந்து விழாவிற்கு வந்திருந்த புருஷாந்திக்கும் என் கணவர் உட்படப் பிற முக்கிய விருந்தினர்களுக்கும்

மேசையில் இலைகள் போடப்பட்டிருந்தன. அவர்களும் முழுக்கைச் சட்டையை மடித்துவிட்டுக்கொண்டு சாப்பிட உட்கார்ந்தார்கள்.

தயங்கிநின்ற பெண்களைப் பார்த்தேன். எனக்கு நல்ல பசி. “என்னைப்போலப் பசியுள்ள பெண்கள் சாப்பிட உட்காருவோம். பசியில்லாத ஆண்கள் அடுத்த பந்தியில் உட்காரலாம்” எனக்கூறிவிட்டு நான் இலை முன் உட்கார்ந்தேன். அருகிலிருந்த இலைகளில் ஒதுங்கி நின்ற பெண்களில் ஒருவரும் உட்காருவதாக இல்லை. அங்கிருந்த மொத்தக் கண்களும் என் மீதிருந்தன. கணவர் வாய் திறக்கவில்லை. புருஷோந்தியும் வாய் திறக்கவில்லை. அவர் மனைவியே காத்திருக்கிறபோது எனக்காக எப்படி வாய் திறப்பார். இஸ்மாயில் அண்ணன், “பரவாயில்லைம்மா! நீ சாப்பிடலாம். பசிக்குத்தானே உணவு, அதற்குரிய நேரத்தில் சாப்பிடத்தான் வேண்டும். பசியோடு இருக்கிற மற்ற பெண்களும் சாப்பிட உட்காரலாம்” என்றார். எந்தப் பெண்ணும் முன்வரவில்லை. பல ஆண்கள் முனகுவது காதில் விழுந்தது. “காலம் கெட்டுப்போச்சு... எல்லாம் தலைகீழா நடக்குது” என ஒருவர் வாய்விட்டுச் சொன்னார். எனக்கு ஏதாவது பதில் சொல்லவேண்டும்; கோபம் கோபமாக வந்தது. கணவருக்கு என்னால் வீண் சங்கடம் வருமென நினைத்தேன். இஸ்மாயில் அண்ணனும் தேவையின்றிப் பிரச்னைகளை என்னால் சந்திக்கவேண்டி வரும் என்பதால் அமைதியாக இருந்தேன். ஆண்கள் பந்தியில் நான் ஒருத்தியாகச் சாப்பிட்டேன்.

ஆண்கள் பந்தி முடிந்த பிறகு அவர்களுக்குப் பாய் விரித்து ஆங்காங்கே வெத்திலை, சீவல் பாக்கு, வாசனைச் சுண்ணாம்பு, பன்னீர்ப் புகையிலை நிறைந்த தாம்பாளங்களை வைத்தார்கள். ஆண்கள் அமர்ந்து தாம்பூலம் தரிக்கத் தொடங்கினார்கள். பெண்கள் பந்தி உட்கார்ந்ததும் அவர்களுக்குப் பரிமாற உதவினேன். உண்டு முடித்ததும் பெண்கள் கூட்டமும் தாம்பூலம் போட்டது. ஊர்க்கதை, உறவுக்கதை என்றுபேசிவிட்டு பிற பெண்களுடன் சேர்ந்து எல்லாவற்றையும் ஒழுங்குசெய்து பின்னர் விடைபெறத் தயாரானபோது மாலை நான்கரை ஐந்து இருக்கலாம். அமீனா சமையற்கூடத்திலிருந்து வெளியில்வந்து “சர்க்கரைப்பொங்கல், வடை, பாயசம் நிறைய மீந்து போச்சு, ஒரு பாத்திரத்தில் போட்டுத் தர்றேன், கொண்டுபோறீங்களா

அண்ணி?" எனக் கேட்டார். அருகிலிருந்த கணவர் "அதெல்லாம் ஒண்ணும் வேணாம்... புறப்படு கிளம்புவோம்" என்றார். என் கணவருக்குச் சைவம் என்றால் ஆகாது. கிருத்திகை, அமாவாசையைக் காலண்டரில் பார்த்தாலே முகத்தைச் சுளிப்பார். அவருக்குத் தினந்தோறும் கவுச்சி இருக்கவேண்டும். மதிய உணவையே சிரமத்துடன் சாப்பிட்டிருப்பார். இரவு உணவுக்கு நான் மாற்று ஏற்பாடுகள் ஏதேனும் செய்யவேண்டும்.

புருஷாந்தி தன் மனைவி, பிள்ளைகளுடன் காரில் ஏறினார். கும்பிட்டு வழிஅனுப்பிய இஸ்மாயில் அண்ணன், அவர்கள் காரில் ஏறட்டுமெனக் காத்திருந்தவர்போல, "என் காரில் கொண்டுபோய் விடட்டுமா?" எனக்கேட்டார். "வழியில் சில வேலைகள் இருக்கு, அதை முடித்துக்கொண்டு போகவேண்டும்" என்று என் கணவர் கூறிய பதிலில் திருப்தி அடைந்தவராய் மண்டபத்திற்குத் திரும்பினார். மூச்சிறைக்க வேகமாக நடந்துவந்த அமீனா பேகம் தன் கையிலிருந்த பொட்டலத்தை என் கையில் திணித்தார். மண்டபத்தைவிட்டு வெளியில் வந்ததும் வறுமை தோய்ந்த வியட்நாமியர் சிலர் கையேந்தினார்கள். கணவர் என் கையிலிருந்த பொட்டலத்தைப் பறித்து அவர்களிடம் போடவும் உடலைப் பாதியாக மடித்து வணங்கினார்கள். காவிப்பற்கள் தெரிய முறுவலித்தார்கள். அவர்களைக் கடந்து சில அடிகள் நடந்திருப்போம்.

– இனி உன்னை அழைத்துக்கொண்டு வெளியில் வர பலமுறை யோசிக்கணும் போல – கணவர்.

"எதற்காக யோசிக்கணும்?"

– பல நேரங்களில் நீ புத்திசுவாதீனத்தோட இருக்கியா என்ற சந்தேகம் எனக்கு நிறைய இருக்கு. நீ பாகூர் வேதவல்லி இல்லை, இங்க வேறமாதிரியா இருக்க. இன்றைக்கு இங்கே நடந்துக்கிட்டது சரியா, சொல்லு? பார்க்கிறவங்க என்ன நினைப்பாங்க. வீடா இருந்தா என்ன நடந்திருக்குமென்று தெரியுமில்லை."

நான் பதில் பேசவில்லை. தொடர்ந்து அவர்:

"ரூய் கத்தினா பக்கம் போயிட்டு வீட்டிற்குத் திரும்பலாம்" என்றார்.

அமைதியாகத் தலையாட்டினேன். அவர் எடுக்கும் முடிவு, ஆண்கள் எடுக்கும் முடிவு. இல்லை, வேண்டாம் என்று சொன்னால் அதற்கும் விமர்சனங்கள் வரும். எனக்கும் கத்தீனா வீதிக்குச் சென்றுவிட்டு வீட்டுக்குத் திரும்பலாம் என்ற யோசனை பிடித்திருந்தது.

வடிவத்தில் சைகோன் ஒரு பெரிய புதுச்சேரி. குறிப்பாகப் புதுச்சேரியின் வெள்ளையர் பகுதியை அவ்வப்போது நினைவூட்டுவதுண்டு. சைகோனைச் சுற்றிலும் மூன்று நதிகள். எனவே வீட்டில் நான்கு சுவர்களுக்குள் உணரும் புழுக்கத்தை வெளியில் காணமுடியாது. வீட்டில் என்னைத் தனிமை வெப்பம் சுட்டெரிக்கும். இந்த இரண்டிலிருந்தும் என்னை விடுவித்துக்கொள்ள சைகோன் விழாக்களும் வீதிகளும் பெரிதும் உதவியாய் இருந்திருக்கின்றன. புதுச்சேரியில் சாலை ஓரங்களில் இவ்வளவு மரங்களைக் கண்டதில்லை. பூங்காக்களும் சைகோனில் அதிகம். சைகோனுக்கு வந்த புதிதில் பட்சிகளிடும் சப்தத்திற்கும் வியட்நாமியப் பெண்கள் பேச்சுக்கும் பேதம் புரியாமல் குழம்பியிருக்கிறேன்.

*

21

சைகோன் - வேதவல்லி (9)

முப்பதுநிமிட நடைக்குப் பிறகு ரூய் கத்தீனாவில் இருந்தோம். ஐரோப்பியர் நாகரிகத்தில் மிதக்கும் பகுதி. தரையில் கால் பாவாமல் நடக்கின்ற நவநாகரிக மக்கள் உலவும் தெரு. உள்ளூர் மரபுகளையும் பண்பாடுகளையும் இறக்குமதி கலாசாரம் விழுங்குவதன் அடையாளமும் இப்பகுதிதான். இருமருங்கிலும் வீதிக்குக் குடை பிடிப்பதுபோல கிளைகளைப் பரப்பி உயர்ந்து நிற்கும் வெப்பமண்டல மரங்கள். அகன்ற வராந்தாவுடன் கூடிய வீடுகளும் பிறவும் செங்கற்களால் கட்டப்பட்டனவா அல்லது மரம், செடிகளைக்கொண்டு எழுப்பினார்களா என்கிற வகையில் பச்சைப்பசேல் என்றிருக்கும். கடைகளில் பொருள்களை வாங்கி முடித்தவர்களும் வாங்குவதற்காக நகரின் பிற பகுதிகளிலிருந்து வரும் கூட்டமும் முண்டியடிக்கும். அவர்களுடைய முகங்களில் வேண்டியதைக் கத்தினா வீதியில் வாங்கினோம் அல்லது வாங்கப்போகிறோம் என்ற சந்தோஷம் நிச்சயம். உலகில் எத்தனைவகை மனிதர் உண்டோ அத்தனை வகையினரையும் சந்திக்க முடியும். ஆணவத்துடன் கைவீசி நடக்கும் பிரெஞ்சு எஜமானர்கள், அவர்கள் பின்னே பொதிகளைச் சுமக்கும் முதுகொடிந்த உள்ளூர்க் கூலிகள்;

மாலைநேர உல்லாச ஆடைகளில் ஐரோப்பியப் பெண்கள் ஒயிலாக நடக்க... அவர்கள் தோள்களை உரசியபடி அவர்கள் பேச்சுக்குத் தலையாட்டியபடி நடந்துசெல்லும் கணவன்மார்கள்; ஆசிய மக்களில், சூரியஒளி தெறிக்கும் மழித்த தலையும் முகமுமாக பளபளப்பான நீலப் பட்டாடையில் நெகுநெகுவென வளர்ந்த வடபகுதிச் சீனர்கள், மஞ்சள் நிறத்தில் குட்டையான தென்பகுதிச் சீனர்கள்; தந்திரசாலிகள், சாமார்த்தியசாலிகள் எனப் பெயரெடுத்த மலபாரிகள் அல்லது தமிழர்கள்; பின்னர் அதிகம் வேறுபாடு காண முடியாத கம்போடியர்கள், லாவோஸ் மக்கள், தொங்கன்கள் அன்னாமிட்டுகள் எல்லோருக்கும் கத்தீனா வீதியில் இடமுண்டு.

ஞாயிற்றுக்கிழமை என்பதால் மனிதர் நடமாட்டம் அதிகம். சற்று முன் பொங்கல் விழாவில் கலந்துகொண்ட இந்தியத் தம்பதிகளில் ஒரு சிலரையும் காணமுடிந்தது. ரூய் கத்தீனா, சைகோன் நகரத்தின் முக்கிய வீதி. கிராமப்போன் தட்டுகள் விற்கிற மெனெஸ்த்ரல் புத்தீக், காந்த்தினா சினிமா, ரெஸ்த்தொரான் ப்ரொதா, ஒப்பேரா ஏதென், நோத்தர்தாம் தேவாலயம், கொச்சின் சீன நிர்வாகத் தலைமையகம் எல்லாம் இருந்தன. இஸ்மாயில் அண்ணனுக்குச் சொந்தமான இந்தோ – சைகோன் ஜவுளிக்கடைக்கும் இங்குதான் நாங்கள் வரவேண்டும். வியட்மின்கள், பூஸ்–பூஸ் இழுக்கிற மனிதர்கள், தள்ளுவண்டி வைத்து சாலையோரம் வியாபாரம் செய்பவர்கள், கடைகளிளிலிருந்து வெளியேறும் ஐரோப்பியர்களின் சாமான்களைச் சுமப்பவர்கள் எல்லோருமே நெட்டியால் முடைந்த தொப்பியைத் தலையில் அணிந்திருப்பார்கள். அவர்கள் ஆடையும் வித்தியாசமானது. இடுப்பிலிருந்து முழங்கால்வரை தொளதொளவென்று, நடக்கின்றபோது அலைபாயும் வகையில் மெல்லிய துணியாலான முழுக்கால் ஆடையையும் இடுப்புவரை நீண்ட இறுக்கமானதெரு மேல்சட்டையையும் அணிந்திருப்பார்கள். பண்டிகை தினங்களில் பளிச்சென்று கண்ணைப் பறிக்கிற நிறத்தில் அவ்தாய் (áo dài) உடைகளில் அன்னாமிட் பெண்களைக் காண சிவந்த மூக்குடன் பச்சைக்கிளிகள் அசைந்து நடப்பதுபோல இருக்கும்.

“வேதவல்லி, எனக்கு அடைகாத்த முட்டை சாப்பிடணும், கொஞ்சம் நில்லு” என்ற கணவர் உத்தரவைக்கேட்டுக் கால்கள் நின்றன.

ஆரம்பத்தில் நான் வெறுத்தாலும் நாள் ஆக ஆகச் சில வியட்நாம் உணவு வகைகளை ஏற்றுக்கொண்டேன். நானும் அவற்றை விரும்பிச் சமைப்பதுண்டு. இருந்தும் எனக்குப் பிடிக்காதவை பல உண்டு. அதிலொன்று அடைகாத்த முட்டை.

இரண்டு வருடங்களுக்கு முன்பு ஒரு வியட்நாமிய நண்பரின் அன்பளிப்பென வீட்டிற்கு நான்கு அடைகாத்த முட்டைகளைக் கொண்டுவந்தார். இருவரும் இரவு உணவுக்கென உட்கார்ந்தாயிற்று. அந்நேரம் பார்த்து கொண்டுவந்த முட்டைகளில் ஒன்றைத் தட்டி உடைத்தார், உள்ளே முழுமையான வளர்ச்சி அடையாத பிண்டமாக ஒரு கோழிக்குஞ்சு. வாந்தி எடுக்க பின் வாசலை நோக்கி ஓடினேன். இப்போது நினைத்தாலும் குமட்டிக்கொண்டு வரும்.

பாகூர் கிராமத்தில் வாழ்ந்தவரை, எங்கள் வீட்டில் கோழி அவையம் வைப்பதுண்டு. ஈச்சங்கூடையொன்றில் மணலைப் பரப்பி அதில் பதினைந்து இருபது முட்டைகளை நெருக்கமாக வைத்துப் பெட்டைக்கோழியை அவற்றின்மீது உட்காரவைத்துப் பெரிய கூடைகொண்டு மூடிக் கண்காணித்து வருவோம். ஒவ்வொருநாளும் கவிழ்த்து இருக்கும் கூடையை எடுத்து, சூட்டுடன் இருக்கும் இறக்கைக்குள் இருகைகளையும் கொடுத்துக் கோழியை அள்ளுவதுபோல ஏந்தித் தரையில்விட்டு ஒருகை கம்பையோ, கேழ்வரகையோஅள்ளிப் போடுவேன். ஒருசில நிமிடங்களுக்குள் கொத்தி மொத்தத்தையும் விழுங்கிவிடும். திரும்பவும் கூடைக்குள் அடைகாக்கும் கோழியை விடவேண்டும். பதினெட்டு நாளைக் கடந்தால் போதும். இரண்டு அல்லது மூன்று மணிநேரத்திற்கு ஒரு முறை தம்பிகளுக்குத் தெரியாமல் நானும் எனக்குத் தெரியாமல் அவர்களும் கூடையைத் திறந்து பார்ப்போம். முட்டையைக் காதருகே வைத்து, குஞ்சுகளின் அசைவு கேட்கிறதா எனச் சோதிப்போம். ஒருநாள் முட்டையில் சிறு விரிசல் தெரியும்; ஓடுடைந்து மெல்லிய ஜவ்வு கிழிபட, நெல்மணிமூக்குடன் நிழலாடும்; அடுத்த அரைமணி நேரத்தில் கீச்சுக் கீச்சுகள்; இறக்கையை அடித்து எழுந்து நிற்க முயலும். முட்டையிலிருந்து வெளியில் வந்த முதற்கோழிக்குஞ்சைத் திரும்பக் கூடைக்குள் வைப்பதற்கு, அம்மாவின் குரல் உரத்து ஒலிக்கவேண்டும். குஞ்சுகளின் எண்ணிக்கை இரண்டு, நான்கு, எட்டென்று பெருக, அவற்றை மடியில் எடுத்துப் பொத்திவெச்சு

சந்தோஷப்படுவேன். இருபத்தொன்றாம் நாள் ஒரு புஷ்பம் போலக் கையிலெடுத்துக் கொண்டாடவேண்டிய ஜீவனை, பதினைந்தாம் நாள் கொழகொழவென்று சீழ்போன்றதொரு திரவத்துடன் சுவைப்பதென்றால் எப்படி?

எங்கள் எதிரே, சாலையின் மறுபக்கம் ஒரு தள்ளுவண்டி. சூப், பன் - கோன் (bánh - cuốn), நேம், அடைகாத்த முட்டை என வண்டியில் அடித்திருந்த தகட்டில் பிரெஞ்சு மொழியில் எழுதியிருந்தது. நான்கைந்து முக்காலிகள் தள்ளுவண்டி அருகே போடப்பட்டிருந்தன. உட்கார்ந்தவர்கள் போகச் சிலர் நின்றபடி சாப்பிட்டுக் கொண்டிருந்தார்கள். என்னை இழுத்துக்கொண்டு தள்ளுவண்டி உணவுக்கடையை நெருங்கினார் சுப்பராயன். இரண்டு அடைகாத்த முட்டைகளைத் தனக்கு வாங்கினார். எனக்கு சூப் போதும் என்றேன். ஒரு தொன்னையில் ரத்தமும் சீழுமாக மிதந்த ஜீவனைப் பார்த்து முகத்தைத் திருப்பிக்கொண்டேன். எனக்கு சூப் இறங்கவில்லை. அங்கிருந்த குப்பைக்கூடையில் எறிந்துவிட்டுத் திரும்பினேன். கணவர் தொன்னையில் இருந்தவற்றை விழுங்கிய திருப்தியில் "ஹேவ்" என்றார். முக்காலியில் அமர்ந்து சாப்பிட்டுக்கொண்டிருந்த இரண்டு இளைஞர்கள் சிரித்துவிட்டார்கள். கைவசமிருந்த ரூச்சாங் வெள்ளை ஒயின் பாட்டிலைக் கீழேபோட்டுவிட்டுச் சட்டென்று குனிந்து சிரித்தான் அவர்களில் ஒருவன். திரும்பிய சுப்பராயன், சிரித்தவனின் சட்டையைக் கொத்தாகக் கையில் பிடித்துத் தூக்கினார்; அவன் கையிலிருந்த சூப் கோப்பை தவற, அவன் ஆடையின் மார்புப் பகுதியை நனைத்துக் கீழே விழுந்தது. இளைஞன் அச்சத்தில் உறைந்திருந்தான். முகம் வெளுத்துப் போய்விட்டது. தூரத்தில் நடந்ததைப் பார்த்த சில வாலிபப் பையன்கள் கூடிவிட்டார்கள். நடக்கவிருந்த விபரீதத்தைத் தடுக்க எண்ணிக் குறுக்கிட்டேன். இளைஞர்களிடம் மன்னிப்புக் கேட்க... கணவரை முறைத்துவிட்டு விலகிச் சென்றார்கள். கையிலிருந்த ஒன்றிரண்டு பியாஸ்தர்களை அபராதத் தொகைபோல உணவுக்கடைக்காரியிடம் திணித்துவிட்டுக் கணவரை இழுத்துக்கொண்டு சாலையின் மறுபக்கம் வந்தேன். "என்ன, இனி வீடுதானே? எனக் கேட்டேன். "இல்லை, இந்தோ சைகோன் கடைக்குப் போகலாம்" என்றார். "ஏன், அங்கும் யாருடைய சட்டையையாவது பிடித்து உலுக்க வேண்டுமா?" எனக் கேட்டேன். "இல்லை, இல்லை அப்படியெதுவும் நடக்காது;

சத்தியமா என்னை நம்பலாம்” என்ற வார்த்தைகளைக் கேட்டுத் தலையில் அடித்துக்கொண்டேன். அவர் சிங்கமாகப் பாயவும் செய்வார், சுண்டெலியாக மாறி வளைக்குள்ளும் பதுங்குவார்.

அடுத்த கால்மணி நேரத்தில் இந்தோ – சைகோன் கடையில் இருந்தோம். சற்று முன்பு பொங்கல் பண்டிகையில் சந்தித்த மதாம் சுந்தரம் எதிர்ப்பட... அவரிடம் நின்று பேசவேண்டியதாயிற்று. கணவரின் பார்வை அங்கே அமைதியாகச் சில அடிகள் தூரத்தில் பட்டுச்சேலைகளைத் தொட்டுப் பார்த்துக்கொண்டிருந்த இளம் தம்பதியர் மீது சென்றது. “நீ பேசிக்கொண்டிரு, வர்றேன்” எனச் சென்றவர், இளைஞரின் தோளைத் தொட்டுத் திருப்பினார். எனக்குள் மறுபடியும் அச்சம். ‘இன்று குடிக்கக்கூட இல்லையே, சற்று முன் வாங்கிய ஒயின் போத்தலும் தரையில் விழுந்து உடைந்ததைப் பார்த்தேனே?’ என்றெல்லாம் யோசித்தேன், மதாம் சுந்தரத்தோடு நின்றிருந்தாலும் எனது கவனம் மொத்தமும் கணவரைக் கண்காணிப்பதில் இருந்தது. இரண்டொரு நொடிகள் இளைஞரை நோக்கிக் கையை அசைவின்றி நீட்டியவர், எதையோ மெல்லக்கூறிச் சிரிக்கிறார். இளைஞரைச் சட்டென்று கட்டிப்பிடித்து என்னவோ சொல்கிறார். அவரிடமிருந்து விலகி கால்சட்டைப்பையிலிருந்து கைக்குட்டையை எடுத்துக் கண்களைத் துடைத்தபடி, மீண்டும் எதையோ சொல்வதும் என்னைப் பார்ப்பதுமாக இருக்கிறார் சுப்பு. இளைஞரின் பார்வை என்பக்கம் திரும்புகிறது, என்னை நோக்கி அடியெடுத்து வைக்கிறார். “கொஞ்சம் பொறு” என்பதுபோல அவரை சுப்பு தடுக்கிறார். பட்டுச்சேலைகள் பார்ப்பதை விடுத்து தம்பதி இருவரும் என் கணவருடன் என்னை நோக்கி வருகிறார்கள். எனது பிரச்னையைப் புரிந்துகொண்டவர்போல மதாம் சுந்தரம் விலகிச் சென்றார். மூவரும் என்னை நெருங்கி இருந்தார்கள். இளைஞர் என் கணவரின் முதுகின் பின்னால் ஒளிய முயன்றார். “இவரை இதற்கு முன்னால பார்த்த ஞாபகம் இருக்கா, சொல்லு!” என்ற கணவர், இளைஞரை முன்னால் இழுத்து நிறுத்தினார்.

“சிங்காரம் நீயா?” வாய் திறந்து கூவிவிட்டேன். எங்களைப் போலவே கப்பலேறி இந்தோசீனா வந்த சின்னத் தம்பியை நான்காண்டுகளுக்குப் பிறகு பார்க்கிறேன். அண்மையில் புதுச்சேரியில் இருக்கும் மூத்த தம்பி சதாசிவம் கடிதம் போட்டிருந்தான். இவனை விசாரித்திருந்தான். கவனம்

வியட்நாமியப் பெண்ணிடத்தில் சென்றது. அப்படியும் இருக்குமோ? இதுவரை வாய் திறந்து ஒரு வார்த்தைகூடப் பேசாமல், எங்கள் முகத்தில் வைத்த கண்களை அகற்றாமல் உறைந்து நின்றிருந்த அவளிடம் உனக்கும் அவனுக்கும் என்ன உறவு என்று கண்களால் கேட்டேன். தன் இரு கை விரல்களையும் கோர்த்துக் கொளுவி முறுவலுடன் தலையை ஆட்டினாள். சட்டென்று அவளை என் மார்போடு சேர்த்து அணைத்துக்கொண்டு கண்கலங்கினேன். அவள் விலகி நின்றதும் சிங்காரவேலு, "மனைவி, பெயர் மரியா" என்றான்.

*

22

சைகோன் - மரியா ஹோவாம்மீ (4)

1934 பிப்ரவரி 4...

சேன் ழாக் துறைமுக நகரின் கடற்கரை. சர்க்கரையைக் கொட்டி நிரவியதுபோல வெள்ளைவெளேரென்று மணற்பரப்பு. நேராகவும் கோணலாகவும் அலை அரித்துச் சாய்ந்தும் எங்கள் வியட்நாமிய மக்களை நினைவூட்டும் தென்னைகள். தொலைவில் ஒழுங்கற்று நெளிந்து நீளும் கடலோரத்தில் தரைதட்டியதுபோலச் சுருட்டிவைத்த வலைகளுடன் படகுகள். சுற்றிலும் பொழுதை உல்லாசமாகக் கழிப்பதற்கென்று குடும்பத்துடன் வந்திருக்கும் ஐரோப்பியர்கள். கடற்கரைச் சாலையில் வரிசையாக மலைகளை ஒட்டி அவற்றிற்கு முட்டுக்கொடுப்பதுபோல அவர்களின் மோட்டார் வாகனங்கள். இந்தோ–சீனர் வாழ்க்கை சரிந்திடாமலிருக்கத் தாங்கள்தான் காரணமென ஐரோப்பியர் நினைப்பதுபோல, நிறுத்தப்பட்டுள்ள மோட்டார் வாகனங்களும் நினைக்கலாம்.

படகொன்றின் அருகே அமர்ந்திருந்தோம். உல்லாசமாகப் பொழுதுபோக்க வரும் ஐரோப்பியருக்கென ஒதுக்கப்பட்ட கடற்கரை.

நீலப்பச்சையில் இருக்கும் கடல்நீரில் மனிதத் தலைகள். அதற்கும் அப்பால் திரைச்சீலைபோல நீலவானம்; அதில் தீட்டிய ஓவியம்போல அங்கொன்றும் இங்கொன்றுமாக மீன்பிடிப் படகுகள். ஒரு சிறிய கப்பல் ஒன்று புகையைக் கக்கியபடி சைகோனுக்குத் திரும்பிப்போகிறது, நேற்று நாங்கள் வந்த கப்பலாக இருக்கவேண்டும். தெற்கில் மலைமீது தெரிவது கலங்கரை விளக்கம். காலையில் நாங்கள் அதன் மீது ஏறிப் பார்த்தோம். சிங்காரத்தின் மாமா சுப்பராயன் சைகோனில் யாரிடமோ கேட்டு, சிறப்பு அனுமதி வாங்கி இருந்தார். கொச்சின் சீனக் காலனி நிர்வாகி ஓய்வெடுக்கிற வில்லா பிளான்ஷும் துூரத்தில் தெரிகிறது. பிற்பகல் அதைச் சென்று பார்க்கும் திட்டமும் எங்களுக்கு இருக்கிறது. கண்ணும் காதும் ஓயாமல் திரும்பத் திரும்பக் களைப்பின்றிச் செயல்படும் அலைகளில் கவனம் செலுத்தின. அலைச்சீவல்களை இழைத்துத் தள்ளும் சீவுளியைக் கண்கள் தேட, காதுகளோ அலைகள் எழுப்பும் ஓயாத முழக்கத்தில் லயித்திருந்தன. எங்களை ஒடுக்க உங்களால் ஆகாது என்கிற கர்வத்தை, ஒவ்வொரு அலையிலும் கேட்க முடிகிறது. பேரலைகள் ஆரோகணத்தில் திடமாகக் காலூன்றித் தாளம் தட்டாமல் சாதகம் செய்ய, அவரோகணத்தை முடித்துவைப்பதோ அடுத்துவரும் சிற்றலைகள். கடல் சூழலுக்கு மேலும் கலகலப்பூட்ட சாம்பல்நிறக் கடற்பட்சிகள் அவ்வப்போது கூட்டமாக மேலெழும்பி இசைப்பதுபோலக் குரல்கொடுக்கின்றன, வகுப்பு முடிந்து விளையாட்டு மணி நேரத்தில் காச்சு மூச்சென்று, பாலர் பள்ளிக் குழந்தைகள் போடும் கூச்சலைப்போல.

சிசு புரள்வதுபோல இருக்க, நான் வயிற்றைத் தடவிப் பார்த்துக்கொண்டேன். நெஞ்சில் இனிமை கலந்த சந்தோஷம். பரவசத்தில் சில கணங்கள் திளைத்து சிங்காரத்தைப் பார்த்தேன். அவர் நான் ஒருத்தி இருக்கிறேன் என்பதையே மறந்தவராகத் தமக்கையுடன் பேசிக்கொண்டிருக்கிறார். அவர்கள் தமிழை வேகமாகக் கூழாங்கற்களை நீரில் எறிவதுபோலப் பேசுகிறார்கள்; எனக்குப் பல சொற்கள் புரிவதில்லை. நேற்று முதல் பேச்சு, பேச்சு ஓயாப் பேச்சு. என்னுடைய சகோதரனும் வேதவல்லியின் கணவரும் கடலில் குளித்துக்கொண்டிருந்தார்கள். என் சகோதரன் மனைவி மணல்வீடு கட்டிக்கொண்டிருக்கும் தன் பிள்ளைகளுடன் அவளும் குழந்தைபோல விளையாடிக்கொண்டிருக்கிறாள்.

கடற்கரை எங்கும் ஐரோப்பியரையே அதிகம் பார்க்க முடிந்தது. ஆண்களும் பெண்களும் குறைந்த ஆடையில் கடலில் குளித்துக்கொண்டிருந்தனர். என் தாய் பார்த்திருந்தால், உடனே வீட்டுக்குத் திரும்பவேண்டுமென அடம்பிடித்திருப்பாள்.

சிங்காரம், நான், அவருடைய தமக்கை வேதவல்லி, அவர் கணவர் சுப்பராயன், என்னுடைய சகோதரன், அவனுடைய மனைவி, பிள்ளைகள் – மூன்று குடும்பமும் சேன் மூாக் கடற்கரையில் காலை பத்து மணியிலிருந்து இருக்கிறோம். சைகோனுக்கும் சேன் மூாக்குக்கும் நீர்வழி இணைப்பு உள்ளது. உபயம் சைகோன் நதி. நாங்கள் நேற்று கப்பலில்தான் இங்கு வந்தோம்; நான்கைந்து மணிநேரம் பிடிக்கும் என்பதால் முதல் நாளே சேன் மூாக் வந்துவிட்டோம். என் சகோதரன் கடந்த ஒருவருடமாக இங்குள்ள ஓட்டல் ஒன்றில் வேலை செய்வது வசதியாக இருந்தது. சேன் மூாக் வரத் தீர்மானித்தது திடீரென்று எடுத்த முடிவு. வேதவல்லிக் குடும்பத்தின் யோசனை. சேன் மூாக் தீவு பற்றி நான் கேள்விப்பட்டிருந்தேன். என் தாயும் சரி, அவருடைய சகோதரர் வீட்டிலும்சரி, சேன் மூாக் நகரில் கொட்டமடிக்கும் ஐரோப்பியர்களைக் கடுமையாக விமர்சிப்பதுண்டு. அமைதியாக இருந்த மீனவர் கிராமத்தை ஐரோப்பியர் கெடுத்துச் சீரழித்துவிட்டார்கள் என்பது என்னுடைய தாய்மாமா வைக்கும் விமர்சனம். அவர் வியட்மின் கட்சியில் உறுப்பினர். என் தந்தையைக் காட்டிலும் அவர் வார்த்தைகள் எனக்கு நியாயமாகப் படும். நிலத்தைப்போல நதியையும் கடலையும் எங்கள் மக்கள் உயிர்வாழ்க்கைக்கான ஆதாரமாகப் பார்க்கிறவர்களே அன்றி அவற்றைக் கேளிக்கைப் பொருளாகப் பார்ப்பவர்களில்லை.

சிங்காரவேலுவை மணம் முடித்த ஒரு மாதத்தில் ராணுவக் குடியிருப்பில் எங்களுக்கு வீடு கிடைத்தது. ஒரு நாள் எங்கள் குடியிருப்பிற்குப் புதுச்சேரியைச் சேர்ந்த சிங்காரத்தின் சிநேகிதர் தனது மனைவியுடன் வந்திருந்தார். பேச்சுக்கு இடையில் என் கணவர் அவரிடம் "சைகோனில் நான்கு ஆண்டுகளாக வசிக்கும் தன்னுடைய தமக்கையையும் அவருடைய கணவரையும் தெரியுமா?" என விசாரித்து அவர்கள் பெயரையும் தெரிவித்தார். வந்திருந்த விருந்தினர், என் கணவருக்குப் பதில் அளிக்கின்றவகையில், "அப்படி ஒருவரையும் சந்தித்ததில்லை"

எனக் கூறிவிட்டு, எங்கு சென்றால், யாரைக் கேட்டால் அதற்குப் பதில் கிடைக்குமென ஒரு சில இடங்களையும் பெயர்களையும் குறிப்பிட்டார். நான் அமைதியாக அவர்கள் பேச்சைக் கேட்டுக்கொண்டிருந்தேன், குறுக்கிடவில்லை. அவர்கள் விடைபெற்றுச் செல்லட்டுமெனக் காத்திருந்தேன். எனக்குக் கடுமையான கோபம்; கடல் கடந்து வெகுதூரம் வந்திருக்கின்ற அவரால் சொந்தச் சகோதரி இந்த ஊரில் இருக்கிறார் எனத் தெரிந்தும் இத்தனை நாட்கள் தேடாமல் எப்படி இருக்க முடிந்தது எனக் கேட்டேன். என்னை அமைதிப்படுத்த சில காரணங்களைச் சொன்னார். புதுச்சேரியிலிருந்து அவர்கள் புறப்பட்டபோது, தமக்கை இவர்களிடம் சொல்லிக்கொள்ளாமல் கப்பல் ஏறிவிட்டார் என்பது அதிலொன்று. அடுத்து, தன் தமக்கை இவரைத் தேடவேண்டியதுதானே என எதிர் வினா தொடுத்தார். நான் சமாதானம் அடையவில்லை. எனக்குக் கோபம் சிங்காரத்தின் தமக்கையின் கணவரிடத்தில் இல்லை. சிங்காரத்தின்மீதும் அவர் தமக்கையிடத்தும் இருந்தது. அதுமுதல் சிங்காரத்தைவிட எனக்கு அவருடைய சகோதரி வேதவல்லியைச் சந்திக்கும் ஆசை இருந்தது.

* * *

அன்று தமிழர்கள் பொங்கல் தினம் எனக் கேள்விப்பட்டிருந்தோம். இதுவரை தமிழர் நிகழ்ச்சியென்று எதிலும் கலந்துகொண்டதில்லை. பொதுவாக சிங்காரத்திடம் எனக்குப் பிடிக்காத குணம் தன்னை ஐரோப்பியராக நினைத்து வாழ்வது. திருமணம் ஆன புதிதில், என்னுடைய அம்மாவின் சகோதரர் வழக்கம்போல ஐரோப்பியர்களைக் கடுமையாகத் திட்ட, என் தந்தை ஆசிய மக்கள் காட்டுமிராண்டிகள், நாகரிகமற்றவர்கள் என வர்ணிக்க, சிங்காரம் அவருக்கு வக்காலத்து வாங்கியதை நான் மறந்தவளில்லை. பின்நாட்களில் அவருடைய தமக்கை வேதவல்லியின் குடும்பத்தைத் தெரியவந்த பின்னர் குணத்தில் சிங்காரம் அச்சு அசலாக அவருடைய தமக்கையின் கணவர் சுப்புராயன்போல இருப்பதைப் புரிந்துகொண்டேன். இருவருமே பேச அனுமதித்தால் சக தமிழரைக் குறிப்பிட்டுச் சொன்னால் பிரிட்டிஷ் தமிழரை மட்டம் தட்டிப்பேசுவார்கள். நல்லவேளை, வேதவல்லி வித்தியாசமானவராக இருந்தார். என்னுடைய வற்புறுத்தலால்

பத்து நாட்களுக்கு முன்பு தமிழர்கள் நடத்தும் பொங்கல் விழாவிற்குப் போவது, அதன் மூலம் சிங்காரத்தின் தமக்கையைச் சந்திக்கின்ற வாய்ப்புக் கிடைக்கும் என நினைத்தேன். தவறினால் விழாவிற்கு வந்திருக்கிற பிற இந்தியர்களிடத்தில் விசாரித்துப் பார்க்கலாம் என்பதென் யோசனை. ஆனால் அன்று எதிர்பாராதவிதமாக, என் பெற்றோர் என்னைப் பார்க்க ராணுவக் குடியிருப்புக்கு வந்திருந்ததால், அத்திட்டத்தைக் கைவிட வேண்டியிருந்தது. அதிர்ஷ்டவசமாக என்னுடைய பெற்றோர், மதிய உணவை எங்களுடன் முடித்துக்கொண்டு ஐரோப்பிய தம்பதியொன்று வீட்டிற்கு வரவிருப்பதாகக் கூறிப் புறப்பட்டுவிட்டனர். மாலை நான்கு மணி இருக்கும், சிங்காரம் "ரூய் கத்தினா வரை போய்வரலாம்" என்றார். என்னை ஆவ் தாய் உடையில் பார்த்துச் சலித்து விட்டதென்றும் இந்தியர் கடைக்குச் சென்று எனக்குச் சேலைகள் வாங்கப்போவதாகவும் தெரிவிக்க, எனக்கும் மகிழ்ச்சி. புறப்பட்டுவிட்டோம்

ரூய் கத்தினாவிலிருந்த இந்தோ – சைகோன் கடை இந்தியர்கள் மட்டுமின்றி, சீனர்கள், தாய் மக்கள், கம்போடியர்கள், அன்னாமிட்டுகள் அனைவரும் வந்துபோகும் பிரசித்தி பெற்ற துணிக்கடை. நான்கூடப் பலமுறை என் தாயுடன் இந்த இந்தியக் கடைக்குப் போயிருக்கிறேன். விதவிதமான பட்டுத்துணிகள் அங்குக் கிடைக்கும். வேண்டும் அளிவிற்கு எடுத்துவந்து தையற்கடையில் கொடுத்து எங்கள் ஆடைகளைத் தயாரித்துக்கொள்வோம்.

பொதுவாக ஞாயிற்றுக்கிழமைகளில் இந்தோ – சைகோன் துணிக்கடையில் கூட்டம் அலைமோதும். அன்று அவ்வளவாக வாடிக்கையாளர்கள் இல்லை. "என்னப்பா, என்ன நடந்தது?" என்று துணி பேல்களை எடுத்துப்போடும் இளைஞரிடம் கேட்டேன். அவர் "இன்று தமிழர்களுக்குப் பொங்கல் தினம், அதனால்தான் கூட்டமில்லை. இந்நேரம் அது முடிஞ்சிருக்கும், இனி மொய்க்க ஆரம்பிச்சிடுவாங்க. இப்பவே உங்களுக்கு என்ன வேணும்னு சொல்லுங்க. எடுத்துப் போடறேன்" என்றார். சிங்காரம் அவரிடம் "காஞ்சிபுரம் பட்டுச்சேலைகள் புதிய சரக்காக ஏதேனும் வந்திருந்தால் ரெண்டு மூணு எடுத்துப்போடுப்பா" என்றார். ஐந்து நிமிடங்கள் கழிந்திருக்கும். நடுத்தர வயதுடைய இந்தியர் ஒருவர் என்

கணவர் தோளைத்தொட்டு, "சிங்காரம் தானே?" எனக்கேட்க, அம்மனிதர் பக்கம் திரும்பிய கணவரின் முகத்தில் ஏற்பட்ட மாற்றமும் அதில் வெளிப்பட்ட மெலிதான சந்தோஷமும் என்னவாக இருக்குமென ஊகிக்க வெகு நேரம் பிடிக்கவில்லை. மூவருமாக சிங்காரத்தின் தமக்கையை நோக்கிச் சென்றோம். தன் கணவர் அறிமுகப்படுத்தும்வரை காத்திருக்கப் பொறுமையின்றி, தம்பியைக் கட்டிக்கொண்டு பொலபொலவென்று கண்ணீர் சிந்தினார். எனக்கும் அழுகை வந்துவிட்டது. என்னைக் காட்டி இவன் மனைவியா என சைகையால் கேட்க... நான் ஆமென்று தலையாட்ட ஒரு உச்சகட்ட காட்சி அங்கு அரங்கேறியது. தன் தம்பியை விலக்கியவர் என்னைக் கட்டி அணைத்துக்கொண்டு கண்ணீர் விட்டார். என் கன்னத்தையும் முகவாயையும் தொட்டும் கிள்ளியும் பேசினார். வாடிக்கையாளர்கள் அனைவரின் கண்களும் எங்கள் மீதிருக்க, புரிந்துகொண்டு விலகி நின்றோம். சிங்காரம், தமக்கையிடம் எனக்குப் பட்டுச் சேலை எடுக்க வந்ததைக் குறிப்பிட்டுச் சொல்லிவிட்டுக் காதில் எதையோ கிசுகிசுக்கிறார். என்ன சொல்லியிருப்பாரென எனக்குப் புரிந்துவிட்டது. தமக்கை, சட்டென என் வயிற்றைத் தொட்டு அப்படியா, எத்தனை மாதம்? எனக் கேட்க... நான் கைவிரல்களைக் காட்டி ஏழு மாதமெனக்கூறி முகம் சிவக்கிறேன். அன்று நான்கு சேலைகள் எடுத்தோம். சேலைகள் அனைத்திற்கும் பணம் கொடுத்தது சிங்காரத்தின் தமக்கை.

*

23

புதுச்சேரி (1)

1934 பிப்ரவரி 17...

"ஏன் ஹரிஜன் என்று பெயர் வைக்கவேண்டும், எனப் பலர் என்னிடம் வினவுகிறார்கள். வினவும் அன்பர்கள், நம்முடைய ஹரிஜன சேவா சங்கத்தினராக இருக்கமுடியாது. 'ஹரிஜன் என்கிற பெயர் எதற்காக, இதைவிட வேறு நல்ல பெயர் உலகில் இல்லையா?' எனறு சிலர் முணுமுணுத்ததையும் காதில் வாங்கியுள்ளேன். ஹரிஜன் என்ற சொல் அசாதாரணமானது என்பதை நீங்கள் புரிந்துகொள்ளவேண்டும். இச்சொல்லுக்கென்று ஒரு முக்கியத்துவம் இருந்தது. ஒட்டுமொத்த மனிதர்களையும் கடவுளின் குழந்தைகளாகவே அன்றைக்குப் பார்த்தனர். தற்போது அச்சொல் வழக்கில் இல்லை என்பதால் மக்கள் மனநிலையில் மாற்றம் ஏற்பட்டுவிட்டதாக நீங்கள் கருதக்கூடாது. ஒருமுறை நம்முடைய அபிமானி ஒருவர் 'ஒடுக்கப்பட்ட மனிதரென்று சித்தரிக்கிற எந்தப் பெயரும் எங்களுக்கு வேண்டாம்' எனத் தெரிவித்தார். அதில் உள்ள நியாயத்தைப் புரிந்துகொண்டதால், 'நீங்களே ஒரு பெயரைத்

தெரிவு செய்யுங்கள்' என்றேன். குஜராத் கவிஞர் நரசிம்ம மேத்தா, தமது கவிதைகளில் பல இடங்களில் கையாண்ட 'ஹரிஜன் 'என்ற சொல் பரவாயில்லையா என வினவினார். மறுகணம், என் சந்தோஷத்திற்கு அளவில்லை. மிகப் பொருத்தமான பதமாக எனக்குத் தோன்றியது. தமிழில் 'திக்கற்றவருக்குத் தெய்வம் துணை என்கிற பழமொழி' இருப்பது எனக்குத் தெரியும். அக்கூற்றிற்கு மிகப் பொருத்தமாக அமைந்த ஒரு சொல், 'ஹரிஜன்'. அவர்கள் கடவுள்களின் குழந்தைகள்; அக்குழந்தைகளை வாரி அணைக்க, முத்தமிட நாம் பாக்கியவான்களாக இருக்க வேண்டும். நம்முடைய ஹரிஜனக் குழந்தைகளுக்கு இழைக்கப்படும் அநீதிகள் உடனடியாக நிறுத்தப்படவேண்டும் என்பதற்காக உண்ணாவிரதம் இருந்தேன் என்பதையும் நீங்கள் அறிவீர்கள். ஹரிஜன மக்கள் அல்லாதோர் பலரது மனசாட்சியை என்னுடைய போராட்டம் உலுக்கியது என்ற உண்மையைப் பகிர்ந்துகொள்வதில் எனக்குச் சந்தோஷம். இப்போராட்டத்தின் காரணமாகப் பிறந்ததே நம்முடைய ஹரிஜன சேவா சங்கம். அதன் கிளைகளில் ஒன்றை இன்று உங்கள் புதுச்சேரியும் கண்டிருக்கிறது. சேவாதள அன்பர்கள் தீண்டாமை ஒழிப்பிற்கு அயராது பாடுபடுவார்கள் என மனப்பூர்வமாக நம்புகிறேன். சமத்துவம், சகோதரத்துவம் ஆகிய சொற்களின் பொருளை இந்தியாவின் பிறபகுதி மக்களைக் காட்டிலும் புதுச்சேரிவாசிகள் நன்கறிந்தவர்கள். எனவே ஜாதி மற்றும் வகுப்புவாதத்திற்கு எதிராகப் புதுச்சேரி அன்பர்கள் போராடக்கூடியவர்கள் என்கிற நம்பிக்கை எனக்கு இருக்கிறது. சமூக விழிப்புக் கொண்ட புதுச்சேரி சனங்கள் எனது அபிலாஷையைப் பூர்த்தி செய்வீர்கள் என்கிற நம்பிக்கையுடனும் சந்தோஷத்துடனும் உங்களிடமிருந்து விடைபெறுகிறேன்"

காந்தி உரையை முடித்துக்கொண்டார். புதுச்சேரி ஹரிஜன சேவா சங்கத்தின் ஏற்பாடு. காலை நேரம். ஒதியஞ்சாலைத் திடலெங்கும் சமுத்திரம்போல மக்கள் கூட்டம். எங்கும் மாவிலைத் தோரணங்கள். புழுதி மண்டலம். புதுச்சேரியைச் சுற்றியுள்ள கிராமங்களில் இருந்தெல்லாம் சனங்கள் திரண்டிருந்தார்கள். முன்னதாக மகாத்மாவை வரவேற்ற, சேவா சங்கத்தின் தலைவர் சவரிநாதன், காந்தியின் தென் ஆப்ரிக்க அரசியல் சம்பவங்களை நினைவுகூர்ந்து "காந்தி, இந்த நூற்றாண்டின் மிகப் பெரிய மனிதர்" என்றார்.

இந்தியாவின் விடுதலை பற்றிப் பேசவோ, பிரெஞ்சுக் காலனி அரசுக்கு எதிராக எதையாவது கொளுத்திப்போடும் யோசனையோ கூடாதெனக் காலனி நிர்வாகம் தெளிவாக விழா ஏற்பாட்டாளர்களை எச்சரித்திருந்தது. ஆட்சிக்கு எதிராகக் காந்தி வாய் திறக்க வரவில்லை. பதிலாக இந்தியர்களிடையே ஏற்றத்தாழ்வு கூடாது எனப்பேச வருகிறார் எனக் காலனி அரசுக்குச் சொல்லப்பட்ட சமாதானம் ஒருவகையில் சம்பந்தப்பட்டவர்களுக்கு ஏற்புடைய விஷயம்.

காந்தி மேடையிலிருந்து இறங்கும்போது கூட்டத்தில் "மகாத்மா காந்திக்கு!" என்றார் ஒருவர். தொடர்ந்து வழிமொழிவதுபோல பல குரல்கள் "ஜே! ஜே!" என்றன. மேடையில் பிரிட்டிஷ் இந்தியக் காங்கிரசாரின் சீருடையில் இருந்த ஒருவர், 'வந்தே மாதரம்' என முழங்க, "அதெல்லாம் கூடாதுப்பா" என்று விழா ஏற்பாட்டாளர்களில் ஒருவர் உரத்த குரலில் கையை உயர்த்திக், குரல்களை அடக்கினார். இதையெல்லாம் கூர்மையாக அவதானித்தபடிக் கூட்டத்தில் ஓரமாக அமர்ந்திருந்த காவல் அதிகாரி முகத்தில் திருப்தி. அசம்பாவிதமாக எதுவும் நடந்துவிடக்கூடாதென்கிற கவலை அவருக்கு. அலுவலகத்திலிருந்து பந்தோபஸ்துக்கெனச் சிப்பாய்களுடன் கிளம்பியபோது சகுனம் பார்த்தார். முதல் நாள் பெருமாள் கோவிலுக்குச் சென்று அர்ச்சனையும் செய்திருந்தார். ஐரோப்பியருடன் சகவாசமென்றாலும் இவற்றையெல்லாம் விட முடிகிறதா என்ன? தமது தலைக்குக் கேடு வரக்கூடாதென்கிற கவலை அவருக்கு.

அவர் கவலைக்குக் காரணங்கள் இருந்தன. இரண்டு வருஷங்களுக்கு ஒருமுறை கவர்னர்களை மாற்றியும் புதுச்சேரிக் காலனிவாசிகளைக் கட்டிமேய்ப்பது பெரும் சிக்கலாகவே இருந்தது. சிக்கல், வயலில் இறங்கி உழைத்த ஏழை விவசாயிகளால் வருவதில்லை; வரப்பில் குடை பிடித்து உட்கார்ந்திருந்த சண்முக வேலாயுத முதலி போன்ற மிராசுகளால் வருகிறது. கூலிக்கு வலை வீசிய மீனவர்களால் பிரச்னையில்லை; அவர்களைக் கொத்தடிமைகளாக வைத்திருந்த செல்வராஜு செட்டியார் போன்றவர்களால் பிரச்னை. ஆலைத்தொழிலாளிகளால் அல்ல, ஆலை முதலாளியான கெப்ளே போன்ற ஐரோப்பியர்களின் அரசியல் விளையாட்டினால் தீராத தலைவலி. மொத்தத்தில்

பிரெஞ்சுக் காலனி அரசுக்குப் பெரும் சங்கடத்தை அளித்தவர்கள் புதுச்சேரிக் காலனியின் ஐரோப்பிய, இந்திய மேட்டுக்குடிகள்.

பிரெஞ்சு மேட்டுக்குடிகள் எனில் அவர்கள் கிறித்துவக் குருமார்கள், காலனி அதிகாரிகள், ஐரோப்பிய வணிகர்கள். இவர்களைப் பொருத்தவரை, 'புதுச்சேரி இந்தியருக்கு ஐரோப்பியரின் அரசியலையோ, பண்பாட்டையோ புரிந்துகொள்ளப் போதாது'. இந்தியர்களுக்கு வாக்குரிமை அளிப்பதோ, பிரான்சு மக்களவையில் பிரதிநிதித்துவம் தருவதோ அவர்களைப் பொருத்தவரை ஆபத்தாக முடியும். புதுச்சேரி ஊரையும் இரண்டாகப் பிரித்து ஐரோப்பியர் ஒதுங்கி வாழ்ந்தனர். இந்திய மேட்டுக்குடியினர் இரண்டு வகையினர். முதலாமவர் பழைமைவாதிகள்; இரண்டாம்வகையினர், ஐரோப்பிய வாழ்க்கைமுறையில் மோகம் கொண்டவர்கள். இந்தியப் பழைமைவாதிகளுக்குத் தங்கள் பண்பாட்டில் ஐரோப்பியர் குறுக்கிடாதவரை காலனி ஆட்சி, ஐரோப்பியப் பண்பாடு – இரண்டின்மீதும் தங்களுக்குப் பகையோ, வெறுப்போ இல்லை என்கிற மனநிலை. பிரெஞ்சுக் கல்வி கிடைத்த புதுச்சேரி வாசிகளுக்கு மேற்கத்தியப் பண்பாடு மேலானது; அவர்கள் வாழ்க்கைமுறை உயர்ந்தது.

பிரெஞ்சுக் காலனி அரசின் மனநிலை என்ன? சைகோன் உங்களிடம் அது பற்றி விரிவாகப்பேசியிருக்குமென நினைக்கிறேன். புதுச்சேரி சார்பாக எனக்கும் சொல்ல இருக்கிறது. ஆட்சியென்பது அதிகாரம், நலன் என்கிற இரு சொற்களுக்குச் சொந்தமானது. இரண்டுமே ஆட்சியாளர்களுக்கானது. இதற்காக எதையும் அவர்கள் செய்வார்கள். நல்லவேளை எல்லைதாண்டிக் கொள்ளை அடிக்க இன்றைய ஆட்சியாளர்களுக்கு அதிகம் சாத்தியமில்லை. ஆனால் நேற்று இருந்தது. நேற்றெனில் இக்கதை நடக்கின்ற இருபதாம் நூற்றாண்டுவரை. ஒரு மனிதனை அடிமைப்படுத்த வேண்டுமா, அவனைச் சிறுமைப்படுத்து, உன்னை உயர்ந்தவன் என்று நம்பும்படிச் செய். இதுதான் சக மனிதர்களை ஒடுக்குவதற்குப் புத்திசாலிகள் கடைப்பிடிக்கும் தந்திரம். காலனியத்தின் கொள்கையும் இதுதான். லாபம், முதலீட்டாளருக்கு என்கிற வணிக அரசியலுடன் உள்ளே நுழைந்தவர்கள், காலனி நாடுகளின் சமூக அமைப்பையும் அவலங்களையும் ஆதிக்க அரசியலுக்கு

பயன்படுத்திக்கொண்டார்கள். சந்தேகித்த காலனி மக்களிடம் Civilizing missionக்காக வந்திருக்கிறோம் என்றார்கள், ஏதோ காலனிவாசிகள் காட்டுமிராண்டிகளாக வாழ்வதைப்போல.

ஐரோப்பியர்களுக்கிடையிலான காலனிப் போட்டியில் அதிகம் ஜெயித்தது ஆங்கிலேயர்கள். அரசியல் யுத்தத்திலும் ஐரோப்பியரல்லாத பிறர் மீதான மொழி மற்றும் பண்பாட்டுத் திணிப்பிலும் ஆங்கிலேயர் அடைந்த வெற்றி உலகமறிந்தது. ஒரு சிலரின் வயிற்றெரிச்சலைக் கொட்டிக்கொள்வதற்கெனவே அண்டைவீட்டுக்காரன் அமைந்து விடுவதுண்டு. பிரிட்டிஷ் முடியாட்சி, பிரெஞ்சு முடியாட்சிக்கு அப்படி அமைந்த அண்டைவீட்டுக்காரன். பங்காளிகளுக்குள் நடந்த சண்டைகள், சமாதானங்கள் என்கிற நீண்டகால அரசியலிலும் ஆங்கிலேயர் கைகளே ஓங்கி இருந்தன.

ஐரோப்பியர்களுக்கிடையிலான ஏழாண்டுப்போர் முடிவில் ஜெயித்த இங்கிலாந்து, தனக்கு வேண்டியதை எடுத்துக்கொண்டு வேண்டாதவற்றை 'பாவம் நீ என்ன செய்வ, மொத்தத்தையும் நான் எடுத்துக்கக் கூடாதில்லையா?' என பிரான்சுக்குத் தானமாக அளித்தவைகளில் பிரெஞ்சிந்தியக் காலனிகளும் அடக்கம். இது நடந்தது 1763இல். அதன் பின்னர் இருவரும் உனக்கா, எனக்காவென நடத்திய குடுமிப்பிடிச் சண்டையில் பாரீசுக்கும் லண்டனுக்குமெனப் பந்தாடப்பட்டு பிரெஞ்சிந்தியக் காலனிகள், மீண்டும் ஒரு போரின் முடிவில் தோற்ற பிரான்சு வசம், பிரிட்டன் சில நிபந்தனைகளுடன் 1815இல் பிரெஞ்சிந்தியக் காலனிகளைத் திரும்ப ஒப்படைத்தது. காலனிய அரசியலில் பிரான்சுக்கு, இங்கிலாந்துடன் ஒப்பிடுகிறபோது 'கடலைத் தாண்ட ஆசையுண்டு, கால்வாயைத் தாண்டக் காலில்லை' என்கிற கதைதான்.

பிரிட்டிஷ் முடியாட்சி இந்தியச் சமூகத்தின் பிரச்னைகளில் அதிகம் தலையிடுவதில்லை. இந்தியப் பண்பாடுகளின் கட்டமைப்பை இடித்து மாற்றி எழுப்புவது எளிதல்ல என்பதை அவர்கள் உணர்ந்திருந்தார்கள். சுரண்ட வந்தோம் அதைச் சரியாகச் செய்வோம் என்ற மனநிலையில் அவர்கள் இருந்தனர். பிரெஞ்சுப் புரட்சியூடாக மனிதர் உரிமைக்கு வாதிட்ட பிரான்சு அரசாங்கத்திற்கு மனசாட்சி உறுத்தி இருக்கவேண்டும். சைவப்பூனையாக அவதாரம் எடுத்தது. சைகோனில் பேசாத

மனிதர் உரிமையைப் புதுச்சேரியில் பேசியது. இந்தியர்களுக்கு, 'பிரிட்டிஷ் ராஜ்' ஐக் காட்டிலும் 'பிரெஞ்சு ராஜ்' மேலானது என்பதைச் சொல்லவேண்டும். பிரெஞ்சு அரசு, காலனி மக்கள் பிரெஞ்சுக் குடிமக்களாக மாறுவதற்கு உதவும் அரசாணையைப் பிறப்பித்தது. மாறிய காலனி மக்கள் இந்தியப் பிறப்பு வழங்கியுள்ள சமூக அடையாளத்தைத் துறக்கவும் பிரான்சு தேசத்துக் குடிமக்களுக்கு ஈடாகச் சலுகைகள், உரிமைகள் பெறவும் உறுதி அளித்தது. அரசாணைகளும் சட்டங்களும் விரைவான மாற்றத்திற்கு ஓரளவேனும் உதவக்கூடியவை என்பதை மறுக்கமுடியாது. ஆயினும் அவை ஏட்டுச்சுரக்காய் என்பதுதான் புதுச்சேரியிலும் சைகோனிலும் பிரெஞ்சுக் குடியுரிமை பெற்ற புதுச்சேரிக் காலனி மக்களின் சொந்த அனுபவம்.

சைகோனுக்கும் புதுச்சேரிக்கும் அநேக விஷயங்களில் ஒற்றுமை இருந்தது. ஆயினும் புதுச்சேரி மக்கள் இருநூறு ஆண்டுகாலம் கூடுதலாக அடிமைப்பட்டுக் கிடந்தோம் என்கிற பெருமைக்குரியவர்கள். இதைப் புதுச்சேரியாகிய நான் சொல்லிக் கொண்டிருக்கிறபோது, வியட்நாம் மக்கள் அங்கே தங்கள் விடுதலைப் போராட்டத்தை ஆரம்பித்திருப்பதாகச் செய்தி கிடைத்திருக்கிறது. புதுச்சேரி சனங்கள் நாள், நட்சத்திரம் பார்த்துக்கொண்டிருக்கிறார்கள். எல்லாம் கூடிவந்தால் ஏதாவது நடக்கலாம். புதுச்சேரியில் ஆயிரத்தெட்டுச் சாதிகள். அவர்களை வழிநடத்தும் மக்கள் தலைவர்களுக்குத் தங்கள் அரசியல் செல்வாக்கு பற்றிய கவலைகள்.

*

24

புதுச்சேரி (2)

அந்தி சாயும் நேரம். சிலுசிலுவென்று ஊதல் காற்று வீசிக்கொண்டிருந்து. வெயில் சற்றுத் தணிந்திருந்தது. மதிய உணவிற்குப் பிறகு சிநேகிதர்கள் இருவரும் பேச உட்கார்ந்தவர்கள்: ஒருவர் சேஷாசலம் ரெட்டியார், மற்றவர் சதாசிவம் முதலியார். முன்னவர் முதுகுக்குத் தலையணையைக் கொடுத்து, வலதுகையை முக்கோண வடிவில் தலைக்குக் கொடுத்து, திண்ணைச் சுவரில் சாய்ந்து, கால்களைத் தெருப்பக்கம் நீட்டியபடி படுத்திருந்தார். சதாசிவம் ஒட்டுத்திண்ணையில் கால்களைத் தொங்கப்போட்டு உட்கார்ந்திருந்தார். அவ்வப்போது எழுந்து சென்று வீதியில் முருங்கை மரத்தடியில் வெத்திலைச் சாறைக் காறித் துப்புவதும் திண்ணைக்குத் திரும்புவதுமாக இருந்தார். சேஷாசலம் மட்டுமல்ல, அவ்வீதியிலுள்ள பலருக்கும் முருங்கமரத்தின் வளர்ச்சிக்கும் செழிப்புக்கும் அவர் துப்பும் வெத்திலைச்சாறே காரணம் என நம்புகிறார்கள்.

'குந்தித் தின்றால் குன்றும் மாளும்' என்பது பழமொழி. சேஷாசலம் மட்டுமா, அவருடைய பாட்டன், முப்பாட்டன் என மொத்தப் பேரும் குந்தித் தின்றவர்கள். குன்று மலையாக மாறிய

அதிசயம் நடந்திருக்கிறதே தவிர, அவர்கள் பிதிர்ராச்சிதத்தில் ஒரு குன்றிமணி அளவுகூடக் குறைந்ததில்லை. நகத்தில் அழுக்குப் படாமல் வாழப் பழகிய குடும்பம். கேட்டால் எம்பெருமான் தென்னம்பாக்கம் ஸ்ரீகல்யாண வெங்கடேசப் பெருமாள் கடாட்சம் என்பார். கனத்த சரீரம். நான்கு பேர் தாராளமாக உட்காரக்கூடிய வில்வண்டி அவர் ஒருவருக்கு மட்டுமே செளகரியப்படும். சதாசிவம் அப்படி இல்லை. உடையவன் பாராவேலை ஒருமுழம் கட்டை என நினைக்கிற மனுஷன். அண்டை கழிக்க ஆள் வரவில்லை என்றால், கோவணத்துடன் மண்வெட்டியைக் கையிலெடுக்கும் உழைப்பாளி. அவர் பாரியாள் முத்துலட்சுமி வக்கணையாகச் சமைத்து வைக்கிறார்; இருந்தும் உடம்பில் எதுவும் ஒட்டுவதில்லை. இரண்டு சிநேகிதர்களுக்கும் பூர்வீகம் புதுசேரிக்கருகில் பாகூர். சேஷாசலம் ஏற்கெனவே கூறியதுபோலத் தனவந்தர். நிலம் நீச்சு ஏராளம். சதாசிவம் குடும்பத்தை சேஷாசலம் குடும்பத்தோடு ஒப்பிட்டுச் சொல்லமுடியாது. இருந்தாலும் இரண்டு பேருக்கும் நெடுநாளைய சிநேகிதம். சதாசிவம் கடந்த சில ஆண்டுகளாகப் புதுச்சேரிவாசி; நகரத்தில் இருக்கும் பஞ்சாலை ஒன்றில் தற்போது குமாஸ்தா உத்தியோகம். பாகூரில் பூர்வீகச்சொத்து இருந்தது. சொந்த விவசாயம். ஊரில் பலர் "வாரத்திற்கோ, குத்தகைக்கோ விட்டு விட்டுச் சிவனே என்றிருக்க வேண்டியதுதானே, எதற்காக இப்படி லோல்படணும்" எனச் சொல்லிப் பார்த்துவிட்டார்கள். அதிலும் லட்சுமண உடையார் கூறிய புத்திமதிகள் ஏராளம். விவசாயம் சரிப்பட்டு வரவில்லையெனச் சொற்ப நிலம் வைத்திருந்தவர்களெல்லாம் ஆலை வேலைக்கும் சைகோனுக்கும் புறப்பட்டுப்போக, அவர்களின் நஞ்சை, புஞ்சைகளை வாரத்திற்கும், குத்தகைக்கும் பயிரிட்டே லட்சுமண உடையார் லட்சாதிபதி உடையார் ஆனவர். "அந்த ஆள்கிட்ட கொடுத்திடாத. புதுச்சேரியில என்ன வெட்டி முறிக்கிறீர். மாசத்துல ரெண்டு நாளு, மூணு நாளு வந்துட்டுப்போனா பிரச்னை முடிந்தது. உன் படியாளு பூபாலன் நல்ல மனுஷன். பிறகு நானிருக்கேன்" எனக்கூறி சிநேகிதர் சதாசிவத்தின் பாகூர் பந்தத்தைக் கட்டிக்காத்ததில் சேஷாசலத்திற்குப் பெரும் பங்குண்டு.

ஹரிஜன சேவா சங்கத்தில் பேச, காந்தி வருகிறார் என்ற செய்தி புதுச்சேரியைச் சுற்றியுள்ள கிராமங்களிலும் எட்டி இருந்தது. சேஷாசலமும் கேள்விப்பட்டார். எதிர்கால

மேட்டுக்குடி சனங்களின் அரசியலுக்குக் காந்தியும், காங்கிரஸும் உதவலாம் என நினைக்கிற புதுச்சேரிவாசிகளில் அவரும் ஒருவர். மற்றபடி காந்தியின் கொள்கையைத் தலையில் தூக்கிவைத்துக் கொண்டாடும் எண்ணமெல்லாம் அவருக்கு இல்லை. 'காக்கை குருவி எங்கள் ஜாதின்னு' பாடின பாரதிபோன்ற பிழைக்கத் தெரியாத கவிஞனுக்குக் காந்தியம் சரிவரும். நிலம் நீச்சு, மிராசு, அதிகாரம் எனும் சுகத்துல வாழப் பழகிட்டவன் எப்படி வெளியே வருவான் என்கிற புதுச்சேரிவாசி. காந்தியின் பேச்சும் போராட்டங்களும் பத்திரிகைச் செய்திகளாக வருகின்றன. எனவே அவர் பேச்சைக் கேட்பதற்காக சேஷாசலம் வரவில்லை. புதுச்சேரியின் எதிர்கால ஜாதகத்தைக் காந்தியைக் கொண்டு ஏதேனும் கணிக்க முடியுமா எனத் தெரிந்துகொள்ள வந்திருந்தார். "எனக்கு அவர் என்ன சொல்கிறார் என்பதுதான் முக்கியம், அவரைப் பார்க்கணுங்கிற ஆசையெல்லாம் எனக்கில்லை" எனச் சதாசிவத்திடம் சொல்லவும் செய்தார்.

கூட்டம் முடிந்ததும் மதிய போஜனத்தை முடித்துச் சிரமபரிகாரத்திற்கு நண்பரை வழக்கம்போலத் தன் வீட்டிற்கு சதாசிவம் அழைத்துவந்தார். உணவை முடித்து உட்கார்ந்த இருவரும் பேச ஆரம்பித்தார்கள். திருமதி சதாசிவம், திறந்திருந்த கதவை அணைத்தாற்போலக் கால் நீட்டி அமர்ந்து சிநேகிதர்கள் இருவருக்கும் நடக்கும் சம்பாஷணையை ஒட்டுக்கேட்டபடி இருந்தார்.

– காந்தியின் பேச்சுப் பற்றி உன்னுடைய அபிப்ராயம் என்னய்யா? – சேஷாசலம் சிநேகிதரிடம் வினவினார்.

நரம்பெடுத்த வெத்திலை முதுகில் தடவிய சுண்ணாம்புடன் தம் மனைவியின் கடவாய்ப்பற்களில் ஜீவனைவிட அஞ்சி அவள் கைவிரல்களுக்கிடையில் நடுங்கிக்கொண்டிருப்பதைத் திறந்திருந்த கதவு இடைவெளியிற்கண்ட சதாசிவத்திற்குக் கோபம் வந்தது. தலையிலடித்துக்கொண்டார். நண்பர் கேட்ட கேள்வியைக் தாமதமாகக் காதில் வாங்கியர்போல:

– தீண்டாமை கூடாது என்ற பேச்சை நாம வரவேற்கணும். பிரெஞ்சுக்காரர்களின் சமத்துவம், சகோதரத்துவம் கொள்கைளைக் கருத்தில் கொண்டு வகுப்புவாதம் மற்றும் சாதி ஒழிப்பிற்குப் பாடுபடவேண்டும் என்கிற வாதத்தில் எனக்கும்

நாகரத்தினம் கிருஷ்ணா | 155

பூரணச் சம்மதம். எங்களைக் காட்டிலும் உங்களைப்போன்ற ஆட்களிடம், அவர் பேச்சுப் போய்ச்சேரணும். அரசியல் பேச்சாக அன்றி நம்முடைய சமூகத்திற்கான குரலாக அது இருக்கனும். எனக்கு என்ன கோவம்னா, சமத்துவம், சகோதரத்துவம் பேசிய காந்தி அந்த இரண்டு சொற்களோடு, பிரான்சு தேசத்தின் குறிக்கோளென்று மூன்றாவதாக இருக்கிற ஒரு வார்த்தையைப் பற்றி ஏன் வாயைத் திறக்கலை. சுதந்திரம் என்ற வார்த்தை பிரிட்டிஷ் இந்தியாவுக்குத்தானோ, பிரெஞ்சு இந்தியாவுக்கு வேண்டாமோ?

– ஹரிஜன சேவா சங்கம் அழைத்தது சுதந்திரம் பற்றிப் பேச இல்லை. அதை நீ புரிஞ்சுக்கணும். அப்படிப் பேசுவாரென்று தெரிந்தால் காலனி அரசாங்கம், அவரைப் புதுச்சேரிக்குள்ள அனுமதிச்சிருக்க மாட்டாங்க. ஏதோ ஒரு வகையில் இங்கே வந்தார், அதுதான் முக்கியம். அவர் சம்பந்தப்பட்ட எல்லாமும் அவரோட வந்தது போலத்தான் நாமப் பார்க்கணும்.

– சரி சரி அவர்சொன்ன சாதி ஒழிப்பு, வகுப்புவாதத்தை யெல்லாம், கிராமத்துக்குத் திரும்பினதும் நடமுறைப் படுத்திடுவியா, எங்கே என் முகத்தைப் பார்த்துச் சொல்லு?

– வராது. இன்னும் ஐப்பது வருஷம் ஆனாலும் நாம இப்படித்தான் இருப்போம். அதுக்கு வாய்ப் பேச்சு உதவாது; காந்தி, பெரியாரென்று எத்தனை பேர் பேச்சை நாம் காதுல வாங்கினாலும் ஊர் திரும்பினா, வீட்டுக்குள்ள நுழைஞ் சா மறந்துடுவோம். கொஞ்சம் யோசிச்சுப் பாரு; உனக்கும் எனக்கும் சிநேகிதம் எப்படி வந்தது. நீ பாகூரிலும் நான் புதுச்சேரியிலும் இருந்தா வந்திருக்குமா. பால்ய வயதில் ஒரே வீதியில அடுத்தடுத்த வீட்டுல வசித்தோம். உங்கப்பா மிராசு, எங்கப்பா ஏழை விவசாயிங்கிற பேதம் நம்ம பிஞ்சு உள்ளங்களில் இல்லை. சிநேகிதம் பிறந்தது. சேரிகளையும் அதுபோல ஊருக்குள்ள கொண்டுவந்து அக்கம் பக்கத்து வீடுகளா மாற்றிக்காட்டினா மாற்றம் வரலாம். மாற்றத்தை அப்படித்தான் கொண்டுவர முடியும். அரவிந்தர், காந்தியைப் பார்க்கமாட்டேன்னு சொல்லிட்டாராமே, கேள்விப்பட்டியா?

– தெரியாது, ஏன்?

– எனக்கும் சரியான காரணம் தெரியலை. காந்தியின் செயலாளர், புதுச்சேரிக்கு வருகிறபோது காந்தி, அரவிந்தரைச்

சந்திக்க விரும்புவதாக எழுதியிருக்கிறார். அரவிந்தர் மறுத்து விட்டாராம்.

– நமக்கெதற்கு அந்த உள்குத்து அரசியல் எல்லாம். சைகோனுக்குப் போனவங்களைப் பத்தி ஏதாச்சும் தகவல் கிடைச்சுதா?

– ஆமாம்; ரொம்ப நாளைக்கப்புறம் தமக்கைகிட்ட இருந்து கடிதாசி வந்தது. ஊரையும் மனுஷர்களையும் பிரிஞ் சிருக்கிற கஷ்டம் அவங்க மனசுல நெறைய இருக்கு. தம்பி சிங்காரவேலுவை ஒரு ஜவுளிக்கடையில அவனுடைய புது மனைவியோட பார்த்திருக்காங்க; அவள் வியட்நாம் பெண்ணாம். நாமென்ன செய்ய முடியும், தலை எழுத்து அப்படி.”

– இதற்கெல்லாம் வருத்தப்பட்டு என்ன ஆவப்போவுது. அவளுக்கும் இருக்கவேண்டியது இருக்கும்தானே? எவளையோ கட்டிக்கிட்டான், பிரச்னை தீர்ந்ததென்று விடு. நோய் நொடியில்லாம சந்தோஷமா இருக்காங்க இல்லை. அதான் நமக்கு வேணும். ஏதாவது பசங்க குட்டி உண்டா?

– இல்லை, அதைப்பற்றி எந்தச் சேதியுமில்லை. கேக்கணும். எங்கம்மா கேட்டு எழுதச்சொன்னாங்க. எனக்கோ, என் பாரியாளுக்கோ எந்தச் சங்கடமும் இல்லை. எங்கம்மா ரெண்டு மூணு நாளு வாயில சோத்தை வைக்காம அடம் பண்ணினாங்க. ‘அவன் பண்ணுன கூத்துக்கு நீ ஏன் பட்டினிக் கிடக்கணும்’னு கண்டிச்சேன். மனசைத் தேத்திக்கிட்டாலும் இன்னும் புலம்பலை நிறுத்தனபாடில்லை.”

– காலம் மாத்திடும்யா கவலையை. ஆலைப் பிரச்னைகள் எப்படி?

– ஒரு நாளைக்கு 12 மணிநேர வேலை, மாதத்திற்கு 24 நாட்கள் உழைக்கவேண்டும். இந்தநிலமையில, ஆலை முதலாளிகளுக்கு இலாபமில்லைன்னு, ஊதியத்தையும் குறைச்சிட்டாங்க. தொழிலாளர் ஆதரவு அரசாங்கம் பிரான்சுல ஆட்சிக்கு வந்திருப்பதால, இங்குள்ள தொழிலாளர்களுக்கு நல்லது நடக்கும்னு எதிர்பார்க்கிறோம்.”

சதாசிவம் சொல்லி முடிக்கவும், “ஆண்டை புறப்படலாமுங்களா?” என்ற குரல் அவர்கள் பேச்சுக்கு

முற்றுப்புள்ளி வைத்தது. சேஷாசலத்தின் வண்டிக்காரர் வைக்கோல் கூளத்தில் சுகமாகப் படுத்து அசைபோட்டுக்கொண்டிருந்த எருதுகளை எழுப்பி நிறுத்தி வில்வண்டியின் ஏர்க்காலை ஒட்டி அணைத்து நுகத்தடிக்குக்கீழ் கொண்டுவந்து பூட்டாங்கயிறால் பிணைத்த பின்பு எஜமான் சேஷாசலத்தைப் பார்த்தார். புரிந்துகொண்ட சிநேகிதரிடம் விடைபெற்றுக்கொண்டு, வாயில் அடக்கிவைத்திருந்த வெத்திலைச்சாறைத் தலையைச் சிலுப்பி முருங்கைமரத்தடியில் துப்பினார். வில்வண்டியின் பின்புறம் சென்று நிற்கவும் வண்டிக்காரர், ஏர்க்காலை உயர்த்திப்பிடிக்க, சேஷாசலம் மெல்ல வண்டிக்குள் ஏறி அமர்ந்தார்.

*

25

புதுச்சேரி (3)

1936 ஜூலை 30...

அதிகாலையிலிருந்தே ஆடி மாத மழைக்கான முகாந்திரங்களுடன் வானம் மப்பும் மந்தாரமுமாக இருந்தது. ஹோஹோ என்று சுழன்று சுழன்று காற்று வீசிக்கொண்டிருந்தது. ஒவ்வொருமுறையும் வீதிப் புழுதியும் வீட்டுக்கூரைகளில் படிந்துள்ள தூசு தும்புகளும் காற்றுடன் கலந்து மேலெழும்பி, மீண்டும் பூமிக்குத் திரும்ப, வெளியில் நடமாடிய ஒன்றிரண்டு மனிதர்களையும் வீட்டுத் தாழ்வாரங்களில் தஞ்சம் புக வைத்தது. சதாசிவத்தின் வீட்டுவாசலில், அவர் மனைவியின் வற்புறுத்தலில் ஐந்தாறு ஆண்டுகளுக்குமுன்பு பதியமிட்டிருந்த முருங்கை நன்கு வளர்ந்து நிறையக் கிளைகள் விட்டிருந்தது. இரண்டு மூன்று வருடங்களாக நல்ல காய்ப்பு. தழையத் தழைய முருங்கை இலை. சடை சடையாக காய்கள். எட்டிப் பறிக்கலாம். அக்கம் பக்கத்திலிருந்து யார்வந்து கேட்டாலும் அவர் மனைவி இல்லைன்னு சொல்வதில்லை. 'வேண்டிய அளவு கீரையை ஒடிச்சுக்குங்க!' என்கிற குணம். அந்த மரத்தின் கிளைகள் இன்று முறிந்துவிழுந்திருக்கின்றன.

தெருவில் திரிந்த ஆடுகள் இரண்டு வாய்கொள்ளக் கவ்வி அசைபோடுகின்றன. அவற்றை ஓட்டவேண்டுமென சதாசிவத்துக்குத் தோன்றவில்லை.

கருநீல அடிவானமும் குடித்த கடல்நீரை கொட்டிவிடத் துடித்து உப்புசம் கண்ட வயிறுடன் அலையும் கார்மேகங்களையும் அங்கொன்றும் இங்கொன்றுமாக விழும் சிறு தூறல்களையும் இதே புதுச்சேரியில் எத்தனையோ முறை சந்தித்திருக்கிறார். அன்று ஏனோ வழக்கத்திற்கு மாறாக அவற்றின் இயக்கத்தை அபசகுனமாகப் பார்த்தார். வீதியில் மனிதர் நடமாட்டம் அதிகமில்லை. தூறலும் காற்றும் மட்டும் அதற்குக் காரணமில்லை. ஏதோ அச்சம் முதலியார்பேட்டைப் பகுதியைக் கவ்வி இருந்தது. ஊர்ந்துசெல்லும் ஒன்றிரண்டு வாகனங்களும் அரசாங்க வாகனங்களாவோ, போலீசார் வாகனங்களாகவோ இருந்தன. பட்சிகள்கூட ஊரின் நிலைமை புரிந்து கூடுகளிலும் மரங்களிலும் பதுங்கிக்கொண்டிருப்பதாக சதாசிவம் நினைத்தார். கடந்த சில நாட்களாகவே, ரோடியர் மில் இருக்கிற முதலியார் பேட்டைப்பகுதி அரண்டுபோய்க் கிடக்கிறது. பெரிய கண்களும் கொடிய பார்வையும் கால்களில் கூரிய நகமும்கொண்ட காலனி அரசென்ற விலங்கு மனித உடல்களைத் தேடி ஊருக்குள் நுழைந்திருப்பது போன்றதொரு கொடுங்கனவை அடிக்கடி காண்கிறார். அது பலித்துவிடுமென நம்பவும் செய்கிறார். ஏற்படவிருக்கும் விபரீதத்தைத் தன்னுடன் வேலை செய்த தெரிந்த ஆலைத் தொழிலாளர்களிடத்தில் தெரிவித்து எச்சரித்தும் வைத்தார். அவர்கள் அலட்சியம் செய்தார்கள். “நீங்க என்ன நிர்வாகத்தோட ஆளா, போராட்டத்தைத் தடுக்கும் யோசனையா? உங்களுக்கென்ன பைத்தியமா... ஏதோ கனவு கினவுன்னு பயமுறுத்திறீங்க” எனக் கெக்கலி கொட்டிச் சிரித்தார்கள்.

சதாசிவம் கடந்த ஒருவருடமாக ஆலை வேலைக்குப் போவதில்லை. போவதில்லை என்றால் அவரை வேண்டாமென்று நிறுத்திவிட்டார்கள். போன வருடம் இதே ஆடி மாதம், அவர் அலுவலகத்தில் நுழைந்து ஓர் அரைமணி நேரம் ஆகியிருக்கும். அன்றையப் பணிக்கு வந்திருப்பவர்களையும் அவர்கள் நூற்கவேண்டிய துணி அளவையும் பேரேட்டில் பதிவு செய்துகொண்டிருந்தவேளை, “அய்யா! ஒங்களைப் பெரிய

அய்யா கூப்பிடறார்" என்று ஊழியர் ஒருவர் தெரிவித்தார். சதாசிவத்திற்காகக் காத்திருந்த ஐரோப்பிய அதிகாரி அதிக நேரம் எடுத்துக்கொள்ளவில்லை. இவர் முகத்தைப் பார்த்ததும் "சதாசிவம்! நாளையிலிருந்து வேலைக்கு வராதீங்க" என்றார். குரலில் இருந்த ஆணவமும் ஏளனமும் இவர் வாயை அடைத்தன. நூற்பாலை குமாஸ்தா உத்தியோகத்தை நம்பி அவரில்லை. சைக்கிளை எடுத்துக்கொண்டு வீடு திரும்பியவர், மனைவியிடம் 'பாகூருக்குப் போகிறேன்' என்று போனவர், மூன்று நாட்களுக்குப் பிறகே புதுச்சேரி திரும்பினார்.

புதுசேரியில் மூன்று நூற்பாலைகள். அவ்வப்போது தொழிலாளர்களுக்கும் ஆலை முதலாளிகளுக்கும் பிரச்னைகள் எழுவது வாடிக்கையாக இருந்தபோதிலும் பேச்சுவார்த்தையின் முடிவில், விட்டுக்கொடுத்துத் தீர்வுகண்டார்கள். 1933லிருந்து நூற்பாலைகளின் நிலைமை மோசமானது. பொருளாதார மந்தத்தால் உற்பத்தியைச் சீந்துவாரில்லை. ஆலை நிர்வாகம் ஊதியக் குறைப்பு, பணி நீக்கம் என வழக்கமான உத்திகளைக் கொண்டு சிக்கல்களிலிருந்து வெளியில் வரமுயன்றது. புதுச்சேரி மேட்டிமை அரசியல், இதுநாள்வரை சாதாரண மக்களை அலட்சிப்படுத்திவந்த நிலையில் பிரிட்டிஷ் இந்திய காங்கிரஸ் கட்சியின் தாக்கத்தால் புதுச்சேரியிலும் பிரெஞ்சிந்திய இளைஞர் இயக்கம் ஹரிஜன சேவா இயக்கம் போன்ற அமைப்புகள் உருவாயின. இவ்வியக்கங்களின் கவனம் நூற்பாலைகளில் அவல நிலையிலிருந்த தொழிலாளர் பக்கம் திரும்பியது.

இச்சூழ்நிலையில் பிரான்சு நாட்டில் 1936ஆம் ஆண்டு மே மாதத்தில் ஆட்சிப்பொறுப்பேற்ற தொழிலாளர் நலனில் அக்கறை கொண்ட கூட்டணி அரசாங்கத்தின் முயற்சியில் பிரான்சு தொழிலாளர்களின் கோரிக்கைகள் நிறைவேறின. அவர்களுடைய காலனி அரசாங்கம் என்பதால் புதுச்சேரி ஆலைத் தொழிலாளர்களும் தங்களுடைய நீண்ட நாள் பிரச்னைகளுக்குத் தீர்வு கிடைக்கும் என நம்பினார்கள். பிரெஞ்சுக் காலனி அரசு அச்சலுகைகளை இங்குள்ள தொழிலாளர்களுக்கு மறுத்தது. புதுச்சேரிக் காலனி அரசு, ஆரம்பகாலம் தொட்டு இங்கிருந்த ஐரோப்பிய இந்திய மேட்டுக்குடியினரின் கைப்பாவையாகவே இருந்துவந்தது. புதுச்சேரி கவர்னர் முந்தைய கவர்னர்களைப்போலவே ஐரோப்பிய ஆலை முதலாளிகளுக்கு

ஆதரவாக இருந்தார். ஊதிய உயர்வு, 25 ஆண்டுகள் பணிபுரிந்த தொழிலாளர்களுக்கு அவர்கள் இறுதியாக வாங்கிய ஊதியத்தில் 40 சதவீத ஓய்வூதியம், நாளொன்றுக்கு 9 மணிநேர வேலை முதலிய கோரிக்கைகளை வைத்து 1936 ஆம் ஆண்டு ஜூன்மாதம் 29ஆம் தேதி ரோடியர் மில் தொழிலாளர்கள் வேலை நிறுத்தம் செய்தனர். இனியும் பிரச்னையைக் கண்டுகொள்ளாமலிருக்கச் சாத்தியமில்லை என்றுணர்ந்த காலனி அரசு, ஜூலை 3இல் தொழிலாளர் பிரதிநிதிகளிடம் பேச்சுவார்த்தை நடத்திய முடிவில் சில கோரிக்கைகள் ஏற்கப்பட்டன. தொழிலாளர் பிரச்னைகள் முடிந்தன. இனி உற்பத்தி சீராகும் என நினைத்துக்கொண்டிருந்த வேளையில் நேற்றுத் திடீரென மூன்று ஆலைகளிலும் வேலைநிறுத்தம் என சதாசிவத்திற்குச் செய்தி கிடைத்தது. விசாரித்ததில் காலனி அரசு இதை ரோடியர் நூற்பாலைப் பிரச்னையாக முடித்துக்கொள்ள நினைத்து அவர்களுடன் ஒப்பந்தம் செய்துகொண்டு மற்ற நூற்பாலைத் தொழிலாளர்களை அலட்சியம் செய்திருக்கிறது. ரோடியர் மில் தொழிலாளர்களுக்கு உறுதி அளிக்கப்பட்ட சலுகைகளும் ஊதிய உயர்வும் தங்களுக்கும் வேண்டுமென சவானா, கெப்ளே நூற்பாலைத் தொழிலாளர்கள் உள்ளிருப்புப் போராட்டத்தில் குதித்திருக்கின்றனர். சக தொழிலாளர்களின் நிர்பந்தம் காரணமாக ரோடியர் மில் தொழிலாளர்களும் வேலைக்குத் திரும்பவில்லை. தொடர்ந்து மறியலில் ஈடுபட்டும் அரசாங்கமோ, நிர்வாகமோ பேச்சுவார்த்தைக்கு அழைக்கவில்லை என்ற கோபம் தொழிலாளர்களுக்கு, அதிகாரத்தின் சக்தியைத் தொழிலாளர்கள் உணரவில்லையென அரசுக்குக் கோபம்; ஆக, பதற்றமான சூழல்.

காலை மணி ஒன்பதிருக்கும்... திண்ணையில் உட்கார்ந்தபடி தூறல்களை எண்ணுவதைப்போலத் தெருவைப் பார்த்துக்கொண்டிருந்த சதாசிவத்திடம் “ஏங்க, என்ன குடிமுழுகிட்டதுன்னு இப்படி உக்கார்ந்திருக்கிறீங்க? ஆலை வேலையை நம்பியா பொறந்தீங்க, ஆகிற வேலையைப் பாருங்க, எழுந்து வாங்க! இட்லி சுட்டுவச்சது ஆறிப்போய்க் கிடக்கு” என அவர் மனைவி சமாதானப்படுத்தினார். இவர் எழுந்திருக்கவும் “அய்யோ! அய்யோ!” என்றொரு பெண் குரல். திரும்பினார். பக்கத்துவீட்டு அம்மாள். தலைவிரி கோலமாக, முந்தானை காற்றில் பறக்க... இவர்கள் வீட்டை நோக்கி ஓடிவந்தார். உதடுகள் துடிக்க “தம்பி சதாசிவம், ஒங் காதுல வேட்டுச் சத்தம்

விழலையா, என்னென்னமோ பேசிக்கிறாங்களே. கட்டையில போறவனுவ காக்கா, குருவி சுடுவதுபோல நம்ம மக்களைச் சுட்டுத்தள்ளறானுங்களாமே. தாயே மாரியாத்தா! நீதாண்டி என் மக்களைக் காப்பாத்தணும்" எனக்கூறிய பெண்மணி ஆலை வீதியை நோக்கித் தலைதெறிக்க ஓடுகிறார். புரிந்துகொண்ட சதாசிவம் சட்டைக்கூடப் போடாமல் கட்டியிருந்த வேட்டியோடு பெண்மணியைத் தொடர்ந்து இவரும் ஓடுகிறார். ஆலையை நெருங்க நெருங்க... மனித ஓலங்களும் இவரை நெருங்கி வந்தன. என்ன நடந்திருக்குமெனப் புரிந்துகொண்டார். செய்தி கேட்டு முதலியார்பேட்டை மட்டுமல்ல, புதுச்சேரி மொத்தமும் திரண்டிருப்பதுபோல மனிதக் கும்பல். ஆலை வாசல்களெங்கும் போலீஸ் குவிக்கப்பட்டிருந்தது. உள்ளே செல்லக்கூடாதென எச்சரிக்கை செய்த போலீசார்மீது கல்வீச்சு. பொதுமக்கள் மீது தடியடி. அன்று மாலை அவருக்குச் செய்தி கிடைத்தது. ஆலைத் தொழிலாளிகளில் 12 பேர் துப்பாக்கிச்சூட்டில் பலியாகி இருக்கிறார்கள். இருபது தொழிலாளர்களுக்குமேல் காயப்பட்டிருந்தனர்.

*

26

சைகோன் - வேதவல்லி (10)

கடந்த இரண்டு ஆண்டுகளில் எங்கள் குடும்பத்தில் சில மாற்றங்கள் ஏற்பட்டிருக்கின்றன. சிங்காரம் – மரியா குடும்பத்தில், தற்போது கூடுதலாக இரண்டு உறுப்பினர்கள். பாலினத்திற்கு ஒன்றென வஞ்சணையின்றி இரட்டைக் குழந்தைகளை மரியா பெற்றிருந்தாள். எங்கள் குடும்பத்திற்கும் புதிதாக ஓர் உருப்படி வந்து சேர்ந்திருந்தது. பெயர் லட்சுமி. அடுத்து நீங்கள் தெரிந்து கொள்ளவேண்டியது சைகோன் தமிழ்ச் சங்கத்தில் நான் எடுத்திருக்கும் தமிழாசிரியை உத்தியோகம்.

இப்போதெல்லாம் ஊரை நினைத்து அதிகம் மூக்கைச் சிந்துவதில்லை. இந்த மாற்றத்திற்குத் தம்பி சிங்காரத்தின் பங்கும் உண்டு. இரண்டு வருடங்களுக்கு முன்பு இஸ்மாயில் அண்ணன் கடையில அகஸ்மாத்தா அவனைப் பார்த்தபின்பு எனக்கு ஊர் பத்தின நினைப்புக் கொஞ்சம் மட்டுப்பட்டதெனச் சொல்லலாம். அவனைப் பார்த்த சேதியை ஊரிலிருக்கும் சதாசிவம் தம்பிக்கும் எழுதினேன். அவனுக்கும் சந்தோஷம். சிங்காரத்திடம் “அடிக்கடி உன் பொண்டாட்டியைக் கூட்டிக்கிட்டு வீட்டுக்கு வாடா. இந்த ஊருல என்

பொறந்த வீட்டுச் சொந்தம்னு சொல்லிக்கிறதுக்கு யாருடா இருக்காங்கன்னு" சொன்னப்போ அவன் கண் கலங்கிட்டான். பொட்டச்சிகள் பொதுவா சாமிக்கு நேந்துக்கிட்ட ஆடுபோல. ஊரச் சுத்திட்டிருந்தாலும் தழையும் குழையும் ஒடித்துப்போட்டுத் தன்னை வளர்த்த வீட்டை அப்பப்ப எட்டிப்பார்க்கிறதை அதுகள் விடாது. நாங்களும் அப்படித்தான். வாய் திறந்து மனதிலிருப்பதைச் சொல்லமாட்டோம். பிறந்த வீட்டு மனிதர்களைச் சந்திக்கிறபோதும் அவர்கள் வீடுகளைத் தாண்டிச்செல்ல நேரும்போதும் எங்கள் கண்களை நீங்கள் பார்த்திருக்கணும்; கார்த்திகை தீபத்தைக் கண்ணுல ஏத்திக்கிட்டு, கண்ணீரை நெஞ்சுல சுமந்துக்கிட்டு, எடுத்துவைக்கும் அடிகளில் இலக்கணைப் பிழைகள் செய்து... வேண்டாம் இதுபோதும். ஆண்கள் நீங்கள் ஒரு பாயில படுத்தெழுந்திருந்தாலும் பங்காளி களானதும் வெட்டி மடிவதைக் கண்ணாரப் பார்த்திருக்கிறேன்.

சுப்புவும் மைத்துனனை அடிக்கடி பார்க்கணும்னு சொல்லிக்கிட்டிருப்பார். "அவங்களை வீட்டுக்குக் கூப்பிடு. சொந்தம்னு சொல்லிக்க அவனுக்கு நாமதான இருக்கோம். சந்தர்ப்பம் வாய்க்கிறபோது அக்காளை ஒரு நடை எட்டிப் பார்த்துட்டுப்போனா, எதுல குறைஞ்சிடுவான்? குடும்பத்தோட இல்லைன்னாலும் தனியாகவாவது வீட்டுக்கு வந்துட்டுப் போவட்டும்" என்று கூறும்போதெல்லாம் இந்த மனுஷன் மைத்துனன் பேர்ல இவ்வளவு பாசம் வெச்சிருக்காறேன்னு சந்தோஷப்படுவேன். சில நாட்களில் இவரேகூடச் சிங்காரம் வீட்டுக்குப் போகவேண்டுமென்று துடிப்பார். ஒரு நாள் மாலை, தனியாக எங்கள் வீட்டிற்கு வந்த சிங்காரம், "வேறொரு வேலையா வெளியில் வந்தேன், போறவழிதானேன்னு உங்களப் பார்க்க வந்தேன். மாமா இல்லையா" எனக் கேட்டு நின்றான். கையில் ஒரு துணிப்பை, அதன் வாய்ப்பகுதியை மூடியதுபோல கையில் சுற்றியிருந்தான். என் பதிலுக்குக் காத்திராமல், பின்வாசலில் பப்பாளிப்பழத்தைப் பறித்துகொண்டிருந்த சுப்பு கையில் பையைத் திணித்தான். பையின் பரிமாற்றத்தின்போது இருவர் பார்வையும் என் பக்கம் இருந்தது. எனக்குச் சந்தேகம் பிறந்து வேகமாய்ச் சென்று அந்தப் பையைப் பிடுங்கிப் பார்த்தேன். ஒரு பிராந்தி பாட்டில். "இனிமே இதற்காக என் வீட்டுக்கு வரக்கூடாது, சொல்லிட்டேன்" என எச்சரித்து அவனை அனுப்பி வைத்தேன்.

ராணுவத்தில் இருக்கும் சிங்காரத்திற்கு மதுபாட்டில்கள் மலிவாகக் கிடைக்கும். முதன்முறை வீட்டிற்கு வந்தபோது இரண்டு ரம் பாட்டில்களைக் கணவருக்குப் பரிசாகக் கொடுத்ததில் ஆரம்பித்தது பிரச்னை. சிங்காரத்திடம் வரும்போதெல்லாம் "பாட்டிலுடன் வரும் வழக்கம் வேண்டாம்" என்றேன். இப்போதெல்லாம் பண்டிகை நாட்களில் கொண்டுவருகிறான். நானும் அதைப் பொருட்படுத்துவதில்லை.

இரண்டு வருடங்களுக்கு முன்பு இஸ்மாயில் அண்ணன் துணிக்கடையில் தம்பியையும் மரியாவையும் பார்த்தபோது அவள் ஏழுமாதக் கர்ப்பம். இருந்தும் வயிறு மிகவும் பெரிதாக இருந்தது. நான் சந்தேகித்ததுபோலவே இரட்டைப் பிள்ளைகள். குழந்தைகள் பிறந்த சேதிகேட்டுக் கணவரும் நானுமாகப் பரிசுகளை அள்ளிக்கொண்டு பார்க்கச் சென்றோம். மரியாவின் பெற்றோர், அவள் சகோதரன் குடும்பம், மரியாவின் தாய்மாமா குடும்பம் என்று பெரிய கூட்டம். அதிகம் பேர் இருக்கக் கூடாதென்று நர்ஸ் எச்சரிக்க, சிங்காரத்திடமும் மரியாவிடமும் சொல்லிக்கொண்டு நானும் சுப்புவும் புறப்பட்டோம். சிங்காரம் மனத்தில் என்ன ஓடியதோ "அக்கா, இனி உங்களுக்கு அதிகம் பிரச்னையில்லை ஆண்குழந்தையோ பெண்குழந்தையோ இரண்டில் எதுவென்றாலும் மருமகனாவோ, மருமகளாவோ ஏற்றுக்கொள்ள நாங்கள் தயார். இல்லை, இவளைப்போலவே இரட்டைக்குழந்தைகளைப் பெற்றாயானல் எங்களுக்கு வேலை சுலபமாய் முடிஞ்சிடும், என்ன சொல்ற?" என உளற, மரியா என் வயிற்றைத் தொட்டு, "நீங்க சொல்லவே இல்லையே?" என்கிறாள். சுப்பு என்னை முறைக்கிறார். எனக்கு என்ன பதில்சொல்வதெனத் தெரியாமல் அவமானப்பட்டதுபோலக் கோபத்துடன் அங்கிருந்து வெளியேறினேன். சுப்பு என் பின்னால் ஓடிவந்தார். அவரைத் தொடர்ந்து சிங்காரம். அவனிடம் சுப்பு "நீ மரியாவைப்போய்ப் பார். உன் தமக்கைக்கு நான் சமாதானம் சொல்லிக்கிறேன்"எனக்கூறி அனுப்பிவைத்தார். பிறகு என்னிடம், "பெரிசு படுத்தாத, எதைச் சொல்லணும், எப்படிச் சொல்லணுங்கிற விவஸ்தைகெட்ட புண்ணாக்கு உன் தம்பி, நான் கண்டிக்கிறேன்" என்றார். வீடு திரும்பியும் எனக்கு மனம் சரியில்லை. ஆறுதலாக ஏதோ சொல்ல வந்த சுப்புவிடம் "என்னைத் தொடாதீங்க, என்னைத் தேற்றுகிறது எப்படின்னு எனக்குத் தெரியும். உங்களுக்குக் குடிக்கிற நேரமாச்சு, போயிட்டு

அதைப்பாருங்க, அப்புறம் என்னைச் சமாதானப்படுத்தலாம்" என்றேன். அறையைவிட்டு அவர் சென்றதும் கதவைச் சாத்திக்கொண்டு வெகு நேரம் அழுதேன்.

மறுவாரம் சுப்பு அலுவலகம் சென்றிருந்தவேளையில் யாரோ கதவைத் தட்டுவதுபோலிருக்க... சென்று கதவைத் திறந்தேன். சிங்காரம். அவன் முகத்தைக்காண விருப்பமில்லை. முகத்தில் அறைவதுபோல, கதவை அடித்துச் சாத்தினேன். இரண்டு நிமிடங்கள்கூடக் கழிந்திருக்காது, மறுபடியும் கதவு தட்டப்பட்டது. வேகமாய்ச் சென்று கதவைத் திறந்தவள், "உங்க மாமா இல்லை. நீ போகலாம்" என்றேன். "அக்கா நான் உன்னைத்தான் பார்க்க வந்தேன், உனக்கப்புறம்தான் மாமா, மரியா எல்லாம். நீ பாகூர் அக்காவாக இருந்தால், இப்படிப் பேசுவியா? முதலில் என்னை உள்ள விடு... உங்கிட்ட நான் கொஞ்சம் பேசணும்" எனக்கூறி அவன் என் முகத்தைப் பார்த்தபோது, நான் பொபொலவென்று உதிர்ந்திருந்தேன். கூளமாக இருந்த என்னைத் தண்ணீர் சேந்துவதுபோலக் கைகளில் எடுத்து உட்காரவைத்தான். நான் சோர்ந்து உட்கார்ந்திருக்க... அடுக்களைக்குள் நுழைந்து உருட்டுவதுபோலச் சத்தம். 'என்ன செய்யற?' என அவனைக் கேட்கக்கூடத் தெம்பில்லை. அரை மணிநேரம் கழித்து வெளியில் வந்தான். கையில் ஒரு பீங்கான் குவளை. "காபி போட்டு வந்தேன், குடி" என்றான். "நீயாடா கலக்கிவந்த?" எனக் கேட்டேன். "நீதான் இன்னும் புதுச்சேரியை விட்டு வெளியில் வரலை. நான் வந்துட்டேன், இப்போது நான் சைகோன் சிங்காரம். காபி மட்டுமல்ல, சமையலும் எனக்கு நல்லா வரும். எத்தனை முறை உன் கையால எனக்குக் காபி போட்டுக் குடுத்திருப்ப, மோர் கொடுத்திருப்ப, அந்தக் கடன்ல ஒரு துளியூண்டாவது நான் திருப்பிச் செலுத்தணுமில்லையா? காலம்பூரா என்னைக் கடன்காரனா நிறுத்திடாதே. ஏதோ என்னால முடிஞ்சுது; அசல் இல்லைன்னாலும் வட்டியையாவது திருப்பிச் செலுத்தணும்னு நினைக்கிறேன்..." அவன் வாக்கியத்தை முடிக்கவில்லை. ஒரு குழந்தையைப்போல அவனை வாரிஅணைத்துக்கொண்டேன். ஆளுக்கொரு பக்கம் உட்கார்ந்து அமைதியாக சில கணங்களைக் கழித்தோம். எவ்வளவு நேரம் அப்படி உட்கார்ந்திருந்தோமெனத் தெரியாது. ஏதோ சொல்ல நினைத்து உதடுகளைத் திறப்பதும் அதை ஓசைப்படுத்த முடியாமல் தவிப்பதும் இருவருக்குமே

நேர்ந்தது. தலையை உயர்த்தி, "என்ன விஷயம்?" என்கிறேன். தன்னைத் தைரியப்படுத்திக்கொண்டவன்போல வாய் திறந்தான்.

"அக்கா, ஏதோ சொல்லணும்னு நினைக்கிறேன். உங்களுக்கு நான் சொல்லணுங்கிற அவசியமெல்லாம் இல்லை. இந்த ரெண்டு வருஷத்துல நான் புரிஞ்சுக்கிட்டது, புதுச்சேரியை நீங்க இன்னும் மறக்கலைங்கிற விஷயம். மாமாவும் என்னிடம் இரண்டொருமுறை இப்பிரச்னையைப் பற்றிப் பேசினார். ஏதோ ஒன்றைச் சாக்காக வைத்துச் சொந்த மண்ணைப் பிரிஞ்சு வந்துட்டோம். இதுதான் வாழ்க்கைன்னு ஆகிப்போச்சு. கால்கள் நிற்கிற இடத்திலதான் மனசையும் ஊன்றணும். இல்லைன்னா, மனசு இருக்கிற இடத்துல கால்களை நிறுத்தணும். இதொரு இடம், அதொரு இடம்னு அவைகளை நிறுத்தக்கூடாது. வெயிலில் நிக்கறப்ப வெயிலையும் மழையில் நனையறப்போ மழையையும் நேசிக்கக் கத்துக்கணும். மரியாவைத் திருமணம் செய்துகொண்டப்போ என்னுடைய வயசு வேகத்துல, ஆர்வக்கோளாறுல எல்லா இளைஞர்களையும் போலவே ஓர் ஆணின் தேவையை நிறைவேற்றிக்கொள்ளும் வழிமுறைதான் என்னுடைய கல்யாணமும் என்று நினைச்சேன். பிறகுதான் எனக்கு வேறொரு நல்லதும் நடந்திருப்பது புரிந்தது. பிற இந்திய இளைஞர்களினும் பார்க்க அல்லது உன்னிலும் பார்க்க ஊர்ப்பற்றிய நினைப்பிலிருந்து விடுபட மரியா பந்தம் எனக்கு உதவி இருக்கிறது. மரியாவும் என்னுடன் சேர்ந்ததால புதுச்சேரியைப் பற்றிய புரிதல் அவளுக்கும் இருக்கிறது. முற்றாகச் சாந்தியமில்லைன்னாலும் முடிந்தமட்டும் கிடைத்த வாழ்க்கையை அங்கீகரீப்பதொன்றுதான் நாம் கரையேறுவதற்கான வழி. சொந்த நாட்டைவிட்டு வந்த பலரும் அப்படித்தான் தங்கள் மனதைச் சமாதானப்படுத்திக் கொள்ளவேண்டும், வேற வழியில்லை. இந்த வாழ்க்கையை நாமா தேடிக்கொண்டோம். சைகோன் நம்மக் கூப்பிடலை. மாமா சைகோனுக்கு வரவேண்டும் என முடிவெடுத்தபோது, விருப்பமில்லைன்னா, விருப்பமில்லைன்னு சொல்லியிருக்கணும். நம்ம பெண்களுக்கு அதற்குச் சாத்தியமில்லை. இங்கே வந்தாச்சு, வந்த புதிதில் என்றால், எனக்குச் சரி. இத்தனை ஆண்டுகளுக்குப் பிறகும் எதற்கெடுத்தாலும் புதுச்சேரி, புதுச்சேரின்னா, சைகோனை என்ன செய்யறதா உத்தேசம்? வியட்நாமியர்களை நேசிக்கப் பழகு; அவர்கள் உணவுமுறைகளையும் பண்பாடுகளையும் ஏத்துக்கன்னு சொல்லலை; ஆனா தெரிஞ்சுக்க. அவர்களைக்

காப்பாற்றுவதற்காக இதை நான் சொல்லலை, உன்னைக் காப்பாற்றிக்கொள்ளச் சொல்றேன். புதுச்சேரி மனிதர்களும் கோயில்களும், குளங்களும் சைகோனிலும் உண்டு. புதுச்சேரி முகவரியை வைத்துக்கொண்டு தேடினால் அவர்கள் கிடைக்க மாட்டாங்க. சைகோன் முகவரியைக்கொண்டு தேடணும்."

அவன் கூறிமுடித்து ஆசுவாசப்படுத்திக்கொண்டபோது, நான் சிரித்தேன். "எதற்காகச் சிரிக்கிற?" எனக்கேட்டான். "இல்லை, ஊர்ல மூக்கொழுகிக்கொண்டு கிடந்த சிங்காரமா இப்படிப் பேசறானென யோசிக்கிறேன்" என்றேன். "இத மரியா எதிரில் சொல்லிடாத" என வாய்விட்டுச் சிரித்தான். அவன் புறப்படுகிறேன் என்றபொழுது, ஒரு தூக்கு நிறைய சோறும் கறியும் பதார்த்தங்களும் கொடுத்துவிட்டேன்.

*

27

சைகோன் - வேதவல்லி (11)

நான் மறந்திருந்த சைகோனைச் சிங்காரம் நினைவூட்டிச் சென்ற மூன்றாவது நாளோ அல்லது நான்காவது நாளோ அது நிகழ்ந்தது. "வரும் ஞாயிற்றுக்கிழமை, மாலை நான்கு மணிக்கு உங்கள் கணவரும் நீங்களும் தமிழ்ச்சங்க அலுவலகத்திற்கு வரவேண்டும். உங்கள் இருவரையும் எதிர்பார்க்கிறேன்" என இஸ்மாயில் அண்ணனிடமிருந்து டெலிபோன். தொடர்ந்து போனை வைப்பதற்கு முன்பு "உங்க கணவர் சுப்புக்கிட்டேயும் நாங்கள் தகவலைத் தெரிவிக்கணுமா?" எனக்கேட்டார். "அதற்கு அவசியமில்லைண்ணா" என்றேன். கணவரிடம் இரவு உணவுக்குப்பிறகு அதுப்பற்றிப் பேசினேன். "என்ன விஷயமாம்?" என்றார். "அவர் அதைப்பற்றிப் பேசவில்லை, போனால்தான் தெரியும்" என்றேன். "அவசியம் போகணுமா?" என்று மறுபடியும் ஒரு கேள்வி. இதென்ன எடக்கு மடக்கா? எனக்குப் புரியலை. கூப்பிடறது இஸ்மாயில் அண்ணன். சைகோன் தமிழர்களிடத்தில் ஒரு முக்கியமான மனுஷன். ஏதோ வந்தோம் சம்பாதிச்சோம்னு இல்லாம நாலு நல்ல காரியம் நம்ம சனங்களுக்கென்று செய்யறார். நாமளும்

அது தெரிஞ்சுதான் அவரிடம் முகம் கொடுத்துப் பேச ஆரம்பிச்சோம். அவர் வீடு தேடிப்போகவும் செய்தோம். அங்கே, தமிழ்ச் சங்கத்திற்கு நாமளும் ஒத்தாசை செய்யணும் என்கிற கோரிக்கையை வைத்தபோது, "நான் அரசாங்கத்துல வேலைசெய்வதால எனக்குச் சாத்தியமில்லை, வேணுமானா என் மனைவிக்கு ஏதாவது பொறுப்புக் கொடுங்கன்னு வாயை விட்டடுங்க. இவ்வளவும் நடந்திருக்கு. இதற்குப் பிறகும், எதற்காக அவங்க நம்மைக் கூப்பிட்டாகன்னு என்னைக் கேட்டால் நான் என்ன பதிலைச் சொல்றது?"

"சரி, சரி போகணும்னு முடிவு பண்ணிட்ட போ.. போ..."

– என்ன போ போ? "நீங்களும் வர்றதா இருந்தா சொல்லுங்க, ரெண்டு பேருமா போவோம், எனக்கு ஒத்தையா போக விருப்பமில்லை."

"ஏதோ உங்க ஆத்தா ஊட்ல கூப்பிட்ட மாதிரியில்ல ஒத்தை, ரெண்டுன்னு பேச்சு வருது. அவங்க எனக்கு ஏன் போன் பண்ணி விஷயத்தைச் சொல்லலை?"

"அவர் அப்படியும் கேட்டார், உங்க குணம் தெரிஞ் சிருந்தும், நாந்தான் சுப்பு பொண்டாட்டியை மதிக்கத் தெரிஞ்ச மனுஷன் என்ற நினைப்புல, அதற்கெல்லாம் அவசியமில்லைன்னு சொன்னேன்."

"சரி சரி, அவங்களைக் காரை அனுப்பச்சொல்லு."

"சீச்சி அசிங்கம். விருப்பமிருந்தா அவங்களை மதிச்சுப் போகணும் இல்லாட்டி விடணும். அதை விடுத்து, நீங்க காரை அனுப்புங்க, நான் வர்றேன் என்பது எந்த விதத்தில நியாயம்? என்னால முடியாது, நான் கேக்கமாட்டன்."

"அப்ப விடு. உன் இஷ்டம். எனக்குக் கார் அனுப்பினாதான் வர முடியும்."

மேற்கொண்டு அவர்கிட்ட பேசி ஆவதொன்றுமில்லை என்று எழுந்து படுக்கப் போய்விட்டேன். சுப்புவின் பிடிவாதம் எனக்குத் தெரியும். 'அவர் இறங்கிவரமாட்டார். போகாமல் இருப்பதும் மரியாதை அல்ல' என நினைத்து மறுநாள் மிகவும் தயங்கித் தயங்கி இஸ்மாயில் அண்ணனுக்குப் போன்போட்டு, "அண்ணே, நீங்க உங்க காரை அனுப்பிவைத்தால் எங்களுக்கு

வர சௌகரியப்படும். நீங்க தப்பாக நினைக்கக்கூடாது" என என்னுடைய கோரிக்கையை வைத்தேன். "உன்னுடைய உதவியைச் சங்கத்திற்கு எதிர்பார்க்குறோம். அப்படி இருக்கிறபோது எங்களால் இதைச் செய்யமுடியாதா? நான் புருஷோந்தி சார்கிட்ட பேசறேன். அவர் அந்தப் பக்கமாகத்தான் வரணும். மாட்டேன்னு சொல்லமாட்டார்" எனப் போனை வைத்துவிட்டார்.

சுப்புவிடம் மறுநாள் பேசினேன்... "கார் அனுப்புவதாகச் சொல்லியிருக்கிறார்கள்" என்றேன். சுப்பு ஏதாவது பிரச்னையைக் கிளப்புவாரோ என நினைத்து, அழைத்துப்போக வரும் கார் புருஷோந்தியுடையது என்ற தகவலை வேண்டுமென்றே தவிர்த்தேன்.

அழைத்திருந்த ஞாயிற்றுக்கிழமையும் வந்தது. அன்று காலைமுதலே என்னிடத்தில் பதற்றம். "எதற்காக அழைத்திருப்பார்கள், என்ன பொறுப்பு கொடுக்கப் போகிறார்கள்? அவர்கள் என் மீது வைத்துள்ள நம்பிக்கையைக் குறைபாடின்றிப் பூர்த்தி செய்வேனா?" என யோசித்துக் குழப்பமும் சந்தோஷமுமாக இருந்தேன். எங்களை அழைத்துச்செல்ல வருகிற கார் புருஷோந்தியுடையது என்ற தகவலால் கூடுதலாகத் தடுமாற்றம். 'காரை டிரைவர் யாரேனும் ஓட்டிவருவாரா அல்லது புருஷோந்தியேவா?' என என்னை நானே கேட்டுக்கொண்ட மறுகணம் அவருடைய சதுரவடிவான முகம், பூசிய கன்னங்கள், அகன்ற நெற்றி, படிய வாரிய தலை, அடர்த்தியான புருவங்களின் அரவணைப்பில் இருந்த கண்கள், கூர்மையான மூக்கு, சதைப்பிடிப்பான உதடுகள், அவற்றுடன் இசைந்த முகவாய், ஊரில் வீட்டுத்தோட்டத்தில் வெகுநாட்களாய் கம்பீரமாக நிற்கிற ஓதியமரத்தை நினைவூட்டும் ஆகிருதி... ஓடிச் சென்று என்னை நானே கண்ணாடியில் பலமுறை நேராக, பக்கவாட்டில், தலையைத் திருப்பி, தோளில் தலையை அணைத்து, முந்தானையைக் கையிலெடுத்து, கோணலாகத் தலையை இறக்கி, இமைகளை நொடித்துப் பார்த்து, நெஞ்சில் பரவிய இனிப்பைச் சப்புக்கொட்டினேன். ஏழு கழுதை வயசுல உனக்கு ஏன் இப்படிப் புத்திபோவுது எனக் கண்ணாடியிலிருந்த உருவம் என்னை ஏசுகிறது. அதனிடம் முகத்தைச் சுளித்து உதட்டைப் பிதுக்கியபடி நாற்காலியில் விழுந்தேன்.

பிற்பகல் 3.30 மணி. சுப்பு இன்னமும் கட்டிலில் குறட்டை விட்டபடி உறங்கிக் கொண்டிருந்தார். மஞ்சள் தேய்த்துக் குளித்துவிட்டு, அலமாரியைத் திறந்து இருப்பதில் நல்ல புடவையாக எடுத்து உடுத்திக்கொண்டு, நிலைக்கண்ணாடியைப் பார்த்துத் தலை சீவி, கண்களுக்கு லேசாக மையெழுதி, நெற்றியில் குங்குமப்பொட்டுடன் தயாராக இருந்தேன். வழக்கத்திற்கு மாறாக அக்கறை எடுத்துக்கொண்டிருக்கிறேன் என்பது உறுத்தவே செய்தது. மீண்டும் அறைக்குத் திரும்பினேன். சுப்பு இன்னும் உறக்கத்தில் இருந்தார். உணவிற்குப்பிறகு வீட்டில் இருக்கிறபொழுது சிறிது நேரம் உறங்கி எழுந்திருக்கும் பழக்கம் அவருக்குண்டு. அதிகபட்சம் அரைமணி நேரம் கண்துயிலப் பார்த்திருக்கிறேன். இம்முறை வழக்கத்திற்கு மாறாக வெகுநேரம் படுத்திருப்பதுபோலத் தோன்றியது. இப்போதெல்லாம் உணவுக்கு முன்பு ரூச் சாங் குடிக்கிறார்; ஒருவேளை அது காரணமாக இருக்கலாம். அவரைத் தட்டி எழுப்பினேன். கண்களைக் கசக்கிக்கொண்டு எழுந்தவரிடம் "நான்கு மணிக்கெல்லாம் கார் வந்துவிடும், தயாராக இருக்கவேண்டும்" என்றேன். பதிலின்றி எழுந்து துண்டை எடுத்துக்கொண்டு குளியலறைக்குள் நுழைந்தார். நான்குமணிக்குப் போன் வந்தது, இஸ்மாயில் அண்ணன். "சரியா நான்கரைக்கு உங்கள் வீட்டு வாசலுக்கு கார் வந்துவிடும். அவரைக் காத்திருக்க வைக்கவேண்டாம்" என்று கூறி அழைப்பைத் துண்டித்துவிட்டார்.

சங்க நிகழ்ச்சிகளுக்கு என்று நாங்கள் போகிறபோது சுப்பு ஆரம்ப காலங்களில், பொதுவாகப் பெரும்பாலான புதுச்சேரித் தமிழர்களைப்போல முழுக்கால் சட்டை, முழுக்கைச் சட்டை என்கிற உடை அலங்காரத்துடனேயே வருவார். அதன் பிறகு பிரிட்டிஷ் இந்தியத் தமிழர்களைப்போல வேட்டி, சட்டை, தோளில் துண்டு, நெற்றியில் சந்தனப்பொட்டு எனக் கிளம்பிவர ஆரம்பித்தார். இம்முறையும் அப்படித்தான் கிளம்பியிருந்தார். நான் வேகமாய்ச்சென்று அலமாரியிலிருந்த அவருடைய கோட்டை எடுத்துவந்து கொடுத்து, "அதைத்தான் போடவேண்டும்" என்றேன். "ஐரோப்பியர் நிகழ்ச்சிகளுக்கென்று அது ஒன்றுதான் இருக்கிறது, அதெதற்கு இப்போது?" என்றார். "ஏன், நீங்க கோட் உடுத்தி அழகா இருப்பதை வெள்ளைக்காரிகள்தான் பார்க்கணுமா? நம்ம பொம்பிளைகள் பார்த்து என் மீது பொறாமைப்படக்கூடாதா? பிகு பண்ணாதீங்க,

நாகரத்தினம் கிருஷ்ணா | 173

போட்டுக்குங்க, புது வருடக் கொண்டாட்டத்திற்குப் புதிதாய் துணி எடுத்துத் தைத்துக்கொள்ளலாம். வியட்நாமியர்கள் நல்லா கோட் தைக்கிறாங்க" என்றேன். என்னை மேலும் கீழும் பார்த்துவிட்டு கோட் அணிந்துகொண்டுவந்தார். அவருடைய சந்தனப்பொட்டைக் கலைத்துவிட்டு, ஒரு டையையும் கட்டி, தலைமுடியை ஒழுங்குச் செய்து, கண்ணாடிமுன் நிற்கவைத்தேன்.

நான்கரைமணிக்கு கார் ஹாரன் அடித்து நின்றது. காரில் புருஷாந்தி. அவரே ஓட்டி வந்தார். சம்பிராதாயப்படி பிரெஞ்சில் நலன் விசாரித்து முடித்தபின், சுப்பு காலியாக இருந்த முன்இருக்கையில் அமர்ந்துகொள்ள, பின்இருக்கையில் அமர்வதற்குக் காரின் கதவைத் திறந்தேன். சிறுமி ஒருத்தி முகத்தைக் கோணிக்கொண்டு அமைதியாக உட்கார்ந்திருந்தாள். என்னைக் கண்டதும் இருக்கையின் மறுமுனைக்குச் சென்றவள், ஒருவித அச்சத்துடன் என் மீது வைத்த கண்களை அகற்றாமல் என்னைப் பார்த்துக்கொண்டிருந்தாள். புருஷாந்தியின் பிள்ளைகளில் ஒருத்தியோ என எழுந்தது சந்தேகம்; இருக்கமுடியாது என்கிற முடிவுக்கு வந்தேன். அவர் மனைவி தமிழ்ப் பெண்மணி. ஐந்தாறு வயதிருக்கும் என நான் நம்பிய சிறுமிக்கு கிழக்கு ஆசியர் முகச்சாயல். தவிர அவள் அணிந்திருந்த ஆடை மிகவும் பழையதாகவும் அழுக்காகவும் இருந்தது. சிறுமியிடம், "பயம் வேண்டாம். பக்கத்தில் வா!" என்றேன். அவள் அதைப் புரிந்துகொண்டாளா அல்லது பதில் சொல்லவிரும்பவில்லையா என்று தெரியவில்லை. முகத்தை உம்மென்று வைத்துக்கொண்டு அசையமாட்டேன் என்றிருந்தாள். சமாதானப்படுத்தும் நோக்கத்துடன், உதட்டில் மெலிதான சிரிப்பைப் படரவிட்டு அருகில் சென்று அமர்ந்தேன். அவள் கைகால்களை உதறிக்கொண்டு அழ ஆரம்பித்தாள். புருஷாந்தி தமது சிரத்தை எங்கள் பக்கமாகத் திருப்பி வியட்நாமிய மொழியில் ஏதோ கூறினார். சிறுமி சமாதானம் அடைந்தவள்போலக் கால்களைத் தொங்கப்போட்டு, நானொருத்தி அருகில் இல்லை என்பதுபோலப் பார்வையை முன்பக்கம் வைத்து அமைதியானாள். "சங்க அலுவலகத்துக்குப் போனதும் குழந்தையைப் பத்திச் சொல்றேன். நான் காரை எடுக்கலாமில்லையா?" எனப் புருஷாந்தி என்னிடம் கேட்க, சுப்பு "ம் போகலாம்" என்றார்.

*

28

சைகோன் - வேதவல்லி (12)

தமிழ்ச்சங்க அலுவலகத்தில் இஸ்மாயில் அண்ணன் குடும்பமும் வேறு சிலரும் இருந்தனர். அங்கிருந்த ஆண்களையும் பெண்களையும் சங்க விழாக்களிலும் நிகழ்விலும் சந்தித்து இருக்கிறேன். நாட்டிய வகுப்பெடுக்கும் காமாட்சி அம்மாளைப் பல மாதங்களாகத் தெரியும்.

சங்க அலுவலகம் இடம் மாறி ஆறு மாதங்கள் ஆகப்போகிறது. இதற்கு முன்பாகச் சங்கக் கூட்டங்களைத் தலைவர் இஸ்மாயில் அண்ணன் வீட்டிலேயே நடத்தியிருக்கிறார்கள். பொங்கல், புது வருடமென விழாக்கள் எடுக்கிறபோது மண்டபத்தை வாடகை எடுப்பது வழக்கமாக இருந்திருக்கிறது. சங்கத்திற்குச் சொந்தமாக இடமில்லை என்ற குறையைத் தீர்த்து வைத்தது புருஷாந்தி என்ற பேச்சும் காதில் விழுந்தது. புருஷாந்தியின் தயவில், இப்போது பரதநாட்டிய வகுப்பு ஒன்று தொடங்கப்பட்டுப் பத்துப் பிள்ளைகள் பரதம் பயில்வதாகச் சொல்கிறார்கள். இவ்வளவு பரோபகாரியாக இருந்து சங்கத்திற்கு உதவுகிறபோதும் தமக்குப் பொறுப்புகள் எதுவும் வேண்டாமெனத் திட்டவட்டமாகக் கூறி இருக்கிறார். மெல்ல மெல்ல பிரிட்டிஷ் இந்தியத்

தமிழர்களிடத்தில் புருஷாந்திக்கு மரியாதை அதிகரித்திருந்தது. இந்தியச் சமூகத்தினரிடம் புருஷாந்திக்கு ஏற்பட்டுள்ள இப்புதிய செல்வாக்கு புதுச்சேரித் தமிழர்களை மேலும் அசூயை கொள்ளச்செய்தது.

இளைஞர் ஒருவர், "நாற்காலியெல்லாம் ஒழுங்கு பண்ணியாச்சு எல்லாம் தயாரா இருக்கு, நீங்க வந்தா ஆரம்பிக்க வேண்டியதுதான்" என இஸ்மாயில் அண்ணனிடம் தெரிவித்தார். அவர் புருஷாந்தியையும் அங்கிருந்த மற்றவர்களையும் மண்டபத்திற்குள் போகலாமா என்பதுபோலப் பார்க்க, எல்லோரும் இஸ்மாயில் அண்ணனைத் தொடர்ந்து உள்ளே சென்றோம். புருஷாந்தி, காரில் நான் கண்ட சிறுமியையும் கையைப் பிடித்து அழைத்துக்கொண்டு எங்களுடன் வந்தார்.

உள்ளே வழக்கம்போல அருணாச்சலச் செட்டியார், சோமசுந்தரச் செட்டியார், கிருஷ்ணசாமிச் செட்டியார், கருப்பண்ணப் பிள்ளை, சின்னச்சாமி வாண்டையார், பாலுத்தேவரென பிரிட்டிஷ் இந்தியத் தமிழர்களும்; சாமி, ஞானு, லாசாந்தே, சின்னையா, சஞ்சீவி எனப் புதுச்சேரித் தமிழர்களும் தம்பதி சமேதரராக வந்திருந்தார்கள். "அண்ணி! என அழைத்துக்கொண்டு ஒரு குரல்; உச்சரித்தவிதம் வித்தியாசமாக இருக்க... திரும்பினேண். மரியா! இறுகக் கட்டிக்கொண்டேன். அருகில் சிங்காரம். பக்கத்திற்கொருவராக அவர்கள் கைவிரல்களைப் பிடித்தபடி, அவர்களுடைய பிள்ளைகள். "நான் யாரு தெரியுதா?" எனப் பிள்ளைகளிடம் கேட்டேன். "நீங்க அத்தை, அவர் அத்தை மாமா" (சுப்புவைக்காட்டி) எனக்கூற... எங்களுக்கு அளவில்லா சந்தோஷம். அருகிலிருந்து அமைதியாக அவர்கள் கூறியதைக் காதில் வாங்கிய சுப்பு, மைத்துனன் பிள்ளைகளைக் குனிந்து கன்னங்களில் முத்தமிட்டார். குழந்தைகள் இருவரும் தந்தையின் பிடியை உதறிவிட்டு அவன் காலை இறுகச்சுற்றி வெட்கப்பட்டார்கள். "ஆரம்பிக்கலாம்" என்ற இஸ்மாயில் அண்ணனின் குரலைக்கேட்டு நாற்காலிகளில் உட்கார்ந்தோம். வரவேற்பைக் கூறிமுடித்த இளஞர் ஒருவர் "இஸ்மாயில் அண்ணன் ஆண்டறிக்கையை வாசிப்பார்" என்றார். நடப்பது தமிழ்ச் சங்கத்தின் வருடாந்திரக் கூட்டமென்று புரிந்தது. ஆண்டறிக்கயை வாசிப்பதற்கு முன்பாக அவர் ஸ்ரீமான் புருஷாந்தியின் உதவிகளுக்குச் சங்கம் கடமைப்பட்டிருப்பதாகவும்

அவருடைய வள்ளல் குணத்தை அறிந்து சங்கம் அன்னாருடைய பொறுப்பில் சங்கம் வருமாயின் மேலும் சீரும் சிறப்புமாய் இருக்குமெனக் கேட்டுக்கொண்டதாகவும் அதன் பொருட்டுத் தம்முடைய பதவியையும் துறக்கத் தயார் எனக் கூறியதாகவும் ஆனால் ஸ்ரீமான் புருஷாந்தியோ, பெருந்தன்மையுடன் மறுத்துவிட்டார் என்ற தகவல்களைத் தெரிவித்தார். அவர் அதிகாரப்பூர்வமாக ஏற்க மறுத்தாலும் எனக்குப் பின்பு யார் சங்கத் தலைவராகப் பொறுப்பினை ஏற்றாலும் புருஷாந்தியின் ஆலோசனைப்படியே சங்கம் நடக்குமென உறுதி அளிக்க முடியுமென்றார். எங்களுக்கு உறுதுணையாக ஸ்ரீமான் புருஷாந்தி இருக்கவேண்டும் என்பதற்காக கௌவுரவத்தலைவர் என்றொரு பதவியை சங்க நிர்வாகம் உருவாக்கியுள்ளது.. அப்பொறுப்பைத் தயைகூர்ந்து அவர் ஏற்கவேண்டுமென்பது எங்கள் தாழ்மையான கோரிக்கை எனக் கூறி இஸ்மாயில் அண்ணன், புருஷாந்தியைப் பார்க்க... பலத்த கரகோஷம். அடுத்துவரும் ஆண்டுக்கான புதிய தலைவர், உபதலைவர், சங்கக் காரியதரிசி பதவிக்குத் தேர்தல். "அபேட்சகர்களாக நிற்க விருப்பம் உள்ளவர்கள் தெரிவிக்கலாம்" என்றார். 'ஒருவரும் முன்வராததால் 1939ஆம் ஆண்டும் இப்போதையை சங்க நிர்வாகிகளே பொறுப்பினைத் தொடர்வார்கள்" என அறிவிக்கப்பட்டது. தொடர்ந்து தலைவர் என்ற கோதாவில் இஸ்மாயில் அண்ணன், "சங்கக் காரியதரிசியாக ஒரு பெண்மணி இருப்பின் நல்லதென நினைத்து, ஏக மனதுடன் அப்பதவிக்குத் திருமதி சுப்பராயன் பொருத்தமானவர் என முடிவுக்கு வந்துள்ளோம். திருவாளர் சுப்பராயன் ஒரு முறை எங்கள் வீட்டில் வைத்து முன்வைத்த கருத்தின் அடிப்படையில் எடுத்த முடிவு. திருமதி வேதவல்லியின் சம்மதத்தைப்பெற்று நம்முடைய பிள்ளைகளுக்குத் தமிழ் வகுப்பொன்றைத் தொடங்கும் யோசனையும் எங்களிடம் இருக்கிறது. தமிழ் வகுப்பு பற்றிய விவரத்தை, திருவாளர் சுப்பராயன் தம்பதியிடம் கலந்து பேசிவிட்டுத் தெரிவிக்கிறேன்" என இஸ்மாயில் அண்ணன் பேச்சை முடித்துக்கொண்டார். எல்லோரும் கைதட்டினார்கள். சுப்பு வழக்கம்போல எதுவும் பேசாமல் உட்கார்ந்திருந்தார். எல்லோருடைய கைதட்டலும் எனக்கு உற்சாகத்தைத் தர... எழுந்து நின்று "உங்கள் நம்பிக்கைக்கு எவ்விதக் குறையும் வராமல் பணியாற்றுவேன். என்னுடைய கணவர் சுப்பராயன் ஆசியோடும் சங்க நிர்வாகத்தின் ஒத்துழைப்புடனும் எனக்கிட்ட

இப்புதிய கடமையைக் குறைகளின்றி நிறைவேற்றுவேன்” எனக்கூறி அமர்ந்தேன்.

புருஷாந்தி சிறுமியுடன் கூட்டத்திற்கு முன்பாக வந்து நின்றார். அனைவரையும் வணங்கினார். அவளிடம் வியட்நாம் மொழியில் வணங்கு எனத் தெரிவித்திருக்கவேண்டும். அதுபுரிந்துகொண்டு இரு கைகளையும் குவித்து மார்பில் நிறுத்தி, முதுகைப் முன்புறம் பாதியாக மடித்து இருமுறை வணக்கம் தெரிவித்தாள். பின்னர் புருஷாந்தி கூட்டத்தினரைநோக்கிப் பரவலாக ஒரு பார்வையைச் செலுத்தி, திருப்தி அடைந்தவராய்ப் பேசலானார்:

“நான் இனிச் சொல்ல இருக்கும் தகவலைப் பற்றி, நண்பர் இஸ்மாயிலிடம் ஆதியோடந்தமாகப் பேசிஇருக்கிறேன். இங்கே என்னுடைய விரல்களைப் பற்றிக்கொண்டு நிற்கும் சிறுமிக்கு ஆறு வயது. இவள் தாய் ஒரு வியட்நாமியப்பெண், தந்தை ஓர் இந்தியரென்று தகவல். குழந்தையும் தாயும் சில வருடங்களாக சைகோனில் வாழ்ந்துவந்தார்கள். கஷ்ட ஜீவனம். க்ஷயரோகத்தில் தாயும் மரணிக்க... குழந்தை இன்று யாருமற்ற அனாதை. என்னுடைய ரப்பர் பண்ணையில் வேலை செய்யும் ஒருவர் இச்சிறுமியை என்னிடம் அழைத்துவந்தார். இவள் கதையைக் கூறி ‘இவளைக் காப்பாற்றுவது உங்கள் பொறுப்பு’ என என் கையில் ஒப்படைத்திருக்கிறார். இவளை ஓர் அனாதை இல்லத்தில் சேர்த்துவிட்டுக் கை கழுவ எனக்கு விருப்பமில்லை. இப்பிஞ்சுக் குழந்தைக்கு வயிறாறச் சோறுபோடுவது மட்டும் தர்மம் ஆகாது. அவளுடைய இறந்த தாய் செலுத்திய அன்பு குழந்தைக்கு வேண்டும். அதை அளிக்க ஒரு தாயுள்ளம் முன்வருமானால் நான் மகிழ்ச்சி அடைவேன். உள்ளூர் மக்கள் இந்தியர்கள் மீது கொண்டுள்ள கோபத்தை நீங்கள் அறிவீர்கள். பிரெஞ்சுக்காரர்களுடன் சேர்ந்து வியட்நாம் மக்களுக்கு நாம் தீங்கிழைப்பதாக நினைத்து நடக்கின்ற அசம்பாவிதங்களை இங்கே பலர் நேரில் கண்டிருப்பீர்கள். வியட்நாம் பெண்ணுக்கு நம்மில் ஒருவர் செய்த பாதகத்தால் விழுந்துள்ள பழியைத் துடைக்கவேண்டியது நமது கடமை. அவன் செய்த பாவத்திற்குப் பரிகாரம் தேடும் வகையில்தான் இச்சிறுமியை நான் அழைத்துவந்தேன்” எனத் தெரிவித்துவிட்டுக் கூட்டத்தினரின் பதிலை எதிர்பார்த்து அமைதியாக இருந்தார். கூட்டம் மொத்தமும் புருஷாந்தி வைத்த கோரிக்கை நமக்கல்ல

என்பதுபோல இருந்தார்கள் அல்லது அவரவர் வீட்டில் குழந்தைகள் இருப்பது காரணமாக இருக்கலாம். நேரம் கடந்துகொண்டிருந்தது. புருஷாந்தியும் சிறுமியும் தம்முடைய நாற்காலிக்குத் திரும்பினார்கள்.

'இந்தியர்கள் இந்த மண்ணில் பிடிப்புடன் வாழ்வதற்கு நிறைய உபாயங்கள் இருக்கு. வியட்நாமியர்களை நேசிக்கப் பழகு, அவர்கள் உணவுமுறைகளையும் பண்பாடுகளையும் தெரிந்துகொள். இதை அவர்களைக் காப்பாற்ற நான் சொல்லலை, உன்னைக் காப்பாற்ற. புதுச்சேரி மனிதர்களும் கோயில்களும் குளங்களும் சைகோனிலும் உண்டு. புதுச்சேரி முகவரியை வைத்துக்கொண்டு தேடினால் அவர்கள் கிடைக்க மாட்டார்கள். சைகோன் முகவரியைக்கொண்டு தேடவேண்டும்' என்ற சிங்காரவேலுவின் வார்த்தைகள் நினைவுக்கு வந்தன. சுப்பு என்ன நினைப்பாரோ என்பதுபற்றியெல்லாம் யோசிக்காமல், நாற்காலியிலிருந்து எழுந்து, உட்கார்ந்திருந்த மனிதர்களைத் தாண்டிச்சென்று புருஷாந்தியிடம்போய் நின்றேன். "சிறுமியை என்னிடம் கொடுங்கள்; இனி அவள் என் குழந்தை" என்றேன்.

கூட்டம் மொத்தமும் எழுந்து ஆர்ப்பரித்தது. சைகோன் வந்து இத்தனை ஆண்டுகளில், முதன்முதலாக மனத்தில் இனியில்லை என்பதுபோல ஒரு மகிழ்ச்சி. 'இங்கு சுப்பு, உன் தமக்கை, உன் மருமகள்.. அனைவரும் சௌக்கியம். அதுபோல அங்கு...' எனத் தம்பி சதாசிவத்திற்கு மனத்தில் லிகிதம் எழுதியபடி கணவர் சுப்புவைத் தேடினேன். அவர் அமர்ந்திருந்த நாற்காலி காலியாக இருந்தது.

*

29

சைகோன் - வேதவல்லி (13)

மாலை மணி ஏழு. எல்லோருக்கும் வடை, கொழுக்கட்டை, காபி எனப்பரிமாறத் தொடங்கினார்கள். சுப்பு இல்லை என்றானது என்னவோபோலிருந்தது. எனக்கு இருப்புக் கொள்ளவில்லை. தம்பி சிங்காரத்திடமும் மரியாவிடமும் “குழந்தைகளை அழைத்துக்கொண்டு வீட்டிற்கு வா” எனத் தெரிவித்துவிட்டு விடைபெற்றுக்கொண்டேன். சிங்காரத்திற்கு என்னுடைய பிரச்னை என்னவென்று புரிந்திருக்கும். புருஷாந்தியை நெருங்கி “இன்றே சிறுமியை என் வீட்டிற்கு அழைத்துச்செல்ல இயலாது. இரண்டொரு தினங்கள் பொருத்து அழைத்துச் செல்லலாமில்லையா?” எனக்கேட்டேன். “எனக்கு எவ்விதச் சங்கடமும் இல்லை, குழந்தை எங்களிடம் பத்திரமாக இருப்பாள். எப்போ உங்களுக்கு சௌகரியப்படுமோ அப்ப அழைச்சிட்டுப்போங்க” என்று அவரிடமிருந்து பதில் வந்தது. தொடர்ந்து, “வீட்டிற்கு எப்படிப் போகப்போகிறீர்கள், ஏதாவது ஏற்பாடு செய்யவா?” எனக் கேட்டார். “இல்லை, நான் பார்த்துக்கொள்கிறேன்” எனத் தெரிவித்துவிட்டு வெளியில் வந்தேன். ஆமீனா

பேகத்திடம் பேச வாய்ப்புக் கிடைக்காதது ஒரு குறை. 'இரவு போன்போட்டு அமீனா அண்ணியிடம் இரண்டொரு வார்த்தைகள் பேசவேண்டுமென' எண்ணியபடி வீதிக்கு வர, வாடகை ரிக்ஷா ஒன்று கிடைத்தது.

வீட்டின் வெளிக் கதவு சரியாக மூடாமல் இருந்தது. கதவைத் தள்ளித் திறந்தவுடன் சுளீரென்று சாராய வாடை. முகத்தைச் சுளித்துக்கொண்டு கதவை மூடிவிட்டு உள்ளே நுழைந்தேன். கூடத்திலிருந்த சாப்பாட்டு மேசையில், வியட்நாமியரின் உள்ளூர்ச்சரக்கு. பாட்டிலுக்குள் பரமபதப் பாம்புபோல இருந்த பொன்னிறத் திரவத்தில் ஊறிக்கொண்டிருந்த பாம்பைக்காண அச்சமாக இருந்தது. எதிரிலிருந்த கண்ணாடிக்குவளையில் குடித்து முடிக்காத மது. குடலைப் பிடுங்கும் நாற்றம். வாந்தி எடுத்திருந்தார். முன்பக்கச் சட்டை நனைந்து அங்குமிங்குமாக வெண்ணிறத் திப்பிகள். முழுக்கால் சட்டையின் வலது கால் தொடைப்பாகம் நனைந்து தரையில் சொட்டிக்கொண்டிருந்தது. இரண்டு நாற்காலிகள் மல்லாந்து கிடந்தன. கால்களைத் திசைக்கொன்றாகக் கோணலாக நீட்டிஉட்கார்த்திருந்தார். காலடிச் சத்தம்கேட்டுத் தலையைத் திருப்பி, மீசையை நீவினார். என்னை அந்நியப் பெண்மணிபோல நினைத்துக் கணநேரம் வெறித்தபடி இருந்தார். கோட்டை கழற்றவில்லை, காலில் ஷூக்கள்கூட அப்படியே இருந்தன.

"வாடி, நீ தத்தெடுத்த பிள்ளையோட வருவேன்னு எதிர்பார்த்தேன். இதுக்குத்தான் குச்சிகுச்சிக்கினு கிளம்பினியா?"

"குடி தெளியட்டும், உங்க கேள்விகளுக்குண்டான பதிலைச் சொல்றன்" எனக் கூறிவிட்டு, உள்ளே சென்று கட்டியிருந்த புடவையைக் கோபத்துடன் அவிழ்த்தெறிந்துவிட்டு மாற்றுப் புடவையைக் கட்டிக்கொண்டேன். ஸ்டவ் அடுப்பைப் பற்றவைத்து ஒரு பாத்திரத்தில் தண்ணீர் ஊற்றி அது சுட்டபின்பு, கைப்பதத்திற்கு விளாவிக்கொண்டு, கோட்டைக் கழற்றினேன். வெந்நீரில் துணியை நனைத்து சட்டையைத் துடைத்தேன், அதைக் கழற்றிக் குளியல் அறை வாளியில் போட்டேன். கால்சறாயில் ஒட்டிக்கிடந்த வாந்திக் கழிவுகளையும் அழுந்தத் துடைத்தேன். ரோமம் ஜடைஜடையாகப் பிசிறிக்கொண்டு கிடக்க, காமம் தலைக்கேறியது. இறுக அணைத்துக்கொண்டேன். என்னைத் தள்ளிய சுப்பு "இன்றைக்கு எனக்கிருக்கிற கோபத்துக்கு

நான் அதிகமாகக் குடிக்கணும். என்னைக் குடிக்கவிடு. இந்தக் கேள்விக்கு மட்டும் பதில் சொன்னா போதும், புருஷாந்தி அழைத்து வந்த பெண் குழந்தை நாடகமெல்லாம் ஏற்கெனவே பேசி வச்சிருந்து செஞ்சதா?" எனக்கேட்டார்.

"அப்படி எதுவும் இல்லைன்னு சொன்னா நீங்க நம்பவா போறீங்க. குடிபோதையில இருக்கீங்க, தெளிஞ்சபின் ஆற அமரப் பேசலாம்" என்று கூறிவிட்டு, சுவரில் தலையைச் சாய்த்துத் தரையில் கால் நீட்டி உட்கார்ந்தேன்.

ஏதோ ஒரு வேகத்தில் மண்டபத்தில் பல தமிழ்க் குடும்பங்களுக்கு முன்பாக புருஷாந்தியிடம் வாக்குக்கொடுத்தேன். அனாதைச் சிறுமி என்ற சொல் என்னை அதிகம் தொந்தரவு செய்தது. ஒவ்வொரு நாளும் சுப்பு வேலைக்குச் சென்றதும் வீட்டைப் பெருக்கிச் சுத்தம் செய்து, முதல் நாள் குழாயடியில் போட்ட பாத்திரப் பண்டங்களை முகம் தெரியத் துலக்கி, ஊறவைத்த அழுக்குத் துணிகளை அலசி, பின்வாசல் திறந்தவெளிக் கொடியில் காயப்போட்டு, விக்கிரமாதித்தன் கதை, ராமாயணக் கதைன்னு எதையாவது செத்த நேரம் வாசித்து, மீண்டும் அடுப்பில் உலைவைத்து, ஆம்பிடையானுக்கு அது பிடிக்குமா, இது பிடிக்குமா என யோசித்து காய்கறிகளை நறுக்கிச் சமைத்து இறக்கி, புருஷனுக்காகக் காத்திருந்து தட்டை எடுத்துவைத்து ஒரு லோட்டாவில் தண்ணியும் வைத்து, சோற்றைப் பரிமாறி, பதார்த்தங்களைக் கூறுகட்டி, குழம்பை சோற்றில் ஊற்றினால் பல நாட்கள் 'என்ன மசுருக் கொழம்பு வச்சிருக்க?' என சுப்பு கூறும் வார்த்தைகளைக்கேட்டு எனக்கும் அலுத்துவிட்டது. பிற்பகலில் அந்தி சாய்ந்தால் எவ்வளவு நேரம் ஒற்றையாக ஜன்னலில் நிற்பது. என்னைக் கனிவோடு பார்க்கவும், ஆசையோடு கட்டிக்கொள்ளவும் இரவானால் மடியில் படுத்துக் கதை கேட்கவும் விக்கலெடுக்கிறபோது நீர் சேந்தித்தரவும் என்னுடன் கடைக்கு வரவும் எனக்கு முன்பாகக் கதவைத் திறந்து வீட்டுக்குள் ஓடவும் அம்மா என அழைக்கவும் சைகோனைப் புரியவைக்கவும் எனக்கொரு ஜீவன் வேண்டும் போலிருந்தது. பாகூரில் அம்மாவுக்கும் அப்பாவுக்கும் தம்பிகளுக்கும் வாய்த்த வேதவல்லியை சைகோனுக்கு அழைக்க வேண்டும். புருஷாந்தி அநாதையென அறிமுகப்படுத்திய சிறுமியை எங்கள் வீட்டிற்கு அழைத்துவர வேறு காரணங்கள் இல்லை. மறுநாள்

காலை அமீனா பேகத்திடம் போன்போட்டுப் பேசியபோது, "குழந்தையைத் தமிழ்ச் சங்கத்திற்கு அழைத்துவந்தால் நாங்கள் அங்குவந்து அழைத்துக்கொள்வோம்" எனத் தெரிவித்தேன்.

அன்று மாலையே ஆறு மணிபோல புருஷாந்தி தம்பதி, இஸ்மாயில் அண்ணன், அமீனா அண்ணி என நால்வரும் சிறுமியை அழைத்துக்கொண்டு, கை நிறைய பரிசுப்பொருள்களையும் சுமந்தபடி வீட்டுக்குள் நுழைந்தார்கள். சுப்புவும் வீட்டில் இருந்தார். மூன்று நாள்களுக்கு முன்பிருந்த சுப்பு இல்லை. சிறுமியைச் சட்டென்று தூக்கி உயரே தூக்கிப்போட்டுக் கொஞ்சினார். ஆண்கள் இருவரையும் நாற்காலிகளில் உட்காரவைத்து, "என்ன எடுக்கறீங்க?" எனக்கேட்டு சிறிய கண்ணாடிக்குப்பிகளில் சோன் தின் (Son Tinh) ஊற்றிக்கொடுத்தார். கையில் வாங்கிய மதுவைக் குடிக்காமல் அவர்கள் இருவரும் ஒருவர் முகத்தை ஒருவர் பார்த்தபடி உட்கார்ந்திருக்க, சுப்பு ஒரே வாயில் உறிஞ்சிக் குடித்துவிட்டு மேசையில் வைத்தார். எனக்குக் கோபம். அதைச் சமாளிக்க வந்திருந்த பெண்மணிகளைப் பார்த்து "ரொம்ப சந்தோஷம்... வராதவங்க வந்திருக்கீங்க, எங்களுக்குப் பிள்ளை வரத்தையும் கொடுத்திருக்கீங்க. எல்லோருக்கும் சேர்த்துச் சமைக்கிறேன். இருந்து இரவு டின்னரை எங்கள் வீட்டில் முடிச்சுட்டுப் போகணும்" என்றேன். உடனே புருஷாந்தி, "இல்லைம்மா! நாங்க வீட்டுக்குத் திரும்பணும், ஆட்களுக்குக் கூலி கொடுக்கணும், காத்திருப்பாங்க. இன்னொருமுறை நாங்க எல்லோரும் உங்க வீட்டுக்கு அவசியம் வருவோம்" என எழுந்துகொண்டார். இஸ்மாயில் அண்ணனும் எழுந்துகொள்ள, என்ன அண்ணா "காலில் வெந்நீரைக் கொட்டிகொண்டதுபோல ரெக்கை கட்டிப பறக்கறீங்க?" என்றேன். "கோவிச்சுகாதம்மா, குழந்தையின் பிறந்தநாளைக் கொண்டாடுவீங்க இல்லையா? அப்ப நாங்க எல்லோரும் கண்டிப்பா வருவோம்" என்றார். தொடர்ந்து "உங்க தமிழ் வகுப்பை ஆயுத பூஜை அன்னைக்கு ஆரம்பிச்சுடலாமில்லையா, உங்களுக்கு அதில் சங்கடமில்லயே" என்றார். "அவளுக்கென்ன சங்கடம், எல்லார் முன்னிலையிலும் ஏற்றுக்கொண்டு பின்வாங்குவாளா என்ன, ஆயுதபூஜை அன்றைக்கே நீங்க தமிழ் வகுப்பை ஆரம்பிச்சுடலாம். நான் அவளை அனுப்பிவைக்கிறேன்" என்றார் சுப்பு. இஸ்மாயில் தெருவாசலுக்குச் சென்று ஒரு வியட்நாமியரை அழைத்துவந்தார். "இவர் பெயர் கிம். எனக்குத் தெரிந்தவர். இவருடைய

ரிக்‌ஷாவைத்தான் தமிழ் வகுப்பு உள்ள நாள்களில் உங்களை அழைத்துச்செல்ல சங்கத்தின் சார்பில் ஏற்பாடு செய்திருக்கிறோம் என்றார்.

அன்றைய தினத்திலிருந்து எங்கள் வீட்டில் நேரம் போவதே தெரிவதில்லை. அவளுக்கு லட்சுமி எனப் பெயர் வைத்திருந்தோம். சிங்காரம் தன் பிள்ளைகளுடன் எங்கள் வீட்டிற்கு வருவதும் நாங்கள் லட்சுமியை அழைத்துக்கொண்டு அவர்கள் வீட்டிற்குப் போவதுமென்று நாள்கள் கழிந்தன. லட்சுமி எங்கள் வீட்டிற்கு வந்த நாளில் இருந்து விடுமுறை நாட்களில் வீட்டில் தங்குவது குறைவு. ஒவ்வொரு வாரமும் சைகோனுக்கு அருகிலிலுள்ள ஊர்களுக்கு எங்கள் வளர்ப்பு மகளைச் சந்தோஷப்படுத்துவதற்குச் சென்றுவந்தோம்.

*

30

சைகோன் - சிங்காரவேலு (7)

"பிள்ளைகளை அழைச்சி வாங்க! எக்கோல் (பள்ளி) விடற நேரம். அப்படியே மறக்காம, நம்ம பையன் சொல்ற புகாரைப் பத்தியும் விசாரியுங்க, அவனுக்கென்ன தெரியும்? குழந்தைன்னு சொல்லி நாம அவன் சொல்றத அலட்சியப்படுத்தக்கூடாது. இரண்டு நாளைக்குமுன்ன அவன் கையைப் பார்த்தப்ப எனக்கு அழுகை வந்திடுத்து. என்ன செய்யறது, எங்க மாமா சொல்றமாதிரி பிரெஞ்சுக்காரர்கள் எல்லோரும் நல்லவங்க இல்லை. கொலோன் (Colon – காலனியின் ஐரோப்பியக்குடிகள்) ஆளுங்க பலருக்கு ஐரோப்பா கண்டமும் அவர்கள் இனமும் உயர்ந்ததென்கிற நினைப்பிருக்கு" என சமையல்கட்டிலிருந்து குரலை உயர்த்தினாள் மரியா.

இந்த நேரத்தில் சமையலறையில் என்ன வேலையோ? பள்ளியிலிருந்து திரும்பும் பிள்ளைகளுக்கு வந்த வேளைக்கு ஏதாவது தின்பதற்குக் கொடுக்கும் எண்ணத்துடன் ஏதாவது செய்யலாம். கடந்த இரண்டு வருடங்களாக நிலைமை பரவாயில்லை, குறிப்பாக என்னுடைய

தமக்கையை நாங்கள் சந்தித்தபிறகு எங்கள் வீட்டிலும் இட்டிலி, ஆப்பம், புட்டு, சோறு, குழம்பு என இடம்பிடித்துவிட்டன. ஒரு செட்டியார் கடையிலிருந்து அம்மிக்கல்லும் ஆட்டுக்கல்லும் ஆசை ஆசையாக வாங்கிவந்தாள். இருந்தும் ஆவலோடு அவள் அம்மி உருட்டும் அழகைக் காணலாம் என்று காத்திருந்தவனுக்கு வரமளிக்கப் பல மாதங்கள் எடுத்துக்கொண்டாள்.

ஒரு நாள் அம்மியை உருட்டுவதற்குப் பதிலாக அலுவலக வேலைமுடிந்து திரும்பியபொழுது ஆட்டுக்கல்லைச் சுற்றிக் கொண்டிருந்தாள். எந்திரகதியில் கை சுழன்றது, தலைமயிர் வியர்வை ஈரத்தில் மினுமினுத்தது, கையுடன் சேர்ந்து தலை சுழல, காதோரம் விடுபட்ட சுருண்ட கேசம் காற்றில் ஆட, குழவியிலிருந்த கை விலகி அவற்றைக் காதுக்குப்பின்புறம் ஒதுக்கி அடக்க முனைய, அது அடங்க மறுக்க... இப்படிப் பல படி நிலைகளைக் கடந்து எட்டிய இட்டிலிகளை அவள் சொந்த பந்தத்திற்கெல்லாம் விநியோகிக்க வேண்டுமென்றாள். "நல்லது என்றேன். "உங்க அக்கா வீட்டுக்கு அவசியமில்லை, அவங்களுக்கு இட்டிலி பழக்கப்பட்ட உணவு இல்லையா?" எனக்கேட்டாள். "ஆமாம்... முன்னப் பின்ன பாத்திராதவங்களுக்குத்தான கொடுக்கணும் அவங்களுக்கு வேண்டாம்" என்றேன். ஆக, இப்படியாக எங்கள் வீட்டில் கத்தியின்றி, ரத்தமின்றி உணவுப் புரட்சி நிகழ்ந்து. சமயலறையில் தமிழர் உணவும் வியட்நாமியர் உணவும் கூட்டணி ஆட்சிக்கு சம்மதிக்கப் பதவிப்பிரமாணம் செய்துவைத்தாள். அவள் தன்னைத் தமிழச்சியாக நிரூபிக்கப்படும் பிரயத்தனங்களில் இறங்கத் தீர்மானித்தவளாக – இனி சேலை கட்டப்போறேன், வளையல்கள் போட்டுக்கப்போறேன், தலைகுனிந்து நடப்பேன் – எனச் சொல்லிக்கொண்டுபோக – நான் குறுக்கிட்டு, "நீ கொஞ்சம் அப்பப்ப அன்னாமிட்டாகவும் இரு. உங்க சாப்பாட்டையும் மறந்திடாம போடு, நான் வெளியில சாப்பிடப்போகாம பாத்துக்க" என்றேன்.

ஆக, வாரத்தில் மூன்று நாள்கள் அன்னாமிட்டுகள் சமையல், மூன்று நாள்கள் தமிழர் சமையல். மிச்சம் ஒரு நாள் இருக்கிறதே அன்றைக்கு என்ன பட்டினி கிடக்கிறீர்களா எனக் கேட்டுவிடாதீர்கள், அன்றைக்கு ஐரோப்பியர் சமையல். இந்த உணவுத் திட்டமிடல் மரியாவின் மனப்பாங்கைப் பொருத்தது, மாற்றங்களுக்கு வாய்ப்புண்டு.

"தெருக்கதவை சாத்திக்க, நான் பிள்ளைகளை அழைத்துவர்றேன்!" என சமையல் அறைப்பக்கம் குரல்கொடுத்துவிட்டு வீதியில் இறங்கினேன். என் பையனும் பெண்ணும் அவள் தந்தையின் சிபாரிசின் பேரில் பிரெஞ்சுப் பள்ளி யொன்றில் படிக்கிறார்கள். உள்ளூர் மக்களுக்கென்று தனியே பள்ளிகள் இருக்கின்றன. பிரெஞ்சு மக்களின் பிள்ளைகளுக்கென்று பிரெஞ்சுமொழியில் கல்விபோதிக்கிற பள்ளிகள் இருக்கின்றன. பிரெஞ்சு மக்கள் என்றால் பிரான்சு நாட்டிலிருந்து இந்தோசீனாவில் வணிகம் செய்ய, பொருளாதார நடவடிக்கைகளில் ஈடுபட இங்கு வந்தவர்களோடு, புதுச்சேரித் தமிழர்களையும் சேர்த்துக்கொள்ள வேண்டும். புதுச்சேரித் தமிழர்களெனில் பிரெஞ்சுக் குடியுரிமையுடன் இந்தோசீனாவிற்கு வந்தவர்கள். இந்தோசீனா பிரெஞ்சுக் காலனி என்கிறபோதும் புதுச்சேரிக் காலனி மக்களைப்போல இந்தோ-சீனர்களுக்குப் பிரெஞ்சுக் குடியுரிமை கிடையாது. இந்த ஓரவஞ்சனைக்கான காரணத்தைப் பிரெஞ்சுக்காரர்களிடம்தான் கேட்கவேண்டும்.

பிரெஞ்சுக் குடியுரிமை வாங்கின புதுச்சேரிக் காலனி மக்கள், பிரான்சு தேசத்து மக்களுக்குச் சமம். அவர்களுக்கு என்னென்ன சலுகைகளும் உரிமைகளும் உண்டோ அவ்வளவும் எங்களுக்கும் உண்டெனச் சொல்லப்பட்டது. ஆனால் இதில் உண்மை இல்லை என்பதுதான் எங்களனுபவம். சைகோனில் காலனி அரசாங்க உத்தியோகத்தில் சேர, நாங்கள் பெற்ற குடியுரிமை உதவியது என்னவோ வாஸ்தவம். ஆனால் அதுகூட சொந்த மண்ணைப் பிரிந்து இந்தோசீனாவிற்குக் குடிபெயரப் பெரும்பான்மை பிரெஞ்சுக்காரர்கள் விரும்பாமற்போனதால் கிடைத்த சலுகை. இந்தோ-சீனக் காலனி அரசாங்கத்திற்கு ஊழியம் செய்ய நம்பிக்கையான மனிதர்கள் வேண்டும். உள்ளூர் மக்களை நம்பமுடியாது, எனவே புதுச்சேரி தேவைப்பட்டிருக்கிறது. புதுச்சேரி ரெனோன்சான்களான நாங்கள் காலனியக் கொள்கையின் தயவில் பிரெஞ்சுக் குடிமகன் என்ற முகமூடியை அணிந்திருந்தாலும் எங்களுக்கென சிலவிதிமுறைகளை வைத்திருந்தார்கள்.

ஒரு நாள் வேதவல்லி அக்காவிடம் "மாமா அதிகம் குடிக்கிறாரே, அதைப்பற்றிய கவலையோ, வருத்தமோ உனக்கில்லையா?" எனக்கேட்டேன். அதற்கு அக்கா "இங்கே

பாரு, நீ எங்களிடமிருந்து விலகி இருக்கிற; எப்போதாவது ஒருமுறைதான் எங்க வீட்டிற்கு வர்ற... உனக்கே உன்னுடைய மாமாவின் குடிப்பழக்கம் பற்றிய வருத்தம் இருக்குமென்றால், எனக்கு இல்லாமலா போய்விடும்? நிறைய இருக்கு. நான் அன்பா சொல்லிப் பார்த்தாச்சு, கோபமா சொல்லிப் பார்த்தாச்சு, அவர் கேக்கறமாதிரி இல்லை. அதற்கான காரணத்தைப் பின்னர்தான் என்னால் ஊகிக்க முடிந்தது" என்ற வேதவல்லி அக்காள் அதையும் விளக்கமாகச் சொன்னார்: "ஒரு முறை ஐரோப்பியத் தளவாயுடன் மாமா ரோந்து போயிருக்கிறார், இவர்களுடன் ஐரோப்பியச் சிப்பாய் ஒருவரும் போயிருக்கிறார். மூவரும் கத்தீனா வீதிவரை போயிருக்கிறார்கள். ரோந்து முடிந்து அலுவலகத்துக்குத் திரும்பவேண்டும். தளவாய், கடைகளுக்குச் சென்று வீட்டுக்குத் தேவையான சாமான்களை வாங்கிஇருக்கிறார். ஒரு மூட்டை அளவு சேர்ந்திருக்கிறது. தூக்குவதற்கு ஒரு கூலி வேண்டும். கும்பலாக அன்னாமிட்டுகள் சிலர் புகைபிடித்தபடி நின்றிருந்திருக்கிறார்கள். அவர்களிடம் மூட்டையைச் சுமக்க ஒரு கூலிவேண்டும், 'உங்களில் யார் வருகிறீர்கள்?' எனத் தளவாய் கேட்டிருக்கிறார். இளைஞன் ஒருவன் 'எவ்வளவு கொடுப்பீர்கள்? சும்மாவெல்லாம் வரமுடியாது!' என எகத்தாளமாகப் பதில் கூறினானாம். தளவாய்க்குக் கோபம் வந்துவிட்டது. கைவசம் இருந்த தடியால் இளைஞனைக் கை சோரும்வரை அடித்திருக்கிறார். கூட்டம் சேர்ந்துவிட்டது. இரண்டொருவர் தடுத்தும் இருக்கிறார்கள். தளவாய் 'என்ன நடக்கும் என்று தெரியமில்ல?' என்று எச்சரிக்க, அவர்கள் கைகளைப் பிசைகிறார்கள். சில நாட்களுக்கு முன்னர்தான் ஹனோய் நகரில் ஒரு பிரச்னையில் விசாரணை என்ற பெயரில் உள்ளூர் மக்களின் தலைகள் சீவப்பட்ட சம்பவம் நடந்திருக்கிறது. அதன் பின்னர் உன் மாமாவிடம் அந்த அதிகாரி 'என்ன வேடிக்கை. உங்களிடம் தடி அழகுப்பொருளாக வைத்திருக்கக் கொடுக்கப்படவில்லை, நீங்களும் அவனை அடிக்கவேண்டும்' என்றாராம். சுப்பு மாமா 'என்னால் முடியாது' என்று பதில் சொல்ல... உடனிருந்த ஐரோப்பிய சிப்பாய் ரத்தம் பீறிட இளைஞனை அடித்து சாலையில் போட்டுவிட்டுத் திரும்பியிருக்கிறார்கள்.

அன்றுமுதல் மேலதிகாரி, சுப்பு மாமாவிடம் கோபமாகவே இருந்து வந்திருக்கிறான். இவர் அதைப் பொருட்படுத்தாது வழக்கம்போல தம் உத்தியோகத்திற்கு விசுவாசமாக

இருந்ந்திருக்கிறார். அவர்களுடைய அலுவலகத்திற்குப் புதிதாக ஒருவருக்கு ஷேஃப் தெ பொலீஸ் (தலைமை) பதவி உயர்வு கொடுக்கப்போகிறார்கள் என்ற தகவல் கிடைத்தது. படிப்பையும் அனுபவத்தையும் கணக்கிற்கொண்டிருந்தால் உன் மாமாவிற்குப் பதவி உயர்வு கொடுத்திருக்க வேண்டும். பதிலாக, வேலையில் சேர்ந்து இரண்டாண்டு காலம் மட்டுமே வேலை பார்த்திருந்த ஐரோப்பிய இளைஞனுக்கு உத்தியோக உயர்வை மேலதிகாரி சிபாரிசு செய்திருந்தான். மாமா 'இது நியாயமா?' எனக் கேட்டிருக்கிறார். அதற்கு அதிகாரி, 'சைகோன் மேயர் விதித்துள்ள புதிய சட்டத்தின்படி, பிரெஞ்சுக் குடியுரிமைபெற்ற புதுச்சேரிவாசிகள், ஐரோப்பியருக்குச் சமமானவர்கள் அல்லவென்றும்; விடுமுறை, உத்தியோக உயர்வு, இழப்பீடு போன்ற சலுகைகளில் ஐரோப்பியருக்கே முன்னுரிமை' என்றும் கூறியிருக்கிறான். பிரெஞ்சுக்காரர்களிடத்தில் அதிக நம்பிக்கை வைத்திருந்த சுப்பு மாமாவால் ஏமாற்றத்தை ஜீரணிக்க முடியவில்லை என வேதவல்லி அக்காள் நம்புகிறாள்."

"என்ன இன்றைக்கு ரெத்தாரா (தாமதமா) வந்திருக்கீங்க? உங்க பையன் அழுதுகொண்டிருக்கிறான். உங்களுக்காகத்தான் மெத்ரஸ் (ஆசிரியை) காத்திருக்காங்க. சீக்கிரம் போங்க" என்ற புதுச்சேரித் தமிழர் ஒருவரின் குரல் கேட்டுத் தலையை உயர்த்தினேன். வீதியின் மறுபக்கம் என் பிள்ளைகள் படிக்கும் 'லெ கொலேழ் ஷாஸ்லூ லொபா (Le Collège Chasseloup-Laubat) பள்ளி.

*

31

சைகோன் - மரியா ஹோவாம்மீ (5)

கசெர்னில் (ராணுவக் குடியிருப்புகள்) முன்னிரவுக்கான மாற்றங்கள்.. நுழைவாயிலில் இதுவரை காவலில் இருந்த சிப்பாய்கள் விடுவிக்கப்பட்டு அவர்கள் இடத்தில் துப்பாக்கி ஏந்திய வேறு சிப்பாய்கள். பிறந்த வீட்டைப் பிரிந்துசெல்ல மனம் வராத புதுப்பெண்ணைப்போல அடிவான வாசலில் தயங்கியபடி எஞ்சிய பகற்பொழுது. பிறை நிலவும் நட்சத்திரங்களும் இனி தங்கள் ராஜ்யம் என்பதாக அவரவர் இருக்கையில் அமர்ந்தாயிற்று. தரை இறங்கிய எரிநட்சத்திரங்களைப்போலக் குடியிருப்புகள் எங்கும் ஆங்காங்கே மின்விளக்குகள். கசெர்ன் பின்புறத்திலிருந்து சில்வண்டுகள் எழுப்பும் ஒலி.

முன்வாசலில் சிலர் மேசை நாற்காலிகளைப் போட்டுக்கொண்டு இரவு உணவுக்குரிய ஆயத்தங்களில் மும்முரமாக இருந்தனர். மெழுகுவர்த்திகள் உணவு மேசைக்கு வந்தாயிற்று – சைகோன் காற்றில் இரண்டு நிமிடங்கள் நின்று அவை எரியாதென்று தெரியும், இருந்தும் அதை ஏற்றினால்தான் சாப்பிட்ட திருப்தியாம். சிங்காரத்தின் அதிகாரி வீட்டிற்கு ஒருமுறை

கிறிஸ்துமஸ் விருந்துக்குப் போயிருந்தபோது கிடைத்த விளக்கம். ஒயின் பாட்டிலும் கோப்பைகளும், தார்த்தும், இறைச்சியும் மேசையை நிரப்புவதைச் சில நிமிடங்கள் பொறுமையாக நோட்டம் விட்டபின் எதார்த்தத்திற்குத் திரும்பினேன்.

கடந்த பத்தாண்டுகளில் நிறைய மாற்றம். எங்கள் மக்களில் பெரும்பான்மையோர் ஐரோப்பியர்களை வெறுக்கிறார்கள். அறுவடை செய்த நெல்லை விவசாயிகள் முழுமையாக வீட்டிற்குக் கொண்டுவரமுடிவதில்லை. ரப்பர் தோட்டத் தொழிலாளிகளுக்கு ஐரோப்பிய முதலாளிகள் பிச்சை போடுவதுபோல ஊதியம் வழங்குகிறார்கள் என்கிற மனக்குறை. சைகோன் வீதிகளில் ஏதோ வானத்திலிருந்து குதித்தவர்களைப்போலப் பெரும்பாலான ஐரோப்பியர்கள் நடந்துபோவதை என் கண்ணாரப் பார்க்கிறேன்.

சில மாதங்களுக்கு முன்பு இது நடந்தது. சைகோனில் ஸ்போர்ட்ஸ் கிளப் ஒன்று இருக்கிறது. சிங்காரத்துடன் பணிபுரியும் ஐரோப்பியர் சிலர் அதில் உறுப்பினர்கள். சிங்காரத்திற்கும் கிளப்பில் சேரும் ஆசை வந்தது. விசாரித்தார். அவர்களுடைய பதில் தெளிவாக இருந்தது. கிளப்பில் வெள்ளையர்கள் மட்டுமே உறுப்பினர் ஆக முடியும் என்றார்கள். கோபத்துடன் வீட்டுக்குத் திரும்பினார். பணி செய்யும் என் தந்தையிடம் பேசினோம். "இதைப் பெரிதுபடுத்த வேண்டாம்" என்றார். அன்றிலிருந்து என் தாய்மாமா வைக்கும் ஐரோப்பியர்களைப் பற்றிய விமர்சனங்கள் எனக்கு நியாயமாகப் படுகின்றன.

தற்போது வேறொரு விஷயம் எங்களைப் பிடித்து வாட்டுகிறது. பள்ளியிலிருந்து பையனும் பெண்ணும் திரும்பும்போதெல்லாம் நெஞ்சு படபடக்கிறது. பள்ளியில் என்ன நடந்திருக்குமோ, ஏது நடந்திருக்குமோ என்கிற கவலையில் நாள் முழுக்க கதவைத் திறந்துவைத்துக்கொண்டு காத்திருக்கிறேன். ஏழு நாட்களுக்கு முன்பு அது நடந்தது. எப்போதும்போல பிள்ளைகளை அழைத்துவர, மாலை ஐந்து மணிக்குப் பள்ளிக்குச் சென்றேன். என்னைக் கண்டதும் மகன் தேம்பித் தேம்பி அழுதான், 'என்ன விஷயம்? அழாமல் சொல்' என்று சாந்தப்படுத்தியபின், வார்த்தைகளைக் கூட்டி கூட்டிக் கோர்வையின்றித் தெரிவித்த தகவலில் நான் புரிந்துகொண்டது:

இரண்டொரு கிழமைகளுக்கு முன்பு பிரான்சிலிருந்து ஐரோப்பியர் குடும்பமொன்று சைகோனுக்கு வந்திருக்கிறது.

அவர்களுக்கு ஒரே மகள். அவளை எங்கள் பிள்ளைகள் வகுப்பில் சேர்த்திருக்கிறாகள். பிரான்சு தேசத்தின் வடபகுதியில் உள்ள லீல் நகரத்தைச் சேர்ந்த குடும்பம். பெற்றோர், மூதாதையர்கள் அனவரும் பிரெஞ்சுமொழியைத் தாய்மொழியாகக் கொண்டவர்கள். இருந்தும் அச்சிறுமி ஆசிரியை கேட்கும் கேள்விக்குப் பதில் சொல்லத் தடுமாறினாளாம். அவள் தந்தை காலனி நிர்வாகத்தில் முக்கிய அதிகாரி. அந்தத் திமிரும் சிறுமியிடம் இருந்திருக்கிறது. கேள்விக்குத் தவறான பதிலை அவள் சொல்ல, எல்லாப் பிள்ளைகளும் வாய்விட்டுச் சிரித்திருக்கிறார்கள். இதற்கிடையில் பிலிப் கையை உயர்த்தி ஆசிரியை கேட்ட கேள்விக்குப் பதிலைத் தெரிவித்திருக்கிறான். விளையாட்டு நேரம் வந்திருக்கிறது. பிள்ளைகள் வகுப்பைவிட்டு வெளியில் வந்திருக்கிறார்கள். இதற்காகவே காத்திருந்தவள்போல அச்சிறுமி, பிலிப் தலைமயிரைப் பிடித்து இழுத்ததோடு, எட்டி உதைத்திருக்கிறாள். பின்னர் என் மகனை 'sale vietnamien' (வியட்நாமிய பீடை) என ஏசினாளாம்.

வகுப்பு ஆசிரியை என்னைப்போல ஓர் அன்னாமிட் பெண். அவளிடம் என் மகன் முறையிட்டிருக்கிறான். ஐரோப்பியப் பெண்ணான சிறுமியைத் தண்டிக்க அஞ்சிய வகுப்பு ஆசிரியை ஐரோப்பியரான திரைக்தரிடம் (தலைமை ஆசிரியரிடம்) பிரச்னையைக் கொண்டுபோயிருக்கிறார். "உன்னைப்போல ஓர் ஆசியப் பையன்தானே, பிரச்னை இல்லை, நான் பார்த்துக்கொள்கிறேன், நீ உன் வேலையைக் கவனி" என்றாராம் திரைக்தர். நடந்ததை அன்று பிலிப் தன் தந்தையிடமும் என்னிடமும் தெரிவித்தான். சிங்காரம் மறுவினாடி, "விடியட்டும் நான் திரைக்தரைப் பார்த்துப் பேசுகிறேன், நாமென்ன அவர்களுக்கு இளக்காரமா?" என ஆவேசப்பட்டார். சின்னைப்பிள்ளைகள் விவகாரத்தைப் பெரிதுபடுத்தவேண்டாம். நாளடைவில் சரியாகிவிடும் என அவரைச் சமாதானம் செய்யவேண்டி இருந்தது. சிங்காரம் பள்ளிக்குச் சென்றால் பிரச்னைகள் வரும் என்பதால் நானே பிள்ளைகளைப் பள்ளிக்குக் கூட்டிப்போவதும் அழைத்து வருவதுமாக இருந்தேன். இனிப் பிரச்னை விட்டது என நான் நினைக்க, மீண்டும் மகனை வெள்ளைக்காரச் சிறுமி திட்டுவதும் அடிப்பதுமாக இருக்கிறாள். பொறுத்துக்கொள்ள

முடியாத நிலையில்தான் சிங்காரத்தைப் பள்ளிக்கு அனுப்ப வேண்டியதாயிற்று.

நேரம் கூடக் கூட எனக்குப் பதற்றமாக இருந்தது. அசம்பாவிதமாக எதுவும் நடந்திருக்கக்கூடாது என்பதற்காகக் கடந்த ஒரு மணிநேரமாக வேண்டாத தெய்வங்களில்லை. சிங்காரத்தை மணம் செய்துகொள்வதற்கு முன்பாக நான் புத்தரைப் பிரார்த்தனை செய்தால் போதும். உதவிக்கு வேறு கடவுள்கள், காரியதரிசிகள் இல்லாத நிலையில், நேரடியாகத் தலையிட்டு கௌதமரும் என்னுடைய கவலைகளைப் போக்கிவந்தார். சிங்காரத்தை விவாகம் முடித்த பிறகு இந்துக் கடவுள்களிடமும் முறையிட வேண்டியுள்ளது. அவர்கள் மனைவி, மக்கள், பிள்ளைகளெனப் பெரும் குடும்பிகளாக இருக்கின்றார்கள். அவர் பார்ப்பார், இவர் தீர்த்துவைப்பார் எனப் பொறுப்பிலிருந்து நழுவுகிறார்கள். அவர்களில் முக்கியஸ்தர்களிடம் மட்டும் கோரிக்கைகளை வைக்க முடிவெடுத்து, பூஜைமாடத்தை விரிவாக்கிய பின்னரும் நிலைமை மெச்சும்படி இல்லை. விண்ணப்பத்திற்குப் பதில் கிடைக்க காலதாமதம் ஆகிறது.

கசெர்ன் வாயிலைத் தாண்டிப் பிள்ளைகளுடன் ராணுவக் குடியிருப்புத் திசைப்பக்கமாக நடந்துவந்த சிங்காரத்தின் பார்வை என்மீது விழுந்தது, நான் கையை அசைத்தேன். அவரிடம் எதிர்ச்செயல் இல்லை. அடுத்த சில நிமிடங்களில் மூவரும் உள்ளே நுழைந்ததும் புத்தகப்பைகளை வாங்கி அவற்றுக்குரிய இடத்தில் வைத்தேன். பிள்ளைகள் முகத்தை இறுக்கமாக வைத்துக்கொண்டு நிற்கிறார்கள். மகள் இஸாபெல் வாயாடி. வழக்கமான நாட்களாக இருந்தால், நான் அவள் சட்டையைக் கழற்றிக்கொண்டிருக்கும்போதே ஆரம்பித்துவிடுவாள். பிலிப் வகுப்பில் என்ன செய்தான், மற்ற பிள்ளைகள் செய்த சேட்டைகள் என்ன? ஆசிரியை போட்டிருந்த கவுன் என்ன நிறம்... மூச்சுவிடாமல் பூரான்போல வார்த்தைக் கால்களுடன் விரைவாள். இன்றைக்கு அவளும் சாவி கொடுக்காத சுவர்க் கடிகாரம்போல அமைதியாக இருக்க, நான் பொறுமை இழந்து "சொல்லித் தொலைங்க, திரைக்தர் கிட்ட பேசினீங்களா இல்லையா?" என சிங்காரத்திடம் கத்தினேன். பளார் என்று என் கன்னத்தில் ஓர் அறை. , நான் கன்னத்தைப் பிடித்துக்கொண்டு

இடிந்துபோய் உட்கார, சிங்காரம் "கேட்காமல் என்ன, கேட்டேன். அந்த ஆள் என்ன பதில் சொன்னான் தெரியுமா?" எனக் கேட்டுவிட்டு, என்னைச் சுட்டெரிப்பதுபோல பார்த்தார். பின்னர் மௌனமாகத் தசைநார்கள் விறைத்த இறுக்கமான தன் முகத்தை எனது பார்வையிலிருந்து விலக்கிக்கொண்டு நடந்தார். சிங்காரத்தை மணம் முடித்த இத்தனை ஆண்டுகளில், என்மீது அவர் கை ஓங்கியது அன்றைக்குத்தான். அதுகூட எனக்கு அதிகம் வலிக்கவில்லை ஆனால் முதன்முறையாக நான் கண்ட அவர் நீர்கோர்த்த கண்கள் எனக்கு வலித்தன. கருத்த அவருடைய முகம், கடுகடுப்புடன் இருந்த காரணம் விளங்கியது.

இரவு உணவுக்கான நேரம். பிள்ளைகள் நேரம் கடந்து வீட்டிற்குத் திரும்பியது புத்தியில் உறைத்தது.

– பிலிப், இஸாபெல் வாங்க! வந்து சாப்பிடுங்க, பசியில்லையா?

– ஆமாம்மா, நல்ல பசி, எனக்கூறியபடி ஓடி வந்தான் மகன். அவன் தோள்மீது வளைத்துக் கையைப் போட்டபடி, இஸாபெல். இருவர் முகங்களும் நீர் காணாச் செடிகள் போல இருந்தன.

– பிலிப் எக்கோலில் என்ன நடந்தது, திரைக்தர் கிட்ட அப்பா பேசினாரா, அவர் என்ன சொன்னார். பெண்ணைக் கண்டித்தாரா இல்லையா.

– "Sale vietnamien ('வியட்நாமிய கசுமாலம்')னு என் பையனை ஒரு பெண் திட்டினாளாமே, யார் கொடுத்த தைரியம். வகுப்பு ஆசிரியை உங்க கிட்டப் புகார் பண்ணியும், நீங்க கண்டிக்கலையாமே. அவள் சில்மிஷம் பண்றாள்னு தினந்தோறும் வீட்டில் புகார். அந்தப் பெண்ணின் அப்பா அம்மாகிட்ட சொல்லிக் கண்டீச்சீங்களான்னு அப்பா திரைக்தரை கேட்டார். அதற்கு அவர், ே உம்பையனும் பொண்ணும் அன்னாமிட் பசங்க இல்லையா, அந்தப்பொண்ணு அப்படிச் சொன்னதுல என்ன தப்பு? சந்தேகமிருந்தா, உங்க பிள்ளைகள் அம்மாகிட்ட அப்பா யாருன்னு தெரிஞ்சுகிட்டுவந்து எங்கிட்ட சண்டைபோடுங்க", எனத் தன் தந்தை போலவும், திரைக்தர்போலவும் பேசி, பள்ளியில் நடந்ததை மகன் கூறினான்.

– சரி சரி நீங்க சாப்பிடுங்க, நான் அப்பாவைச் சமாதானப்படுத்தி அழைச்சு வர்றேன், எனத் தெரிவித்துவிட்டுச் சிங்காரத்தைத் தேடிச் சென்றேன். தலையணையில் கவிழ்ந்து படுத்திருந்தார். அவர் அருகில் உட்கார்ந்தேன். தலையை விரல்களால் உழுதபடி,

– வாங்க சாப்பிடலாம். மதியம் நீங்க ஒழுங்கா சாப்பிடலை. எனக்கும் நல்ல பசி,

– எனக்குப் பசியில்லை, நீ சாப்பிடு.

– நீங்கள் வீட்டில் இருக்கிறபோது உங்களை விட்டுட்டு எப்ப நான் தனியா சாப்பிட்டிருக்கேன்.பிரச்சனையை எப்படிச் சாமாளிக்கணுமென்று எனக்குத் தெரியும், நான் பார்த்துக்கிறேன் நீங்க எழுந்துவாங்க.

– புதுச்சேரியிலேயே இருந்திருக்கலாமோன்னு தோணுது. தப்புச்செஞ்சிட்டேன்.

– நீங்க இந்தோசீனா வர்லைன்னா எனக்கொரு சிங்காரம் கிடைச்சிருப்பாரா, நாம ஜோடி சேரணுமென்பது விதி, புத்தருடைய ஆசி. அதைத் தயவு செய்து கொச்சைப்படுத்திடாதீங்க. எங்கே என் முகத்தைப்பார்த்துச் சொல்லுங்க, மரியா உங்களுக்கு வேண்டாத பொருளா? குனிந்து உதட்டில் முகட்டில் முத்தமிட்டேன். என் கண்களிலிருந்து தவறிய நீர்த்துளிகள் அவர்கன்னத்தில் உருண்டோட, இருவரும் வாய்விட்டுச் சிரித்தோம். அறைக்கதவைப் பிடித்தபடிப்பிள்ளைகள் இருவரும் நிற்கிறார்கள். கண்களை அகற்றாமல ஓரிரு நொடிகள், எங்களைப்பார்த்தார்கள். மறுகணம் கயிற்றிலிருந்து விடுவித்துகொண்ட கன்றுகள்போல, ஓடிவந்தவர்களை வாரி அணைத்துக் கட்டிலில் இருத்தி, வாய்விட்டுச் சிரித்தோம்.

*

32

புதுச்சேரி (4)

1938 டிசம்பர் 16...

“வாக்களித்த நூதனங் கேளும் பேதகர் சென்று
வாக்களித்த நூதனங் கேளும்

போக்கரெல்லாம் ஒன்றுகூடி
பொதுக்கொலேழினை நாடி
வாக்களிக்காபேரைத் தேடி
மண்டையை உடைத்து ஓடி
வாக்களித்த...

குடிசையைக் கொளுத்தி னோரும்
கோட்டைக்குப்பம் மேவினோரும்
குடித்துத் திருடினோரும்
கூடலூருக்குக் கோடினோரும்
வாக்களித்த...

வந்ததோ ஒரு நூறுபேரே
வாக்கோ முப்பது முன்னூரே
இந்தவித செய்தபேரே
எல்லாஞ் செய்வர் பெரியோரே
வாக்களித்த நூதனங்கேளும்!”

கடைத்தெரு மூலையில் நின்று பாடிக்கொண்டிருந்த கோமாளியைச் சுற்றி ஒரு சிறுகூட்டம்.

“இங்கே என் கடைமுன்னால வேண்டாம். அவனை அடித்து விரட்டுங்கப்பா. பல்லை இளித்துக்கொண்டு என்ன வேடிக்கை” – சத்தம் போட்டார் செட்டியார். நெற்றியிலும் கழுத்து மடிப்புகளிலும் சுரந்த வியர்வையை ஈரிழைத் துண்டால் அழுந்தத் துடைத்தார். பூணூலில் முடிந்திருந்த சாவிக்கொத்து இடம்பெயர்ந்து பானை வயிற்றில் முடிச்சிட்டிருந்த தொப்புளில் திரும்ப விழுந்தபோது சலங்கைபோலக் குலுங்கியது. மதிய உணவை உண்டுமுடித்த கையோடு கல்லாப்பெட்டியில் உட்கார்ந்திருந்தார், இடது கை விரல்கள் பிடியில் பனைமட்டை விசிறி.

செட்டியார், கோமாளியை எதற்காக ஏசுகிறார் என்பது அரசப்பனுக்குத் தெரியும். பைத்தியக்காரன் ஏதோ பாடுகிறான் நமக்கென்ன வந்தது எனச் செட்டியாரால் அலட்சியப்படுத்த முடியாது. கோமாளியின் பாடல் டேவிட் ஆட்கள் காதில் விழுந்தால், பாடுகின்ற கோமாளி மட்டுமல்ல காதில் வாங்கும் மனிதர்களும் பந்தாடப்படுவார்கள். “ஆனால் இப்படி எத்தனை நாளைக்கு இவர்கள் அட்டூழியத்தைச் சகித்துக்கொண்டிருப்பது. ஏதாவது செய்தாலொழிய அவர்களின் கொட்டம் அடங்கப்போவதில்லை” என எண்ணியபடி வேகமாக நடந்தான். பசித்தது. காலையிலிருந்து பட்டினி.

அரசப்பன் வீடு காக்காயன் தோப்பிலிருந்தது மனைவி, பிள்ளைகள், வயதான தாய் என்று ஐந்து பேர் கொண்ட குடும்பம். தகப்பனுக்குக் கள் இறக்கும் தொழில். நித்தம் நித்தம் தலைக்கயிறு, பெட்டி, பாளை சீவும் கத்தி எனச் சுமந்து மரமேறி, பாளையைச் சீவி, கவனமாய்க் கலயத்திலிட்டு இறங்கிவந்து பசியாறும் தொழில். “இன்னும் எத்தனை காலத்திற்கு உயிரைப் பணயம் வைத்து மரமேறி வயிறைக் கழுவறது உன் சந்ததிக்காகவாவது விடிவுகாலம் பொறக்கட்டும். ஆலை வேலைக்குப் போ, அல்லாங்காட்டி சைகோன் அப்படி இப்படின்னு சொல்றாங்களே போயிட்டு வாயேன்” என வேலாயுதக் கிராமணி சொன்னதுல நம்ம அரசப்பனுக்கு வாய்த்தது ஆலை வேலை. பத்து வருடங்களாக சவானா ஆலையில் தறி ஓட்டும் தொழிலாளி. உத்தியோகம் நிரந்தரமானதும் தமக்கை மகள் பார்வதத்திற்கு மூன்று முடிச்சுப்போட்ட சூட்டோடு இரண்டு பிள்ளைகள்.

எந்தக் குறையுமில்லை. சந்தோஷமாகத்தான் வாழ்ந்தார்கள். ஒரு முறை மேஸ்திரியிடம் முறைத்துக்கொண்டான். அதற்கு கைமேல் பலன் கிடைத்தது. போனவருடத்தில் புதுச்சேரி ஆலைகளில் ஊதிய உயர்வு மற்றும் பிற காரணங்களை முன்வைத்து நடந்த போராட்டம் துப்பாக்கிச்சூடு, ஆள்குறைப்பு என முடிந்தபோது, உத்தியோகத்தை இழந்தவர்களில் நம் அரசப்பனும் ஒருவன். 'கொடுமை கொடுமை என்று கோயிலுக்குப்போனால் அங்கும் ரெண்டு கொடுமை வந்து திங்குதிங்குன்னு குதிக்குது என்கிற கதை நம்முடைய அரசப்பன் விஷயத்தில் நிஜம். நகராட்சித் தேர்தலை முன்வைத்து மகாஜன சபை ஆதரவாளர்களுக்கு எதிராக பிரெஞ்சு இந்தியக் கட்சியினர் கட்டவிழ்த்துவிட்ட வன்முறையில் அரசப்பன் கூரைவீடு தரைமட்டமானது, எரிந்த வீட்டோடு பெண்டாட்டி, பிள்ளைகள், தாய் என அவனுக்கென்றிருந்த உயிர்ச்சொத்துகளையும் தீ அடித்துப் போனது.

வீராம்பட்டணம் சாலையைப் பிடித்து அரசப்பன் நடந்தான். குடும்பத்தை அரசியல் கலவரத்திற்குப் பலிகொடுத்த பின்னர், நிரந்தர வாசத்திற்கு எதுவுமில்லை. பகல் நேரங்களில் கடைத்தெருப் பக்கம் ஒதுங்குவான், கையை ஏந்துகிறபோது, காலணா, அரையணா கொடுக்கிறார்கள். மதிய உணவென்பது பெரும்பாலுமில்லை. காக்கயந்தோப்பிற்குத் திரும்புகிறபோது இவன் வீட்டுக்கு எதிர்வீட்டுவாசியான சொர்ணம் அக்கா மறக்காமல் அழைத்துச் சோறு போடுவதுண்டு. வழியில் ஏதாவது கோயில்கள் தென்பட்டால், கும்பிடத் தோன்றினால், மகராசி சொர்ணத்திற்காக வேண்டிக்கொள்கிறான்.

பெரியவர் மாசிலாமணி எதிரில் வந்தார். விறுக் விறுக்கென எதிரில் வரும் நபரை எட்டி உதைக்க விரும்பியவர்போலப் பாதத்தை உயர்த்திவைப்பார். கால்களில் லாடம் கட்டிய எருமைத்தோல் செருப்புகள், பூமியைத் தொடும்போது இரணியகசிபோவெனச் சந்தேகிக்கத் தோன்றும். வேட்டியை மடித்துக்கட்டி இருந்தார், மேலுக்குச் சட்டை இல்லை, தோளைச் சுற்றிய துண்டு மார்பை மறைக்க வெட்கப்படும். மார்புக்குழியிலும் காம்புகளைச் சுற்றியும் கோரைபோல ரோமம். முகத்திலும் சவரம் செய்யாமல் மூக்கு, நெற்றி, கண்களுக்கு விலக்களித்து தரிசு நிலத்தை ஆக்கிரமித்து மழை காணாத புற்கள்போல ரோமம். தொப்புளுக்குக்கீழ் அடிவயிற்றின்

மெல்லிய மடிப்புகளை ஒட்டியும் அதற்குக்கீழும் இரண்டு சிப்பங்கள். முதல் சிப்பம் கோரைப்புல்லாலான அரைப்பை. அதில் வெத்திலை, களிப்பாக்கு, வாசனைச் சுண்ணாம்பு, குண்டூர் புகையிலை, சிறியதொரு பாக்குவெட்டி – இப்படி எல்லாமும் உண்டு. அதற்குக் கீழுள்ள சிப்பம் மேலேயுள்ள சிப்பத்தைவிட அளவில் பெரியது. அது அவருடைய அண்டம். "உங்களைப் பெரிய மனுஷன்னு சொல்றாங்களே இதுக்குத்தானா?" என ஒருமுறை அரசப்பன் விளையாட்டாகக் கேட்கப்போய் ஊர் முழுக்கப் பரவிவிட்டது. அவரே ஒருமுறை அரசப்பனை அருகில் அழைத்து, "எனக்கு நாலு பையன், ஆறு பொண்ணு, எல்லாம் இதனுடைய மகத்துவம்தான் புரிஞ்சுக்க" என வேட்டியை அவிழ்த்தபோது, பதறிவிட்டான். அப்போதைக்கப்போது, "ஏதாவது சாப்பிட்டியா? வீட்டுக்குப் போ, இன்றைக்கு கிருத்திகைக்கு படைச்சோம். உனக்கு எடுத்துவச்சிருக்காங்க" என உரிமையுடன் உத்தரவிடுகின்ற ஆசாமி.

கண்களுக்குமேல் குடை பிடிப்பதுபோல உள்ளங்கையைக் கவிழ்த்தி நிறுத்தி, "யாரு அரசப்பனா? உன்னைக் காலையிலிருந்து தேடறோம் எங்க போயிட்ட?" என வினவினார்.

அரசப்பன் தலையைச் சொரிந்தான். "சரி மாமா" எனத் தலையாட்டிவிட்டு நடந்தான். இருபது நிமிட நடைப்பயணத்திற்குப் பிறகு வீட்டுமுன்பாக நின்றான். பெரிய தூலகட்டு வீடு. இவன் தெருவாசலில் பாய்போட்டு படுத்திருந்தான். மனைவி அம்புஜம் தன் பிள்ளைகளுடன் உள் நடையில் படுத்திருந்தாள். தாய் அடுப்பங்கரையில் முந்தானையை விரித்துப் படுத்திருந்தார். நள்ளிரவைக் கடந்த நேரம். மற்றொரு சாதிக்கார இளைஞன் ஓடிவந்தான். தொழிற்சங்க ஆட்களை டேவிட் கட்சிக்காரங்க தடி, கம்புகளுடன் தாக்கறாங்க, நாம அதைத் தடுக்கணும்" என்றான். அரசப்பன் வீட்டிலிருந்த பாளை சீவும் கத்தியைக் கையிலேந்தியபடி அவனுடன் ஓடியவன் திரும்பியபோது, வீடு எரிந்து சாம்பலாகி இருந்தது. ஒரு ஜீவன்கூட மிஞ்சவில்லை.

வெகுநேரம் குத்துக்காலிட்டுத் தலையைப் பிடித்தபடி வீடிருந்த தழும்பைப் பார்த்து அலுத்து, கால்களைப்போலவே கண்களும் மரத்திருந்தன. ஆழ்ந்த நெடுமூச்சுடன் எழுந்து நின்றான். தோளில் ஒரு கை விழுந்தது. திரும்பினான். பெரியவர் மாசிலாமணியின் நாலாவது மகன் அருணாசலம்.

– என்னண்ணே, அப்பாவைப் பார்த்தியா, வீட்டுப்பக்கம் வருவேன்னு உன்னை எதிர்பார்த்திருந்தேன்.

– ஏன்,என்ன விஷயம்?

– இதைப்பிடி.

– என்னது?

– பிரிச்சுப் பார்.

பொட்டலத்தைப் பிரித்த அரசப்பன் மூர்ச்சை ஆகாத குறை. கைத்துப்பாக்கி.

"சந்திரநாகூரிலிருந்து வந்த சரக்கு, பத்திரம். கவர்ன்மெண்ட்டையும் சிப்பாய்களையும் துணைக்கு வச்சிக்கிட்டு அடியாட்களோட அவங்க பண்ற அட்டூழியத்தைக் கேட்க ஆளில்லைங்கிற தைரியத்துல ஆடறானுவ. அவனுங்க கொட்டத்தை அடக்க நாமளும் ஏதாவது பதிலுக்குச் செய்தாகணும். அதை நீதான் செய்யணும். பெத்தவ, பொண்டாட்டி, புள்ளகள்னு மொத்தக் குடும்பமும் தீயில வெந்திருக்கு, சம்பந்தமில்லாத எங்களுக்கே நெஞ்சு கொதிக்குதுன்னா, நீ எப்படி நாளத் தள்ளுவ. காதக் கொடு!"

அரசப்பன் காதில் திட்டத்தைக் குசுகுசுவென்று ஓதிவிட்டு, "புரிஞ்சுதா?" எனக் கேட்டான் அருணாசலம். இவன் தலையாட்டினான். தலையாட்டிவன் கையில் இன்னொரு பொட்டலத்தைத் திணித்தான், தொடர்ந்து "காரியம் முடிஞ்சதும் கொஞ்சநாளைக்குத் தலைமறைவா இருந்துட்டு வா. அதுக்குத்தான் இந்தப் பணம். கரியமாணிக்கம் போயிடு, அங்கிருந்து கூடலூர். பிரச்னை தணிஞ்சதும் திரும்பலாம், எப்ப வரணுமுன்னு தகவல் அனுப்புவோம், அப்ப வந்தால் போதும்."

மறுநாள் பிரெஞ்சிந்தியர் கட்சியைச் சேர்ந்த செல்வராஜூ சுடப்பட்டார் என்ற தகவல் அவரைச் சார்ந்த மனிதர்களிட த்தில் பெரும் புயலைக் கிளப்பியது, தடி, கம்பு, திருக்கைவால் எனக் கையில் கிடைத்த ஆயுதங்களுடன் முதலியார்பேட்டை, அரியாங்குப்பம் பகுதிகளில் மீண்டும் தாக்குதல்கள், கலவரமென்று புதுச்சேரி அல்லோலகல்லோலப்பட்டது.

*

33

புதுச்சேரி (5)

செல்வராஜு செட்டியார் கொலையை மகாஜன சபை தலைவர்களோடு சம்பந்தப்படுத்த காலனி அரசாங்கத்திற்குச் சாட்சியங்கள் அவசியமில்லை. செல்வராஜு செட்டியார், ஜோசப் டேவிட் கட்சியின் முக்கியப் புள்ளி. ஐரோப்பியர், சிறுபான்மையினரான கிரெயோல் சனங்கள், தங்கள் வாழ்க்கையில் ஏற்பட்ட விமோசனத்திற்கு ஐரோப்பியர்களே காரணமென நம்பும் மனிதர்கள் – இவர்களெல்லாம் ஜோசப் டேவிட் கட்சியினர். என்ன இருந்தாலும் அவர்கள் அந்நியர்கள், நம் உழைப்பை உறிஞ்சுகிறவர்கள் என்ற கருத்துடன் காலனி அரசாங்கத்தை எதிர்ந்து அரசியல் செய்தவர்கள் மகாஜன சபையினர். நடந்துமுடிந்த கொம்யூன் (நகராட்சி, பஞ்சாயத்து) தேர்தல்களில் இரு தரப்பும் அடித்துக்கொண்டன. காரைக்கால் கொம்யூன்களில் ஜெயித்த மகாஜன சபையினருக்குப் புதுச்சேரியில் தோல்வி. போலீஸ் ஆதரவுடன் ஜோஸப் டேவிட் ஆட்கள் நடத்திய தாக்குதலில் மகாஜன சபையினருக்குப் பெருத்த பாதிப்பு. கொலையாளி சவானா ஆலையில் பணி நீக்கம் செய்யபட்ட ஒரு தொழிலாளி என்கிற உண்மை

தெரியவந்த மறுநொடி எல்லோரின் சந்தேகப்பார்வையும் தொழிலாளர்கள் பிரச்னைகளுக்காகப் போராடி, அவர்கள் மத்தியில் செல்வாக்குடனிருந்த மகாஜனசபை வ. சுப்பையா பக்கம் திரும்பியது. அவர் புதுச்சேரியில் இருந்தால் வீண் பிரச்னைகள் வரலாம், உயிருக்கேகூட ஆபத்து நேரலாம் என அஞ்சிய நண்பர்கள் சிலகாலம் பிரிட்டிஷ் இந்தியாவிற்குச் செல்லும்படி வற்புறுத்தினார்கள். தலைமறைவாக வாழ்ந்தவரை இரண்டு நாள்களுக்கு முன்பு பிரிட்டிஷ்காரர்கள் கைது செய்து வேலூர் சிறையில் அடைத்த தகவல் கிடைத்தது. புதுச்சேரி அரசாங்கம், பிரிட்டிஷ் இந்தியக் காலனி அரசாங்கத்தினை அணுகி, தம்முடைய காலனிப் பிரஜையான வ. சுப்பையாவை விடுவிப்பதற்கு எவ்வித முயற்சியும் எடுக்காத நிலையில் மகாஜனசபை நண்பர்கள் அழைப்பின்பேரில் நடேசபாரதி புதுச்சேரிக்குச் சென்றார். ஆலைத் தொழிலாளிகளைத் திரட்டி மே மாதம் முதல் தேதி அன்று போராடுவது என நண்பர்கள் தீர்மானித்தார்கள்; மனத்திருப்தியுடன் நடேசபாரதி வீடு திரும்பிக்கொண்டிருந்தார்.

அந்திசாயும் நேரம். மேய்ச்சலுக்குச்சென்று திரும்பிய மாடுகள் தொழுவங்களில் அடைபடும்வேளை. கைமேய்ச்சலாக வரப்போரங்களிலோ, தாளடிகளிலோ மேய்ந்த வண்டிமாடுகள், தங்கள் எஜமான இளவட்டங்களுடன் சொகுசாகத் திரும்பிக் கொண்டிருக்கின்றன. குளத்துநீர் தளும்பும் தவலையைச் சும்மாடிட்டுச் சுமந்துவரும் அதிகாலைப் பெண்களில் இரண்டொருவரை அதிசயமாக அந்திவேளையிலும் காணமுடிந்தது. காசிநாதன் கள்ளுக்கடையிலிருந்து வீடு திரும்பும் நேரமும் அதுதான். அவன் குடிசைக்குள் பிரவேசித்த மறுகணம் முதலில் கோழி கவிழ்த்த கூடை, தெருவாசலுக்கு வரும். அடுத்து, தூக்கி எறியப்பட்ட கோழிகள் கர்ணகொடூரமாக அலறிக்கொண்டு இறக்கைகளை அடித்தபடி ஒன்றன்பின் ஒன்றாக வந்து விழும். தொடர்ந்து அய்யோ அய்யோ! இப்படிக் குடிச்சுப்போட்டு, பொழுதுக்கும் உதைக்கிறானே, கேட்க ஒருத்தருமில்லையா என ஓலமிட்டபடி எட்டுமாத, தொப்புள் வீங்கிய குழந்தையை இடுப்பில் சுமந்தவண்ணம் சொர்ணம் பேயாட்டம் போடுவாள். பிலாக்கணம் பாடி அழுது முடித்து, திரும்பக் கதவடைத்துக்கொள்ள அவர்களுக்கு ஒரு மணி

நேரமோ, இரண்டு மணி நேரமோ ஆகலாம். தெருவாசிகளுக்கு பழகிவிட்டது. காசிநாதனுக்கு வாழ்க்கைப்பட்ட சொர்ணத்தை, ‘எந்த வருஷம் காசிநாதனுக்குத் தாலி கட்டிக்கிட்ட?’ எனக் கேட்டால், ‘எனக்கென்ன தெரியும், நாலெழுத்து படிச்சிருந்தா அதையெல்லாம் கணக்குல வெச்சிருப்பன்’ என்பாள். தெருவாசிகளுக்கு வேறொரு கணக்கு இருக்கிறது. இரவு உணவென்று தாய் கொடுத்ததை உண்டு பசியாறி, வாசலில் பாயைக் குறுக்காகப்போட்டு, உறக்கம் வரும்வரை கதைகள் பேசி முடங்கிக்கிடக்கிற பிள்ளைகளின் எண்ணிக்கைக் கணக்கு அது. ஆறு பிள்ளைகள் வரிசையாகப் படுத்திருப்பார்கள். தற்போது இடுப்பில் இருப்பது ஏழாவது ஜீவன்.

நடேசபாரதியோ, அவருடைய பாரியாளோ சொர்ணத்தின் அழுகையில் பாதிக்கப்படுகிறவர்கள் இல்லை. ஆந்தையின் அலறல்போல, கார்த்திகை இடிமழைபோல சொர்ணத்தின் புலம்பலும் அவர்களுக்குப் பழகியிருந்தது. அவளுடைய பிலாக்கணம் சந்திரமதி, பொன்னருவி, மண்டோதரி பாத்திரங்களுக்கு அவர் போடும் கூத்துகளில் உதவி இருக்கிறது. நடேசபாரதி கூத்துவாத்தியார். அவர் பேருல ஒரு ஜமா வைத்திருக்கிறார். அவரைக்கேட்டால் வடசீமை, தென்சீமைகளில் தன் கால் படாத ஊரில்லை என்பார். அதற்காக நீங்கள் அந்தப் பக்கம் ஆயிரம் கல் இந்தப் பக்கம் ஆயிரம் கல் என்றெல்லாம் சங்கிலி பிடித்துத் தேசங்களைத் தேடவேண்டாம். மாசி பிறந்தது என்றால்போதும் தாம்பூலம் வைக்கக் கூத்து ரசிகர்கள் அவரைத் தேடிக்கொண்டு வந்துவிடுவார்கள். ஆண் வாரிசுகள் இல்லை. பிறந்த மூன்றும் பெண்களாகப் பிறந்ததில் தனக்குப்பின் அரிதாரம் பூச ஆளில்லை என்கிற வருத்தம் நடேசபாரதிக்கு நிறைய இருக்கிறது.

கடந்த இரண்டு கிழமைகளாக ஊர் சுற்றிவிட்டு இரண்டு நாட்களாகத்தான் ஊரில் தங்கியிருக்கிறார். புதுச்சேரியிலிருந்து ஊர் திரும்பும்போதே வாய்க்காலில் கால் அலம்பி முடித்து மூலட்டநாதரை குத்துமதிப்பாக தெருவில் நின்று சேவித்தார். வீட்டில் வாழை இலை இல்லாதது நினைவுக்கு வந்தது. பால்மாறாது ஏரிக்கரைவரை நடந்து ஆலமரமொன்றின் பழுத்த இலைகளைச் சேகரித்து வந்தார். சற்று முன்புதான் இலை தைக்க உட்கார்ந்தார். “ஏங்க! இலை தைச்சிட்டீங்களா,

சாப்பாட்டை எடுத்துவைக்கலாமா?” எனக் கதவு இடைவெளியில் தலையை நீட்டித் திண்ணையில் பழுத்த ஆல இலைகளை ஈர்க்குச்சிக்கொண்டு தைத்து இலையாக்கிக்கொண்டிருந்த நடேசபாரதியிடம் சிணுங்கலுடன் கேட்டது, மூன்றாவதாக நான்கு வருடங்களுக்கு முன்பு அவர் சிறையெடுத்த தனபாக்கியம். கூத்துக்குப்போன இடத்தில் இவர் ஜமா ஆட்கள் அருகிலிருக்க... உணவின்போது, இவரிடம் மட்டும் அந்த அம்மாள் வைத்த தளுக்கும் சிணுங்கலும் அப்படியே குறையாமல் இருக்கின்றன. “உங்க அக்கா இரண்டு பேரும் என்ன பண்றாளுவ?” என முகத்தைத் திருப்பாமல் கேள்வி கேட்டுப் பதிலுக்குக் காத்திருந்தார். “அவங்க சாப்பிட்டுமுடிச்சி, வெத்திலைப் பெட்டிய எடுத்து வெச்சிக்கிட்டு உக்கார்ந்திட்டாங்க. இன்றைக்கு என் மொறை. நான்தான் போடணும், மறந்திட்டீங்களா?” என்று கேட்ட கதவு பட்டென்று மூடிக்கொண்டது.

– அய்யா, நல்லா இருக்கீங்களா? – என்ற குரல் கேட்டுத் தலையைத் திருப்பினார். எதிரே ஜானகி திண்ணைத் தூணைப் பிடித்தபடி நின்றுகொண்டிருந்தாள்.

– யாரு ஜானகியா? உன் விரலைப் பிடிச்சிக்கிட்டு நிக்கிறது ஒம் பையனா? இப்பத்தான் பிறந்ததுபோல இருந்தது, இதற்குள்ள நல்ல வளத்தி. அப்பன்போலவே நெட்டையா வளருவான்னு நினைக்கிறேன்.

இருள் கவியத் தொடங்கும் நேரமென்றாலும் ஜானகி முகத்தில் சிங்காரம் பற்றிய நினைப்பு ஏற்படுத்திய மினுமினுப்பு நடேசபாரதியின் கண்களுக்குத் தப்பவில்லை. அதைத் தவிர்க்க விரும்பியவள்போல தனது முகத்தை அருகிலிருந்த சிறுவன் திசையில் வைத்து, இடது கை விரல்களால் சிறுவனின் தலைமயிரைச் சில நொடிகள் உழுதாள், தொடர்ந்து:

– சித்திரை பிறந்தால் பத்து வயசு. குளம் குட்டையில விழுந்து உயிரை மாய்ச்சிக்கிட்டிருப்பேன். இந்தப் பையனுக்காகத்தான் சீவனைச் சுமந்துக்கிட்டிருக்கன். ஆத்தா, அப்பன், அண்ணன், தம்பி எல்லோரும் என்னை வேண்டாம்னு ஒதுக்கிட்டாங்க.

– பைத்தியக்காரி, பைத்தியக்காரி. எத்தனை தடவைச் சொல்லியிருக்கேன். என் காதுபட உயிரை மாய்ச்சுக்கிறேன் என்கிற வார்த்தையெல்லாம் இனிக் கூடாது. உன் மவனைப்பாரு,

ராசாவாட்டம் இருக்கான். இவனை வெச்சிக்கிட்டு இதையெல்லாம் பேசலாமா? அடுத்த பத்து வருசத்துல ஆண்பிள்ளை சிங்கமா மீசையை முறுக்கப் போறான் பாரு. ஆத்தாளை விட்டுட்டு எங்கே போன? என்று அவன் தகப்பனைச் சட்டையைப் புடிச்சிக் கேள்வி கேட்பான். எங்க உன்னை கண்ணுலயே காண முடியலை?"

– வாஸ்த்துவம்தான், ஐயா. நீங்களும் ஊருல தங்கறதில்லை. கூத்தாடப் போயிடறீங்க. ஊர் திரும்ப நாளாகுது. வந்தாலும் வெவசாயத்தைக் கவனிக்கணும். எனக்கும் வயிற்றுப் பாட்டுக்கு அங்க இங்க ஓடவேண்டியிருக்குது. கிட்டத்தில ஏதாவது அவர் கிட்ட இருந்து கடிதாசி ஏதாச்சும் வந்துதாமா?

– அந்தப் பய எங்கக் கடுதாசி போடறான். சதாசிவத்திற்கு அவன் தமக்கைப் போடற கடிதாசிதான். அதுவுமென்ன அடிக்கடியா அவங்களால எழுதமுடியுது. கூடப்பொறந்த அண்ணனைக்கூட சிங்காரம் மறந்துட்டான் போல. கடுதாசி போடறதில்லையாம். நான் சொன்னா வருத்தப்படக்கூடாது. இனிமேதான் இன்னும் தைரியமா நீ வாழ்ந்துகாட்டணும். அவன் ஏதோ வியட்நாம்காரிய கல்யாணம் பண்ணிக்கிட்டானாம். கேள்விப்பட்டேன். நடந்தது நடந்துபோச்சு, அவனை மறந்துட்டு உன் குடுபத்தைப் பாரு. வயதான ஆத்தா அப்பனை அவங்க வேண்டாம்னாலும் நீ ஒதுக்காத. எப்பவும் அப்படியே இருக்கமாட்டாங்க. உன்னைத் தேடிவருவாங்க.

– மறக்கமாட்டேன். அதே வேளை அவரையும் விடப் போடறதில்லை. என் மகனை சைகோனுக்கு அனுப்பிவைப்பேன். நீங்க சொன்னதுபோல அவங்கப்பன் சட்டையைப் பிடிச்சி, நாக்கப் புடுங்கிக்கிறாப்போல நாலு வார்த்தைக் கேட்டேன்னு, எம்மவன் எனக்குக் கடுதாசிப்போடணும். அதை உங்கக் கிட்ட பெருமையா காட்டனும், அப்படியொரு ஆசை இந்தப் பாவி மனசுலே இருக்கு.

– காங்கிரஸ் கட்சிக்காரங்க எப்படியும் இந்தியாவுக்கு விடுதலை வாங்கிடுவாங்க. அதற்கப்புறம் புதுச்சேரிக்கும் விடுதலை கிடைச்சிடும். உன் மகனுக்கு அவன் தகப்பனைப்போல அந்நியர்கிட்ட அடிமை வாழ்க்கை வேண்டாம். அவனை சுதந்திரப் பிரஜையா புதுச்சேரியில வாழவிடு.

– ஐயா, நீங்க மகாஜன சபையைச் சேர்ந்தவர், பாரதம் படிச்சவர். நாலும் தெரிஞ்சவர். புதுச்சேரியில பாரதியை பார்த்தேன் இனிமே எம்பேரு நடேசனில்லை நடேசபாரதின்னு சொல்லி, அவரோட பாடல்களையெல்லாம் நம்ம ஊரு குளத்தங்கரையில் சத்தம்போட்டுப் பாடினவர். எம்பையனை சுதந்திரப் பிரஜையா புதுச்சேரியில் வாழவிடுன்னு சொல்றீங்க. வாஸ்த்துவம். ஆனால் கோவணம் கட்டிய சிலரை முழுக்கால் சட்டை போடவச்சதும், கூனிக் குறுகி வாழ்ந்தவர்களை நிமிர்ந்து நடக்கவச்சதும் யாரு ஐயா, சொல்லுங்க! நீங்க பரங்கிகள்னு ஏளனம் பண்ற மனுசங்க தானே, அவங்க திறந்துவச்ச பள்ளிக்கூடத்தால்தானே எங்க சனங்களில் சிலர் நாலெழுத்துப் படிக்க முடிஞ்சுது. அதை விடுங்க. நானும் அப்பப்ப என் கவலைகளை சொல்லி மனசை ஆத்திக்க உங்க வீட்டுக்கு வரத்தான் செய்யறேன். எனக்குத் திண்ணை வேணாம், மணைகூடப் போட வேணாம், எண்ணைக்காவது நீங்களோ அல்லது உங்கள் வீட்டு சனமோ, வாடி ஜானகி உள்ள வந்து உட்காருன்னு வார்த்தையை விட்டிருப்பீங்களா? இந்தப் பத்து வருஷமா உங்க தூணைப் பிடிச்சுக்கிட்டு வெளியிலதானே நிக்கறேன். இந்த வாழ்க்கை எங்களோட போவட்டும் ஐயா. எம் புள்ளையாவது எல்லோரும் சமமென்று நினைக்கிற மனுசங்களோட வாழணும்.

நடேசபாரதி, அவளுடைய முகத்தைப் பார்க்க அஞ்சி, பார்வையை எரவாணத்தில் வைத்தார். ஜானகி பையனை இடுப்பில் தூக்கிக்கொண்டு “வர்றேங்க ஐயா!” என நடந்தாள்.

*

34

சைகோன் (4)

1939 ஜூலை 14...

இன்று பிரான்சு நாட்டின் சுதந்திர தினம். சைகோனிலும் அரசு அலுவலகங்கள், நகராட்சி மன்றம், ராணுவ மையங்கள் கல்விக்கூடங்கள் எங்கும் பிரெஞ்சு மூவண்ணக்கொடியை ஏற்றி மரியாதை செலுத்துவது உண்டு. அரசாங்கத்தின் ஆதரவை நம்பியிருந்த தமிழ்ச்சங்கத்திலும் கொடியேற்றல் நிகழ்ச்சி. சிறப்பு விருந்தினர் சைகோன் நகர அரசு நிர்வாகி. காலையில் தங்கள் தங்கள் பள்ளிகள், அலுவலக விழாக்களில் மாணவர்களும் அரசு உத்தியோகஸ்தர்களும் கலந்துகொள்ளவேண்டிய கட்டாயம் இருந்ததால் தமிழ்ச் சங்கத்தில் மாலை நான்குமணிக்கு விழா. சங்கத்தின் தலைவர் கூத்தநல்லூர் இஸ்மாயில் பாய் கொடியை ஏற்ற, லா மர்செய்யேஸ் (la Marseillaise) என்கிற பிரெஞ்சு தேசியகீதத்தைப் பிள்ளைகள் பாடினார்கள். நிகழ்ச்சி, காலனி அரசாங்கம் சம்பந்தப்பட்டது என்பதால், புதுச்சேரித் தமிழர்கள் அதிக எண்ணிக்கையில் வந்திருந்தார்கள். சங்கத்தில் தமிழ் படிக்கும் மாணவர்களும் அவர்களின் பெற்றோர்களும்

கலந்துகொண்டனர். பிரெஞ்சு தேசியகீதத்துடன் தமிழ்த்தாய் வாழ்த்தும் பாடப்பட்டது. பரதம் கற்றுத் தரும் ஆசிரியை காமாட்சி அம்மாள் தம் மாணவிகளைக்கொண்டு நாட்டிய நிகழ்ச்சி ஏற்பாடு செய்திருந்தார். வேதவல்லியும் தன் பங்கிற்கு மாணவர்களைக்கொண்டு குமணன், அமணன் என்றொரு நாடகத்தை மேடைஏற்றினார்.

தமிழ் வகுப்பைத் தொடங்கிய முதல் நாள், ஆசிரியை வேதவல்லிக்கு ஏமாற்றம் இருந்தது உண்மை. எண்ணி ஐந்தே ஐந்து மாணவிகள் வந்திருந்தனர். சங்க நிர்வாகிகளின் பிள்ளைகளைக்கூடக் காணமுடியவில்லை. நாட்டியம் கற்றுத்தரும் காமாட்சி அம்மாளுக்கு ஏளனமாக இருந்தது. சங்கத் தலைவர் இஸ்மாயில் தம் வீட்டுப் பெண்பிள்ளைகளை வீட்டைவிட்டு அனுப்புவதில் தங்களுக்குள்ள சங்கடத்தை ஆசிரியையிடம் பகிர்ந்துகொண்டார். மதாம் ஃபெலிக்ஸ் சமாதானம் அடையவில்லை.

தலைவர் இஸ்மாயிலுக்கு அவர் வீட்டுப் பெண்பிள்ளைகளை வெளியில் அனுப்பச் சமயம் தடையாக இருந்தது. மாறாக புதுச்சேரித் தமிழர்கள் குறிப்பாக ரெனோன்சான்கள் தங்களை ஐரோப்பியர்களாகவே நினைத்து வாழ்கிறவர்கள். பிரெஞ்சுக் குடியுரிமை மூலம் தங்கள் பிறப்பு அடிப்படையிலான இந்தியச் சமூக நியதிகளிடமிருந்து விடுதலை பெற்றவர்கள்; இருந்தபோதிலும் தங்கள் பூர்வாசிரமப் பிறப்பு போதித்தவற்றை மறக்க அவர்களுக்கு விருப்பமில்லை. புனிதமென அவர்கள் நம்பும் ஐதீகத்தை விலக்கவும் தயாரில்லை. தங்கள் ஆண்வாரிசுகளை ஐரோப்பியர் பள்ளிகளில் சேர்ந்து படிக்க அனுமதித்த புதுச்சேரித் தமிழர்கள், பெண்பிள்ளைகளை அனுமதித்தால், தங்கள் பண்பாடு பாழ்பட்டுவிடும் என அஞ்சினார்கள். பெண்பிள்ளைகள் அவர்களுக்கென உள்ள பள்ளிகளில் மட்டுமே படிக்கவேண்டும். அப்பள்ளிக்கூடங்களும் தமிழ்ப்பெண்கள் படிக்கின்ற பள்ளிக்கூடங்களாக இருக்கவேண்டும் என விரும்பினார்கள். சில கிறித்துவ ஸ்தாபனங்களும் இந்தியர்களின் மனநிலை புரிந்து காலனி அரசாங்கத்தின் ஆசியுடன் தண்டபாணி முருகனையும் மாரியாத்தாளையும் கும்பிட்ட தமிழ்ப் பெற்றோர்களின் பிள்ளைகளுக்குத் திருவிவிலியத்தை அறிமுகப்படுத்தும் நல்லெண்ணத்துடன் தமிழ்ப்பள்ளிகளை ஆரம்பித்தார்கள்.

இந்நிலையில் சங்கத்தில் தமிழ் படிக்கும் மாணவர்கள் அதிகரித்திருப்பது மதாம் ஃபெலிக்ஸின் முயற்சிக்குக் கிடைத்த பலன் என்று சொல்லவேண்டும். திருவாளர்கள் புருஷாந்தி, நாட்டுக்கோட்டைச் செட்டியார்கள் சங்கத்தலைவர் அருணாசலச் செட்டியார், மாரியம்மன் கோயில் தர்மகர்த்தா சுப்பிரமணிய பிள்ளை, அமீனா பேகம் – இவர்களுடன் சங்கத்தில் தமிழ் வகுப்பு தொடங்கிய முதல் மாதத்தில் இரண்டு நாள்கள் ஓயாமல் அலைந்து, வீடு வீடாக ஏறி, பெற்றோர்களிடம் நைச்சியமாகப் பேசி தமிழ் வகுப்பில் மாணவர்களைச் சேர்க்க அந்த அம்மாள் பட்டபாட்டை சங்க நிர்வாகிகள் அறிவார்கள். தமிழ் கற்கும் மாணவர்கள் எண்ணிக்கை தற்போது பரதம் பயில்விக்கும் காமாட்சி அம்மாளே பொறாமைப்படும் அளவிற்கு அதிகரித்திருக்கிறது. ஆரம்ப வகுப்பு, ஓரளவு தேர்ச்சி பெற்ற வகுப்பு என தற்போது இரண்டு வகுப்புகள். ஆத்திச்சூடி, கொன்றைவேந்தன் குமரேச சதகம் ஆகியவற்றை மாணவர்கள் இன்று மனப்பாடமாக ஒப்பிக்கிறார்கள். சொல்வதை எழுதுதல் உண்டு. அண்மையில் 'தமிழ்ப் பிரவே' பரீட்சைக்கு மாணவர்களைத் தயார்செய்யும் யோசனையை முன்வைத்து சைகோன் நிர்வாகத்திடம் விண்ணப்பமும் செய்திருக்கிறார்கள்.

சுதந்திரதின விழாக் கொண்டாட்டம் முடிந்து, சங்க நிர்வாகிகளைத் தவிர மற்றவர்கள் வீடு திரும்பத் தயாரானார்கள். சுப்பு, தமிழ்ச்சங்க சுதந்திரதினக் கொண்டாட்டத்தில் கலந்துகொள்ளவில்லை. அலுவலகத்தில் முக்கிய வேலையிருக்கிறது என்கிற வழக்கமான பல்லவியைப் பாடினார். லட்சுமியையும் வரும்வழியில் தம்பி பிள்ளைகளையும் அழைத்துக்கொண்டு மதாம் ஃபெலிக்ஸ் நிகழ்ச்சிக்கு வந்திருந்தார். நிகழ்ச்சி முடிய பிள்ளைகளை அழைத்துச் செல்ல மரியா அல்லது சிங்காரம் இருவரில் ஒருவர் வரூரவேண்டும். அவர்கள் வந்தால் பிலிப்பையும் இசாபெல்லையும் அவர்களிடம் ஒப்படைத்துவிட்டு, வளர்ப்பு மகள் இலட்சுமியுடன் வீடு திரும்பவேண்டும், என்ற எண்ணத்தில் தமிழ் வகுப்புக்கென ஒதுக்கபட்ட அறையில் காத்திருந்தார்.

– மதாம் ஃபெலிக்ஸ் உங்களிடம் இரண்டு வார்த்தைகள் பேசணும் உள்ளே வரலாமா? என்ற குரல் கேட்டுத் திரும்பினார். அறைக்கதவைப் பிடித்துக்கொண்டு இஸ்மாயில், அருகில் புருஷாந்தி.

“வணக்கம், வாங்க வாங்க! என்னிடம் அனுமதியா கேட்கணும்? இரண்டு வார்த்தை என்ன, இரண்டாயிரம் வார்த்தைகூடப் பேசுங்க, பொறுமையா கேட்பேன்” என்றார் மதாம் ஃபெலிக்ஸ் என்கிற வேதவல்லி. வந்த இருவரும் ஆளுக்கொரு நாற்காலியை இழுத்துப் போட்டுக்கொண்டு நம்முடைய தமிழ் ஆசிரியை முன்பு அமர்ந்தார்கள்.

“தலைவரும் கௌரவத் தலைவரும் சேர்ந்து வந்திருக்கீங்க, ஏதாவது முக்கிய விஷயமாக இருக்கவேண்டும், தயங்காமச் சொல்லுங்க” – எனக்கேட்ட ஆசிரியையின் வார்த்தைகள் தன்னிடம் சொல்லப்பட்டவை என்கிறபோதும் அந்த அம்மாளின் கண்கள் புருஷோந்தியை அளக்கின்றன என்பதை இஸ்மாயில் கவனித்தார்.

– சங்கத்தின் காரியதரிசி பொறுப்பை ஏற்கவேண்டும் எனக் கேட்டுக்கொண்டோம். நீங்கள் பொறுப்பேற்ற நாள்முதல் பிற பதவிகளுக்கு ஒருவரும் முன்வராததுபோலவே சங்கக் காரியதரிசி பொறுப்பேற்கவும் அங்கத்தினர்கள் தயங்குகிறார்கள். அவர்களுக்குப் பதவி ஆசை இருக்கிறது. இருந்தும் உங்களைப்போலச் சிறப்பாக அப்பணியை நிறைவேற்ற இயலாதென்பது அவர்களுக்கு நன்றாகத் தெரியும். அடுத்த சில மாதங்களிலேயே தமிழ் ஆசிரியை ஆகவும் மாறினீர்கள். இதையும் மிகச் சிறப்பாகச்செய்து எங்கள் ஏகோபித்த அபிமானத்தைப் பெற்றிருக்கிறீர்கள். சந்தோஷம். தப்பான நபரிடம் பொறுப்பை ஒப்படைக்கவில்லை என்பதால் மகிழ்ச்சி.”

“அண்ணா, இதற்கு உங்களுக்குத்தான் நான் நன்றி சொல்லணும். புதுச்சேரியிலிருந்து வந்த பின்பு, சைகோன் வாழ்க்கை நரகமாக இருந்துவிடுமோ என்று நினைத்தேன். உங்கள் கடைக்கு வருகிறபோதுதான் நம்முடைய தமிழ் ஆட்களைச் சந்திக்கின்ற வாய்ப்புகள் எனக்குக் கிடைத்தன. மற்ற நேரங்களில் கதவடைத்த எங்கள் வீடு மட்டுமே என்னுடைய உலகமாக இருந்தது. இன்றைக்கு ஓரளவு மகிழ்ச்சியாக இருக்கிறேன். உறவுகள் யாரும் இந்த ஊரில் இல்லை என்று நினைத்ததுபோக இன்றைக்குக் கத்தினா வீதிப்பக்கம் போனாலும் கிராந்தியே வீதியில நடந்தாலும் பல முகங்கள் எனக்குத் தெரிந்த முகங்களாக இருக்கின்றன. என்னை விசாரிக்கிறார்கள். ரம்ஜான், கிறிஸ்துமஸ் என்று வீட்டுக்கு அழைக்கிறார்கள், இதற்குமேல எனக்கென்ன வேணும் சொல்லுங்க?”

"நல்லதும்மா! உங்கள் வீட்டிற்குவந்து உங்க கணவரை வைத்துக்கொண்டு இப்பரிசினைத் தந்தால் நன்றாக இருக்கும். உங்கள் வீட்டில் வளரும் சிறுமிக்காகவும் உங்களுக்கு நான் நன்றி சொல்லணும். அவளை வளர்க்கும் பொறுப்பை நீங்கள் எடுத்துக்கொண்டது மிகப்பெரிய உதவி. விழாக் கொண்டாட்டத்தின்போதே பலர் முன்னிலையில் இப்பரிசினைத் தந்திருக்கலாமே" என்று நண்பர் இஸ்மாயில் சொன்னார். எனக்குச் சம்மதமில்லை. என் பெயரை மேடையில் உச்சரித்து, என்னை ஏதோ கொடைவள்ளலாகச் சித்தரிக்கும் போக்கு வேண்டாமென்று தடுத்துவிட்டேன். என்னுடைய அன்பளிப்பாக இந்தச் சிறிய பரிசை நீங்கள் ஏற்றுக் கொள்ளவேண்டும்.

புருஷாந்தியின் கைகளில் சரிகை நாடா சுற்றப்பட்ட சின்னஞ்சிறிய பெட்டி. தமிழாசிரியை எதிர்பார்க்கவில்லை. இருவரையும் வணங்கிப் பரிசினைப் பெற்றுக்கொண்டார்.

சங்கம் ஏற்பாடு செய்திருக்கிற ரிக்ஷாவில்தான வந்திருக்கிறீங்க, இல்லை, கொண்டுபோய்விட ஏற்பாடு செய்யவேண்டுமா?" என இஸ்மாயில் பாய் வினவினார்.

"உங்களுக்கு எதற்கு வீண் சிரமம். நீங்கள் ஏற்பாடுசெய்துள்ள ரிக்ஷாகாரரால் எந்தப் பிரச்னையும் இல்லை. அவருடைய ரிக்க்ஷா காத்திருக்கிறது. தம்பி பிள்ளைகள் என்னுடன் சுதந்திரக் கொண்டாட்டம் காண வந்தார்கள். அவர்களை அழைத்துச்செல்ல என் தம்பி வரவேண்டும். அதற்காகத்தான் காத்திருக்கிறேன். வருகின்ற நேரம். வந்தவுடன் பிள்ளைகளை அவனிடம் ஒப்படைத்துவிட்டு, நான் புறப்பட்டுவிடுவேன்."

ஆசிரியை பதிலில் திருப்தி அடைந்த புருஷாந்தியும் இஸ்மாயிலும் விடைபெற்றார்கள். பெண்மணி ஆர்வத்துடன் பரிசுப்பொருளின் ஜரிகைநாடாவை அவிழ்த்துப் பெட்டியைத் திறந்தார், ஒரு பைலட் பேனா. சந்தோஷத்தில் திக்கு முக்காடிப்போனார்.

* * *

இஸாபெல், லட்சுமி, பிலிப் மூவரும் தமிழ்ச்சங்க விளையாட்டுத்திடல் சறுக்கு மரத்தில் சிறிதுநேரம் சறுக்கி விளையாடினார்கள். பிறகு பிலிப் ஓட்டமாய் ஓடினான்; மூச்சு வாங்கியது. ஓடுவதை நிறுத்திக்கொண்டு ஒரு மரத்தின் பின்னே

பதுங்கினான். பெண்பிள்ளைகள் இருவரும் தேடி அலுத்து, திரும்பவும் சறுக்குமரத்தை நோக்கிச்செல்ல... மரத்திலிருந்து அவன் வெளிப்பட்டு 'லல்ல லல்ல லாலா' என இடுப்பை ஒடித்து, உதட்டைச் சுழித்து, நாக்கை வெளியில்தள்ளிப் பழிப்புக் காட்டினான். பெண்பிள்ளைகள் இருவரும் ஒரு கொம்பை எடுத்துக்கொண்டு அவனை அடிக்க ஓடினார்கள். ஓடிய பிலிப் கோரைப்புற்கள் மண்டிக்கிடந்த மேட்டில் உட்கார்ந்து கற்களைப் பொறுக்கித் தூக்கிஎறிந்தான். இசாபெல்லையும் லட்சுமியையும் பார்த்து, "என் தூரத்திற்கு தூக்கிப்போடுங்க, தூக்கிப்போடறவளை நான் கட்டிக்கிறேன்" என்றான். "அய்ய! தக்கச்சியை யாராவது கட்டிக்குவாங்களா, கட்டிக்கினா நீ என்னைத்தான் கட்டிக்கணும்" என்ற லட்சுமியிடம் "இந்த மூஞ்சை எவன் கட்டிக்குவான்? போடி "வேற வேலையைப் பாரு" எனத் திரும்பி நடந்தவனின் பின்னால் இசாபெல் ஓடிவந்தாள். இருவரும் சிறிது தூரம் சென்றிருப்பார்கள்.

விளையாட்டுத்திடல் ஓரமாக நிற்கும் புன்னைமரத்தின் பின்புறமிருந்து இளம்வயது பெண் ஒருத்தி வெளிப்பட்டுத் தங்களைப் பார்ப்பதைக் கவனித்தான். முதலில் அதை அவன் பொருட்படுத்தவில்லை. ஆனால் அப்பெண் தொடர்ந்து அந்த இடத்தைவிட்டு அகலாமல் தங்களைப் பார்ப்பதைக் கண்டதும் பயம் வந்தது. சங்க வாசலில் வேறு மனிதர்கள் தென்படுகிறார்களா அல்லது அத்தை தங்களைத் தேடிக்கொண்டு வருவாரா என எதிர்பார்த்துச் சுற்றும் முற்றும் பார்வையை அலையவிட்டான். ஒருவருமில்லை. அப்பெண் தன்னுடைய அப்பா போன்றோ, அத்தை வேதவல்லிபோலவோ இல்லாமல் தங்கள் அம்மா மரியா சாயலில் இருந்தாள்: மேலே தொளதொளவென்று முத்துக்கள் பதித்த ஜரிகை வேலைப்பாட்டுடன் கண்ணைப் பறிக்கும் வண்ணத்தில் சட்டை, இடுப்பில் பூவேலைப்பாடுகள் மிகுந்த இண்டிகோ நிறத்தில் முழங்கால்களை மறைத்த பாவாடை. மணிக்கட்டிலிருந்து முழங்கை மூட்டுவரை சங்குவளைகள், கழுத்துகொள்ள வெள்ளிப்பதக்கங்கள் கோர்த்த சங்கிலி, அடர்ந்த நீளமான கேசத்தைத் தலை உச்சியில் முடிந்து வண்ணத் துணியொன்றில் மூடி மறைத்து முதுகில் குழந்தைகளைச் சுமந்தபடி சாலையைக் கடந்த பெண்ணை, பிலிப்பின் தாய், மரியா நாடோடிப் பெண் என அறிமுகப்படுத்தியதாக நினைவு. அப்பெண்ணின் சாயல் இவளுக்கும் இருந்தது. சற்றுக் குள்ளமாக

இவள் இருந்தாள். பழுத்து அதிக நாளான பப்பாளிப் பழம்போல முகம். கேசம் ஒழுங்கின்றித் தோள், முகம், கன்னங்கள் என்று கலைந்துகிடந்தன. வானவில் நிறத்தில் துவைத்து வெகுநாளான ஒரு கவுன். கால்களையொட்டி இழை பிரிந்த நூல்கள். அவை மண்ணில் புரள்வதன் அடையாளமாக அழுக்காக இருந்தன. இடது கையில் மிலாறுபோல முற்றிலும் இலைகள் உதிர்ந்திராத கொம்பொன்றைப்பிடித்திருந்தாள். உதடுகளைப் பிரித்து அவள் பெரிய முன்பற்கள் தெரியச் சிரித்தபோது பிலிப் மூத்திரம் போய்விட்டான்.

"மைஃபோங், தெ தாய்!" என லட்சுமியைப் பார்த்து பைத்தியக்காரி தோற்றத்திலிருந்த அப்பெண் அழைக்க, லட்சுமியும் அச்சமின்றி அவளை நோக்கிச் செல்வதைப் பார்த்தான்.

"லட்சுமி அங்கே போகாதே, அவகிட்ட போகாதே" என இசாபெல்லும் பிலிப்பும் கத்துவதை, அலட்சியம் செய்துவிட்டு லட்சுமி அவளை நெருங்கினாள். இவர்கள் பார்த்துக்கொண்டிருக்க... அப்பெண் தன் இருகைகளாலும் லட்சுமியின் அக்குள்பகுதியைப் பிடித்துத் தூக்கி முகத்திற்கு நேரே நிறுத்தி, மூக்கினால் லட்சுமியின் முகத்தை உரச இந்தப் பெண்ணும் வெகுநாள் அவளுடன் பழகியதுபோல கலகலவென்று சிரிக்கிறது.

"இசாபெல், நான் பார்த்துக்கொண்டிருக்கிறேன், நீ போய் அத்தையைக் கூப்பிட்டுக்கிட்டுவா, லட்சுமியைப் பைத்தியக்காரி ஒருத்தி தூக்கிப்போகப் பாக்கிறாள்ன்னு சொல்லு, சீக்கிரம் சீக்கிரம்" என்றான் பிலிப்.

லட்சுமியின் கையில், பைத்தியக்காரி என பிலிப் விளித்த பெண் எதையோ திணிக்கிறாள். இவன் வாங்காதே வாங்காதெ எனக் கத்தியும் பொருட்படுத்தாமல் கைகளில் வாங்கிய பொட்டலத்தைச் சிறுமி லட்சுமி பிரித்தாள். பிலிப், இசாபெல் தன் அத்தையுடன் வருகிறாளா எனப் பார்க்கத் திரும்பினான். எதிர்பார்த்ததுபோலவே அத்தை வேதவல்லியும் இசாபெல்லும் ஓட்டமும் நடையுமாக வந்துசேர்ந்தார்கள். லட்சுமி மட்டும் புன்னைமரத்தின்கீழ் நின்றுகொண்டிருந்தாளே தவிர பைத்தியக்காரப் பெண்ணைக் காணவில்லை.

*

35

சைகோன் - வேதவல்லி (14)

அன்று திங்கள்கிழமை. பிற்பகல் இரண்டுமணி. புதுச்சேரி தம்பி கடிதம் போட்டிருந்தான். இரண்டு நாள்களுக்கு முன்பு வந்த அக்கடிதம் உறை பிரிக்கப்படாமலேயே மேசையில் கிடந்தது. ஊரிலிருந்து கடிதம் வந்தால் முன்புபோல உடனே பிரித்துப் படிக்கவேண்டும் என்ற ஆர்வம் தற்போது இல்லை. பொழுதுக்குள் ஊர் சேரவேண்டும் என்கிற இக்கட்டில் தலைமூட்டையுடன் நடக்கும் வழிப்போகன் சுமைதாங்கியைக் கண்டதும் பாரத்தை இறக்கிவைத்து இளைப்பாறுவதா அல்லது குறைதூரத்தையும் வெள்ளென நடந்து ஊர்போய்ச் சேருவதா எனக் குழம்புகின்ற மனநிலையில் நானும் இருந்தேன். உலை துருத்திபோன்ற பெருமூச்சுக்குப் பிறகு சிறிய தலையணை ஒன்றை மார்பில் அணைத்தபடி மேசையில் கிடந்த கடிதத்துடன் கூடத்தில் உட்கார்ந்தேன். கடிதத்தைப் பிடித்திருந்த கையில் நடுக்கம்.

அண்மைக் காலமாகத் திரும்பும் திசைதோறும் சஞ்சீவி மலைகள், சிங்காரம், மரியா, அவர்கள் பிள்ளைகள், நான் சுவீகாரம் எடுத்திருந்த பெண் என்ற பட்டியலில் தமிழ் வகுப்பு, தமிழ்ச்சங்க

நிகழ்ச்சிகள், சந்திக்கும் தமிழர்கள், தமிழ் சினிமா, உள்ளூர் சஞ்சிகைகள் என்று அவை வரிசையாக எனக்குத் தெம்பூட்டின. ஊர் நினைப்பு என்கிற மனோவியாதி பூரணமாகக் குணம் அடைந்துவிட்டதென்று சொல்லமுடியாது. குளிர்காலத் சுரமும்போல, அதுவும் அவ்வப்போது வந்து போவதுண்டு. என்னுடைய பந்தம் என்றைக்கும் இருக்கணும்கிற அக்கறை ஊரு சனங்களுக்கு இருக்கோ இல்லையோ, ஊரினைப் பத்திய நினைப்பு அபரிதமாக இருக்கிறது. அதிலும் விசேஷமாக, 'சௌபாக்கியவதி வேதவல்லிக்கு' அல்லது 'சிரஞ்சீவி தம்பி சதாசிவத்திற்கு'என விளித்துத் தொடங்கும் எங்கள் கடிதங்களில் எழுதினாலும் சரி, வாசித்தாலும் சரி அவற்றால் என மனநோவுகள்தான்...

மனிதர்களுக்கு ஏன் கடவுள் கால்களைப் படைத்தான், உறவுகளைக் காட்டினான், அறிவைக்கொடுத்து அலையவிடுகிறான் என என்னை நானே கேட்டுக் கூட்டிக் கழித்து விடைதேடும்போது முழு எண்ணாக அவை இருப்பதில்லை, இடக்குப் பின்னமாக ஏதோ ஒன்றாகக் கண்ணுக்குத் தெரிகிறது. தலைமயிரைக் கலைத்துக்கொண்டு புராணக்கதைகளில் வரும் அசுரர்கள்போல எங்கிருக்கிறான் அந்தக் கடவுள் எனக்கேட்டு எதிர்ப்பட்டால் காலில்போட்டு மிதிக்கத் துடிக்கும் ரௌத்திரம் உலைத் தீயாக நெஞ்சில். அன்றைக்கும் கடிதத்தில் "புதுச்சேரித் தமிழர்களுக்குள் நடக்கும் அரசியல் அடிதடிகள், புதுச்சேரிக்கும் பிரிட்டிஷ் இந்தியாவுக்கும் இடையிலான கடத்தல் தொழில், எனக்கு ஆலை வேலை இல்லை. விவசாயமும் சொல்லிக்கொள்ளும்படி இல்லை. அம்மாவுக்கு வயிற்றுப்போக்கு, கிணற்றடியில் குளிக்கச் சென்ற அப்பா வழுக்கி விழுந்ததுபோன்ற துயர் ஆற்றுதல்கள்; தலைக்கு எண்ணெய்வைத்துக் குளி என்று புத்திமதி; ஆப்பம் சுட சைகோனில் கள் கிடைக்கிறதா என்ற கேள்வி, சைகோன் சவரிமுடி நன்றாக இருக்குமெனச் சொன்னார்களாம் என் மனைவி கேட்டாள்; யாரிடமாவது வாங்கிக் கொடுத்தனுப்பு என்பதுபோன்ற உரிமை வேண்டல்கள்; சைகோனில் அரசாங்க உத்தியோகத்தில் இருக்கிறவர்கள் மூன்று வருஷங்களுக்கு ஒருமுறை ஆறு மாத விடுப்பில் புதுச்சேரி வரலாம் எனக் கேள்விப்பட்டேன். நீங்கள் சைகோன் சென்று பத்து வருஷம் ஆகிறது; சிங்காரத்தைவிடு, உனக்குமா எங்களை மறந்துபோச்சு?" என்று இறுதியில் வழக்கம்போல நயமானதொரு கண்டிப்பு.

கடிதத்தைப் படித்து முடித்ததும் கழுத்து, முதுகு, முன்புறத் தொடை இடுக்குகள் எங்கும் கசகசவென்று இருந்தது. வீடெங்கும் மெலிதான வெப்பம். பகலோடு இரண்டறக் கலந்து எதையோ சாதித்ததுபோல வெப்பத்திற்கு நமட்டுச் சிரிப்பு. வழக்கமான பகல், வழக்கமான ஜூலை மாத வெப்பம், இருந்தும் திடீரென்று தீயின் புகைமூட்டம்போல என்னைச் சுற்றிப்படர்ந்து ஏதோ ஒன்று மூச்சைத் திணறவைத்தது. எழுந்து சென்று பின்வாசல் கதவையும் ஜன்னல் கதவுகளையும் திறந்துவைத்தேன்; காத்திருந்ததுபோலச் சில்லென்று காற்று உள்ளிருந்தவற்றை ஒவ்வொன்றாகத் தடவிக்கடந்து, என்னையும் தொட்டது. முந்தானை நழுவ, அதைக் கையிலெடுத்துத் தோளில் போட்டேன். 'விலக்காத உடையை நீ போய் விலக்கினும், விலக்கார் உன்னை' என்கிற பாரதிதாசனின் வரியை வசனமாக நான் அன்றைக்கு முணுமுணுத்த ஞாபகம். அத்தென்றல் காற்றில் தோட்டத்தில் காய்த்திருந்த கொய்யாவும் நாரத்தையும் கலந்த வாசம் நாசித்தமர்களைத் தைக்க, புறங்கையால் அழுந்த பலமுறை மூக்கைத் தேய்க்கவும், "அம்மா அம்மா!" என்றொரு குரல். எழுந்து சென்று கதவைத் திறந்தேன். தமிழர் ஒருவர் கையில் சாட்டைக்கோலுடன் கும்பிடுபோட்டார். "ஐயா! ஒரு பாரம் விறகு இறக்கச் சொன்னார். அவர் பணம் கொடுத்துட்டார், விறகை இறக்கிவைத்தால் என் வேலை முடிஞ்சுது" என்றார். பிரிட்டிஷ் இந்தியத் தமிழர்களில் சிலர் வண்டிவைத்துப் பிழைப்பு நடத்துகிறார்கள். சுமைகள் ஏற்றி வீடுகளுக்கோ, கடைகளுக்கோ சென்று போடுவது தொழில். வேறு சிலர் மனிதர் பயணிக்க வாடகை வண்டி ஓட்டுகிறார்கள். குறிப்பாக சைகோனைவிட்டு வெளியில் சென்றுவர இந்தியர்களைக் காட்டிலும் ஏழை அன்னாமிட்டுகளுக்குப் பெரிதும் இவர்கள் தொழில் உதவியாக இருக்கிறது. அடுத்த ஒருமணி நேரத்தில் விறகுகள் அனைத்தையும் வீட்டின் பின்புறம் அடுக்கிவைத்து அதன் மீது தார்ப்பாலினைப் போட்டு மூடிவிட்டு, "அம்மா! பார்த்துக்குங்கம்மா, எல்லாம் சரியா இருக்கா? அய்யா கேட்டா சொல்லுங்க. நாளைப் பின்னக்கி என்னை நீங்க கூப்பிடணுமில்லையா?" எனக் கூறிவிட்டுப் புறப்பட்டார்.

கதவைச் சாத்திவிட்டுத் திரும்புகிறேன். போன் அடித்தது, எடுத்தேன். மறுமுனையில் சுப்பு.

– வேதா என்ன செய்யற?

– வண்டிக்காரர் ஒருவர் விறகுக்கட்டுகளை இறக்கிவச்சுட்டுப் போனார். அவரை வழி அனுப்பிய மறுநிமிடம் உங்களிடமிருந்து போன்.

– ஒரு நல்ல சேதி. நான் சேஃப் தெ போலீஸ் ஆகியிருக்கேன் எங்க பீரோவுல (அலுவலகத்தில்). ஏற்கனவே அதைப்பத்திக் கசமுசான்னு பேச்சு இருந்தாலும், இன்னைக்குத்தான் உறுதியா தெரிஞ்சுது. அதைக் கொண்டாடணும். அஞ்சுமணிக்கெல்லாம் வீடு திரும்பிடுவன். காசினோவுல டி. பி ராஜலட்சுமியும் வி எ செல்லப்பாவும் நடிச்ச மதுரைவீரன் படம் போட்டிருக்காங்களாம். நல்லா இருக்குதுன்னு சொன்னாங்க. அப்படியே மெஜெஸ்டிக்ல டின்னரை முடிச்சிடுவோம்.

– இலட்சுமிய பள்ளியிலிருந்து அழைத்து வர நாலரை மணி ஆகும். நீங்கள் ஐந்து மணிக்கு வந்து கிளம்ப ஐந்தரை, ஆறு ஆகும். நேரத்திற்கு சினிமாவுக்குப் போகமுடியுமான்னு தெரியலை. இன்னொரு நாளைக்குப் பார்த்துக்குவோம். டின்னரை மட்டும் இன்றைக்கு வச்சுக்கலாமா?

– பல நண்பர்களைக் கூப்பிட்டிருக்கேன். மெஜெஸ்டிக்கில ஏற்கனவே ஏற்பாடு பண்ணிட்டேன். சினிமாவுக்குப் போறோம். இன்னொன்னு உன் சுவீகாரப்பொண்ண வீட்டுல விட்டுட்டுப் போகலாமா?

– என்ன சொல்றீங்க நீங்க. இதுக்கு முன்ன அவளை வீட்டுல விட்டுட்டு எங்கேயாவது வெளியில் போயிருக்கிறோமா. பத்து வயதுபொண்ணை வீட்டுல தனியா, எப்படி சுப்பு ? நீங்க தனியா கடை கண்ணிக்குப் போகும்போதுகூட நான் வேண்டாம்னு சொன்னா கேட்காம அவளை அழைச்சுப்போயிருக்கீங்க; இன்றைக்கு ஏன் இப்படி ஒரு முடிவு. அதுவும் உங்களுக்கு உத்தியோக உயர்வை மகிழ்ச்சியா கொண்டாடணுங்கிற தருணத்தில.

– நான் என்ன சொல்லவரேன்னா, பார்ட்டியில..

– நீங்க என்ன சொல்லப்போறீங்கன்னு எனக்கு நல்லாவே புரியுது . முதல்ல புறப்பட்டுவாங்க. நீங்க உங்க நண்பர்களோடு சேர்ந்து குடிக்கிறதுக்கு நாங்க தடையா இருக்கமாட்டோம். போதுமா? எனக்கூறி போனை வைத்துவிட்டேன்.

லட்சுமியையும் எங்களுடன் சினிமாவுக்கும் ரெஸ்டாரெண்ட்டுக்கும் அழைத்துச்செல்வது என்கிற முடிவில் உறுதியாக இருந்தேன். நான்குமணி அடித்ததும் கட்டியிருந்த புடவையோடு மேலே மெல்லிய ஒரு கம்பளிச் சட்டையைமட்டும் போட்டுக்கொண்டு அவளை அழைத்துவர பள்ளிக்குச் சென்றேன். தமிழ்ச் சங்கத்திற்கு வருகிற இந்தியக் குடும்பங்கள் அவளை ஓர் அனாதைச் சிறுமி என நினைத்தாலும் எனக்கு அவள் சொந்த மகள்தான். புருஷாந்திகூட ஒரு ஞாயிற்றுக்கிழமை மாலை, தமிழ்ச்சங்க அலுவலகம்வரை வந்தவர், என்னிடம் தமிழ் வகுப்பு எப்படி நடக்கிறது, எத்தனை மாணவர்கள் வருகிறார்கள், அவர்களில் ஆண்கள் எத்தனை பேர், பெண்கள் எத்தனை பேர், என்ன சொல்லிக் கொடுக்கிறேன் என்றெல்லாம் கேட்டுத் தெரிந்துகொண்டபின், லட்சுமி பற்றியும் விசாரித்தார். “அவள் எப்படி நடந்துகொள்கிறாள், தமிழ் அவ்வளவாக வராதே எப்படிச் சமாளிக்கிறீர்கள்?” என்று கேட்டவர் “அவளைக் கவனித்துக்கொள்வதில் பிரச்னை உண்டெனில் சொல்லுங்கள்... மாற்று ஏற்பாடு செய்யலாம்” என்றார். நான் அவரிடம் தெளிவாய் ஒரு பதிலைச் சொன்னேன். “ஏதோ ஒரு வேகத்தில் உங்களுக்கு வாக்குறுதி கொடுத்து அவளை என் வீட்டிற்கு அழைத்துப்போனது உண்மை என்கிறபோதும் தற்போது அவளை எங்கள் குழந்தையாகவே பார்க்கிறோம். எனவே தயவுசெய்து, எக்காரணத்தை முன்னிட்டும் என்னிடமிருந்து பிரித்துவிடாதீர்கள்” என்றேன். அவரும் “உங்கள் மனம் வருந்தும்படி எதுவும் நடக்காது, என்னை நம்பலாம்” என உறுதி அளித்திருக்கிறார்.

லட்சுமி பள்ளிக்கூடம் எங்கள் வீடிருக்கும் ரூய் ஓய்யே(rue Ohier)விற்கு வெகுஅருகில் இருந்தது. தெருவாசலில் நின்று வலதுபக்கம் பார்த்தால் தேவாலயமும் தேவாலயத்தை ஒட்டிய பள்ளியும் தெரியும். கிறித்துவ சமயத்தார் நடத்தும் பெண்களுக்கான ஆரம்பப் பள்ளி. பெயர் ‘அக்கா பள்ளிக்கூடம்’. அங்கே தமிழ் படிக்க முடியும். லெஃபோர் சகோதரிகள் பள்ளியை நடத்திவந்தார்கள்.

*

36

சைகோன் - வேதவல்லி (15)

போன் செய்திருந்ததுபோல சுப்பு ஐந்து மணிக்கு டாண் என்று வந்துவிடக்கூடிய ஆசாமி. தயாராக இல்லை என்றால் சுர்ரென்று கோபம் வரும். முதலில் லட்சுமியைத் தயார்செய்யவேண்டும். காலையில் குளித்திருந்ததால் முகத்தை மட்டும் அலம்பிக்கொண்டு வரும்படி அவளிடம் கூறினேன். முகத்தை ஒழுங்காகக் கழுவாமல் சோப்புநுரையுடன் வந்து நின்றாள். அவளைத் தரதரவென்று இழுத்துப்போய், செம்பு கொள்ள நீர்பிடித்து முகத்தை அலம்பினேன். அவளை முதன்முதலில் எங்கள் வீட்டிற்கு அழைத்து வந்த புருஷாந்தியும் இஸ்மாயில் அண்ணனும் ஆளுக்கொரு பட்டுக்கவுனைப் பரிசாகக் கொடுத்தது அலமாரியில் பிரிக்காமலேயே இருந்தன. நல்லநாள் வந்தால் போட்டு அழகுபார்க்கலாமெனத் தள்ளிப்போட்டு வந்தேன். அதிலொன்றை அவளுக்கு அணிவித்துத் தலைவாரி ரிப்பன் வைத்து இரட்டை ஜடைபோட்டு, நெற்றிக்குச் சாந்துப்பொட்டும் வைக்க, குமரகுருபரரை அழைத்து நாலு வரி இவளைப்பத்தியும் பாடுமய்யா எனக் கேட்டுக்கொள்ளவேண்டும் போலிருந்தது, அவ்வளவு ஜொலிப்புடன் இருந்தாள். நானும்

சுப்புவைச் சந்தோஷப்படுத்தும் நோக்கத்துடன் ஒரு நல்ல சேலையைக் கட்டிக்கொண்டு தயாரானேன்.

சரியாக ஐந்து மணிக்குக் கதவைத் தட்டும் சத்தம். அலமாரி கண்ணாடி முன்நின்று என் அலங்காரத்தின் இறுதிக்கட்டத் திருத்தத்தில் இருந்ததால், லட்சுமியைக் கதவைத் திறக்கச் சொன்னேன். சுப்பு மிகவும் சோர்வுடன் உள்ளே நுழைந்தவர், மெத்தை இருக்கையில் பொதீரென விழுந்தார்.

– என்ன முகத்தில் சந்தோஷத்தின் அறிகுறியைக்காணோம்.

என் கேள்விக்குப் பதில்போல உதட்டைப்பிதுக்கினார். எனக்குப் புரியவில்லை. அதற்கு என்ன அர்த்தமெனக் கேட்டேன்.

– சினிமா, ரெஸ்ட்டாரெண்ட் எதுவும் வேணாம், எனக்கு மனசு சரியில்லை, என்றார்.

– எனக்குப் பிரச்சனையில்லை. ஆனால் குழந்தைகிட்ட நாம வெளியே போக இருப்பதாகச் சொல்லியிருந்தேன். இப்போ, நாம எங்கும் போகலைன்னா நல்லா இருக்காது. முதலில் என்ன நடந்த தென்று சொல்லுங்க , நாம போகலாமா போகக் கூடாதா என்பதைப் பத்திப் பிறகு யோசிப்போம். நீங்க ஷேப் த போலீஸ் இன்னும் ஆகலையா, இல்லை மறுபடியும் அந்த வேலயை உங்களுக்குக் கீழே இருந்தவங்களுக்குக் கொடுத்துட்டாங்களா ?

– எனக்கு உத்தியோக உயர்வு கிடைச்சது உண்மை. பிரச்சனை அது இல்லை. இதுவேற. ஐரோப்பாவுல ஜெர்மன் மறுபடியும் சண்டையில் இறங்கினதால ஏற்பட்டுள்ள நெருக்கடி.

– சுத்தி வளைக்காம என்ன சமாச்சாரம்னு தெளிவா சொல்லுங்க.

– பிரான்சு நாடு, கடந்த சிலகிழமைகளாக நேசநாடுகளின் அணியிலிருந்து வெளியேறி ஜெர்மன் பிடியில் இருக்கிறதென்று உன்னிடத்தில் சொன்னேன் இல்லையா, தற்போது ஒரு பொம்மை அரசாங்கத்தை பிரான்சுநாட்டில் உட்காரவச்சிருக்காங்க. இனி சைகோன், நாஜிகள் தயவில் இருக்கிற அரசாங்கத்தின் கட்டுபாட்டில்.

– இங்கிருக்கிற நிருவாகத்துக்கீழே தான நீங்க இருக்கமுடியும், இருந்துட்டுப் போங்க. உங்களுக்கு ஏன் பெரிய இடத்துப் பொல்லாப்பு. பிரான்சு, ஜெர்மன் கீழ இருந்தா என்ன,

ஆங்கிலேயர்கிட்ட இருந்தா என்ன. நம்ம பொழைப்புக்கு விக்கினமில்லாம இருந்தா சரி.

– நம்ம பொழைப்புக்கு விக்கினம் வந்த மாதிரிதான். ஜெர்மன் பிடியில் பிரான்சு இருக்கிற காரணத்தாலே, இந்தச் சந்தர்ப்பத்தைப் பயன்படுத்திக்கொண்டு ஜெர்மன் கூட்டாளியான ஜப்பான் இந்தோசீனாவை தங்கள் கட்டுபாட்டில் வைத்துக்கொண்டு தங்கள் பரம எதிரியான சீனாவை முடக்க நினைக்கிறது. இங்குள்ள கவர்னர் கிட்ட தெளிவா சொல்லிட்டாங்க

– என்னன்னு?

– சீனாவுடன் ஆன இந்தோசீன எல்லையை மூடணும், அதன் காவல் பொறுப்பை முழுமையாக ஜப்பான் வசம் ஒப்படைக்கப்படணும் என்பது முதலாவது. இந்தோசீனாவில் ஜப்பானிய துருப்புகள் சுதந்திரமாகச் செயல்படவேண்டும் என்பது இரண்டாவது.

– உங்க கவர்னர் இதற்குச் சம்மதி த்துவிட்டாரா?

– வேறவழி. ஜப்பான் ஜெர்மனிக்கு வேண்டிய நாடு. தவிர இங்குள்ள பிரெஞ்சுத் துருப்புகள் எண்ணிக்கையிலும், ஆயுதபலத்திலும் ஜப்பானியரோட போட்டி போடமுடியாத நிலைமை.

– சரி, இதற்கும் உங்கள் உத்தியோக உயர்வுகொண்டாட்டத்தை வேண்டாமெனச் சொல்வதற்கும் என்ன சம்பந்தம்.

– இனி சைகோனில் பிரெஞ்சு நிர்வாகம் ஒப்புக்குச் சப்பாணிதான். ஜெர்மன்கிட்ட அடிமைபட்டுக் கிடக்கிற பிரெஞ்சுக்காரர்களை உங்க அன்னாமிட்டுகள் இனித் தம்படிக்கு மதிக்கமாட்டாங்க. அவங்களுக்கே அந்த நிலமைன்னா, அவர்கள் தயவில் இருக்கிற எங்க அதிகாரமும் செல்லாக் காசுதான். பிரான்சு ஜெர்மன் கட்டுபாட்டில் இருக்கும்வரை, இந்தோசீனா ஜப்பானியர் அதிகாரத்தின் கீழிருக்கும். எங்கள் தலைக்குமேல தற்போது இரண்டு எஜமானர்கள். ஒரு பக்கம் காலனி அரசாங்கம், இன்னொருபக்கம் ஜப்பானியர். இரண்டுபேரையும் மனம் கோணாமா நாங்கப் பாத்துக்கனும். இந்தமாதிரி நேரத்தல தலைமைப் பதவியைக் காட்டிலும் பத்தோட பதினொன்னா இருக்கறது எவ்வளவோ மேலு.

– நீங்க புலம்பனா இதெல்லாம் இல்லைன்னு ஆகிடுமா என்ன. நடக்கிறது நடக்கட்டும், எழுந்து வாங்க. நான் சிங்காரம் குடும்பத்தையும் மெஜெஸ்டிக் ரெஸ்ட்டாரெண்ட்டுக்கு வரச்சொல்லி இருக்கேன். காசினோவுல, படத்தைச் சரியான நேரத்துக்கு ஆரம்பிச்சுடுவாங்களாம்.

போன் அழைப்பு. சுப்பு எழுந்து போனை எடுத்தார். எதிர்த்தரப்பில் ஏதோ சொல்லச் சொல்ல... தலையாட்டினார். பின்னர் அமைதியாகத் திரும்பியவரிடம் "போனில் யார்?" எனக் கேட்டேன். "வேறு யார், உங்க சங்கத் தமிழர் இஸ்மாயில்தான் பேசினார். அடுத்த சனிக்கிழமை சங்கத்தில் ஏதோ அவசரக் கூட்டம் வெச்சிருக்காங்களாம். நாம அவசியம் கலந்துகொள்ள வேண்டுமாம்" என்றவரை அழைத்துக்கொண்டு அவசரமாய் ஒரு வாடகைவண்டி பிடித்து காசினோ தியேட்டருக்குள் நுழையவும் படம் தொடங்கவும் சரியாக இருந்தது.

*

37

சைகோன் - வேதவல்லி (16)

சினிமா பார்த்துவிட்டு வெளியில் வந்தபோது இரவு ஒன்பதுமணி. தோளில் லட்சுமி, நல்ல தூக்கத்தில் இருந்தாள். அவளைப் பற்றி யோசிக்காதது பெரிய தப்பு. புறப்படும்போதே அவளுக்கு ஏதாவது உண்ணக்கொடுத்து அழைத்து வந்திருக்க வேண்டும். ஏதோ பல பேர் முன்னிலையில் வாக்களித்து, என் வீட்டிற்கு அவளை அழைத்து வந்தேனே தவிர இன்னும் நூறு சதம் தாயாக நான் மாறவில்லை என்கிற சந்தேகம் இருக்கவே செய்கிறது. இப்படித்தான் எங்கள் வீட்டிற்கு வந்த புதிதில் ஒரு நாள், 'அம்மா, ஆய் வருது' என்றாள். கக்கூஸுக்குள் அழைத்துப்போவதற்கு முன்பாக அவளுடைய கீழ்ச்சட்டையின் பின்பக்கம் மொத்தமும் கழிச்சலில் ஊறி ஒரே நாற்றம். கோபத்தில் சின்னக்குழந்தை என யோசிக்காமல் கன்னத்தில் அறைந்து விட்டேன். அவள் வியட்நாமிய மொழியில் தேம்பலும் அழுகையுமாய் ஏதோ சொல்கிறாள். இழுத்துப்போய் குழாயடியில் நிறுத்தித் தண்ணீரைத் திறந்துவிட்டுப் பைத்தியக்காரிபோல நான் போட்ட கூச்சலில், அன்று ராத்திரி முழுக்க அவள் உறங்காமல் பிதற்ற... நான் பயந்தது நிஜம். சுப்புகூட, 'இந்த

காரணத்துக்காகத்தான் நமக்குக் கடவுள் குழந்தை பாக்கியத்தைக் கொடுக்கவில்லையோ என்னவோ?' எனக்கூறக் கேட்டபோது, கன்னத்தில் அறைந்ததுபோல உணர்ந்தேன். அன்றிரவு குழந்தைக்கு நல்ல காய்ச்சல், உடல் வேறு தூக்கித் தூக்கிப்போட, செய்த தவறுக்குப் பிராயச்சித்தமாக விடிய விடிய அவளைத் தோளில் சுமந்துகொண்டிருந்தேன்.

சுப்பு ஏதாவது சீக்லோ – பூஸ் (சைக்கிள் ரிக்ஷா) தென்படுகிறதா எனத் தேடினார். நாங்கள் வீட்டிலிருந்து தியேட்டருக்கு வந்த வண்டிக்காரரே கிடைத்தார். சுப்புவின் கை அசைவுக்குப் பதில் அளிக்கின்றவகையில் தம்முடைய வண்டியைத் தள்ளிக்கொண்டு வேகமாக எங்களை நெருங்கினார். "போன் சுவார்" என்றொரு குரல் எங்கள் முதுகின் பின்புறத்தில் ஒலிக்க, தலையைத் திருப்பினேன். புருஷாந்தி, தம் மனைவி, பிள்ளைகளுடன் நிற்கிறார். சுப்புவுடன் கைகுலுக்கியவர், "உங்களுக்கு உத்தியோக உயர்வுன்னு கேள்விப்பட்டேன், வாழ்த்துகள்" என்றவர் தொடர்ந்து "மிஸியெ இஸ்மாயில் உங்களிடம் பேசினாரா? வரும் சனிக்கிழமை அவசரமாக ஒரு கூட்டமொன்றை ஏற்பாடு செய்திருக்கிறோம். நீங்கள் கட்டாயம் கலந்துகொள்ளவேண்டுமென்று எதிர்பார்க்கிறோம்" – எனக்கூற, சுப்பு என்ன நினைத்தாரோ, என் முகத்தைப் பார்த்தார். நான் அமைதியாக இருந்தேன். புருஷாந்தி பக்கம் திரும்பிய சுப்பு "இஸ்மாயில்கிட்ட இருந்து போன் வந்தது, நீங்கள் கூறிய தகவலை அவரும் தெரிவித்தார். ஆனால் விவரமா சொல்லலை. முழுமையான தகவல் தெரியவந்தால்தான் வருவதா, இல்லையா என்கிற முடிவுக்கு நான் வரமுடியும். தவிர, உத்தியோக உயர்வுக்குப் பிறகு எனக்குப் பொறுப்புக் கூடியிருக்கிறது. நான் வருவதும் வாராததும் அன்றைய நிலைமையைப் பொறுத்தது. எங்களுக்குப் பேசிக்கொண்டிருக்க நேரமில்லை. நாளைக்கு வேண்டுமானல் போன் எடுங்கள், இது பற்றிப் பேசலாம்" எனத் தெரிவித்துவிட்டு, சுப்பு என்னிடம்: "வண்டியில் ஏறு, நாம போகணும். நண்பர்கள் காத்திருப்பார்கள்" என்றார். மதாம் புருஷாந்தியும் என்னைப்போலவே ஆண்களுக்குள் நடக்கும் உரையாடல் என்பதுபோல அமைதியாக இருந்தார்.

வணங்குவதுபோல தலையைக் கீழிறக்கி புருஷாந்தி தம்பதியிடம் விடைபெற்றுக்கொண்டு வண்டியில் உட்கார

சைக்கிள் ரிக்ஷா நகர்ந்தது. கணவர் சுப்பு பதிலை புருஷாந்தி எப்படி எடுத்துக்கொண்டிருப்பாரோ என்ற கவலை முதலில் எழுந்தது. ஆனால் சுப்புவின் பதில் தெளிவாகவும் நியாயமாகவும் இருந்தது. புருஷாந்தி போன்றவர்கள் அதைத் தவறாக எடுத்துக்கொள்ள மாட்டார்கள் என்ற நினைப்பு ஆறுதலைத் தந்தது. ரிக்ஷா சிறிது தூரம் ஓடியிருக்கும். குழந்தை லட்சுமி விழித்துக்கொண்டாள். எங்கே மறுபடியும் உறங்கிவிடுவாளோ என்ற அச்சத்தில். அவளை எழுப்பி மடியில் உட்கார வைத்துக்கொண்டேன். எதிர்த்திசையில் ஊர்ந்து வரும் மோட்டார் வாகனங்களின் விளக்குகள் பூதாகரமான விலங்குகளின் கண்களைப்போல எங்களை நெருங்குவதும் நெருங்கியபின் எங்களைக்கண்டு அவை அஞ்சி விலகுவதும் ஒருவித மாயவிளையாட்டுப்போல இருக்க, அதை ரசித்தேன். குழந்தை லட்சுமியும் என்னுடைய மனநிலையில்தான் இருந்தாளா என்று தெரியாது, ஆனால் ஒவ்வொருமுறையும் மோட்டார் வாகனங்களின் முன்விளக்குகள் எங்களை நெருங்கி விலகும்போதெல்லாம் அவள் கைதட்டிச் சிரிக்கிறாள். அச்சிரிப்பு, சாலையோரத்தில் அரைப்பாவாடை பெல்ட்டுக்குள் அடங்கிய பருத்திச்சட்டை, முழங்கையில் ஊசலாடும் கைப்பை, தோளில் இருபுறமும் சுருள் சுருளாக அல்லது நீண்டு இயற்கையாக விழுந்திருந்த கேசம் காற்றில் அலைபாய நடந்துசெல்லும் ஐரோப்பியப் பெண்களின் கவனத்தையும் ஈர்த்திருக்க வேண்டும் எங்களை நோக்கிக் கையை அசைக்கிறார்கள். மெஜெஸ்டிக் ஓட்டலை ரிக்ஷா நெருங்கியபோது சிங்காரம் தன் மனைவி, மரியா பிள்ளைகளுடன் நின்றிருந்தான்.

பிரெஞ்சு முறைப்படி மார்பில் அணைத்துக் கன்னங்களில் முத்தமிடல் தொடர்ந்து, சம்பிரதாய வார்த்தைகளென நலன் விசாரிப்புகள் முடிந்தபின்னர், சிங்காரம் பேசினான்:

– என்னக்கா இவ்வளவு தாமதம்? அரைமணிநேரமா காத்திருந்தோம். பெரியவங்க நாம பசி தாங்குவோம், பசங்க தாங்குவாங்களா?

– 'புல்வார் பொன்னார்'லிருந்து ரிக்ஷா புடிச்சு வரவாணாமா. நாங்க காசினோவுல சினிமா பார்க்கஇருக்கிறோம் என்கிற விஷயத்தை உனக்குச் சொல்லாதது தப்பு. சரி சரி நேரமாவுது உள்ளேபோவோம்.

– அக்கா, மாமா கோவிச்சுக்க மாட்டார்னா ஒண்ணு சொல்லணும். புருஷாந்தியும் சாப்பிட வந்திருக்கார். இப்பத்தான் தன் மனைவி பிள்ளைகளுடன் உள்ளே போனார். அவர்கிட்ட சாவகாசமாகப் பேசி நாளாகுது. என் கல்யாணத்தை முன்னின்று நடத்தின மனுஷன். சென்ற முறை தமிழ்ச் சங்கத்துல அவரைப் பார்த்தப்போ இரண்டொரு வார்த்தைகள்தான் பேசமுடிஞ்சது. பொலீசுல மாமாகூட வேலை செய்யற புதுச்சேரி கிரெயோல் ஆட்கள் ரெண்டுபேரைச் செத்தமுன்னே பார்த்தேன். நீங்க வந்துட்டீங்களான்னு என்னைக் கேட்டாங்க, இன்னும் வரலைன்னு சொன்னதும் உள்ளேபோய் காத்திருக்கிறோம் எனச் சொன்னாங்க. அவங்க வேற எதிர்பார்ப்போட வந்திருப்பாங்க. மாமா அவங்களோட அதை முடிக்கட்டும், சாப்பிட உட்காரும்போது, நாங்க வந்து சேர்ந்துக்கிறோம், என்றான்.

– ஒண்ணுசெய், நீயும் சிங்காரத்தோட போய் பேசிக்கொண்டிரு. நண்பர்களை அனுப்பிட்டு உங்களோட வந்து சேர்ந்துக்கிறேன். அதற்கு முன்னால புருஷாந்திக்குத் தொந்தரவு இல்லாம பார்த்துக்குங்க. அவர் தனிப்பட்டவகையில் மனைவி, பிள்ளைகள்னு வந்திருக்கிறப்போ, நீங்க குறுக்கிடறது நல்லதில்லைன்னு படுது. எனக்குப் பிரச்சனையில்லை.

– இல்லை மாமா, நான் பேசிட்டேன். புருஷாந்தி தமக்குச் சந்தோஷம் என்றார். அவர் அடிக்கடி வந்து சாப்பிடுகிற ஹோட்டல்தான் பிரச்சனையில்லையென்றும், தேவையெனில் கூடுதலாக ஒரு மேசையைப் போடச்சொன்னால் போடுவார்கள், எனக்கூறி இருக்கிறார். அக்காளும் குழந்தையும் எங்களோடு சேர்ந்துகொள்ளலாம்.

எனச் சிங்காரம் தெரிவித்த மறுகணம் சுப்பு ஓட்டலுக்குள் மறைந்தார். மரியா கன்னத்தில் குழிவிழச் சிரித்தாள். "என்ன, மரியாவுக்கு நாம் பேசுவதெல்லாம் புரிகிறதா எனக் கேட்டேன். "இப்போதெல்லாம் என்னுடைய தமிழை அவள் திருத்துகிறாள்?" எனக்கூறிச் சட்டென்று அவள் கன்னத்தில் முத்தமிட்டான். மின் விளக்கு ஒளியில் கலந்து நாணச் சிவப்பு கன்னங்களில் பளீரிட தலையை ஒடித்துப் பின்வாங்கினாள். என்னிடம் "லட்சுமியைத் தரையில் விடுங்கள். பத்து வயது ஆகப்போறதில்லையா? பாரமாக இல்லை. என் பிள்ளைகளோடு

பேசிக்கொண்டிருக்கட்டும்" என்று தமிழில் அட்சர சுத்தமாகக் கண்டிக்க, என் பெண்ணைத் தரையில் விட்டேன்.

புருஷாந்தி தம்பதியின் மேசையை நாங்கள் நெருங்கியதும் "வாங்க வாங்க, உட்காருங்க. நீங்களும் எங்களோட சாப்பிட கலந்துகொண்டது ரொம்ப சந்தோஷம். உங்க தம்பி நீங்க வருகிறீர்கள் என்று சொன்னார். எங்கே மிசியே ஃபெலிக்ஸ்?" என வினவினார். "ஃபெலிக்ஸ் என் கணவரோட ரெனோன்சான் பெயர். புதுச்சேரி ஆட்கள் மட்டுமே அந்தப் பெயரில் அவரைக் கூப்பிடுவார்கள். மற்றவர்களுக்கு என்னைப்போலவே என் கணவர் பெயர் சுப்பு என்கிற சுப்பராயன்." விவரமா சொன்னார். பிறகு, "மேசையில் கார்த் மெனு வெச்சிருக்காங்க பாருங்க" என்றார். மரியா தன் பிள்ளைகளுடன் புருஷாந்தி தம்பதி அருகிலிருந்த நாற்காலிகளில் உட்கார, நானும் லட்சுமியும் சிங்காரமும் எதிரில் போடப்பட்டிருந்த நாற்காலிகளில் உட்கார்ந்தோம். என்னுடைய கவனம் மதாம் புருஷாந்தியிடத்தில் சென்றது. புருஷாந்தி தமிழர்களுக்கு அவர் வற்புறுத்தும் ஐரோப்பியர் உடையில் இருக்க, திருமதி புருஷாந்தி மாம்பழ நிறத்தில் கை அகல அசல் வெள்ளி ஜரிகை பார்டருடன் காஞ்சிபுரம் பட்டு, தோதாக ஒரு ரவிக்கை, முழங்கைகளை மறைத்து தங்க வளையல்கள், தலையை வாரி பின்புறம் பிச்சுடா, முகத்திற்கு பவுடர் போட்டு நெற்றியில் சாந்துப்பொட்டு என அசல் தமிழ் வார்ப்பாக ஜொலித்தார். வழக்கம்போல, கழுத்தைத் தேடவேண்டியிருந்தது. எனது பார்வையை அங்கீகரிக்கின்ற வகையில் உதட்டில் சிரிப்பைக் காட்டி, தலையை அசைத்தார். நல்லா இருக்கீங்களா?" எனக் கேட்டேன். அதற்கும் தலையாட்டல், மௌனம்.

மெனுவில் இருந்த உணவுப்பட்டியலைப் படித்தேன். எனக்கெதுவும் புரியவில்லை. சிங்காரத்திடம், "மாடு, பன்றி எதுவும் எனக்கு வேண்டாம். கோழி அல்லது ஆடு இருக்கலாம். லட்சுமிக்குத் தனியாக ஒரு தட்டு வேண்டும்... என்னுடையதை பகிர்ந்துகொள்வேன்" எனக் கூறினேன்.

புருஷாந்தி தன் குடும்பத்திற்கு வேண்டியதைச் சொல்ல, சிங்காரம் எனக்கும் தன் குடும்பத்திற்கும் வேண்டியதைக் கட்டளையிட... அனைத்தும் வந்தன. "ஒயின் சாப்பிடுவீர்களா?" என புருஷாந்தி என்னிடம் கேட்டார். "எனக்கு தண்ணீர் போதும் என்றேன். இரண்டு ஒயின் பாட்டில்கள் வந்தன. முக்கிய

நாகரத்தினம் கிருஷ்ணா | 227

உணவுக்கு முன்பாக இறல் நேம் வந்தது. முக்கிய உணவாக அவர்கள் ஒஸ்ஸோ புக்கோ எடுத்துக்கொண்டார்கள். தக்காளி, புதினா சேர்ந்த மாட்டிறைச்சி என்ற விளக்கம் கிடைத்தது. நான் ஆட்டிறைச்சி எடுத்துக்கொண்டேன். இறுதியாக எல்லோருக்கும் ஐஸ்கிரீம் வந்தது.

– மதாம் ஃபெலிக்ஸ், இந்தச் சந்தர்ப்பத்தைப் பயன்படுத்திக்கொண்டு, வருகிற சனிக்கிழமை மிஸியே இஸ்மாயிலும் நானும் வேறு சில பிரிட்டிஷ் இந்தியத் தமிழர்களும் ஏற்பாடு செய்திருக்கிற கூட்டத்தைப் பத்திப் பேசிடறது நல்லதுன்னு நினைக்கிறேன். என்று புருஷாந்தி குறுக்கிட, நான் என்னுடைய ஐஸ்கிரீம் கரண்டியை கப்பில் வைத்துவிட்டு வாயைத் துடைத்துக்கொண்டு அவர் முகத்தைப்பார்த்தேன். பிள்ளைகள் ஐஸ்கிரீமை ருசித்துக்கொண்டிருந்தார்கள். மாறாக சிங்காரம், மரியா, மதாம் புருஷாந்தி இவர்களின் கவனம் என்னைப் போலவே புருஷாந்தியின் வார்த்தைகளை எதிர்பார்த்துக் காத்திருந்தன.

“இரண்டாம் உலகப்போர் என்னவோ ஜெர்மனியருக்கும் ஜப்பானியருக்கும் சாதகமா இருக்குமென நினைக்கிறேன். பிரான்சு, ஜெர்மன் கட்டுபாட்டில்தானிருக்கு. இந்தியாவில் போஸ் போன்ற தலைவர்கள் காலனிய ஆதிக்கத்திற்கு எதிராகத் தீவிர அரசியல் நடவடிக்கையில் இறங்கியிருக்கிறார்கள்; பிரிட்டிஷ் காலனி அரசைக் காந்தியைக் காட்டிலும் கடுமையாக எதிர்க்கிறவர்கள். ஆசியாவில் பலத்துடன் இருக்கிற ஜப்பானுக்கு ஆதரவாக இருப்பது, நாளை ஆங்கிலேயரை இந்தியாவிலிருந்து விரட்ட நமக்கு உதவும். உங்கள் கணவரிடத்திலும் இதுபற்றிப் பேசி அவரை நீங்கள் அழைத்துக்கொண்டு வரவேண்டும். இப்போதைய பிரான்சு அரசாங்கம் ஜப்பானியர் ஆதரவு நிலைப்பாட்டை எடுத்திருக்கும் அரசாங்கம் என்பதால் நமக்கெல்லாம் பிரச்னையில்லை எனச் சொல்லுங்கள்.”

சிங்காரம் ஏதாவது சொல்வான் என எதிர்பார்த்தேன். புருஷாந்தி வந்திருக்கிறார், அவரிடம் பேசுவதற்கு சந்தர்ப்பமே வாய்க்கவில்லை” என ஓட்டலின் முன்பாக வைத்து எங்களிடம் கூறியவன், உணவு மேசையில் உட்கார்ந்த பின்னர் பேசியதெல்லாம் அவனுடைய மனைவிடம். பிறநேரங்களில் பிள்ளைகளுக்கு இறைச்சியைச் சிறு துண்டுகளாக்கிக் கொடுப்பதில் கவனமாக

இருந்தான். அவனுடைய கவனம் தற்போது ஐஸ்கிரீம் கப்பில் இருந்தது. "மிஸியே புருஷோந்தி ஏதோ சொல்றார் – இதைப்பத்தி நீ என்ன நினைக்கிற?" என அவனிடம் வினவினேன்.

"நான் என்ன சொல்லப்போகிறேன். அவர் தப்பாக ஏதும் சொல்லவில்லையே மாமாகிட்டப் பேசிப்பாரு."

அவன் வாக்கியத்தை முடிக்கவில்லை, எங்களுக்கு உணவு பரிமாறிய இளைஞன் ஓடிவந்தான். "அங்கே உங்களோடு வந்தவர்கள் சண்டைபோட்டுக் கொண்டிருக்கிறார்கள். நீங்கள் தடுக்கவில்லையெனில் நாங்கள் போலீஸைக் கூப்பிட வேண்டியிருக்கும்" என்றான். "அவரே போலீஸ்தான். கவலைப்படாதே! நாங்கள் போய்ப்பார்க்கிறோம்" என்று பதில் கூறிய புருஷோந்தி, சிங்காரத்தை அழைத்துக்கொண்டு உள்ளே போனவர், பத்தாவது நிமிடத்தில் மூவருமாகத் திரும்பிவந்தார்கள். எதிர்பார்த்ததுபோல சுப்பு நல்ல போதையில் இருந்தார். புருஷோந்தி என்னிடம் "சிநேகிதர்களில் ஒருவரை உங்கள் புருஷன் அடித்து இருக்கிறார். அவரைப் பத்திரமாக வீட்டுக்கு அழைத்துச் செல்லுங்கள், உங்கள் தம்பி ரிக்ஷா ஏற்பாடு செய்து தருவார். மற்றதை நான் பார்த்துக்கொள்கிறேன்" என்றார்.

*

38

வேதவல்லி (17)

இன்று சனிக்கிழமை. தமிழ்ச் சங்கத்தில் இஸ்மாயில் அண்ணன் ஜப்பானியருக்கு ஆதரவாக இந்தோ சீனத் தமிழர்களை ஒன்றுதிரட்ட ஒரு கூட்டம் ஏற்பாடு செய்திருக்கிறார். புருஷாந்தியும் அதற்கு ஆதரவாக இருக்கிறார். ஆங்கிலேயர் காலனி ஆதிக்கத்தை இந்திய தேசத்திலிருந்து விரட்ட ஜப்பானியர் உதவியை நாட இந்த ஏற்பாடென்று எங்களுக்குச் சொல்லப்பட்டது.

அதிகாலையிலிருந்தே எனக்கு உறக்கமில்லை. நான்கு நாள்களுக்கு முன்பு மெஜெஸ்டிக் ஓட்டலில் சிங்காரத்தினை வைத்துக்கொண்டு புருஷாந்தி கூறியவற்றைப் பலமுறை யோசித்தேன். இவ்விஷயத்தில் பெண் என்ற வகையில் தன்னிச்சையாக எந்த முடிவையும் எடுக்கமுடியாத நிலைமை. சிங்காரத்திடம் மறுபடியும் பேசினேன். “புருஷாந்தியின் பேச்சில் தனக்குச் சிறிதுகூட உடன்பாடில்லை” என்றான். “நீ எதற்கும் மாமாவிடம் பேசிப்பார்” என்று தட்டிக் கழித்தான். அவரிடம் கடந்த மூன்று நாள்களாக இது பற்றிய விவாதம். “நிகழ்ச்சியில் கலந்துகொண்டு நம்முடைய கருத்தைத் தெரிவிக்கலாமில்லையா?” என வாதிட்டேன்.

சுப்பு தம்முடைய முடிவில் தெளிவாக இருந்தார். தான் கலந்துகொள்வதேகூடச் சரியான முடிவாக இருக்காதென்பது அவர் வாதம். வார்த்தைகள் தெளிவாக இருந்தன; தயங்கியோ, யோசித்தோ சொன்னவை அல்ல:

“நீ தனியாக வீட்டில் அடைந்து கிடக்கிறாய் என்று தமிழ்ச் சங்கத்தில் உன்னைச் சேர்த்துவிட்டேன். நீயும் பார்த்திருப்பாய். அச்சங்கத்தில் இருக்கிற புதுச்சேரித் தமிழர்களை விரல்விட்டு எண்ணிவிடலாம். இதுபோன்ற வீண்வம்பை விலைக்கு வாங்கும் காரியத்தில் இறங்குவார்களென்று முன்கூட்டியே நம் ஆட்களுக்குத் தெரிந்திருக்கிறது. பிரெஞ்சிந்தியர்கள் ஓரளவு கௌரவமாக வாழ்ந்துகொண்டிருக்கிறார்கள். சைகோன் நகராட்சியில் நானும் ஒரு தலைமைக் காவலதிகாரி. என்னதான் சைகோன் அரசாங்கம் நாஜிகளின் கைப்பாவையாக உள்ள பிரான்சு அரசாங்கத்தினால், ஜப்பானியருக்கு இன்று அடங்கி இருக்கவேண்டிய நிலைமை என்றாலும் நாளைக்கு என்ன நடக்குமென்று சொல்லமுடியாது. ஒரு மாதத்திற்கு முன்பு பிரான்சு நாட்டிலிருந்து பிரிட்டனுக்குத் தப்பிச்சென்ற ஜெனரல் தெகோல் இங்கிலாந்து வானொலியில் ஜெர்மனுக்கு எதிரான விடுதலை இயக்கத்தின் பேரால் பிரெஞ்சு மக்களுக்கு அழைப்பு விடுத்திருக்கிறார். நாஜிகளை எதிர்த்துப் போரிடவேண்டும் என வற்புறுத்தியுள்ளார். இந்நிலையில் ஜப்பானை ஆதரிப்பது நமக்கு நல்லதல்ல. புதுச்சேரித் தமிழர்களை தெகோல் ஆதரவாளர்கள் என்று சந்தேகித்து ஜப்பானியர் உளவுப்படை கெம்பீட்டாய் (Kempeitaï) கைது நடவடிக்கைகளில் ஈடுபடுகிறது. புருஷாந்தி போன்ற மனிதர்கள் தாங்களும் ஒரு காலனி அரசாங்கத்தின் பிரஜை என்பதை மறந்து, பிரிட்டிஷ் காலனி ஆட்சி இந்தியாவில் முடிவுக்கு வரவேண்டும். அதற்கு ஜப்பானியர்களை ஆதரிக்கவேண்டும் என்கிறார்கள். எனக்குத் துளியும் சம்மதமில்லை. பெரும்பாலான புதுச்சேரித் தமிழர்களின் முடிவுதான் என்னுடைய முடிவும். இந்த விஷயத்தில் நாம் எச்சரிக்கையாக இருப்பது நல்லது என்பது சுப்புவின் வாதம்.

ஆனால் முதன்முறையாக, சுப்புவின் மனைவியாக அல்ல, தமிழ்ச்சங்கத்தின் காரியதரிசி என்ற வகையில், சங்கத்தின் தலைவர் ஏற்பாடு செய்துள்ள கூட்டத்தில் கலந்துகொள்வதென்று முடிவு செய்தேன். இங்குள்ள கவர்னரே இன்றைய பிரான்சு

அரசின் வழிமுறையில் ஜெர்மன் – ஜப்பான் அரசு ஆதரவு நிலைப்பாட்டை எடுத்திருக்கிறபொழுது, அவரின் குடிகளாக இங்குள்ள புதுச்சேரித் தமிழர்கள் ஜப்பானுக்கு ஆதரவு தெரிவிப்பதில் என்ன பிரச்னை வந்துவிடப்போகிறது என்பதால் எடுத்த முடிவு. தவிர, ஜெர்மன் பிடியில் இருக்கிற பிரான்சு விடுதலை பெற பிரெஞ்சு ஜெனரல் தெகோல் விடுத்த சுதந்திரக்குரல் காலனி ஆதிக்கத்திலிருந்து விடுதலை பெற நினைக்கும் நாடுகளுக்கும் ஆதரவான குரல்தானே.

சுப்பு உடன் வரவில்லை என்ற காரணமா அல்லது அடிமனத்தில் எனக்கிருந்த ஆசையா – இரண்டில் ஏதோ ஒரு காரணம், அலமாரியில் சீந்தப்படாமல் கிடந்த வியட்நாமியர் கவுனை உடுத்தத் தூண்டியது. இரண்டு வருடங்களுக்கு முன்பு புது வருடக் கொண்டாட்டத்திற்கு சிங்காரம் மனைவி மரியா அன்பளிப்பாகக் கொடுத்தது. அவர்கள் இருவரையும் கத்தீனா வீதியிலுள்ள இஸ்மாயில் அண்ணன் ஜவுளிக்கடையில் முதன் முதலாகச் சந்தித்த நாளன்று மரியாவுக்குப் பட்டுச்சேலை ஒன்றை வாங்கிக்கொடுத்தேன். பிறகு ஒரு முறை அவர்கள் எங்கள் வீட்டிற்கு வந்திருந்தபோது வியட்நாமியப் பெண்களின் பாரம்பரிய உடையான அவ் து தான் (Av tu than) ஒன்றை எனக்குத் தந்து மரியா அக்கடனை நேர்செய்துவிட்டாள். எங்கள் வீட்டிற்கு விசேஷமென்று அவர்கள் வருகிறபோதும் அவர்கள் வீட்டுச் சுபகாரியங்களுக்கு நாங்கள் செல்கிறபோதும் “எப்போது அண்ணி நாங்கள் பரிசாகத் தந்த ஆடையை உடுத்துவீர்கள்?” என்று மறக்காமல் கேட்டபின்புதான் மற்ற சங்கதிகளெல்லாம். அவளுக்கு அதை நான் உடுத்தாதது மிகப் பெரிய குறையாக இருந்து வந்தது. சிங்காரத்திடம்கூட அதைச் சொல்லி வருத்தப்பட்டதாகக் கேள்விபட்டேன்.

ஒருமுறை சுப்புவின் அலுவலகத்தில் அதிகாரி ஒருவர் மாற்றலாகிப் போனார். அவருக்கு விருந்தொன்றை ஏற்பாடு செய்திருந்தார்கள். ஐரோப்பியர்கள், புதுச்சேரித் தமிழர்கள் எனக் கலந்துகொண்ட விருந்தில் என்னுடன் சேர்த்து இரண்டு பேர் மட்டுமே சேலையில் இருந்தோம். அவ்விருந்தில் கலந்து கொண்ட என்னைப்போன்ற புதுச்சேரிப் பெண்கள் நால்வர் ஐரோப்பிய பெண்களைப்போல உடுத்தியிருந்தனர். சுப்புவிடம் “அப்பெண்களும் இந்தியர்கள்தானே, அவர்களுக்குக்குள்ள

ஆசை எனக்கிருக்காதா, நான் என்றைக்கு அவர்களைப்போல உடுத்துவது?" எனக் கேட்கவும் செய்தேன். "சீச்சி, அவர்கள் கிரெயோல்கள்; அவர்கள் உடுத்தலாம் நாம் உடுத்தக்கூடாது" என்று அவரிடமிருந்து பதில் வந்தது. சுப்பு 'நாம்' உடுத்தக்கூடாதெனச் சொல்லியிருந்தபோதிலும், சேலை உடுத்தி விருந்துக்கு வந்திருந்த எனக்கும் மற்ற பெண்ணுக்குமாக அந்த 'நாம்' என்கிற வார்த்தையை உபயோகித்திருந்தார். சுப்புவும் பிற புதுச்சேரி ஆண்களும் உடை விஷயத்தில் புருஷாந்தியின் சீர்திருத்தத்தை சைகோனுக்குக் கப்பலேறிய தினத்திலிருந்து நியாயப்படுத்தி வருகிறவர்கள். சுப்புவுக்கும் எனக்குமான உரையாடல் பீங்கான்கள், முள்கரண்டிகள், கத்திகள் எழுப்பிய ஒலிகளுக்கிடையில் நடந்து முடிந்த உரையாடல். இருந்தும் சட்டென்று குரலை உயர்த்தி 'பொம்பிளைங்க ஜன்னலுக்குத் திரையாக இருக்கமுடியுமே தவிர, ஜன்னலாக இருக்க முடியாதில்லையா?' என்பதை யார் சொல்லக் கேட்டாரோ திடீரென விருந்தில் கலந்துகொண்ட அனைவருக்கும் கேட்கவேண்டும் என்பதுபோலச் பிரெஞ்சு மொழியில் சத்தமாகச் சொன்னார். பெண்கள் உதட்டைச் சுழித்ததிலிருந்தும் ஆண்கள் முணுமுணுத்ததிலிருந்தும் சுப்பு எதையோ உளறியிருக்கிறார் என்பதைப் புரிந்துகொண்டேன். வீடு திரும்பியதும் பெருமையாக அதைத் தமிழில் வேறு மொழிபெயர்த்துக் கூறினார். எனக்கு இனி இல்லை என்பதுபோலக் கோபம். பழியைத் தீர்த்துக்கொள்ளக் காத்திருந்தேன்.

அலமாரியில் பச்சைக்கற்பூர வாசத்துடன் கிடந்த மஞ்சள் நிற அவ் து தான் ஆடைக்கு விமோசனம் கிடைத்தது; உடுத்திக்கொண்டேன். எனக்கென்று துணியெடுத்து தையற்காரரிடம் கொடுத்துத் தைத்ததுபோல உடலுக்குக் கச்சிதமாகப் பொருந்தியது. அதற்குப் பொருத்தமாகக் கறுப்பு வண்ணத்தில் நீண்ட காற்சட்டை, பின்புறத்திலும் தொடைப்பகுதியிலும் இறுக்கம் அதிகமில்லை. தலைமுடியை வாரி முடிந்து வலைக்குள் கொண்டையை அடக்கினேன். கொண்டை, கழுத்தில் அணைந்தபோது கோவிந்தசாமிப் பத்தரிடம் கால் தேய நடந்து அம்மா கழுத்தில் போட்ட தாம்புக் கயிறு சங்கிலி விரல்களில் தட்டுப்பட, அம்மாவின் நினைப்பு. கண்களைத் துடைக்கப் புடவை முந்தானையைத் தேடுகிறேன். நான்

அணிந்திருப்பது அவ் து தான்; ஒன்றுக்கு நான்கு தலைப்புகள் கால்களை ஒட்டி ஊசலாடினாலும் ஒன்றையும் குனிந்தெடுத்துக் கண்களைத் துடைக்க முடியாத நிலை. இந்தியப் பெண்கள் அதிகம் கண்ணீர் சிந்தக்கூடியவர்கள், அதைத் துடைக்க சேலைத் தலைப்புகள்தான் பொருந்திவரும் என்ற எண்ணத்தில் சேலையை அறிமுகப்படுத்தியிருப்பார்களோ என்ற சந்தேகம். லட்சுமியைச் சிங்காரம் வீட்டில் விட்டுவிட்டு, மரியாவிடம் நீ அளித்த ஆடைக்கு விமோசனம் கிடைத்திருக்கிறது என்பதைத் தெரிவிக்கவேண்டும். பிறகு அங்கிருந்து நடந்தே தமிழ்ச்சங்கம் போகவேண்டும். கதவை இழுத்துப் பூட்டிக்கொண்டு வீதியில் இறங்கினேன். எல்லோரும் என்னையே பார்ப்பதுபோல பிரமை. எங்கள் வீதியில் 'இந்து தமிழ் ஜன சங்கம்' அலுவலகம் இருந்தது. நான் அதைக் கடந்து செல்லும்போது, நடுத்தர வயதுகொண்ட ஒருவர் மற்றவரிடம் "நம்ம பொம்பிளைகளும் தொழிலை ஆரம்பிச்சுடாங்கய்யா" என என் காதில் விழவேண்டுமென்றே உரத்துச் சொல்கிறார். நான் அணிந்திருந்த ஆடையில் நிச்சயம் வயதுக்கு மீறிய ஓர் கவர்ச்சி இருக்கத்தான் செய்தது. அதற்கான எல்லையைத் தாண்டாமல், இளவயதுப் பெண்ணாக என்னைக் கூடு பாய வைத்திருப்பதில் எனக்கும் அற்ப சந்தோஷம். சுப்பு என்னுடன் வராதது லாபமா, நஷ்டமா என்ற கேள்விக்கு ஜன்னலுக்குத் திரையாக அல்ல, ஜன்னலே நான்தான் என அவரிடம் சொல்வதற்கேனும் அவர் அலுவலகத்திலிருந்து வீடு திரும்பும்வரை 'அவ் து தானைக்' கழற்றப்போவதில்லை என்ற முடிவில் திட்டவட்டமாக இருந்தேன்.

தமிழ்ச் சங்கத்தை அடைந்தபோது, வந்திருந்தவர்கள் அனைவருமே ஆண்களாக இருந்தார்கள். நான் ஒருத்தி மட்டுமே பெண். பல ஜோடிக் கண்கள் என்னை மொய்க்கின்றன. சிலர் முணுமுணுக்கவும் செய்கிறார்கள். புருஷாந்திகூட நான் சேலையில் வந்திருக்கலாம் என்று நினைப்பதை நலன் விசாரிப்பு வார்த்தைகளுடன் அவர் உபயோகித்த முகபாவங்கள் காட்டின. இஸ்மாயில் அண்ணன், "என்னம்மா நீ தனியாகத்தான் வந்தாயா, உங்கள் கணவர் வரவில்லையா?" எனக்கேட்ட மறுகணம் என்னுடன் சில நொடிகளைக் கூடுதலாகச் செலவிடுவது அவமானத்திற்குரியதுபோல, விலகிச் சென்றார்.

கூட்டத்தைத் தொடங்கிவைத்தது இஸ்மாயில் அண்ணன்:

“இந்தியாவிடுதலை பெறுவதற்கான நேரம் வந்துவிட்டது. எதிரிக்கு எதிரி நம்முடைய நண்பன் என்பதுபோல ஆங்கிலேயரின் எதிரிகளான ஜெர்மனையும் ஜப்பானையும் நாம் நண்பர்களாகப் பார்க்கவேண்டும். ஆசிய அரசியலைத் தீர்மானிக்கிற சக்தியாக இருக்கிற ஜப்பானுடன் கைகோர்த்து ஐரோப்பியர்களுடைய காலனி ஆதிக்கத்திற்கு ஆசியாவில் முடிவு கட்டவேண்டும். உலகமெங்கும் குடிபெயர்ந்துள்ள இந்தியர்கள் இதற்கு ஒத்துழைக்கவேண்டும். ஜப்பானுக்கு ஆதரவு நிலைபாட்டை எடுத்துள்ள இந்தியத் தலைவர்களின் முடிவை வரவேற்று அவர்களுடன் ஒத்துழைக்க வேண்டியது அவசியம். இங்கும் எந்தெந்த வகையில் ஜப்பானியருக்கு உதவ முடியும் என்பதை நாம் யோசிக்கவேண்டும். அதற்காகவே அவசரமாக இக்கூட்டத்தை நாங்கள் ஏற்பாடு செய்தோம். ஜப்பானியரிடம் கலந்தாலோசித்து, அவர்கள் தேவை என்ன, அதற்கு நாம் எந்த வகையில் உதவமுடியும் என்கிற தகவலுடன் மறுபடியும் நாங்கள் உங்களைத் தொடர்புகொள்வோம்” என்று முடித்துக்கொண்டார். இஸ்மாயில் அண்ணனைத் தொடர்ந்து பேசிய ராவூல் ராமராஜு என்பவரும் கிட்டத்தட்ட அதைத்தான் பேசினார். புருஷாந்தி பேச்சு, அதிகம் புதுச்சேரித் தமிழர்களை மனத்தில் வைத்துப் பேசியதாக இருந்தது. புதுச்சேரி காலனி அரசுபோல இல்லாமல், சைகோன் அரசாங்கம் எதார்த்தத்தைப் புரிந்துகொண்டு ஜெர்மன் – ஜப்பான் ஆதரவு நிலைப்பாட்டினை எடுத்திருப்பதற்கு நன்றி தெரிவித்தார். புதுச்சேரித் தமிழர்கள் இக்கூட்டத்தின் முக்கியத்துவத்தை உணராமல் பகிஷ்கரித்திருப்பது குறித்து வருந்தவும் செய்தார். “பிரெஞ்சுக் குடியுரிமையைப் பெற்றுப் பிரெஞ்சுக்காரர்கள் என நாங்கள் சட்டப்படி அங்கீகரிக்கப்பட்டிருக்கிறபோதும், பிரெஞ்சுக்காரர்களைப் பொருத்தவரை நாங்கள் அந்நியர்கள், ஆசியர்கள் என்ற எண்ணம் இருக்கவே செய்கிறது. அரசு நிர்வாகத்திலும் பிற துறைகளிலும் எங்கள் புதுச்சேரித் தமிழர்கள் பெரும் சிக்கல்களைச் சந்திக்கிறோம் என்கிற சிந்தனையின்றி வாழ்கிறார்கள். இன்று பிரெஞ்சு அடையாளத்துடன் வாழ முற்பட்டாலும் பிறப்பால் இந்தியர்கள் என்கிற உண்மையை எப்படி மறக்க முடியும். எனவே இன்றையத் தேதியில் ஜப்பானியரின் பின்னே அணிவகுத்து இந்திய விடுதலைக்கு உழைப்பது இந்திய மண்ணில் பிறந்த ஒவ்வொருவரின் கடமை.

சுதந்திர இந்தியா, காந்தியின் இந்தியாவாக மட்டுமல்ல, சுபாஷ் சந்திரபோஸ், அம்பேத்கர் ஆகியோர் கனவு காணும் இந்தியாவாக இருக்கும் என்கிற எதிர்பார்ப்பு தனக்கு இருக்கிறதென்றும் இவர்கள் கனவுகள் நனவாக ஜப்பானியருக்கு ஆதரவாக நிற்கவேண்டும்" என முடித்தார்.

இறுதியாக நான் நன்றி தெரிவிக்க மேடையேறினேன். உரை ஆற்றிய மூவரையும் பாராட்டினேன். "இந்தியப் பெண்களைத் திரட்டி வீடு வீடாகச் சென்று இஸ்மாயில் அண்ணன், புருஷாந்தி போன்றவர்களின் முயற்சிக்கு ஆதரவு திரட்டுவேன்" எனக் கூறி முடித்தபோது, சுப்பு ஓர் ஓரமாகக் கடைசியில் நிற்பதைப் பார்த்தேன். அவர் முகம் கடுகடுவென்று இருந்தது. வீடு திரும்பியதும் சுப்புவின் கேள்விகளை எப்படி எதிர்கொள்வது, சமாளிப்பது என்றேல்லாம் யோசித்து வைத்திருந்தவை அவருடைய திடீர் பிரசன்னத்தால் என்னை அம்போவென நிறுத்திவிட்டுப் பதுங்கிக்கொண்டிருந்தன. எதுவும் ரசாபாசமாக நடந்துவிடக்கூடாதென்கிற பயத்தில் மேடையைவிட்டு இறங்கி அவரிடம் சென்றேன். "எப்போது வந்தீர்கள், நான் கவனிக்கவில்லையே!" என்றேன். என்னைத் தலைமுதல் கால்வரை பார்த்தார். என் ஆடையை குறித்து எதாவது சொல்வாரென எதிர்பார்த்தேன். ஒரு வார்த்தையும் இல்லை. அதற்குப் பதிலாகக் கரகரத்த குரலில் "நாம் போகலாம்" என்றார். "இவ்வளவு தூரம் வந்திருக்கிறீர்கள், வந்ததற்கு முக்கியஸ்தர்களிடம் இரண்டொரு வார்த்தை பேசலாமே?" என்றேன். "இல்லை, அதற்கு அவசியமில்லை" என்று பதில் வந்தது, பிறகு வெளி வாயிலை நோக்கி அவர் நடக்க, நான் ஓட்டமும் நடையுமாகப் பின்தொடர்ந்தேன். வெளியில் வந்தபோது வியட்நாமிய இளைஞன் ஒருவன் புருஷாந்தியின் கார் டயரை இரும்புக் கம்பியொன்றால் குத்திக் கிழித்துக் கொண்டிருந்தான். "அய்ய்யய்யோ, அது புருஷாந்தி கார்!" என்று சத்தம் போட்டேன். சுப்பு அவனைத் துரத்திக்கொண்டு சிறிது தூரம் ஓடினார். பின்னர் பெருமூச்சு வாங்கிக்கொண்டு திரும்பி வந்தார். "ராஸ்கல்! சிட்டாய்ப் பறந்துட்டான்" என்றார். பின்னர் "நீ இங்கிரு, நான் வேண்டுமானால் சம்பந்தப்பட்டவரிடம் தகவலைத் தெரிவித்துவிட்டு வருகிறேன்" என்று போனவர், சிறிது நேரத்தில் புருஷாந்தி, இஸ்மாயில் அண்ணன் மேலும் சில தமிழர்கள் புடைசூழத் திரும்பிவந்தார். இஸ்மாயில் அண்ணனும்

புருஷாந்தியும் காரைப் பார்வையிட்டார்கள். நான்கு சக்கரத்தையும் குத்திக் கிழித்திருப்பதாகத் தெரிவித்தார்கள். "இனிமேல் சங்கக்கூட்டமெனில் என்னிடம் தெரிவியுங்கள், பந்தோபஸ்துக்கு இரண்டு காவலர்களைப் போடுகிறேன்" என்றார் சுப்பு. இஸ்மாயில் அண்ணன் "ரொம்ப நன்றிங்க மிஸியே! இதுவரைக்கும் இப்படி நடந்தது இல்லை; முதன் முறையாக இப்படியொரு சம்பவம் நடந்திருக்கிறது. சங்க ஆள்களைக்கொண்டே பாதுகாப்பு ஏற்பாடு செய்கிறேன்" என்று பதில் கூற, நாங்கள் விடைபெற்றுக்கொண்டு புறப்பட்டோம்.

*

39

சைகோன் - மரியா ஹோவாம்மீ (6)

சைகோன் நதிக்கரையோரம், வானத்தை முட்டுவதுபோல வளர்ந்திருந்த மரத்தடியில் சிங்காரமும் நானுமாக, ஒரு துண்டை விரித்துப்போட்டு அமர்ந்திருந்தோம். எதிரே ஒரு பாத்திரத்தில் பிள்ளைகளை அழைத்துவருகிறோமே என்று கொண்டுவந்த கோழி நேம், சால்மன் மீனில் செய்திருந்த யாகித்தோரியும் காத்திருந்தன. இருவரும் ஆளுக்கொரு பீங்கான் குவளையைக் கையில் ஏந்திஇருந்தோம். ஆவி பறக்கும் சூடான தேநீர். சாலையோரம் வண்டியில் வைத்து விற்பவரிடம் வாங்கிவந்தது.

காற்று, சைகோன் நதிக்கரைக்கென பிரத்யேகமாகப் படைக்கப்பட்ட காற்று: குளிர்ந்த நீர், பசும்தழைகள், படகோட்டிகளின் வியர்வை, சாலையோரத் தள்ளுவண்டி உணவுக்கடைகளில் தீயில் வாட்டும் இறைச்சிகளின் மணம் என்கிற வித்தியாசமான கலவைக்குச் சொந்தம். மணமான புதிதில் இருவரும் வாரத்தில் ஒரு முறையேனும் சைகோன் நதியைத் தேடிவருவதுண்டு. படகுகளையும் பயணிப்பவர்களையும், படகோட்டிகளையும் ரசித்த நேரம்போகச் சிங்காரத்தின் உறவினர்கள்

யார் யார், அவர்களுக்கும் சிங்காரத்திற்கும் உறவின் முறை, அவர்கள் பெயர்கள், செய்யும் தொழில்கள் என்பதையெல்லாம் கேட்டுத்தெரிந்துகொள்ள ஆசைப்பட்டிருக்கிறேன். அவர் என்னுடைய உறவினர்களைப் பற்றி விசாரிப்பார். உறவுகளை எப்படி அழைப்பது என்பதில்தான் என்னுடைய தமிழ்க்கல்வி தொடங்கியது; சிங்காரம் தெங்க் வியட் கற்றுக்கொண்டதும் அந்தமுறையில்தான்.

அந்திவேளை சூரியன் நீரில் இறைத்திருந்த வெள்ளிச் சில்லுகளுக்கு இடையில் கடற்பறவைகள் மிதக்கும் அழகு வலம்புரிச்சங்கும் முத்துச்சிப்பியும் கோர்த்த ஆரம் போலிருக்க, அதன் அழகில் மனத்தைப் பறிகொடுத்திருந்தேன். அவர் முதுகு அடிமரத்தில் சாய்ந்திருந்தது, என் கால்களிரண்டையும் வெளிப்பக்கமாக முழங்காலிடுவதுபோல மடித்துப்போட்டிருந்தேன். தலையைச் சிங்காரத்தின் தோளில் சாய்த்திருந்தேன். எப்போதும்போல சிங்காரத்தின் விரல்கள் சுதந்திரம் எடுத்துக்கொண்டு என் இடுப்பில் விளையாடுகின்றன. சைகோன் நதி ஓடுகிறதா, தேங்கி நிற்கிறதா என்ற சந்தேகம் இன்று வரை தொடருகிறது. கடல்போல விரிந்து தவழும் எங்கள் குலதேவதை. கரையைஒட்டி கண்ணுக்கெட்டியவரை கூரை வேய்ந்த வீடுகள். வீடுறை மனிதர்களின் உடலைக் காக்கிறதோ, இல்லையோ அவர்களின் ஜீவிதத்திற்கு உத்தரவாதம் தரும் நதி.

பிற்பகல் சிங்காரத்தின் தமக்கை, தனக்கு ஏதோ தமிழ்ச் சங்கத்தில் கூட்டம் இருக்கிறதெனக்கூறி எங்கள் வீட்டில் அவருடைய வளர்ப்பு மகளை விட்டுச்செல்வதற்காக அழைத்துவந்தார். தமிழ்ச்சங்கம் இருக்கும் கிராந்தியெ வீதிக்கருகில் நாங்கள் வசிப்பதால் எப்போதாவது இப்படி நடப்பதுண்டு. ஆனால் இந்த முறை அவர் எங்கள் வீடு தேடிவந்த காரணம் எனக்குப் புரிந்தது. நான் அவருக்கு எங்கள் அன்னாமிட்டுப் பெண்கள் அணியும் பாரம்பர்ய ஆடையொன்றை ஒருமுறை பரிசாக வழங்கியிருந்தேன். ஆனால் அதைப்போடக் கூச்சப்பட்டார். எனக்குக் கொஞ்சம் வருத்தம் இருந்தது. சிங்காரத்திடமும் எனது வருத்தத்தைத் தெரிவித்திருந்தேன். அதனை இன்று நிறைவேற்றி இருப்பதைத் தெரிவிக்கவே இலட்சுமியை எங்கள் வீட்டில் விடும் சாக்கில் வந்திருக்கிறார் எனப் புரிந்துகொண்டேன்.

பிள்ளைகள் மூவரும் நதியோரம் விளையாடிக் கொண்டிருந்தார்கள். 'தண்ணியில் இறங்க வேண்டாம்' எனச் சிங்காரம் எச்சரித்திருந்தபோதிலும், எங்கள் பார்வை அவ்வப்போது பிள்ளைகளிடத்தில் சென்று மீண்டது.

* * *

பிலிப், இசாபெல், லட்சுமி மூவரும் ஈரமணலை தேங்காய்ச் சிரட்டில் எடுத்து தரையில் கவிழ்த்துக்கொட்டி அதன் முகட்டைக் கூழாங்கற்களால் அலங்கரித்து "பான் கேக், சாப்பிடு" என்றாள். திடீரென்று லட்சுமியிடம் பிலிப் "உங்கப்பா குடிப்பாரா?" எனக் கேட்டான். "இதென்ன கேள்வி, எல்லோரும்தான் குடிப்பாங்க, உங்கப்பாகூடத்தான் அன்றைக்குக் குடித்தார், நான்கூடத்தான் குடிச்சேன், நீங்க ரெண்டுபேருங்கூட அன்னைக்குக் குடிச்சதை நான் பார்த்தேன். எங்கப்பா மட்டுமா குடிக்கிறாரு?" என்று இலட்சுமி மடக்கினாள். "தண்ணியைக் குடிக்கிறதப் பத்தி அவன் கேக்கல. பாட்டிலில் விற்பதை வாங்கிக் குடிச்சுட்டுச் சிலபேரு மயங்கிக் கிடக்கறாங்க இல்லை, அதைப்பத்திக் கேட்கிறான். ஓட்டலில் நாம் சாப்பிட்டுக்கிட்டு இருந்தபோது, உங்கப்பா யாரையோ அடிச்சிட்டதா புகார் வந்ததே அதைக் கேக்கிறான், ஏண்டா அதைத்தானே கேட்ட?" என இஸாபெல் தன் சகோதரன் கேள்விக்கு விளக்கம் கொடுத்து இலட்சுமிக்குப் புரியவைக்க முயற்சி செய்தாள். "போடீ இதற்குத்தான் உங்ககூட வெள்ளாடறதற்கு எனக்குப் பிடிக்கலை" என முறைத்துக்கொண்டு வேகமாக நடந்தவளைத் துரத்திக்கொண்டு பிலிப் ஓடினான். "சரி சரி... நீ திரும்பவா, அதமாதிரியெல்லாம் நான் கேட்கமாட்டேன். வேற வெளையாட்டு எதனாச்சும் வெள்ளாடலாம்" எனக் கையைப் பிடிச்சு இழுத்து வந்தான்.

லட்சுமியை இஸாபெல் அருகே உட்காரவைத்து சுற்றிலும் நதிநீரைச் சிரட்டையில் பிடித்துவந்து மண்ணில் கலந்து சுவர் எழுப்பி, அச்சுவரில் குச்சிகளை நட்டு, "உங்கள் இருவரையும் சிறையில் வைத்திருக்கிறேன், யார் வந்தாலும் மீட்கமுடியாது, என்னிடம் கத்திச் சண்டபோட்டு ஜெயிப்பவர்களே உங்களைக் கூட்டிப்போக முடியுமென, ஒரு பெரிய குச்சியைத் தரையில் ஊன்றி நின்றான். சில நொடிகளுக்குப் பிறகு, கையில் பிடித்திருந்த குச்சியைத் தூரஎறிந்துவிட்டு, புஜங்களைத் தட்டி "ஹ ஹ் ஹா"வெனச் சிரித்தான். "எங்கப்பா போலீஸ்காரர்,

இடுப்பில் துப்பாக்கில்லாம் வெச்சிருக்கிறார், கையில் பெரிய தடி இருக்கிறது. யாராவது சண்டைக்கு வந்தால் அவருதான் ஜெயிப்பாரு” எனத் தலையை ஆட்டி, கைமுட்டியை உயர்த்தி லட்சுமியும் சரிநிகராக நின்று கண்களை விரியத் திறந்து, தலைமயிரைச் சிலுப்பிக்கொண்டு பேச, இசாபெல் அச்சத்துடன் தன் சகோதரனைக் கட்டிப்பிடித்துகொண்டாள்.

பிலிபின் கண்கள் லட்சுமி மீதிருந்தன. மனனம் செய்திருந்த வசனத்தை ஒப்புவித்ததைபோலப் பேசியவள் வாயை அடைத்ததுபோல அமைதியானது எப்படி என யோசித்தான். இலட்சுமியின் பார்வை அடிவானத்தைக் காண முற்பட்டதுபோல தங்கள் இருவரையும் தாண்டி எதையோ பார்த்துப் பரவசம் கொள்வதைப் பார்க்க அவனுக்குப் பயம் வந்துவிட்டது. சில நாட்களுக்கு முன்பு அத்தை வேதவல்லியின் தமிழ்ப் பள்ளிக்கூடத்தில் கண்ட பைத்தியக்காரியின் முகம்போலவே லட்சுமியின் முகமும் இருக்கிறது. அப்பெண்மணி சிரித்தபோது வெத்திலைச் சிவப்பில் முன்பற்களிரண்டும் உதடுகளைவிட்டு வெளியில் வந்தன. லட்சுமி முகத்தில் முன்பற்கள் உதடுகளுக்குள் மறைந்திருக்கின்றன. லட்சுமி தன்னையும் தன் சகோதரியையும் பார்க்காது தங்கள் தலைக்குமேலே நதியோரத்தில் கம்புகளை ஊன்றிப் பலகையால் அடிப்பகுதியில் மூடி, அதற்குமேல் முடைந்த தென்னங்கீற்றுகளைச் சுவராகப் பாவித்து, மேலே வரிசையாகக் கழிகளை இணைத்து விழல் வேய்ந்திருந்த வீடொன்றை வெறித்துப் பார்ப்பது புரிந்தது. இரண்டொரு நிமிடங்கள் பார்த்திருக்கவேண்டும், மறுகணம் ஏதோ நினைவுக்கு வந்ததுபோல “இதோ வர்றேன், நீங்க இருங்க” என்று அவள் மணலில் கால் புதைய வேகமாக நடக்க, பிலிப்பும் இசாபெல்லும் ஒன்றுபுரியாமல் நிற்கிறார்கள். இம்முறையும் பிலிப் விழித்துக்கொண்டான். “அசடு, என்ன வேடிக்கை... நீ ஓடு, சீக்கிரமா போயிட்டு, நம்ம அப்பா, அம்மாகிட்ட விஷயத்தைச் சொல்லு, நான் அவள் பின்னாடிபோய் என்னன்னு பார்க்கிறேன்” என்றவன், சகோதரியின் பதிலுக்குக் காத்திராமல் லட்சுமி ஓடிய திசையில் சென்றான்.

லட்சுமி கரையோரமாகவே ஓடிக்கொண்டிருந்தாள். இசாபெல், பிலிப், இலட்சுமி மூவரும் பந்தயம் வைத்துக்கொண்டு ஓடியிருக்கிறார்கள். எப்போதுமே பிலிப்தான் ஜெயிப்பான்.

ஓட்டத்தில் சூரப்புலியென்று பேர் வாங்கிஇருக்கிறான். இருந்தும் ஐரோப்பியப் பிள்ளைகளுடன் போட்டி என்றால், வகுப்பாசிரியைத் தவிர்த்துவிடுவாள். ஆசியப்பையன் கலந்துகொண்டு ஜெயிப்பது ஐரோப்பியப் பிள்ளைகளை அவமானப்படுத்துவதெனப் பள்ளித் தலைமை ஆசிரியர் நினைத்தார். பிறகு ஒரு முறை பள்ளி ஆண்டுவிழா போட்டிக்கு முதல் நாள் தலைமை ஆசிரியர் தெரிவித்த யோசனையை வகுப்பாசிரியை அவனிடம் தெரிவித்தார். போட்டியில் பிலிப் கலந்துகொண்டு முதல் பரிசை ஐரோப்பியச் சிறுவன் ஒருவனுக்கு விட்டுக்கொடுக்கவேண்டும். அப்படி விட்டுக்கொடுத்தால் அவனுக்கும் பரிசு உண்டு. ஐரோப்பியச் சிறுவனைப்போல பலர் முன்னிலையில், மேடையில் வைத்து சைகோன் கவர்னரிடமிருந்து பரிசு வாங்க வாய்ப்பில்லை என்றாலும் வகுப்பில் வைத்துத் தருவோம் என்பது அந்த யோசனை. ஆனால் பிலிப்புடைய அம்மாவழி மாமா ஒருவர் அந்த யோசனையை நிராகரித்தார். பிலிப்பின் தந்தை சிங்காரத்திற்கும் தாய் மரியாவிற்கும் வீட்டில் இப்பிரச்னை கடுமையான விவாதத்திற்குக் காரணமாயிற்று. தாய் மரியாவின் உத்தரவுப்படி உடல் நலம் சரியில்லையென அன்று பள்ளிக்கு அவன் செல்லவில்லை.

அவனுக்கு முன்பாக ஓடிய லட்சுமி எப்படி மாயமாக மறைந்தாள் என்று தெரியவில்லை. கரையிலிருந்த படகுகளில் முட்டிக்கொள்ளாமல், குறுக்கிட்ட நதியோர ஏழை அன்னாமிட்வாசிகளைத் தவிர்த்துவிட்டு ஓடினான். மூச்சிரைத்தது, ஆசுவாசப்படுத்திக்கொள்ள முழங்கால்களிரண்டையும் பிடித்துக்கொண்டு குனிந்து மேல்மூச்சு, கீழ்மூச்சு வாங்கினான். வீசிய காற்றில் நதியோர நீரை மூடியிருந்த ஆகாயத்தாமரையும் பாசியும் கலந்த நாற்றம். நதிக்கரையில் எதிர்க்கரையைப் போலவே இங்கும் வரிசையாகப் பொம்மைவீடுகள். தன் தாய் மரியா வயதிலோ, தந்தை சிங்காரம் வயதிலோ ஒருவருமில்லை. மாறாக, இக்குடிசைகளைவிட்டு வேறெங்கும் சென்றவர்களில்லை என்பதுபோல வயது முதிர்ந்த ஆசாமிகள். அவர்களைப் போலவே எல்லா வயதிலுமாக சிறுவர், சிறுமியர்கள். குறிப்பாக இடுப்பில் வளர்ந்த தம்பி அல்லது தங்கையைச் சுமந்தபடி மேலே சட்டைபோடாமல் அரைப்பாவாடையுடன், செம்பட்டைத்தலை, எலிவால் ஜடை, பல் விளக்கத் தயார் என்பதுபோல ஒரு சிரிப்பு என நிற்கும் சிறுமிகளிடையே ஒரு

வீட்டில் முதியவர் ஒருவர் கைவிரலைப் பிடித்தபடி லட்சுமி நிற்பதைக் கண்டதும் நிம்மதியாக இருந்தது. அவள் திசையில் கையை அசைத்தான். அவள் இறங்கிவருவதாக இல்லை. திரும்பிப்போய் தன் பெற்றோரை அழைத்துவரலாமா என நினைத்தான். அவர்களைவிட்டு வெகுதூரம் வந்திருப்போமோ என்கிற சந்தேகம் வந்ததும் பயம் தலைதூக்கியது. அக்கணத்தில் அவன் தோள்மீது ஒரு கைவிழுந்தது, தலையைத் திருப்பினான், அப்பா சிங்காரம். அருகில் அம்மா மரியா. அவள் கைப்பிடியில் இஸாபெல்.

* * *

அன்றைய தினம்வரை பிலிப் நல்ல ஆரோக்கியத்துடன் இருக்கிறான் என்றே நினைத்திருந்தேன். அன்று லட்சுமியைத் தேடிக்கொண்டு அவன் வெகுதூரம் ஓடிய காரணமே என்னவோ வழக்கத்திற்கு மாறாக மூச்சுவிட மகன் மிகவும் சிரமப்பட்டான். எங்கள் வீட்டில் என் தந்தைக்கு ஆஸ்த்மா உண்டு. ஒருவேளை பிலிப்புக்கும் அப்பிரச்னை இருக்குமோ எனச் சந்தேகித்ததும் 'பிள்ளைக்கு அப்படி எதுவும் வந்துவிடாமல் புத்தபகவான் கருணை செய்யவேண்டும்' என வேண்டிக்கொண்டேன். சிங்காரத்தின் மனிதர்கள் வைத்திருக்கும் மாரியம்மன் கோயிலிலும் அலகு குத்திக்கொள்வதாக நேர்ந்துகொண்டேன். வேண்டுதல் முடிந்ததும் லட்சுமி பற்றிய கவலை. சிங்காரத்தின் தமக்கை கேட்டால் என்ன பதில் சொல்வது என்கிற குழப்பம்.

"லட்சுமி எந்தப் பக்கம் போனாள்?" என்ற வினாவுக்குப் பதிலேதும் சொல்லாமல் நதியோரம் கம்புகள் நட்டு எழுப்பியிருந்த குடிசைகளைக் காட்டினான். நூற்றுக்கணக்கான வறுமையில் வாடும் தினக்கூலிகளின் வீடுகள். அக்குடிசைகளில் எங்கேயென்று அவளைத் தேடுவது, யாரிடம் கேட்பது என்ற கவலையுடன் சிங்காரத்தின் முகத்தைப் பார்க்கிறேன். அவர், "கவலைப்படாதே அவள் எங்கிருப்பாள் எனத் தெரியும். நீ பிள்ளைகளை அழைத்துக்கொண்டு வீட்டுக்குப் போ. நான் அவளைக் கண்டுபிடித்து, என்னுடைய தமக்கையின் வீட்டில் சேர்த்துவிட்டு வீடு திரும்புகிறேன்" என்றார். தொடர்ந்து, "வேதவல்லி அக்காளுக்கு அவள் தொலைந்தது, பின்னர் கண்டுபிடித்துக் கூட்டிவந்தது எதுவும் தெரியக்கூடாது" என எச்சரித்தது புதிராக இருந்தது. "என் வாயை மூடிட்டீங்க சரி,

பசங்க வாயை என்ன செய்யபோறீங்க?" என்ற வினாவுக்கு, "பயப்படாதே, ஏதாச்சும் சொல்லி சமாளிச்சுக்கலாம்" என்று பதில் வந்தது. உறுதி அளித்ததுபோலவே, லட்சுமியைக் கண்டுபிடித்து தனது தமக்கையின் வீட்டில் சேர்த்தார். ஏதோ தொலைத்த பென்சிலைக் தேடி எடுத்து மகனிடம் தந்ததுபோல அவர் நடந்துகொண்ட விதம் எனக்குப் பெரும் புதிர். அன்றைய தினம் மட்டுமல்ல, பல இரவுகள் உங்களைப்போலவே சம்பவம் குறித்து எதை எதையோ கற்பனைசெய்து விடிய விடிய உறங்காமல் இருந்தேன்.

*

40

புதுச்சேரி (6)

சதாசிவ முதலியார் கடந்த ஒரு வாரமாகப் பாகூரில் இருக்கிறார். சம்பா நடவுக்காகக் கிராமத்திற்கு வந்திருந்தார். ஆலை வேலை இல்லை என்றான பிறகு, ஆத்துல ஒரு கால், சேத்துல ஒரு கால் என்றிருந்த விவசாயத் தொழில் நிரந்தமானது. நடவு, களை எடுத்து மேலுரம் போடுதல், அறுவடையைத் தொடர்ந்து கதிர் அடிப்பு எதுவென்றாலும் பத்து நாட்களோ, பதினைந்து நாட்களோ கிராமத்தில் தங்கி மொத்த வேலைகளையும் முடித்துக்கொண்டு புதுச்சேரி திரும்புவார். கிராமத்தில் சொந்த வீடு, அசையா சொத்து என்ற இலக்கிணத்திற்கொப்ப அசையாமல் இருக்கிறது. பாத்திரபண்டங்கள் இருக்கின்றன. புதுச்சேரியிலிருந்து வருகிறபோதே உப்பு, மிளகாய் முதற்கொண்டு மொத்தத்தையும் கொண்டுவருவார். பாகூருக்கு வருகிறார் என்ற செய்தி கிடைத்தால் போதும், நண்பர் சேஷாசலம் ஆளை வைத்து வீட்டைக் கூட்டிப்பெருக்கி ஒழுங்குசெய்து வைத்திருப்பார். காலையில் ஏரிக்கரையில் ஒதுங்கிக் கால் கழுவிக்கொண்டு, ஆலம்விழுதால் பல் துலக்கி, கை, கால், முகம் சுத்தம் செய்து வீடு வந்தால், அண்டைவீட்டுப் பையன் தயவில்

விருத்தாம்பாள் அம்மாள் அவித்து எடுத்துவைத்த இட்டிலியோ, புட்டோ சுடச்சுட அவைகளுக்குரிய இத்யாதிகளுடன் விண்டு வாயிலிடக் காத்திருக்கும். கிராமத்தில் தங்குவது எத்தனை நாட்கள் என்றாலும் முதல் போணி சதாசிவத்துடையது. ஐம்பது வயதைக் கடந்துவிட்டார். இன்றைக்கும் அந்த அம்மாளைப் பொருத்தவரை சதாசிவம் கை ராசியான கை. மதிய உணவு சொந்தத் தயாரிப்பு: முதல்நாள் வடித்த பழையசோறு தயிர், எலுமிச்சை அல்லது நாரத்தை சகிதமாக வாய்க்குள் கால்வைத்து, வயிறை அடைந்து பயணத்தை முடித்துக்கொள்ளும். இரவு உணவுக்கு சிநேகிதர் சேஷாசலம் அழைத்திருப்பார், தவறினால் நடேசபாரதி வீடு.

"நடவுவேலை நீர் நினைச்சதுபோல நல்லபடியா முடிஞ்சுது. புதுச்சேரிக்குத் திரும்பி உத்தியோகமா பார்க்கப்போறீர்? இரண்டுநாள் கூடுதலாக இருந்துட்டுப் போமய்யா! பேசுவதற்கு விஷயங்கள் நிறைய இருக்கு!" எனச் சிநேகிதர்கள் வற்புறுத்தவே... தங்கிவிட்டார்.

மாலை நான்குமணி. ஏரிக்கரைக் காற்றைச் சுகித்தபடி அடி இற்று நெடுஞ்சாண்கிடையாய் விழுந்திருந்த பனை மரமொன்றில் இடுப்பில் வேட்டி, மேலுக்குத் துண்டு எனும் முக்குட்டுப் பிள்ளையார் அலங்காரத்துடன் சிநேகிதர் மூவரும் உட்கார்ந்திருந்தார்கள்.

– அப்போ புதுச்சேரிக்கு இனி விடுதலைன்னு சொல்லு, சேஷாசலம் ரெட்டியார்தான் சிறிது நேர மௌனத்திற்குப் பிறகு வாய் திறந்தார்.

– நடக்கிற யுத்தத்தைப் பொறுத்தது. ஜெர்மன் கை ஓங்கியிருப்பதா சொல்றாங்க. அக்கா வேதவல்லிகிட்ட இருந்து கடிதம் வந்தது. பிரான்சு தேசத்துல ஜெனரல் பெத்தன், தங்கள் கூட்டாளி இங்கிலாந்து பேச்சை மீறி ஜெர்மனோட ஒப்பந்தம் போட்டு அவங்கக் கட்டுப்பாட்டில் இருக்க சம்மதிச்சபிறகு பிரான்சு ரெண்டுபட்டு கிடக்காம். சைகோன் இப்போ உண்மையில் பிரான்சு கட்டுப்பாட்டில் இல்லையாம். ஜெர்மன் கூட்டாளியான ஜப்பான் வச்சதுதான் அங்க சட்டமாம். நம்ம புதுச்சேரி தற்போது, ஜெர்மனை எதிர்க்க இலண்டன் உதவியை நாடியிருக்கிற ஜெனரல் தெகோல் பக்கம்.

– சைகோன் கவர்னருக்கு ஜப்பான் கிட்ட பயம். புதுச்சேரி கவர்னருக்கு இங்கீஷ்காருங்க கிட்ட பயம், இடம்பொருள் ஏவல்னு அரசியல் செய்யவேண்டிய நெருக்கடி. 'ஜெனரல் தெகோல்' ஐ ஆதரிச்சுத்தான் ஆகணும்;அவருக்கு வேறவழி இல்லை. இது சேஷாசலத்தின் பதில்.

தம்முடைய பதிலைச் சற்று விஸ்தாரமாக நீட்டிச்சொல்ல அவருக்கு விருப்பம் இருந்தது. முதுகில் சில நாட்களாக நமைச்சல். தோளில் கிடந்த கைத்தறித் துண்டின் முனைகளை இரண்டு கைகளிலும் பிடித்து வாள்காரர்கள் லாவகத்துடன் கையாண்டார்; திருப்தியில்லை. எதிரில் கிடந்த பனைமட்டையை எழுந்துசென்று எடுத்துவந்தார். மறுபடியும் பனைமரத்தில் பிருட்டபாரத்தை சீராக இறக்கிவைத்த திருப்தியுடன், நேராகப் பிடித்து பனைமட்டையால் முதுகைச் சொரிந்தார்.

– ரெண்டுபக்கமும் ஓரத்துல கறுக்கு இருக்கும்; முதுகு பத்திரம். மீனாம்பா தாசி இப்பல்லாம் முதுகு தேய்க்கறதில்லையா? என்ன மனுஷர்யா நீர், எனக்குறுக்கிட்ட நடேசபாரதி தொடர்ந்தார், "இவனுங்க சண்டைக்கு நாம பலிகிடா. இங்கிலீஷ்காரங்க, ஜப்பான் கட்டுபாட்டில் இருக்கிற இந்தோசீனாவுக்கு ஒரு துரும்புகூட இங்கிருந்து போகக் கூடாதுன்னு சொல்லிட்டாங்க. மூணு ஆலைகளையும் மறுபடியும் மூடும்படி ஆச்சு. தறி ஓட்டின சனங்க வழக்கம்போல நடுத்தெருவுல. இன்னும் எத்தனை நாளைக்கு இந்தக் கூத்து. பிரச்சனை, அரசாங்க தயவுல வாழற உத்தியோகஸ்தர்களுக்கில்லை. கை ஒழைச்சாத்தான் கஞ்சிங்கிற நெலமையில இருக்கிற ஆளுங்களுக்கு. இந்த நேரத்துல ஒரு கூட்டம், ஜெர்மன்கிட்ட அடிமைப்பட்டுக்கிடக்கிற பிரான்சு தேச விடுதலைக்கு இங்க நிதி திரட்டுதாம். ஏன் சதாசிவம் உன்காதுல விழுந்துதா?

– விழுந்தது விழுந்தது, விழாம என்ன? பதினைந்து நாளைக்கு முன்ன நடந்தது. நான் சாப்பிட்டுட்டு படுக்கப் போனேன். தடதடன்னு கதவைத் தட்டினானுவ. என் பெண்ஜாதி தடுத்தாள். 'ஊரு இருக்குற நெலமையில எதற்காகக் கதவைத் திறக்கணும். தொறக்கவாணாம். கொஞ்ச நாழி தட்டிப்பார்த்துட்டுப் போயிடுவாங்க, போயி படுங்கன்னு' சொன்னா. நான்தான் கேக்காம கதவைத் திறந்தேன். ஒரு நோட்டை வெச்சிக்கிட்டு, 'காசு தண்டவந்தோம், பிரான்சு

விடுதலைப்படையை லண்டன்ல நம்ம தெகோல் வெச்சு நடத்தறார் இல்லையா, அதுக்கு நிதி திரட்டறோம் உங்களால முடிஞ்சதக் கொடுங்க்ன்னு சொன்னாங்க. நான் பதிலுக்கு “ஆலை வேலையும் இல்லைன்னு ஆயிட்டுது, ஏரியில இந்த வருஷம் தண்ணிவரத்துக் கொறவுங்கிறதால, நம்பி பயிர் வைக்கமுடியாத நெலமை. உங்க கையிலை இருக்கிறதைக் கொடுத்துட்டுப்போனா, கொறை நாளை ரெண்டு ஜீவன்கள் பசி இல்லாம தள்ளும்ங்கிற புண்ணியமாவது ஒங்களுக்கு கிடைக்கும்”னேன். ‘எதற்கு இந்த ஆள்கிட்ட வம்பு?’ன்னு கௌம்பன ஆட்கள் அதறகப்புறம் என்னைத் திரும்பிப் பார்க்கலை.

– *யாரு? – சேஷாசலம்.*

– வேற *யாரு*, உங்க மகா ஜனசபையின் எதிரிகள்தான்.”

– டேவிட் *ஆட்களா?*

– ஜோசப் டேவிட் ஆட்களேதான். நாளைக்கு ஜோசப் டேவிட்டின் பிரெஞ்சிந்தியர் கட்சிபோலவே மகா ஜன சபையும் ஆயிடுமோ என்ற பயம் எங்களைப் போன்ற சனங்களிடத்தில் நிறைய இருக்கு. கெப்ளே என்கிற ஐரோப்பியக் குடும்பத்தினரின் பிடியில் சிக்கிக் கிடந்த புதுச்சேரி அரசியலை, மீட்கிறேன் என்று செல்லான் நாயக்கரும், ஜோசப் டேவிட்டும் வந்தாங்க. கெப்ளே ஒரு ஐரோப்பியன், அவனுக்கு நம்ம சனங்களிடத்தில் அக்கறை இல்லை, என்றார்கள். பிரெஞ்சிந்தியர் கட்சின்னு ஒன்றை ஆரம்பிச்சாங்க. சனங்களும் ஓட்டுப்போட்டு நகராட்சி, கொம்யூன் ஆட்சிகளை டேவிட் ஆட்கள் கையில கொடுத்தாங்க. இவர்களும் ஓட்டுப்போட்ட நம்ம சனங்களுக்கு ஆதரவான நடவடிக்கைகளில் இறங்கினாங்க. காலனி அரசாங்கம் எப்படிச் சகித்துக்கொள்ளும். தந்திரமா கட்சியை உடைச்சு டேவிட் கிட்ட கொடுக்க, செல்லான் நாயக்கர் வேறவழியில்லாம மறுபடியும் கெப்ளே மகன்களோட அரசியலில் இறங்கிக் காணாம போயிட்டாரு. டேவிட் கட்சிங்கிறது இன்றைக்கு ஐரோப்பியர்களுக்கு ஆதரவான கட்சி, காலனி அரசாங்கத்துக்குக் காவடி எடுக்கிற கட்சி. அவர்களை எதிர்த்துப் பெரும்பான்மையான இந்தியர்களுக்கு ஆதரவாக இருப்போம் என்று மகாஜனசபை கட்சியோட நீங்க வந்திருக்கீங்க. நீங்களும் ஐரோப்பியர் தந்திரத்துக்கு பலியாகமாட்டீங்க என்பதற்கு என்ன உத்தரவாதம்?

– நீ சொல்றதும் வாஸ்துவம். செல்வராஜு செட்டியார் பிரச்னை காரணமா நம்ம சுப்பையாவை பிரிட்டிஷ் இந்திய நிர்வாகம் கைது செஞ்சப்ப, அவர் விடுதலை விஷயமா மகாஜனசபை தலைவர்களிடம் பேசினேன். பலருக்கு அதில் அவ்வளவாக விருப்பமில்லை. இவரும் ஆலை ஆட்களை வைத்துக்கொண்டு வன்முறையில் இறங்கினவர் என்று வாதிட்டாங்க. இந்த லட்சணத்துலதான் உங்க மகா ஜனசபையும் இருக்கு எனக்கூறி நடேசபாரதி ஆசுவாசப்படுத்திக்கொண்டபோது, ஜானகி நான்கைந்து பெண்களுடன் நடந்துசென்றுகொண்டிருந்தாள். 'எங்கே இந்தப்பக்கம்?' என்ற அவர் கேள்விக்கு, 'நேடவு நட்டுட்டு திரும்பறோம் ஐயா, உட்கார்ந்து கதை பேச எங்களுக்கு ஆகுமா?" என்றவள் தங்களைத் தாண்டிச் சென்றதும் 'கொஞ்சநாளா பேச்சுல தடிப்பு தெரியுது, இதுக்கு முன்னாடி இத மாதிரி அந்தப் பொண்ணு பேசி நான் கேட்டதில்லை' எனத் தெரிவித்துவிட்டு நண்பர்களைப் பார்த்தார், நடேசபாரதி.

*

41

புதுச்சேரி (7)

காலையில் களை எடுக்கப் போவதற்கு முன்பு தன்னுடைய பெற்றோர் பொறுப்பில் விட்டுச்சென்ற மகனைத் தேடி ஜானகி வந்தபோது குடிசையில் ஒருவருமில்லை. நாள் முழுக்க, சேற்றில் குனிந்த தலை நிமிராமல் களையெடுத்த கால்களிரண்டும் வீங்கி வலித்தன. விரல்களிடுக்கில் சேற்றுப் புண் நம நமன்னு ஊறல் எடுத்தது. பெற்றவர்களைப் பிரிந்த பத்தாண்டுகளாக மகனும் அவளுமாக தனியாக வசிக்கிறார்கள். பிறந்த வீட்டைவிட்டு வெளியேறியதும் மகன் பிறந்ததும் சொற்ப இடைவெளியில் நடந்த சம்பவங்கள்.

ஊர் நாட்டாமைகள் சேரிப்பெண்களைத் தேடிப்போவதும் நாட்டமை வீட்டுப்பெண்டுகளுக்கு படிஆட்கள் முதுகு தேய்க்கும் கதைகளும் அரசல் புரசலாக குளத்தங்கரையிலும் ஊர்க்கேணியிலும் புரளியாகப் பரவி பின்னர் புஸ்வாணமாகிவிடும். ஜானகியின் பிள்ளை வரமும் அப்படி முடிந்திருக்கவேண்டியது. தெரியவந்தபோது தாயிடம் 'கர்ப்பத்தைக் கலைக்கமாட்டேன் என ஜானகி பிடிவாதமாக இருந்தாள். தகவலறிந்து ஜானகியின் தமக்கையும் தமக்கை புருஷனும் ஓடிவந்தார்கள்.

'தங்கச்சிக்கொரு கஷ்டம்னா ஒடம்பொறந்தவ எனக்கின்னா ஆச்சுன்னா இருப்பா, துடிச்சிடமாட்டாளா? ஏம்மாமா இப்படி மசமசன்னு இருந்தா எப்படி? ஏதாவது பண்ணி ஏங்கூட்டு மானத்தைக் காப்பாத்து'ன்னு அவ மூக்கச் சிந்தும்போது புருஷன்காரன் 'யாரு எக்கேடு கெட்டா எனக்கின்னான்னு இருக்க முடியுமா? ஜானகி நெலமைக்கு நான்தான் காரணமுன்னு சொன்னா ஊரு கப்சிப்புன்னு ஆயிடாதா, மூத்த மருமவனா இருந்துட்டு இந்த ஒத்தாசையைக்கூட நான் செய்யலைன்னா எப்படி?' என்று பரிதாபப்பட்ட தமக்கை புருஷன் கால்களில் ஒட்டுமொத்தக் குடும்பமும் நெடுஞ்சாண்கிடையாக விழுந்தது. ஜானகி ரோஷக்காரி, 'தூ' என்று துப்பினாள். தமக்கைக்குப் பொத்துக்கொண்டு கோபம் வந்தது. 'உன் சின்னப்பெண்ணுக்குத் திமிரு, போனா போவுதுன்னு பாவம் பாத்ததுக்கு, என் புருஷனுக்குச் செஞ்ச மரியாதையைக் கண்டியா?' என சத்தம் போட்டுவிட்டு புருஷனை இழுத்துக்கொண்டு ஊர்போய்ச் சேர்ந்தாள்.

ஊர்ப் புறம்போக்கில் கால் நட்டு, கிடைச்ச கம்புகளையும் கழிகளையும் பிணைத்து பனையோலை, சம்புகொண்டு கூரைபோட்டு மோட்டுவளையையும் முடிந்தமட்டும் ஏதோ மூடி ஒத்தாசை செய்தது ஜானகியின் சித்தப்பன் மகன் அல்போன்ஸ். அவனையும் இவளையும்கூட சேர்த்து வச்சு ஊர்ச்சனம் கும்மியடிச்சுது. தாயும் தகப்பனும் 'உன் தொண்டார்த்தமே வேணாம், குடுத்தனக்கார சனங்க மொகத்துல முழிக்க முடியலைன்னு' ஒதுங்கிக்கொண்டார்கள். இவளும் 'ஊரும் வேணாம், ஒறவும் வேணாம்னு' ஒதுங்கிக்கொண்டாள். ஊரு பார்வையை சகிச்சுக்க முடியலை. மொகத்துக்கு முன்னால சில 'நாதாரி'களுக்குப் பல்லிளிப்பு வேற. அந்தமாதிரி நேரங்களில் 'நீங்க என் தொடை மசுருக்குச் சமானம்' என வாய்திறந்து முணுமுணுத்துவிட்டு சிரிக்கவும் செய்வாள். பெற்ற பிள்ளைக்கு, ஊர் வம்புகள் தகப்பனை தேடுகிறபோது, சதாசிவம் முதலியாரின் தம்பி பிள்ளைன்னு சொல்ல இவளுக்குத் தைரியம் இருக்கிறது. சதாசிவம் குடும்பம் பாகூரைவிட்டு புதுச்சேரிக்குக் குடிபோனதற்கு இவள்தான் காரணமென ஊர் முழுக்கப் பேச்சு.

பத்து ஆண்டுகள் கடந்துவிட்டன. அண்டைக் கிராம வயல்வேலைக்குப் போனவளை உள்ளூரிலும் தற்போது தேடிவருகிறார்கள். ஒரு நாள் அசலூர் திருவிழாவுக்குச் சென்ற

ஜானகியின் ஆத்தாளும் மகளிடம் வந்தாள். பேரனுக்கு ஒரு சட்டையும் ஒரு சீப்பு வாழைப்பழத்தையும் கொடுத்த கையோடு, "ஒங்கப்பன்கிட்ட மவனைக் காட்டினா கொறைஞ்சா போயிடுவ, தெருவுல வர்றவங்க போறவங்ககிட்ட எம்பேரனைப் பாத்தீங்களா, என் சின்னமவளைப் பாத்தீங்களான்னு கேட்டு மனுஷன் பினாத்த ஆரம்பிச்சாட்டாரு" எனப் புலம்ப, அன்றே மகனை இடுப்பில் தூக்கிக்கொண்டு தாய்வீட்டிற்கு வந்தவள் சில மாதங்கள் தங்கினாள். தாய் வாய் சும்மா இல்லை, வாய் தவறி ஒருநாள் "புத்தியுள்ளவளா இருந்தா இப்படி புள்ளையை வாங்கிக்கினு வந்திருக்கமாட்ட" என வார்த்தையைவிட... மீண்டும் வேதாளம் முருக்கைமரம் ஏறியது. சில மாதங்களாக மறுபடியும் பெத்தவங்க வீட்டுக்கு வரப்போக இருக்கிறாள். வயல்வேலைகளுக்குப் போகிறபோது மகனைத் தாயிடத்தில் விடுவதும் வேலை முடிந்து திரும்பும் வழியில் அவனை அழைத்துச்செல்வதுமாக இருக்கிறாள். இன்றைக்கு ஒரு குடுத்தனக்காரர் வீட்டில் நடவு. வேலையை முடித்த கையோடு பிள்ளையைத் தேடி வந்தாள்.

குடிசையில் தாய் தனபாக்கியமும் இல்லை. குத்துக்காலிட்டுப் பல்லிடுக்கில் ஒதுங்கிய வெத்திலத் துணுக்குகளை கிளறித் துப்பும் தகப்பனும் இல்லை. குடிசைக்கு வெளியே அடுப்பில் உலை கொதித்துக்கொண்டிருக்கிறது. சோற்றுப்பானையை அடுப்பில் வைத்துவிட்டு, மகனுடன் ஆத்தாள் எங்கேபோய்த் தொலைந்தாள் என சுற்றும் முற்றும் பார்த்தாள். படலைத் திறந்துகொண்டு உள்ளே நுழைந்தாள். பூவரசு மரத்தில் கட்டியிருந்த வெள்ளைப் பசு தன் குறுங்கொம்புகளை மரத்தில் கொடுத்து மண்டைச் சங்கிலி வெண்டயம் குலுங்க தனது முன்னாள் எஜமானியை வரவேற்றது. அதற்கு மகன் பொன்னுச்சாமி வயது. கீழ்த்தாடை உதட்டை விலக்கிப் பார்த்தால் அநேகமாக பற்கள் தேய்ந்திருக்கலாம். ஊர் ஏகாலி வேலை பார்த்த தகப்பன் ஒருநாள் சாயங்காலம் மாடுகளை உடையவர்களிடம் சேர்த்துவிட்டு வீடு திரும்பலாம் என நினைத்தபோது எந்தக் கணக்கிலும் வராமல் ஒரு கிடாரிக்கன்று கூடுதலாக இருந்தது. 'எங்கிருந்து வந்தது, எப்படித் தன் மந்தையில் கலந்தது எனப்புரியாமல் உடையவர்கள் தேடிவந்தால் ஓட்டிப்போவட்டும். அதுவரை நம்ம கொட்டாயில ஒருபக்கம் இருந்து போவட்டும். தனியாகவா அதுக்கு ஒலை வைக்கப்போறோம்?' என சேர்த்துக்கொண்ட பிராணி. வெள்ளைப் பசு மீதிருந்த கவனம் பொங்கிவழியும்

சோத்துப்பானைமீது சென்றது. எரியும் சவுக்குச் செத்தையில், தண்ணியைத் தெளிச்சு நெருப்பை அவிச்சி, சோற்றுப்பானையை இறக்க, பேரன் பொன்னுச்சாமியோடு தட்டியைத் திறக்கிறாள், ஆத்தாள் தனபாக்கியம். "அடுப்பில் உலையைப் போட்டுட்டு எங்க போன?' நல்லவேளை, சரியான நேரத்துக்கு வந்தேன், தப்பிச்சுது. இல்லைன்னா பாதி சோத்த அடுப்பு தின்னுருக்கும்" என்றாள் தாயிடம்.

– கொழம்புகூட்ட உட்கார்ந்தப்பதான் வூட்டுல எதுவுமில்லைன்னு புரிஞ்சுது, அந்திக்கடைக்குப் போனேன்" என்றாள் தாய், மகளிடம்.

– சரி, பொன்னுச்சாமியை அனுப்பு. நான் போவணும்."

– கெண்டை மீனு கொழம்பு வைக்கப்போறேன். ஒருவாய் சாபிட்டுட்டுப் போறது. அப்படி என்ன அவசரம். உன் அக்காவூட்டுக்காரன் வந்தான். பிச்சேரியில ஒரு வெள்ளைக்காரத் தொரைகிட்ட உத்தியோகமாம். ஓங்கொக்காவுக்கு வெல வெலன்னு வருதாம். புள்ளைங்களைப் பார்த்துக்க முடியலையாம். நாங்க சொன்னா நீ கேப்பங்கிறான். அக்காளும் தங்கச்சியும் ஒத்தாளும் ஓரவத்தியுமா இருப்பது ஊரு ஒலகத்துல நடக்காதது இல்லை. என்னசொல்ற?

– வாயை மூடும்மா! ஏதோ இன்னைக்குத்தான் மாமன் ஓங்கிட்ட மொதமொதலா பொண்ணு கேட்டதுபோல சிபாரிசு பண்ண வந்துட்ட. பொண்டாட்டிக்கும் பெத்துப்போட்ட புள்ளைங்களுக்கும் ஒழுங்கா கஞ்சி ஊத்தச் சொல்லு.

ஏன் ஓங்கிட்ட எப்பனாச்சும் அந்தப் புள்ளைங்க கையேந்துச்சா? எதுல கொறைவச்சான், உன் அக்காக்காரியைக் கட்டிக்கிறதுக்கு முன்ன அவனும்தான் புள்ளை கொடுத்தான். ஊர் சனத்தைக்கூட்டி நாணயஸ்தனா தாலிகட்டினானா, இல்லையா? உனக்கு வாச்சவன்போல ஊரைவிட்டு ஓடலையே? அக்காக்காரிக்கு இறக்கப்பட்டாவது அவனைக் கட்டிக்கிலாமில்லை? உன்னைத் தொட்ட மவராசன் சீமைக்குப் போறன்னு போனான். இதுவரைக்கும் எந்த சேதியுமில்லை, கிணத்துல கல்லு போட்டாப்புல இருக்கறான். வந்தாலும் ஊரறிய ஒன்ன சேத்துக்கமாட்டான். கட்டைல போறவன், நல்ல கதிக்குப் போவமாட்டான். உன்னைப் பார்க்கும்போதெல்லாம் வயிறு பத்தி எரியுது.

– பிலுபிலுன்னு ஆரம்பிச்சிட்டியா... இந்தப் பிரச்னையை நீ எடுக்கலைங்கிறதை நெனைச்சு சந்தோஷமா வந்து போய்க்கிட்டு இருந்தேன். மறுபடியும் ஆரப்பிச்சுட்ட. பிச்சேரிக்குப் போறேன். ஊரு மறந்தாலும் ஒன் வாய வெச்சுக்கிட்டு நீ சும்மா இருக்கமாட்ட. வெள்ளைக்காருங்க வீட்டுல பெருக்க கூட்ட ஆள் வேணுமாம். ஒம்பேரனையும் நாலெழுத்து நல்லா படிக்க வெச்சு அவன் அப்பன்கிட்ட அனுப்பிவைக்கப் போறன்.

– போ... போ எக்கேடாவது கெட்டுப்போ.

இனி தனபாக்கியம் வாய் மூடாது. ஆலைச் சங்குபோல ஏழு ஊருக்குக் கேட்பதுபோல புலம்புவாள். வீதியில் போகிற அவள் வயதுப் பெண்டுகளை அழைத்து, 'சிறுக்கிமவ பிச்சேரிக்குப் போறாளாமே பிச்சேரிக்கு!' என்று புலம்புவாள். விடிய விடிய ஒத்தைக் குரலில் ஆத்தாள் அழுதாள் என சேதி வரும். ஜானகிக்குப் பொறுமை இல்லை. மகன் பொன்னுச்சாமியைக் கையில் பிடித்துக்கொண்டு வெளியில் வந்தாள். தெருவில் இறங்கி நடந்தபோது பெரியவர் நடேசபாரதி கூறியதையே தாய் அவள் வார்த்தைகளில் சொல்கிறாள் என்பது அவளுக்குப் புரியாமல் இல்லை. நடேசபாரதி கூறிய ஒவ்வொரு வார்த்தையும் நெஞ்சுல இருக்கு. “நான் சொன்னா வருத்தப்படக்கூடாது. இனிமேதான் இன்னும் தைரியமா நீ வாழ்ந்துகாட்டணும். அவன் ஏதோ வியட்நாம்காரியக் கல்யாணம் பண்ணிக்கிட்டானாம். கேள்விப்பட்டேன். நடந்தது நடந்துபோச்சு, அவனை மறந்துட்டு உன் குடும்பத்தைப் பாரு.

ஜானகி அதிகம் படிச்சதில்லை, கண்ணு, நாக்கு, காது, உடம்பு சொல்றதுகேட்டு வாழ்கிற வாழ்க்கைக்கு இடையில், அப்பப்ப மனசு சொல்றதைக் கேட்டும் வாழப் பழகியாச்சு. ஒம்புள்ளையை ஊர் மெச்ச வளர்த்துக்காட்டுன்னு இப்பவும் மனசு சொல்லுது. சிங்காரத்தின் தமக்கை முகவரியைக்கேட்டு யாரிடமாவது கொடுத்து சீமைக்குக் கடுதாசி எழுதும் யோசனையும் கொஞ்ச காலமா இருக்கு. பெரியவர் நடேசபாரதி 'அவங்க கொஞ்சம் வித்தியாசமானவங்க. முயற்சி பண்ணிப் பாரு, ஏதாவது நல்லது நடக்கும்' என்று ஒருதடவை இவளுக்கு யோசனை சொன்னார். இவளும் 'எழுதறேன் ஐயா'ன்னு பதிலைச் சொன்னாள்.

*

42

சைகோன் - சிங்காரவேலு (8)

பிரெஞ்சு ராணுவத் தகவல்தொடர்புத் துறையில் எனக்குப் பணியென உங்களிடத்தில் தெரிவித்திருக்கிறேன்.

தொலைத்தொடர்புக் கருவிகளில் இருந்து கசியும் கரகரப்பு ஒலி, அவை அமைதியுறும்போது மேலெழும்ப முயற்சிக்கும் மனிதக் குரல்கள். தலைக்குமேல் டர டரவென சுழலும் மின்விசிறியின் சப்தம் கொடிய விலங்கொன்றின் கூரிய நகம்போல நெஞ்சைக் கிழிக்க... அலுப்புடன் தலையின் இரு பக்கமும் காதுகளைக் கவ்வியிருந்த கருவிகளைக் கழற்றி மேசையில் போட்டேன். நாற்காலியைப் பின்னுக்குத் தள்ளி இருபுறமும் பார்வையை ஓடவிட்டேன். மறுபக்கச் சுவர்வரை சோலைக்கொல்லைப் பொம்மைகளை நாற்காலிகளில் பிணைத்ததுபோல மனித உருவங்கள். என் பொறுப்பில் வேலை பார்க்கும் பத்து பேரும் தங்கள் வேலையில் கவனமாக இருந்தார்கள். சுவரில் மாட்டியிருந்த கடிகாரம் பிற்பகல் மூன்று மணியென அறிவிக்கிறது. சைகோன் காலனி அரசியலில் சூழ்ந்த மேகம் என் மனசுக்குள்ளேயும் வந்திருக்குமோ என்கிற சந்தேகம்

கொஞ்சநாளா இருக்கு. அலுவலக ஜன்னல் கதவுகள் ஒன்றிரண்டு திறந்திருக்கின்றன. காற்றும் தன் கடமையில் தவறாது 'இதோ, பின்னக்கி 'என முறத்தில் வாரி, தலையில் கொட்டுவதுபோல கொட்டத்தான் செய்கிறது. போதாதற்குப் பழைய மின்விசிறி வயதைப் பொருட்படுத்தாமல் உண்ணும் மின்சாரத்திற்கு வஞ்சனை பண்ணாமல் ஏதோ உழைக்கிறது. இருந்தும் நெற்றியில் மாதுளை முத்துக்கள்போல வியர்வைத் துளிகள். கழுத்தருகே இருக்கும் இரண்டு பொத்தான்களை விடுவித்து சட்டையின் காலரைப் பின்னுக்குத்தள்ளி பையிலிருந்த சிறிய துண்டை எடுத்து அழுந்த ஒருமுறைக்கு இருமுறை துடைத்துக்கொண்டபோதும் கழுத்திலும் அக்குள் பகுதியிலும் சொதசொதவென்று ஈரம். இன்னும் ஒரு மணிநேரம் பல்லைக் கடித்துக்கொண்டு வேலை பார்க்கவேண்டும். ஜன்னலில் தெரிகிற பாக்குமரத்தின் தலையில் சூரியன் உட்கார்ந்தால், நாற்காலியை விட்டு நான் எழுந்திடலாம்.

இயற்கை உபாதைக்காக கழிவறைவரை செல்லவேண்டும். எனது பக்கத்து இருக்கையில் அமர்ந்திருந்த சீனன் "எங்கே கிளம்பிட்ட, தனியேல் (எங்கள் மேலதிகாரி) கேட்டா என்ன பதில் சொல்ல?" எனக்கேட்டு முகத்தை உயர்த்தி சந்தேகக் கண்களுடன் என்னைப் பார்க்க... எரிச்சலுற்று முறைத்தேன். ரயில்பெட்டியைக் கோர்த்ததுபோல அவனுக்கு ஒரு பெயர். எனக்கு மிகவும் நெருக்கமான புதுச்சேரி நண்பன் சிமோன் இடத்தில் வேலைக்குச் சேர்ந்த சண்டாளன். சிமோனும் நானும் அருகருகே அமர்ந்து வேலைசெய்த நாட்கள் ரொம்ப சுவாரஸ்யமானவை. நேரம் போவதே தெரியாது. மேசை இழுப்பறையில் ஏதாவது கொறிக்க வைத்திருப்பான், எனக்கும் தருவான். அதை வாயில் போட்டு மென்றபடி சளைக்காமல் ஊர்க்கதைகள் பேசுவான், விடுகதைகள் போடுவான். சைகோன் வந்த புதிதில் தான் வாழ்ந்த மைனர் வாழ்க்கை, இந்தோ சீன பரத்தையர் இல்லங்களுக்குச் சென்ற அனுபவம், வியட்நாம் பெண்ணொருத்தியை திருமணம் செய்துகொண்டது என ஒன்றுவிடாமல் பகிர்ந்துகொண்டிருக்கிறான். அவன் கொடுத்த தைரியத்தில்தான் மரியாவுக்கு மூன்று முடிச்சு போட்டேன். ஜானகி விஷயத்தை ஒதுக்கி வெச்சேன். வேதவல்லி அக்காளைச் சந்திக்கும்வரை, எனக்கு சொந்தமும் அவன்தான் பந்தமும் அவன்தான். அப்படித்தான் அப்போதெல்லாம் நான்

இருந்திருக்கிறேன். மரியா தகப்பனார்கிட்ட புருஷாந்தியை அறிமுகப்படுத்தி, "இவர் பெரிய உபகாரி, உங்க மருமகப்பிள்ளை கல்யாணத்தை ஜாம் ஜாம்னு, உங்க முறைப்படி நடத்திவைப்பார், கவலைப்படாதீங்க" என்று கூறி சம்மதம் வாங்கினவன். விடுமுறை எடுத்துக்கொண்டு இந்தியா போனவன் திரும்பவில்லை.

– நான் கேட்டது காதில் விழுந்ததா இல்லையா, தனியல் கேட்டா என்ன பதில் சொல்ல? – மீண்டும் முகத்தை பரிதாபமாக வைத்துக்கொண்டு சீனன் கேட்கிறான்.

அவனை நெருங்கி, காதோடு காதாக, நான் கூறிய விஷயம் அவன் எதிர்பார்க்காதது. உயர்த்திய புருவங்களை கீழிறக்கவில்லை. உண்மையாகவா? நான் கூறியதை நம்புவதா, இல்லையா எனும் குழப்பத்தில் அவன் முகம். தனியல் கிட்ட மட்டுமல்ல, "நம்மை சில நாட்களாக அதிகாரம் பண்ணிக்கொண்டிருக்கிற ஜப்பானியன் கேட்டாலும் இந்தப் பதிலைச்சொல் எனக் கூறிவிட்டு கழிவறையை நோக்கி நடந்தேன். விட்டில் நிலவும் குழப்பத்தில் ஏதோ சீனனிடம் உளறியிருந்தேனேதவிர, அவன் நான் கூறியதை ஒரு வார்த்தை விடாமல் அதிகாரியிடம் தெரிவித்தால் எனது நிலைமை என்ன ஆகுமென யோசிக்க... பயம் வந்தது. அவசரம் அவசரமாக கழிவறைக்கதவை சாத்திக்கொண்டு இருக்கைக்குத் திரும்பினேன். மரியா நிற்கிறாள், முகம் கடுகடுப்புடன் இருந்தது.

சைகோன் நதிக்கரைக்குப் பிள்ளைகளை அழைத்துப்போன தினத்திலிருந்து எலியும் பூனையுமாக மரியாவும் நானும் இருக்கிறோம். அன்றைக்கு இருவரும் தள்ளுவண்டிக்காரனிடம் வாங்கிய தேநீரை சுவைத்துக்கொண்டிருந்த வேளையில் மகள் ஓடிவந்தாள். "அம்மா.. அப்பா!" என்றழைத்து கையை நதிப்பக்கம் காட்டினாளே தவிர, என்ன நடந்தது என்பதைச் சொல்லத் தடுமாறினாள். மகன் பிலிப் அல்லது லட்சுமி இரண்டு பேரில் யாராவது ஆற்றில் இறங்கி இருப்பார்களோ எனப் பதறி இஸாபெல்லை இழுத்துக்கொண்டு மரியாவும் நானும் பிள்ளைகளைத் தேடி ஓடினோம். அடுத்த சில நிமிடங்களில் மேல்மூச்சு கீழ்மூச்சு வாங்க முழங்காலை பிடித்தபடி நின்றிருந்த மகனைக் கண்டுபிடித்தோம். வேதவல்லி அக்காளின் வளர்ப்புப் பெண் லட்சுமி அவனோடு இல்லை. அவன் கை நதியோரமிருந்த குடிசைகளின் பக்கம் நீண்டது. பிலிப்பின் கைகாட்டிய திசையில்

சங்கிலிப்பின்னல்கள்போல கரையை ஒட்டி வெகு நீளத்திற்கு முடிச்சு முடிச்சாக குடிசைகள். புரிவதுபோலவும் இருந்தது, புரியாதது போலவும் இருந்தது.

எங்கள் அலுவலகத்தில் இது நடந்தது. இந்தியா சென்ற சிமோன் திரும்பவில்லை என்றானபிறகு நான்கைந்து நாள்கள், அரசல் புரசலாக ஏதேதோ காதில் விழுந்தன. சிலர் இந்தியாவில் திருமணம் செய்துகொண்டு அங்கேயே அவன் தங்கிவிட்டதாகக் கூறினார்கள். வேறு சிலர் ஹனோய் நகரில் ஒரு சாயப்பிடம் வேலைபார்ப்பதாகச் சொன்னார்கள். எதுவும் நம்பும்படியாக இல்லை. நானும் பணியில் கவனம் செலுத்தப் பழகிக்கொண்டேன். ஒரு மாதம் கழிந்திருக்கும், வயதான உள்ளூர் மனிதர் ஒருவர் சிறுமி ஒருத்தியைக் கையில் பிடித்துக்கொண்டு அலுவலகம் வந்தார். “சிமோனைத் தேடிவந்தேன்” என்றார். “நீங்கள் யார்?” எனக்கேட்டேன். “சைகோன் நதிப்பக்கக்கம் வீடெனில் சிமொன் புரிந்துகொள்வார்” எனக்கூறிவிட்டுப் போய்விட்டார். அதற்குப்பிறகு சைகோன் நதிப்பக்கம் பலமுறை போனதுண்டு. ‘இங்கிருந்துதானே சிமோனைத் தேடி ஒருவர் சிறுமியுடன் வந்தார்’ என்று நினைப்பதுண்டு. எனினும் அதைப்பற்றி அதிகம் யோசிப்பதில்லை. தமிழ்ச்சங்கத்தில் ஏதோ வேலயென்று வேதவல்லி அக்காள், லட்சுமியை எங்கள் வீட்டில் அன்றைக்கு விட்டுச்செல்ல, அவளையும் எங்கள் பிள்ளைகளையும் அழைத்துக்கொண்டு சைகோன் நதிப்பக்கம் காற்றாட இருந்துவிட்டு வரலாமேயென சென்றோம். அலுவலகத்தில் சிமோனைத் தேடிவந்த மனிதரை மீண்டும் பார்க்க நேர்ந்தது அன்றுதான், தேடிச்சென்ற லட்சுமி அவர் விரல்களைப் பிடித்துகொண்டிருக்க... ஒரு குடிசை வாசலில் நின்றுகொண்டிருந்தார். கிழவர், சிமோன், லட்சுமி மூவருக்கும் ஏதோ சம்பந்தமிருக்கிறது என்று புரிந்தது. என்னைக் கண்டதும் கிழவரிடமிருந்து தன்னை விடுவித்துக்கொண்டு லட்சுமி ஓடிவந்தாள். முதியவரும் அவளைத் தடுக்கவில்லை. மரியாவும் என் பிள்ளைகளும் லட்சுமியுடன் என்னை எதிர்பார்த்துக் காத்திருப்பார்கள் என்கிற எண்ணத்தில் இன்னொருமுறை கிழவரைச் சந்திப்பதெனத் திரும்பிவிட்டேன்.

முழுவிவரமும் தெரிந்தபிறகு மரியாவிடம் இதுபற்றிப் பேசவேண்டும் என்றிருந்தேன். சிமோன் பிரச்னை மரியாவுக்குத்

தெரியவந்து, பின்னர் அவள் வழியாக அக்காளுக்குத் தெரியவந்து, அதனால் ஆவப்போவதென்ன என்ற மனநிலையில் இருந்தேன். மரியாவிற்கு ஏதோ சந்தேகம் பிறந்திருக்கும்போல. நான் ஒன்று கேட்டால் அவளொன்று சொல்வது, ஏடாகூடமாக எதையாவது செய்வது என்றிருந்தாள். ஒரு நாள் காபித்தம்ளரை, 'ணங்' என்று மேசையில் வைத்தாள். "காபிதான் எனக்கு சூடா இருக்கணும், நீ எனக்கு கைப்பதத்திற்கு இருந்தா போதும்" என கிண்டலாகச் சொல்ல... அவளுக்குப் பொத்துக்கொண்டு கோபம் வந்தது. "உங்களுக்கு வர மான அவமானம் எனக்குந்தான், நானும் ஒரு மனுஷி, தாலி கட்டின பொண்டாட்டி, ஞாபகம் இருக்கட்டும்" என்றாள். மரியாவை வியட்நாமிய முறைப்படி மணம் செய்துகொண்டேனே தவிர, தாலி கட்டினவன் இல்லை. அக்காளுக்கு வந்த ஊர்க் கடுதாசியில், எங்கள் அம்மா நான் மரியா கழுத்தில் தாலி கட்டவேண்டுமென ஆசைப்பட... சைகோன் மாரியம்மன் கோயிலில் வைத்து அக்காள், மாமா ஆசிர்வாதத்துடன் மரியாவுக்குத் தாலி கட்டினேன். அன்றிலிருந்து எதற்கெடுத்தாலும் நான் தாலி கட்டின பொண்டாட்டி என்கிறாள். சின்ன விஷயத்திற்கெல்லாம் தாலியைக் கையில் எடுத்துக்கொள்கிறாள்.

இரண்டு வாரங்களுக்கு முன்பு அவளைச் சமாதானப் படுத்தலாமென்று சைகோன் – இந்தியா கடையில் ஒரு கவுன் வாங்கிக்கொண்டு வரும்வழியில் ஒய்யே வீதியில், கோவிந்த பத்தரிடம் சொல்லிவைத்திருந்த ஒரு ஜோடிக் கம்மல்களை வாங்கிவந்தேன். முதலில் நீலநிறத்தில் ஜரிகை பூக்கள் போட்ட கவுனைப் பிரித்து:

– உன் நிறத்திற்கு எத்தனைப் பொருத்தமாக இருக்கிறது பார், ஒரு மணி நேரத்திற்குமேல மெனக்கெட்டு எடுத்தது, என்றேன்.

மரியாவின் கண்கள் பிரித்துக் காட்டிய ஆடைமீது இல்லை. பதிலாக, சில நொடிகள் கண்கொட்டாமல் என்னைப் பார்த்தாள், எதையோ சொல்லலாமா, கூடாதா என்பதுபோல யோசனை. பிறகு சொல்வதெனத் தீர்மானித்தவள்போல:

– புருஷன் திடீர்னு பொண்டாட்டிக்குத் துணிமணி, நகைன்னு பரிசு கொடுத்தா அதில் வில்லங்கம் இருக்குமாம், எங்கம்மா சொல்லி இருக்காங்க என்றாள்.

கையில் வைத்திருந்த புது ஆடையைத் தூக்கி எறிந்துவிட்டு, நாற்காலியில் வந்தமர்ந்தேன். சேபியிலிருந்த கம்மல்கள் பற்றி வாயைத் திறக்கவில்லை. மகள் இசாபெல்லிடம் காபியைக் கொடுத்து அனுப்பினாள். அதை வாங்கிக்கொண்டு அடுப்பங்கரைக்குள் நுழைந்தேன்:

– இங்கே பார், நீ நினைப்பதுபோல எதுவும் நடக்கவில்லை. லட்சுமியின் தாயை எனக்கு யாரென்றே தெரியாது. எனது புதுச்சேரி சிநேகிதன் சிமோன் மகளாக இருக்கலாம் என்பதென் ஊகம். அன்றைக்கு நாம் பார்த்த கிழவரை விசாரித்தால் ஒருவேளை உண்மை தெரியவரலாம். கிழவன் வாய் திறக்க மாட்டேன் என்கிறான். என்னை நம்பணும். இந்தியாவில் ஜானகிங்கிற பெண்ணோட பழகியிருக்கேன். அவளைச் சுத்தமா மறந்துட்டு உனக்குத் தாலி கட்டினேன். உங்கிட்ட உண்மையா இருந்திருக்கேன். தலையிலடிச்சு சத்தியம் பண்ணட்டுமா, நம்பறியா? என்றேன்.

அவள் சமாதானம் அடையவில்லை. ஆனால் முன்னைக்குத் தற்போது அவளுடைய நடவடிக்கையில் சிறிது முன்னேற்றம். உப்பையோ, காரத்தையோ அதிகம் சேர்ப்பது குறைந்திருக்கிறது. இருந்தும் படுக்கையில் ஆளுக்கொரு பக்கம். இரண்டொரு முறை, தூக்க கலக்கத்தில் போடுவதுபோல கை, காலைப் போட்டுப்பார்த்தேன், ம்ம்ம் பலனில்லை.

இன்று அலுவலகம்வரை எதற்காக வரவேண்டும் என்ற கேள்வி எழ:

– என்ன விஷயம் மரியா, இவ்வளவுதூரம் வந்திருக்கிற? ஏதாவது தலைபோகிற காரியமா? என்ன பிரச்னைன்னு சொல்லு, என்னுடைய ரத கஜ துரக பதாதிகளைத் திரட்டி அதகளம் செஞ்சிடறேன்.

– ரொம்ப வழியாதீங்க! வெளியில் நான் வந்த கை ரிக்ஷா காத்திருக்குது. சைகோன் நதிக்கரையில் நாம லட்சுமியுடன் பார்த்த கிழவனும் வட்டித் தொழில் செய்கிற செட்டியார் ஒருவரும் வீட்டுவாசலில் போகமாட்டேன்னு நிக்கிறாங்க.

– அதிகாரிகிட்ட அனுமதி வாங்கணுமே, சொல்லாம கொள்ளாம எப்படிப் போகமுடியும். நாளைக்கு என்னை வீட்டுக்கு அனுப்பினா பூவாவுக்கு என்ன செய்வது?

– அந்தக் கவலை உங்களுக்கு வேண்டாம். பக்கத்து நாற்காலி சீனன்கிட்ட தனியல் பொண்டாட்டியைத் தேடிப்போனதாகச் சொன்னீங்க இல்லையா, அப்பவே உங்க அதிகாரிகிட்ட பர்மிஷன் வாங்கிட்டேன்.

நான் வாய்திறக்கவில்லை. அவள், நான் அவளைத் தொடர்ந்து வருகிறேனா, இல்லையா என்றுகூடப் பார்க்கவில்லை. அலுவலகத் தெருவாயிலை நோக்கி நடக்க, நாய்க்குட்டிபோல அவள் பின்னால் ஓடினேன்.

* * *

இருவரும் எங்கள் ராணுவக் குடியிருப்பை அடைந்தபோது தெருவாசலில் மூன்று பேர். ஒருவர் சைகோன் நதிக்கரையில் லட்சுமியுடன் கண்ட கிழவர். மற்ற இருவரும் தமிழர்கள். அவர்களில் ஒருவருக்கு நடுத்தர வயது, மற்றவன் மீசை முளைக்காத பையன். இருவருமே வேட்டியைத் தார்பாய்ச்சிக் கட்டியிருந்தார்கள். தலையை மழித்திருந்தார்கள். தோளில் அங்கவஸ்திரம் போட்டிருந்தார்கள். மார்புக்கூடு எலும்புகள் பளிச்சென்று தெரிந்தன. மெலித்த தேகம். நெற்றி, மார்பு, கைகள் என்று எங்கும் விபூதிப்பட்டைகள். தந்தை, மகன் இருவரும் பணத்தை வட்டிக்குவிட்டுத் தொழில் செய்கிற செட்டியார்கள். என்னைக் கண்டதும் அவர்கள் முகத்தில் பரவசம், புன்னகைத்தார்கள். அது புன்னகையா, ஏளனமா என்கிற விவரம் புரியாமல்:

– என்ன விஷயம்? என எரிச்சலுடன் அவர்களைப் பார்த்துக்கேட்டேன்.

– இந்த ஆளு (உடன் வந்திருந்த வியட்நாமியக் கிழவரைக் காட்டி) 200 பியாஸ்தர் கடன்பட்டிருக்கிறார். வெகு நாட்களாக வட்டி கட்டலை. நேத்து அவரைத் தேடி மகனுடன் போனேன். அவரால் வலைவீச முடியலையாம், அதனால வருமானமில்லைன்னு சொன்னார். கடனை அடைக்க என்ன வழி எனக் கேட்டப்போ, அவர் உங்ககிட்ட வாங்கித் தரேன்னு சொன்னார். இந்த அம்மா உங்க பாரியாளா, கண்டமேனிக்குப் பேசுது. எங்களுக்குக் கொடுக்கவேண்டியதைக் கொடுத்தா நாங்க ஏன் உங்க வீட்டு வாசல்ல வந்து நிக்கறோம், சொல்லுங்க தம்பி?

– என்ன சொல்றீங்க நீங்க. அவர் பட்ட கடனுக்கு நாங்க எப்படிப் பொறுப்பு. இந்தக் கிழவரை எங்களுக்கு முன்னபின்னத் தெரியாது.

– சள புளன்னு யோசிக்காம வார்த்தையை வுடாதீங்க. உங்களுக்கு அரசாங்க உத்தியோகம். மாசம் பொறந்தா சம்பளம். எங்களுக்கு இதைவிட்டா வேற கதி இல்லை. சைகோனுல ஆயிரக் கணக்குல வீடுங்க இருக்கோணும். அங்கெல்லாம் போகாம உங்க வீட்டுக்கு எதற்காக இந்தக் கிழவன் எங்களை அழைச்சு வரணும். நீங்க கொலுவா வெச்சிருக்கீங்க... இல்லை, ஷேத்திர ஸ்தலமா? பெரிய தொகையில்லை. அசலும் வட்டியுமா 350 பியாஸ்தர் தேறும். கொடுத்தீங்கன்னா இங்கிருந்து போறோம். முடியாதுன்னா, என் பொண்டாட்டி, புள்ளைகளோட ஒங்க வாசலில், ஒதுக்குப்புறமா ஒரு குடிசைபோட்டுத் தங்கிடறேன். ஒங்க ஒடம்பை பார்த்தா, மவராசி வக்கணையா சமைப்பாங்க போல. எங்களுக்கும் வேற என்னவேண்டும் சொல்லுங்க...

தந்தை கூறி முடித்ததும் மகன் சிரிக்கிறான். மகன் சிரிப்பில் திருப்திப்பட்டவராய் செட்டியார் சிரிக்கிறார். நடப்பதற்கெல்லாம் சம்பந்தமில்லாததுபோல நிற்கிற வியட்நாமியக் கிழவரைப் பார்க்க எனக்கு ஆத்திரம் ஆத்திரமாக வந்தது. கிழவரை அடிக்க ஓடினேன்.

– சிங்காரம் வேண்டாம். எல்லோரும் பார்க்கிறார்கள். ஏற்கெனவே எங்க சனங்கள் பலருக்கு உங்க சனங்கள்மேல கோபமிருக்கு. பெரிய பிரச்னை ஆயிடும் என்ற மரியா விடுவென்று உள்ளே சென்று பணத்தை எடுத்துவந்தாள். நான் குறுக்கிட்டேன்.

– மரியா! இதென்ன பைத்தியக்காரத்தனம்? சம்பந்தமில்லாத கடனை நாம அடைக்க எந்தக் கட்டாயமுமில்லை.

– இந்தச் செட்டியார்களைப்பத்தி உங்களுக்கு அதிகம் தெரியாதுன்னு நினைக்கிறேன். சொன்னதுபோல நம்ம தெருவாசலிலேயே தங்கிட்டாலும் தங்கிடுவாங்க. காலையிலிருந்து அக்கம் பக்கத்துல இருக்கிறவங்க பார்வைக்கு என்னால் பதில் சொல்ல முடியலை. பிராமிசரி நோட்டு மடியில் இருக்குதாம். அதை வாங்கிக்கொண்டு பணத்தைக்கொடுங்க. ஒங்க மாமா

போலீஸ் அதிகாரிதானே? அவர்கிட்ட சொல்லி நடவடிக்கை எடுப்போம்.

பணத்தை என்னிடமிருந்த பறித்த செட்டியார் அதை வாங்கி, கண்களில் ஒற்றி வேட்டியில் முடிந்துகொண்டு நடக்க... மகன் அவரைத் தொடர்ந்து ஓடினான். அருகிலிருந்த வியட்நாமியக் கிழவர் நடந்து முடிந்த யுத்தத்தில் தான் ஜெயித்ததுபோல எங்களைப் பார்த்து ஒரு முறை புன்னகைத்தபின்பு விடைபெற்றுச் செல்ல, நாங்கள் உறைந்துபோய் நின்றோம்.

*

43

சைகோன் - வேதவல்லி (18)

கண்ணுக்கெட்டியவரை பாற்கடல்போல விரிந்து பரவிய பாலை. ஆங்காங்கே கள்ளிச்செடிகளும் சப்பாத்தியும் மூடிய மண்மேடுகள். கானல் நீரில் கலந்து அலைஅலையாய் நெளியும் மனிதர்கள், வயிறு ஒட்டிய ஒட்டகங்கள் கூட்டத்தில் எங்கேனும் தம்பி மகன் பிலிப்பும் மகள் இஸாபெல்லும் கூறிய நாடோடிப்பெண் நிற்கிறாளா எனத்தேடி கண்களை அலையவிட்டேன். தீ ஜுவாலைபோல தலைக்குமேலே கொதிக்கும் சூரியன். சுழன்று அடிக்கும் பேய்க்காற்றால் கிளறப்பட்ட மணல் மேலெழும்பி பூமிக்குத் திரும்ப, காத்திருந்த எதிர்க்காற்று அதனை என் முகத்தில் வாரி இறைக்கிறது. ஈரப் பதத்தை முழுமையாக இழந்து காய்ந்த சருகாகிப்போன நாவை வெளியில் தள்ளி, காற்றில் கலந்திருந்த ஈர நைப்பை எடுக்கச்செய்த முயற்சி பலனின்றிப்போகவே, துவண்டு பூமியில் விழுந்தேன். வெகுதூரத்தில் என் குழந்தை லட்சுமியைப் பிடித்துக்கொண்டு நிற்பது ஒருவேளை அவளா, நாடோடிப் பெண்ணா... லட்சுமி அவள் என் குழந்தை... லட்சுமி இங்கே வா...

– வேதம் எழுந்திரு! என்ன பகல் கனவா?

யாரோ தோளைத் தொட்டதுபோலிருக்க, அலறி அடித்துக்கொண்டு எழுந்தேன், எதிரில் சுப்பு.

– மன்னிச்சுக்குங்க, கொஞ்சம் கண் அசந்துட்டேன்.

– தெருக்கதவை விரியத் திறந்துபோட்டுட்டு அப்படியென்ன தூக்கம்? கிராந்தியே வீதியில ஏதோ பிரச்னைன்னு தகவல் வந்தது. எங்க ஆட்கள் போயிருக்காங்க. எனக்குச் சூடா ஒரு டம்ளர் காபி கொடு, அதற்காகத்தான் வந்தேன். அவசரமா போகணும்.

– இந்தியா போக விடுமுறை கேட்டிருந்தீங்களே, என்ன ஆச்சு?

– சாதகமா பதில் கிடைக்கும்னு நினக்கலை.

– ஏன்?

– அதையெல்லாம் விளக்கிச்சொல்ல எனக்கு நேரமில்லை. உன்னால காபி போட முடியாதுன்னா சொல்லு. நான் போற இடத்துல குடிச்சிக்கிறேன். நீ நல்லா குறட்டைவிட்டுத் தூங்கு.

– சுப்பு! கொஞ்சம் பொறுங்க, பாலை அடுப்புல வெச்சிருக்கன், கொதிக்க வேண்டாமா, டிக்காஷன் கலக்கவேண்டாமா, காலில் வெந்நீர் கொட்டியதுபோல அவசரப்பட்டா எப்படி? என நான் கூறியதை அவர் காதில் வாங்கவே இல்லை. விடுவிடுவென தெருவாசல் படிகளில் இறங்கி வீதிக்குச் சென்றுவிட்டார். என்னைத் திரும்பிப் பார்ப்பதாக இல்லை. அதற்காக அவரைத் துரத்திக்கொண்டா ஓட முடியும். கோபத்துடன் கதவை இழுத்துச் சாத்திவிட்டு அடுப்படிக்கு ஓடினேன். பால் பொங்கிவிட்டது, 'முதலில் என்னை நீ சமாதானப்படுத்தியிருக்கணும்' எனக்கூறிச் சிரித்தது. அவசரமாய் இறக்கி வைத்துவிட்டுச் சோர்வுடன் வந்தமர்ந்தேன். காபியைப் போட்டுக் கொடுத்துவிட்டுக் கேட்கவேண்டியதை பிறகு சாவகாசமாகக் கேட்டிருக்கலாம் தப்பு என்னுடையதுதான்.

சந்தோஷமாக எவ்விதப் பிரச்னையுமின்றி போய்க்கொண்டிருந்த எங்கள் சைகோன் தமிழர் வாழ்க்கையில் கடந்த இரண்டு ஆண்டுகளாக சங்கடங்கள். பிரிட்டிஷ் இந்தியா தமிழர்களையும் பிரெஞ்சிந்தியத் தமிழர்களையும் ஒன்றிணைக்க இஸ்மாயில் அண்ணன் போன்றவர்கள் எடுத்த முயற்சியின்

பலனாக நல்ல காரியங்கள் இங்கு நடந்தன. சைகோனில் அரசாங்க உத்தியோகம் அல்லது சொந்தமாக ஒரு தொழில் என சம்பாதிப்பதில் ஆம்பிளைகள் கவனமாக இருக்க, பெண்கள் நாங்கள் சமைப்பது, தூங்குவது, கணவன்மார்களுக்குக் கூலிகளாக கடைகண்ணிக்குச் செல்வது, தாலி பாக்கியம் நிலைக்கக் கோயில்களுக்குப் போவது என்றிருந்தபோதுதான் தமிழ்ச் சங்கம் நடத்திய விழாக்களும் மற்றவையும் வேறு விஷயங்களுக்கு வடிகாலாக இருந்தன.

யார் கண்பட்டதோ, அணமைக்காலமாக சில குழப்பங்கள். ஐரோப்பாவில் மீண்டும் உலகப்போர் என்கிறார்கள். பிரான்சு அரசாங்கம் தற்போது ஜெர்மன் வசமாம். அதனிடமிருந்து பிரான்சு நாட்டை விடுவிக்க பிரெஞ்சு தளபதி ஒருத்தர் இங்கிலாந்தில் இருந்துகொண்டு படை திரட்டறாராம். இங்கே பிரிட்டிஷ் இந்தியா தமிழர்கள் ஜெர்மன் கூட்டாளியான ஜப்பானியர் பக்கம். இந்தியா இங்கிலீஷ்காரரிடமிருந்து விடுதலைபெற அதுதான் வழியாம். பிரான்சு தேசத்திடம் செஞ்சோற்றுக் கடன்பட்டிருக்கும் புதுச்சேரித் தமிழர்களுக்கு இந்திய விடுதலை முக்கியமல்ல... பிரான்சு, ஜெர்மனியிடமிருந்து விடுதலை பெறவேண்டும் அதுதான் முக்கியம்.

இப்படியொரு இக்கட்டான சூழலில்தான் மறுபடியும் எனக்கு புதுச்சேரி ஞாபகம். ஊருக்குப்போக ஆசை. அக்காடான்னு சில மாதம் புதுச்சேரியில தம்பி வீட்டுல வெந்ததைதின்னுட்டு சிமெண்ட் பால் மெழுகிய தரையில முந்தானையை விரித்துப் படுத்துக் கிடக்கணும், தெருக்கதவை திறந்துவச்சு ஜிலுஜிலுன்னு காத்தை வாங்கணும்; மதிய சாப்பாடுக்குப்பிறகு, கூடத்துப் பெஞ்சியில துண்டை விரித்துப் படுக்கும் அப்பாவுக்கு விசிறி மட்டைகொண்டு கை நோக விசிறணும்; ராத்திரி சாப்பிட்டு முடிஞ்சதும் ஆயாசத்துடன் படுத்திருக்கும் அம்மாவின் கால்களைப் பிடிச்சுவிடணும்; தம்பி சதாசிவம் பொண்டாட்டி நல்லா சமைப்பா, அதிகாரத்தோட அது வேணும் இது வேணும்னு கேட்டுச் சாப்பிடணும் என்றெல்லாம் பரபரக்கும் ஏக்கங்கள். சதாசிவம் தம்பியும் அடிக்கடி கடுதாசி போடுகிறான். எங்களையெல்லாம் பார்க்கிற ஆசை இல்லையா எனக்கேட்டு எழுதுகிறான். பெற்றவர்கள் என்னையும் தம்பி சிங்காரத்தையும் பார்க்கத் துடிக்கிறார்களாம்.

ஒரு நாள் பேச்சுவாக்கில் சுப்பு, காலனி அரசாங்கத்தில் உத்தியோகம் பார்க்கும் ரெனோன்சான்களுக்கு ஆறு மாத விடுமுறையில் அரசாங்கப் படியில் இந்தியாவிற்குச் சென்று வர உள்ள சலுகை பற்றிக் குறிப்பிட்டார். தை பிறந்தால் பத்து ஆண்டுகள். இதுவரை சுப்புவும் சரி, சிங்காரமும் சரி அச்சலுகையை உபயோகித்தவர்களில்லை. சிங்காரம் புதுச்சேரி செல்ல எது தடையாக இருக்கிறதென்று எனக்குத் தெரியாது. எனக்கு இந்தியாவிற்குச்சென்று பெற்றோரையும் தம்பியையும் பார்க்க விருப்பம். அதிலும் இஸ்மாயில் அண்ணன் கடைகளையும் பிறவற்றையும் தன் சகோதரர் பொறுப்பில் விட்டு விட்டு இந்தியாவுக்குக் கப்பலேறிய சேதியைக் கேட்டதிலிருந்து இந்தியா செல்லவேண்டும் என்ற விருப்பம் கூடியுள்ளது. சுப்புவிடம் ஒரு நாள் இரவு சாப்பாட்டிற்குப் பிறகு அவர் நல்ல மனநிலையில் இருக்கிறார் என்பதைப் புரிந்துகொண்டு, எனது ஆசையைத் தெரிவித்தேன். அவர் சுலபத்தில் சம்மதிக்கவில்லை. "ஆறுமாச விடுமுறையில் போகவும் வரவும் கப்பலுக்கே மூணு மாசம் வைக்கணும்... இதுல மிச்சமிருக்கிற மூணு மாசத்துலே என்ன செய்யமுடியும்?" என வாதிட்டவர், கடைசியில் இறங்கி வந்தார். அவர் மனசிலும் சொந்தபந்தங்களைப் பார்க்கணுங்கிற ஏக்கம் இல்லாமலா போகும்.

*

44

சைகோன் - வேதவல்லி (19)

மாலை நான்கு மணி. லட்சுமியை அழைத்துச்செல்ல எக்கோல் மன்னப்பனுக்கு வந்திருந்தேன். 'அக்காள் பள்ளிக்கூடம்' பெண்குழந்தைகளுக்கென்று ஏற்படுத்தப்பட்ட மழலையர் பள்ளி. கிறித்துவ மடத்தார் நடத்துகிறார்கள். 'எக்கோல் மன்னப்பன்' ஓர் ஆரம்பப் பள்ளி. அக்காள் பள்ளிக்கூடத்தைப்போலவே தமிழர் வீட்டுப் பெண்பிள்ளைகளுக்கென அமைந்த பள்ளி. மதாம் பொஷோன் (Mme Pochont) என்கிற பிரெஞ்சு பெண்மணியின் முயற்சியாலும் சைகோன் தமிழர்களின் தாராள மனத்தாலும் உருவான பள்ளி. தலைமை ஆசிரியை, பிற ஆசிரியைகள், ஊழியம் பார்ப்பவர்கள் எல்லோரும் பெண்கள். பிரெஞ்சு பள்ளிகள் அப்படியில்லை. பையன்களும் பெண்களும் சேர்ந்துபடிக்கவேண்டும். கணவர் சுப்பு பெரும்பாலான தமிழர்களைப்போலவே, தமிழர் பண்பாடுகள் பெண்களை நம்பி இருப்பதாக அபிப்ராயப்பட்டார். தவிர, பிரெஞ்சுக்காரர்கள் நடத்தும் பள்ளிகளில் பெண்பிள்ளைகள் அதிகச் சுதந்திரத்தோடு இருப்பதாக தமிழர்கள் மத்தியில் பேச்சு. எனவே வளர்ப்பு மகளை இப்பள்ளியில் சேர்த்திருந்தோம்.

எக்கோல் மன்னப்பனும் அக்காள் பள்ளிக்கூடமும் எதிரெதிரே லாகிராந்தியே வீதியில் இருந்தன. இரண்டு பள்ளி ஆசிரியைகளுக்கும் என்னைத் தெரியும். தமிழ்ச் சங்கமொன்றில் தமிழ் கற்றுகொடுக்கும் உத்தியோகம் பார்க்கிறேன் இல்லையா? இதனாலேயே, லட்சுமியைவிடவும், திரும்ப அழைத்துவரவும் பள்ளிக்குப் போகிறபோதெல்லாம் குறைந்தது அரைமணி நேரத்தைப் பேசுவதற்கு ஒதுக்கவேண்டும். அதை தவிர்ப்பது எளிதும் அல்ல. அதற்காகவே பள்ளிக்குள் நுழையாமல் வெளிக்கதவருகே ஒளிந்து காத்திருப்பேன். ஆசிரியைகளிடம் அல்லது தலைமை ஆசிரியையிடம் தப்பினோம் என்று சந்தோஷப்பட்டால், பிள்ளைகளின் பெற்றோர்களிடம் நின்று சில வேளைகளில் பேசவேண்டியிருக்கும். இன்று நான் நின்று பேசும் மன நிலையில் இல்லை.

ஒரு மாதத்திற்கு முன்பு மரியா வீட்டில் Têt trung thu (நிலா பண்டிகை) என்கிற வியட்நாமியர் பண்டிகை. சிங்காரமும் அவளும் வழக்கம்போல சுப்பு வீட்டில் இருக்கிறாரா எனக்கேட்டு, சம்பிரதாயப்படி எங்களை அழைத்திருந்தார்கள். லட்சுமி, நான், என் கணவரென மூவருமாகச் சென்றிருந்தோம். வீடெங்கும் மூங்கில் குச்சிகளையும் சிவப்புவண்ணத் தாள்களைக்கொண்டும் தயாரித்த கூண்டுகளில் அகல் விளக்குகளை ஏற்றித் தொங்க விட்டிருந்தார்கள். கூடத்தில் போட்டிருந்த மேசையில் பிறைநிலா வடிவிலும் முழுநிலா வடிவிலும் விதவிதமாக அப்பங்கள். பிலிப்பும் இசாபெல்லும் ஓடிவந்து லட்சுமியைக் கட்டிக்கொண்டனர். மரியா "ரெண்டுபேரும் கைகளைத் துடைத்துக்கொண்டு தொடவேண்டும் என்று தெரியாதா?" என மகனைப் பார்த்துக் கோபமாகக் கேட்க, பிலிப் முகம் சுண்டிவிட்டது. ஐரோப்பியர் கடையொன்றில் வாங்கிவந்த சாக்லேட் பொட்டலத்தைப் பிரித்து ஆளுக்குக் கொஞ்சம் கொடுத்ததும் சந்தோஷத்துடன் மூவருமாக விளையாடச் சென்றார்கள். சிங்காரமும் சுப்புவும் மது அருந்த உட்கார, பெண்கள் நாங்கள் சமையல் அறையில் பேசிக்கொண்டிருந்தோம். மரியா, தான் செய்திருந்த அப்பங்களை ஒரு தட்டில் வைத்துக்கொடுத்து, எப்படி இருக்கிறதென சொல்லுங்கள் எனக் கேட்டாள். ஒன்றை உடைத்து வாயில்போட்டு ருசித்தபடி, "என்னென்ன பொருள்கள் சேர்த்திருக்கிற?" எனக்கேட்டேன். அவள் முகம் வாடிவிட்டது. "தப்பாக எதுவும் கேட்டுவிட்டேனா?" என்றேன். அவள் பரிதாபமாக முகத்தை வைத்துக்கொண்டு, "உங்கள் அதிரசம்

போலத்தான் செய்திருந்தேன்" என்றாள். "கவலைப்படாதே, எனக்கேகூட சாதாரண நாட்களில் அதிரசம் செய்ய வரும். நோன்பு, தீபாவளின்னா எங்கிட்ட கோவிச்சுக்கும்" என்று கூறிச் சமாதானம் பண்ணினேன்.

"மாலை ஆறுமணிக்கு தாம்போ (Dan bâu) என்ற இசைக் கருவியை வாசிக்கப் போகிறேன், வெகு நாளாயிற்று, உங்க தம்பிக்கு ரசனை இல்லை, நீங்கள் கேட்கணும்" என மரியா பயமுறுத்தினாள். தமிழ்ச்சங்கப் பொங்கல் நிகழ்ச்சியில்கூட ஒரு பெண் வாசித்தாள். அரிவாள்மணை போன்ற அதன் தோற்றமும்; உடலை விறைத்துச் சோம்பல் முறிக்கும் நாய்போல எழுப்பும் சப்தமும் எனக்குப் பிடிக்காத ஒன்று. இசைக்கருவியை எடுத்து அதன் ஒற்றைத் தந்தியை மரியா சுண்டிக்கொண்டிருக்க, வெளியில் வந்தேன். பிலிப் கையில் ஒரு காகிதம். பெண்பிள்ளைகளின் தலைகள் காகிதத்தை மொய்த்துக்கொண்டிருந்தன. அவர்கள் கண்கள் அதிசயத்தைக் கண்டவைபோல மலர்ந்திருந்தன. "அந்த அதிசயத்தை நான் பார்க்கலாமா, எனக்கேட்டுக்கொண்டே பிள்ளைகளை நெருங்கினேன். காகிதத்தை எடுத்துக்கொண்டு பிலிப் என்னிடம் ஓடி வந்தான். "அத்தை, இங்கே பாரு, லட்சுமி ஒரு பைத்தியக்காரியிடம் பேசிக்கொண்டிருந்தாள் என்று நான் சொன்னது ஞாபகம் இருக்கா, அவள் இப்படித்தான் இருந்தாள்" என்று காகிதத்தில் இருந்த ஒரு படத்தைக் காட்டினான். காகிதத்தில் ஒரு நாடோடிப்பெண்ணின் படம் அச்சிடப்பட்டிருந்தது. தொடர்ந்து, "அம்மா, அப்பாவுடன் நதிப்பக்கம் போயிருந்தப்போகூட அவளை நாங்க பார்த்தோமே, இலட்சுமியை அவங்க வீட்டிலிருந்துதான் அப்பா கூப்பிட்டுக்கிட்டு வந்தார்" என்றான். அவனை ஆமோதிப்பதுபோல இசாபெல் தலையாட்டினாள். லட்சுமிடமிருந்து எவ்விதப் பதிலுமில்லை. சிறுபிள்ளைத்தனமான புன்சிரிப்பை மட்டும் அவள் முகத்தில் கண்டேன்.

"பிலிப் சொல்கிற முதல் சம்பவம் தமிழ்ச்சங்கத்தில் நடந்தது. அன்று இசாபெல் என்னை அழைத்தபோது நான் பயந்தது நிஜம். அவளுடன் வெளியில்வந்து லட்சுமிக்கு எந்தப் பிரச்னையுமில்லை என்பது தெரியவந்ததும் பைத்தியக்காரியை மறந்துவிட்டேன். இரண்டாவது முறையும் அப்படியொரு சம்பவம் நடந்திருக்கிறது என்பது சிங்காரத்தின் மகன் சொல்லித்தான் எனக்குத் தெரியும். ஏன்... இதனை சிங்காரமோ, மரியாவோ என்னிடம் சொல்லவில்லை. யார் அந்த நாடோடிப்

பெண், அவளுக்கும் லட்சுமிக்கும் என்ன உறவு? புருஷாந்தி அவளை அறிமுகப்படுத்தியபோது பெற்றோரை இழந்த அனாதை என்றல்லவா அறிமுகப்படுத்தினார். ஒருவேளை நாடோடிப்பெண் லட்சுமியின் தாயாக இருந்து புருஷாந்திக்கு அந்த உண்மை மறைக்கப்பட்டிருக்குமா என்றெல்லாம் தூங்குவதற்கு முன்பும், அதிகாலையில் விழித்துக்கொண்டும் என்னிடமே கேள்விகேட்டு கிடைக்கும் நிச்சயமற்ற பதில்களால் குழம்பி இருக்கிறேன்."

"அம்மா நான் வந்து ரொம்ப நேரமாவுது, நான் வந்ததைக்கூட கவனிக்காம அப்படி என்ன யோசனை? வீட்டுக்குப்போகலாம்" என்ற குரலைக் கேட்டுத் திரும்பினேன். என் விரலைப் பிடித்துக்கொண்டு இலட்சுமி பூப்போலச் சிரிக்கிறாள். தண்ணீர் சேந்துவதுபோல கைகொள்ள அவள் முகத்தை ஏந்திக் குனிந்து முன் தலை வகிடில் முத்தமிட்டேன். இருவருமாக எங்கள் வீட்டை மனத்திற்நிறுத்தி, சிறிது தூரம் நடந்திருப்போம், தெரு முனையில் ஒரு பலகை போல் பிளான்ஷி வீதிக்கு கை காட்டியது. பல முறை அப்பலகை என் கண்ணில் பட்டிருக்கிறது. இதுவரை அந்த வீதிக்குள் கால் வைத்தது இல்லை. ஆனால் அன்று லட்சுமியை அழைத்துக்கொண்டு முதல்முறையாக அவ்வீதிக்குள் நுழைந்தேன்.

"அம்மா! நாம வீட்டுக்குத் திரும்பலையா?" என லட்சுமி கேட்க 'போல் பிளான்ஷி வீதி' யில் இருக்கிறோம் என்பது விளங்கிற்று. போல் பிளான்ஷி வீதி, புருஷாந்தியின் பங்களா இருக்கும் வீதி. "உனக்கு விருப்பமில்லன்னா சொல், வீட்டிற்குத் திரும்பலாம்" என லட்சுமியிடம் கேட்டேன். அவள், "உன் இஷ்டம்" என்றாள். குனிந்து அவள் கன்னங்களில் முத்தமிட்டேன், தொடர்ந்து நடந்தோம். லட்சுமியின் கவனம் முழுக்க வீதியில் இருக்கிறது.

டிராம், மோட்டார் வாகனங்கள், சைக்கிள் வாகன வியட்நாமியர்கள். குதிகால் உயர்ந்த செருப்புகள் ஓசையிட ஒய்யாரமாக நடந்துசெல்லும் ஐரோப்பியப் பெண்மணிகள். கனத்தச் சரீரத்தை கோட்டு சூட், கழுத்துப்பட்டை, தலையில் தொப்பி, கால்களில் சப்பாத்துக்குள் அடக்கிய ஐரோப்பியரை மூச்சிறைக்க கை ரிக்ஷாக்களில் இழுத்துச் செல்லும் ஒல்லியான மனிதர்கள் என்ற காட்சியில் அவள் லயித்திருந்தாள். எனது கவனம் கதவு எண்களில் இருந்தது. புருஷாந்தியின் பங்களா கதவெண் 76 என்று காதில் விழுந்த ஞாபகம். 60, 62, 64, 66 என கதவெண்களைக்காண நெஞ்சு வேகமாக துடித்தது.

மனத்தில் அழுக்கினை உணர்ந்த மாத்திரத்தில் வேண்டாம் திரும்பிவிடலாம் என நினைத்தேன். "இலட்சுமி வீட்டுக்குத் திரும்புவோம். அதற்கு முன்பாக உனக்கும் உங்கப்பாவுக்கும் அய்யாசாமி பத்திசெரியில் கேக்குகள் வாங்கிக்கொள்வோம், என்ன சொல்ற?" என நான் கேட்க, தலையாட்டினாள். வீதியின் மறுபக்கம் ஒரு மதுபானக் கடை. கடைக்கு வெளியே பிரம்பால் ஆன மேசைகளை சுற்றிப் போடப்பட்ட நாற்காலிகளில் ஐரோப்பியர்கள் மது குடித்துக்கொண்டிருக்கிறார்கள். அவர்களுக்கு வியட்நாமிய பரிசாரகர்கள் பரிமாறுகிறார்கள். கைரிக்ஷாக்கள் வருவதும் அதிலிருந்து ஐரோப்பியர் இறங்குவதும், வேறு சிலர் அங்கிருந்து புறப்படுவதுமாக இருக்க, திடீரென்று ஒரு காட்சி. தான் வந்த ரிக்ஷாவுக்கான கூலியை ஐரோப்பியர் ஒருவர் குறைவாக கொடுத்திருக்கவேண்டும், ரிக்ஷாக்காரர் பணத்தைத் திரும்பிக்கொடுத்து வியட்நாமிய மொழியில் என்னவோ சொல்கிறார். ஐரோப்பியர் வாங்கிய பணத்தை ஜேபியில் போட்டுக்கொண்டு மதுக்கடைக்குள் நுழைகிறார். அவரைத் துரத்திக்கொண்டு சென்ற ரிக்ஷாக்காரரை மதுபானக் கடை ஆட்கள் வெளியில் தள்ளுகிறார்கள். நடைபாதையில் சென்றுகொண்டிருந்த ஒருவர் விடுதிக்குள் சென்று அந்த ஐரோப்பியரை அழைத்து வருகிறார். அவரிடம் பணத்தை வாங்கி ரிக்ஷாக்காரரிடம் கொடுக்க, குறுக்கிட்டு உதவிய அந்த நபரை வணங்கிவிட்டு அவர் வண்டியை இழுத்துச்சென்றார். உதவிய நபரைப் பார்த்தேன். கோட்டும் சூட்டுமாக இருந்த போதிலும் இந்தியர் சாயலில் அவர் இருந்தார். ஒருவேளை அவர்தானா? மனத்தை யாரோ கிள்ளியதுபோல இருந்தது. சாலையைக் கடந்து மோட்டார் வாகனங்களின் ஹாரனை அலட்சியம்செய்து வீதியின் மறுபக்கம் வந்திருந்தேன்.

"வேதம், நீங்களா, எங்கே இந்தப் பக்கம், சாலையை இப்படிக் கடக்கலாமா? வாங்க எங்காவது, உட்கார்ந்து பேசலாம்" என அழைத்தது புருஷாந்தி. தெருமுனைவரை மூவருமாக சென்றோம். அங்கே சிறியதொரு குளிர்பானக்கடை. சாலையோரம் போட்டிருந்த நான்கைந்து மேசைகளிலும் வியட்நாமியர்கள். "இங்கே உட்காரலாம் இல்லையா? உங்களுக்கொன்றும் ஆட்சேபணை இல்லையே?" – கேட்டது புருஷாந்தி. என் பதிலுக்குக் காத்திராமல் அவர் உட்கார, லட்சுமியும் நானுமாக எதிரில் அமர்ந்தோம்.

*

45

சைகோன் - வேதவல்லி (20)

மெலிதான மஞ்சள் வெயில் பட்டாடைபோல எங்களைப் போர்த்திக்கொண்டிருக்கிறது. அதை விலக்க முயற்சிப்பதுபோல சைகோன் அந்திப்பொழுதுக்கே உரிய குளிர்ந்த காற்று. புழுதிமணத்தோடு இரண்டொரு தள்ளுவண்டிகளில் எண்ணெயில் பொரித்து விற்கப்படும் வியட்நாமிய மொறு மொறு பண்டங்களின் வாசனை. என் வாழ்நாளில் முதன்முறையாக தனியாக ஓர் அந்நிய ஆடவருடன் உட்கார்ந்திருக்கிறேன். அப்போது எனக்குப் பன்னிரண்டு வயது. நான் பெரியவளாகி சடங்கு செய்திருந்தார்கள். நான் அன்றைக்கு அம்மாவுக்கு ஒத்தாசையாக அம்மியில் மசாலா அரைத்துக்கொண்டிருந்தேன். நடையில் யாரோ வந்து நிற்பதுபோல இருந்தது, பின்னர் அப்பா இல்லையா எனக் கேட்பது காதில் விழுந்தது. கரகரப்பான குரலும் தொடர்ந்து வந்த இருமலும் வந்திருப்பது நரைச்ச முடி குருவப்ப செட்டியார் எனப் புரிந்துகொண்டேன். அப்பா கருமார ஆசாரியைத் தேடிப் போயிருக்கிறார் எனச்சொல்ல... தாவணியைச் சரிசெய்துகொண்டு எழுந்தேன். “வேதம், வயசுக்கு வந்தபிறகு கொஞ்சம்

கவனமா இருக்கணும், முன்னமாதிரி ஆம்பிளைங்க முன்னால யாரு, எவருன்னு தெரியாமபோய் நிக்கக்கூடாது, நாலு பேரு, நாலுவிதமா சொல்லுவாங்க. புருஷன் வீட்டுல பதவிசா வளக்கலையான்னு பேச்சு வரும், அப்புறம் என் தலை உருளும். நீ ஒன் வேலையைப்பாரு. நான் இன்னான்னு கேட்டுட்டு வரேன்" என்றென்னை அம்மாள் தடுத்தாள். இன்றைக்கு என்னைத் தடுக்க ஒருவருமில்லை.

லட்சுமி கையில் கிளுகிளுப்பைபோல ஒரு மர பொம்மை... கூவி விற்கும் ஒரு பொம்மை வியாபாரியிடம் புருஷோந்தி வாங்கிக் கொடுத்திருந்தார். முதலில் புருஷோந்தியிடமிருந்து அவள் வாங்க மறுத்தாள். என்னைப் பலமுறை திரும்பிப் பார்த்தாள். என் அனுமதியை எதிர்பார்க்கிறாள் என விளங்கிக்கொண்டு "வாங்கிக்க, தப்பில்லை" என்றேன். புருஷோந்தி, "என்னை உனக்கு ஞாபகமில்லையா, இதற்குள்ளாக மறந்தாச்சா?" எனக்கேட்டுச் சிரிக்க, அவளும் சிரித்தாள். அப்பொம்மையை வேகமாக சுழற்றித் திருப்ப, இரண்டு கைகளிலும் பக்கத்திற்கொன்றாக பிடித்திருந்த சிறு தாளம் கிணிகிணியென எழுப்பும் ஓசை அவளுக்கு மிகவும் பிடித்திருக்கவேண்டும். அடிக்கடி சுழற்றிச் சந்தோஷப்படுகிறாள்.

எனது கண்கள் சாலையில் இருந்தன. சுப்பு 'கிராந்தியே வீதியில் பிரச்னை, அங்கு போக போகிறேன்' என்று பிற்பகல் காபி குடிக்க வீட்டிற்கு வந்த போது தெரிவித்ததை நினைத்துக்கொண்டேன். 'பிரச்னை முடிந்திருக்குமா, அலுவலகம் திரும்பியிருப்பாரா அல்லது இந்தப்பக்கம் ஒருவேளை வருவாரா அல்லது அம்மா சொன்னதுபோல நாலு பேரு நாலுவிதமா பேசற நெலமை ஆயிடுமா?' என்றெல்லாம் எனக்குள் கேள்விகள். 'எதிர்பாராதாவிதமாகச் சந்தித்தோம், பேசினோம். இதில் யார் என்ன குற்றம் கண்டுபிடிக்க முடியும்' என ஒரு பதிலைக்கூறி என்னைநானே சமாதானப்படுத்திக்கொண்டேன். இருந்தும் லட்சுமிபோலவே என்னையும் ஒரு சிறுமியாகவும் முன்பின் அறிந்திராத பெரியவர் முன்பு என்னைத் தள்ளிவிட்டு யாரோ பேசு பேசு என்பதுபோலவும் கற்பனைசெய்து புருஷோந்தி முன்பு வாய் திறக்க கூச்சப்பட்டேன். நான் காட்டிய மௌனம் அவரை ஆச்சரியப்படுத்தி இருக்கவேண்டும்.

"தமிழ்ச் சங்கத்தில் நான் சந்திக்கிற மதாம் ஃபெலிக்ஸான்னு சந்தேகமா இருக்குங்க. நாலு வார்த்தை கலகலப்பா பேசுங்க. என்

முகத்தை நிமிர்ந்து பாருங்க. மனசைத் தைரியப்படுத்திக்கிட்டு தெரிந்த மனிதர் எதிரில்தான் உட்கார்ந்திருக்கிறோம் என நினைங்க எல்லாம் சரியாயிடும்."

புருஷாந்தி தைரியமூட்டிக்கொண்டிருக்க, குளிர்பானக்கடை வாயிலில், கரும்பு ஜூஸ் விற்பவன் மீது என் கவனம் இருந்தது: பெரிய ஐஸ்கட்டியை சல்லடைபோன்ற தகட்டில் வைத்து சரக் சரக் என அழுந்தத் தேய்க்கிறான். அது சீவல் துண்டுகளாக தகட்டின்கீழ் வைத்திருந்த கண்ணாடித் தம்ளர்களில் விழுகிறது, பின்னர் கரும்பு ஜூஸ்கொண்டு அவற்றை நிரப்பி நிற்கும் வாடிக்கையாளரிடத்தில் நீட்டுகிறான். ஐஸ்கட்டியை எடுக்கும் நேரம், தகட்டில் தேய்க்கும் நேரம், ஐஸ்கட்டி சீவல்கள் கண்ணாடித் தம்ளர்களில் விழ எடுத்துக்கொள்ள நேரம், அவற்றில் கரும்பு ஜூசை நிரப்பும் நேரம் எல்லாமே இரண்டிரண்டு நிமிடங்களைக் கடந்திருக்க வாய்ப்பில்லை.

"கரும்பு ஜூஸ் இங்கே நன்றாக இருக்கும், சொல்லட்டுமா? இல்லை தேநீருக்குச் சொல்லவா?"

"எனக்கும் இரண்டும் சம்மதம். உங்களுக்குப் பிடிச்சதைச் சொல்லுங்க, குடிக்கறேன். நான் அதிகம் நேரம் இருக்க முடியாது. இவளைப் பள்ளிக்கூடத்திலிருந்து அழைத்துப்போக வந்தேன். திடீரென்று உங்கள் தெரு பற்றிய பெயர்ப்பலகை கண்ணில் பட்டது. எனக்கும் காலாற நடக்கவேண்டும் போலிருந்தது. வந்தேன். தற்செயலா உங்களையும் சந்திச்சேன்."

"இருங்க வரேன்" என்று கூறிய புருஷாந்தி, கரும்பு ஜூஸ் தயாரிப்பவரிடம் எங்களுக்கு மூன்று டம்ளர் ஜூஸ் சொல்லிவிட்டுத் திரும்ப எனக்கு முன்னால் அமர்ந்தார்.

"காலையில்தான் உங்களிடம் பேசவேண்டும் என நினைத்திருந்தேன். அது அதிர்ஷ்டவசமாக நிறைவேறி இருக்கிறது. ஒரு நல்ல சேதி வந்திருக்கிறது. கடந்த ஜூலை நான்காம் தேதி சிங்கப்பூரில் கூடிய இந்திய தேசிய சுதந்திர லீக்கினர் நேதாஜியை பிரசிடெண்ட் ஆக தேர்ந்தெடுத்திருக்கிறாங்க. ஆகஸ்டு மாதம் சுபாஷ் சந்திரபோஸ் சைகோன் வர்றார். இந்திய விடுதலைக்கு கிழக்காசியத் தமிழர்களின் ஆதரவை திரட்டிக்கொண்டிருக்கிறார். மலேசிய சிங்கப்பூர் தமிழர்களைப்போல நாமளும் அவர் பின்னால இருக்கிறோங்கிறதைச் சொல்லணும். அவருக்குப்

பெரிய வரவேற்புக் கொடுக்கணும். இந்த மாதிரி சமயத்தில மிஸியே இஸ்மாயில் இருந்திருந்தா ரொம்ப நல்லா இருந்திருக்கும். எதிர்பாராதவிதமா அவர் இந்தியா போகவேண்டியது ஆயிட்டுது. நீங்களும் கேள்விப்பட்டிருப்பீங்க. அதனாலென்ன, அவரிடத்தில் நாம இருந்து நிகழ்ச்சிகளை சிறப்பா செய்வோம். நம்ம பக்கம் தேர் இழுப்பாங்க இல்லையா, அப்படியொரு நிகழ்ச்சின்னு வச்சிக்குங்க.

"அதற்கென்ன தேங்காய், பழம், வெற்றிலை, சூடம் எல்லாத்தையும் கொண்டுவரேன். முதல் தீவார்த்தனை என்னிதா இருக்கட்டும்."

"சூடம் காட்ட நெறைய பேரு இருக்காங்க... ஆனா, தேரு அவங்களால ஓடறது இல்லைங்க. வடம் பிடிக்கிறவங்களால ஓடுது, தேரடியிலேபோயி கடைசியில நிக்கவும் வடம் இழுக்கிறவங்கதான் காரணமேதவிர தீவார்த்தனை காட்டற கூட்டமில்லை. 'ஆடைச் சீர்திருத்தம் தமிழர்களுக்குத்தானா, தமிழச்சிகளுக்கு இல்லையா?' என்பதுபோல நீங்க கேட்ட கேள்வியை நான் இன்னும் மறக்கலை. மனுஷங்க வாழ்க்கையை மேல கொண்டுபோவது கேள்விகள்தான். இஸ்மாயில் அண்ணன் உங்களைப்பத்தி நிறைய சொல்வார். அவங்க மனைவி அமீனா பேகம் உங்க இரசிகைன்னு சொல்வார். தமிழ்ச்சங்கக் காரியதரிசியா ஆனதிலிருந்து நானும் உங்களைக் கவனிச்சுக்கிட்டு வர்ரேன். எதிலும் கறாரான அணுகுமுறை. அதேவேளை விலகி நின்னு வேடிக்கை பார்க்காம ஒட்டுதலும் உரிமையுமா எல்லா காரியத்தையும் இழுத்துப்போட்டுக்கொண்டு கச்சிதமா செய்து முடிக்கிறீங்க. இதற்குமேல் என்ன சொல்ல? அதனாலதாலதான் இந்த விஷயத்திலும் நீங்க எங்களுக்கு ஒத்தாசையா இருக்கணும்னு எதிர்பார்க்கிறேன்."

நான் மாட்டேன்னா சொல்லப்போறன். இஸ்மாயில் அண்ணன் கேட்டுக்கொண்டதால சங்கக் காரியதரிசி ஆனேன். அதன் பிறகு தமிழாசிரியையங்கிற பொறுப்பைக் கொடுத்தீங்க. மேளதாளம் வச்சு பூரண கும்பமரியாதைதான் செய்யல, மற்றபடி எனக்கு எல்லாம் நடந்துட்டுது. அடுப்படியில கிடந்தவள தெருவாசலுக்குக் கொண்டுவந்தீங்க. வெளி உலகத்தைக் காட்டினீங்க. என்னால முடிஞ்ச உதவிய நான் உங்களுக்குத் தாராளமா செய்வேன். உங்கவீட்டைக் கூட்டு, பெருக்கு,

அலம்பி விடுன்னு சொல்லலை, நாம பிறந்த தேசத்துக்குன்னு, உன்னால முடிஞ்சா ரெண்டு செங்கல்லை எடுத்துவைன்னு சொல்றீங்க. ரெண்டு என்ன மூணு கல்லை எடுத்துவைப்பேன். கையிலே தெம்பில்லைன்னா தலையிலே சுமப்பேன். அதற்கு முன்பு எனக்குச் சில சந்தேகங்கள் இருக்கு. அதை நீங்க தீர்த்துவைக்கணும்."

"கேளுங்க, என்னால முடிஞ்சா தீர்த்துவைக்கறேன்."

"பிரிட்டிஷாரிடமிருந்து இந்தியா விடுதலை பெறணும், அதற்கு ஜப்பானியரோட கூட்டுச்சேரணுங்கிற பிரிட்டிஷ் இந்தியத் தமிழர்களின் எண்ணத்தை புரிந்துகொள்ள முடியுது. ஆனால் நாம புதுச்சேரி தமிழர்கள். பிரிட்டிஷ் இந்தியர்களின் தேசப்பற்று நமக்கு ஏன் இல்லை? நாம ஏன் வித்தியாசமாக இருக்கோம்? புதுச்சேரி பிரெஞ்சுக்காரர்களின் காலனியாக இருந்தது போதுமென நாமும் நினைக்க வேண்டுமில்லையா?"

– நீங்கள் இந்தக் கேள்வியை இந்தியக் குடியுரிமையுடன் இருக்கிற புதுச்சேரித் தமிழர்களிடம் கேட்கவேண்டும். உங்கள் கணவரும் நீங்களும் சிங்காரமும் நானும் ரெனோன்சான்கள், பிரெஞ்சுக் குடியுரிமை பெற்றவர்கள். நாங்கள் பிரான்சுக்கு விசுவாசமா இருக்கவேண்டும் என்பதுதான் குடியுரிமை வற்புறுத்தும் நியாயம். பிரிட்டிஷ் இந்தியாவிலும் எல்லா இந்தியரும் பிரிட்டிஷாரிடமிருந்து இந்தியா சுதந்திரம் பெறணும் என நினைப்பதில்லை. அடுத்தவேளை சோறுக்கு என்னவழி என யோசிக்கிற மனுஷனுக்கும் பிரிட்டிஷாரை அண்டி வாழ்வதுதான் சொகமென நினைக்கிற கூட்டத்துக்கும் இந்தியா விடுதலை பெறணும்ங்கிற எந்த அவசியமும் இல்லை. அதேவேளை பிரெஞ்சுக் குடியுரிமை இருப்பதால நாம இந்தியரில்லைன்னு ஆயிடுமா? நம்முடைய பிள்ளைகள் எப்படியோ, நம்மால சோறு சாப்பிடாம இருக்கமுடியுதா? உண்மையைச் சொல்றேன்... எனக்கு இத்தியாவுக்குப் பிறகுதான் பிரான்சு. காந்தி, பெரியாருக்குக்குப் பிறகுதான் அல்பெர் கமுய், தெகோல் எல்லாம். ஜாக்கிரதையாகத்தான் இப்பிரச்னையை அணுகணும். நாளை பிரிட்டிஷ் இந்தியா விடுதலை பெற்றால், பிரெஞ்சிந்தியாவும் விடுதலை பெறுமென்று நம்பறோம். மிகப்பரந்த இந்தியத் துணைக்கண்டத்தில், பிரெஞ்சுக் காலனிகளை சங்கிலி பிடித்து அளக்க வேண்டுமென்றால்கூட பிரிட்டிஷ் இந்தியாவில்

காலூன்றினால் முடியும். இந்த லட்சணத்தில் பிரெஞ்சுக்காரர்கள், பிரிட்டிஷ் இந்தியா விடுதலையானால், தொடர்ந்து காலனி அரசாங்கத்தை கட்டிக்காப்பது எளிதல்லை. பிரிட்டிஷ் இந்தியா விடுதலை என்பது பிரெஞ்சிந்திய விடுதலைக்கான அச்சாரம்.

"நல்லதுங்க. கரும்பு ஜூஸை அப்படியே வெச்சிருக்கீங்க. எங்களுக்காகத்தான் சொன்னீங்கபோலிருக்கு. நான் புறப்படணும். சுபாஷ் சந்திரபோஸ் வரும் தேதி உறுதியானதும் தகவல் சொல்லுங்க. நிகழ்ச்சி ஏற்பாட்டாளர்கள் அனைவரும் அதற்கு முன்பாக ஒன்றுகூடிப் பேசுவது நல்லது. நான் என் கணவர் கிட்ட பேசறேன். நீங்களும் இதைப்பத்தி ஒரு வார்த்தை அவர்கிட்ட பேசிட்டா நல்லது. அவர் அரசாங்க உத்தியோகத்தில இருக்கிறார். நான் நேதாஜி அப்படி இப்படின்னு நடந்துக்கிட்டா அவருக்கு எந்தப் பிரச்னையும் வராதில்லையா?"

"கவலைப்படாதீங்க. தற்சமயம் சைகோன் காலனி அரசாங்கத்துல ஜப்பான் வெச்சதுதான் சட்டம். உங்க கணவருக்கு எந்தச் சிக்கலுமில்லை. நான் பார்த்துக்கறேன்."

புருஷாந்தியிடம் விடைபெற்றுக்கொண்டு வீட்டை அடைந்த போது, போலீஸ் சீருடையில் நான்கு ஐரோப்பியரைப் பார்த்தேன். வீடெங்கும் புகை மூட்டம். திராவகத்தைப்போல மதுவின் நெடி. லட்சுமி அச்சத்துடன் என்னிடம் ஒட்டிக்கொண்டாள். தள்ளாடியபடியே சுப்பு எழுந்துவந்தார். வாயில் சாம்பலானது போக கனிந்த நிலையில் சுருட்டு. என்னைத் தோளோடு தோள் சேர்த்துக்கொண்டு, ஐரோப்பியர்களிடம்:

– வேதம் என் மனைவி. "எனக்கு எல்லாமே இவங்கதான். அவங்க இல்லைன்னா நானில்லை" என்றார். அவரை மெல்ல என்னிடமிருந்து விலக்கினேன். லட்சுமியின் உடல் உதறிக்கொண்டிருக்க, அவளை அணைத்தவண்ணம் அறைக்குள் நுழைந்து கதவைச் சாத்தினேன்.

*

46

சைகோன் (5)

சிங்காரமும் மரியாவும் இருவரும் சைகோன் நதிக்கரைக்குத் திரும்ப வந்திருந்தார்கள். கடந்த சில வாரங்களாக வீட்டில் சுமுகமான சூழல் இல்லை. மரியா "காவல்துறையிடம் புகார் தெரிவிக்கலாம் என்றாள். சிங்காரவேலு தயங்கினான். இரண்டாம் உலகப்போர் துவங்கியதிலிருந்து காலனியில் நிலமை சரியில்லை. அதற்கு முன்பு உள்ளூர் மக்களைப் பற்றிய புகார் எனில் உடனே காவல்துறை நடவடிக்கை எடுத்தது. தற்போது ஜப்பானியர் ஆதரவினால் அவர்கள் மீது கைவைக்க ஒருமுறைக்கு பலமுறை காலனி அரசாங்கம் யோசிக்கிறது. "வியட்நாமியர்கள் மேல நாம புகார் சொல்லப்போவ, நம்மள குத்தவாளின்னு அரசாங்கம் சொல்லவும் வாய்ப்பிருக்கு, இல்லைன்னா, எந்தத் தைரியத்துல அவன் வாங்கின கடனை நாம அடைக்கணும்னு கிழவன் வீடு தேடி வருவான்" எனப் புலம்பிய சிங்காரம், மரியாவின் யோசனையை புறங்கையால ஒதுக்கினான். அவனுக்குப் பிரச்னையின் வேரைதெரிந்துகொள்ள வியட்நாம் கிழவனை ஒரு முறை சந்திப்பது நல்லதெனப்பட்டது. அவனைச் சொல்லிக் குற்றமில்லை. இரண்டு பிள்ளைகளுக்குத்

தந்தையானதுக்குப் பிறகு எதிலும் கொஞ்சம் நிதானத்துடன் இருப்பது நல்லதென நினைக்கிற தமிழன். புதுச்சேரியில் இருந்தபோது, அநியாயத்தைத் தட்டிக் கேட்கணும்னு முந்திரிக்கொட்டைபோல முன்னால போய் நிப்பான். "நம்மள மாதிரி நடுத்தரக் குடும்பத்துக்கு இந்த வேகம் கூடாது. இளம் ரத்தத்துல ஏதோ துள்ளற, போகப் போக புரியும்" நடேசபாரதிகூட புத்தி சொல்லிஇருக்கிறார். பத்தாண்டுகளுக்கு முன்பிருந்த சிங்காரமில்லை, மரியாவிடம் தற்போதெல்லாம் "காரியம் பெருசா, வீரியம் பெருசா?" என்று அடிக்கடி சொல்கிறான்.

நதி வழக்கம்போல அமைதியாக பச்சைப்பசேல் என்று கைவிரித்துப் படுத்துக்கிடந்தது, மரியாவின் தலைமயிர்போல ஒரு பளபளப்பு. நடந்தவன் நின்று, மரியா தன்னுடன் வந்து சேரட்டுமென காத்திருந்தான். அவள் இதனைப் புரிந்தவளாய் எட்டி நடைபோட்டு இணைந்துகொண்டதும் அவசரமாய் உதட்டைக் குவித்து அவள் கன்னத்தில் முத்தமிட்டுவிட்டு ஒதுங்கி நடந்தான். அவள் இதை எதிர்பார்க்கவில்லை. கணநேரம் உடல் சிலிர்த்தது. பொதுவெளியில் இதுதான் முதல்முறை அல்ல. நீரில் துள்ளி மூழ்கும் மீன்போல சிங்காரம் காதலை வெளிப்படுத்தும் நொடிகள் நேரம் காலமின்றி அவளுக்கு வாய்த்திருக்கிறது. கண் இமைக்கும் நேரத்தில் நடந்துமுடிந்துவிடும் அனுபவத்தை மனதிற்குள் ருசித்து நடந்தாள். சிங்காரம் பத்தடி தூரம் நடந்திருப்பான்.

"அதோ அந்தக் குடிசைதான். ஆமா அதுதான். அன்றைக்கும் கிட்டத்தட்ட இதே இடத்துலதான் நான் நின்றிருப்பேன். கிழவன், லட்சுமியின் கையைப் பிடித்துக்கொண்டு பரண்போலவிருந்த குடிசையின் முகப்பில் நின்றபடி என்னைக் கண்டதும் பல்லைக் காட்டினான். எற்கும் கிட்டப்போய் விசாரிப்போம்" என்றான்.

வரிசையாக நீரில் காலூன்றி நிற்கும் கொக்குகள் போன்ற குடிசைகளை நிதானமாக அவதானித்தபடி கணவனும் மனைவியும் நடந்தார்கள். ஓரிடத்தில் கூடுதலாக இரண்டொரு நிமிடங்களை சிங்காரம் கண்களுக்குக் கொடுத்தான். பிறகு உள்ளங்கைகள் இரண்டையும் ஒன்றொடொன்று சேர்த்துத் தட்ட, அதற்கான பதில்போல அவர்கள் தேடிய கிழவர் கீற்றுக்குடிசையின் தட்டிக் கதவைத் திறந்துகொண்டு வெளியில் வந்தார். தம்பதியரைக் கண்டதும் உடலை மடித்து கிழக்காசியர்

முறைப்படி வணங்கி காவிப்பற்களும் ஈறுகளுமாக ஒரு சிரிப்பு.

"மேலே வரலாமா?" என மரியா கேட்டதும் அனுமதிப்பதுபோல தலையை இருமுறை உயர்த்தித் தாழ்த்த, மரியா சிங்காரத்தை அழைத்துக்கொண்டு மரப்படிகளில் கவனமாகக் கால்வைத்து ஏறினாள். பலகைகளை வரிசைப்படுத்தி உருவாக்கி இருந்த பரணில் இவர்களை எதிர்பார்த்துப் போட்டிருந்த தடுக்கில் கணவனும் மனைவியும் அமர்ந்தார்கள். உள்ளே மூதாட்டி ஒருத்தியும் மரியா வயது பெண்ணொருத்தியும் குத்துக்காலிட்டு உட்கார்ந்திருந்தார்கள். மூதாட்டி குடிசைக்கு வந்த புதியவர்களைக் கண்டதும் தலையை ஆட்டினாள். இளம் பெண்ணின் பார்வை பராக்குப் பார்ப்பதுபோல இருந்தது. பெண்கள் இருவரின் ஆடைகளைக்கொண்டு குமாங் பழங்குடி இனத்தைச் சேர்ந்தவர்கள் என மரியாவிற்கு விளங்கிற்று.

– உங்களைப் பல நாட்களாக எதிர்பார்த்தேன். இன்றைக்குத்தான் உங்களுக்கு வழிதெரிந்ததா?

– எதற்காக எங்களை எதிர்பார்க்கவேண்டும்.

– 'மைஃ போங்'க்கிற்காக. உங்கள் வீட்டில் ஒரு பெண்குழந்தை இருக்கிறதே, அவள் எனக்குப் பேத்தி. அதோ எனது மனைவிக்கு அருகில் உட்கார்ந்திருக்கும் என் மகளின் குழந்தை.

– நீங்கள் யார்? உங்களுக்கும் லட்சுமிக்கும் என்ன சம்பந்தம். எங்களுக்குத் தெரியவேண்டும். உண்மையை சொல்லப் போனா, அன்றைக்குச் செட்டியாருடன் எங்கள் வீட்டின் முன்பு செய்த தகராறுக்கு நான் புகார் கொடுக்கலாம் என்று சொன்னேன். உங்க நல்ல நேரம் எதற்கு வீண் பிரச்னையென என் கணவர் தடுத்துவிட்டார்.

– சரியான முடிவைத்தான் எடுத்தீங்க. அந்தப் பெண்குழந்தை உங்களுக்கு வேணுமின்னா எங்களை நீங்க பகைச்சுக்கக் கூடாது.

– லட்சுமி விஷயத்துல இருக்கிற உண்மைகள் எங்களுக்குத் தெரியணும். இவர் ராணுவத்தில் இருக்கிறார், அந்தக் குழந்தை எங்களிடத்தில் இல்லை. இவங்க அக்காள் வளர்கிறார். வளர்ப்புத் தந்தை ஒரு காவல் அதிகாரி. அவளை நன்றாகப் பார்த்துக்கொள்கிறார்கள். எந்தக் குறையும் அவளுக்கில்லை. நல்லவேளை அவர்கள் வீட்டில் நீங்கள் பிரச்னை பண்ணலை.

பண்ணியிருந்தா, அவர்கள் எங்களைப்போல உங்களைத் தேடிவந்திருக்க மாட்டாங்க. இங்கே வந்தபோதுதான் ஓங்க நெலமை புரியுது. உங்களுக்கு உதவணும்னு நினைக்கிறேன். ஆனா, ஓர் உத்தரவாதத்தை எங்களுக்குத் தரணும். குழந்தையைக் கொடுங்கன்னு கேட்டு அவளை வளர்க்கிறவங்ககிட்டபோய் நீங்க நிற்கக் கூடாது.

– பணம் ஏதாவது கையிலிருந்தா கொடுங்க... நேற்று ராத்திரி சாப்பிட்டது.

– போகும்போது தருவோம். ஏமாத்த மாட்டோம். எங்களுக்குக் கிடைச்ச தகவல்படி குழந்தைக்கு அம்மா இல்லை, அவள் செத்துட்டதாகச் சொன்னாங்க. அப்படி சொல்லித்தான் இந்திய முதலாளிகிட்ட அவருடைய தொழிலாளி ஒருவர் குழந்தையைக் கொடுத்திருக்கிறார்.

– அந்தத் தொழிலாளி வேற யாருமில்லை நான்தான். எனக்கு வேற வழியில்லை. கொஞ்சம் திரும்பி என் பொண்ணு மொகத்தைப் பாருங்க. அவள் உயிரோட இருந்தாலும் செத்துட்ட கணக்குலதான் வெச்சிக்க முடியும். குழந்தைக்குத் தகப்பன் இந்தியன், உங்க கணவரோடுதான் வேலை பார்த்தான். இது நாள்வரை எட்டிப் பார்க்கலை. என் மவ பிள்ளைத்தாய்ச்சியாக இருக்கிறபோது வந்து பார்த்தவன். அதற்குப்பிறகு என்ன ஆனான்னு தெரியலை.

– உங்க பெண்ணைப் பத்தி கொஞ்சம் சொல்லுங்க, என்ன நடந்தது?

– எனக்கொரு பையன் இருந்தான். அவனுக்கு மீன் பிடிக்கிறது தொழில். வேலை இல்லாத நேரத்துல கூலி வேலைக்குப்போவான், கிடைச்சதைக் கொண்டுவந்து வீட்டுல தருவான். சில சமயம் வீடு திரும்ப பத்துப் பதினைந்து நாளு, ஏன் ஒரு மாசம்கூட ஆகும். நாங்க அதைப் பெருசா எடுத்துகிறதில்லை. இங்கே அவன் வயசுல இருக்கிற பசங்க மொத்தப்பேரும் அப்படித்தான் இருப்பாங்க. அதனால, நான் கண்டுக்கலை. ஒரு நாள் திடீரென்று போலீஸ்காரங்க அவனைத் தேடி வந்தாங்க. அவன் கம்யூனிஸ்ட்டுன்னு சொன்னாங்க. அவன் குடிசையில் இல்லை. எங்களைப் பிடிச்சுப் போனாங்க, சிறையில வெச்சாங்க. என் பொண்டாட்டியையும் என்னையும் விட்டுட்டாங்க, என்

மகளைப் பதினைந்து நாள் அவள் தம்பி எங்கேன்னு கேட்டு கர்ப்பிணிப் பெண்ணுன்னுகூடப் பார்க்காம அடிச்சிருக்காங்க. தரையில் படுக்கவெச்சு கணுக்காலிலும் பாதத்திலும் பிரம்பால் அடிப்பாங்களாம். குறடால வெள்ளை முழி பிதுங்க புருவங்களை இழுப்பாங்களாம்; நகங்களைப் பிடுங்குவாங்களாம். பெண்குறியில் சிற்றெறும்புகளை விடுவாங்ககளாம். அவள் கதறி அழுதது சிறை முழுக்கக் கேட்டுதாம், சொன்னாங்க. பைத்தியக்காரிபோல வெளியில் வந்தாள். எங்களை யாருன்னுகூட அவளுக்கு அடையாளம் தெரியலை. இன்னைய வரைக்கும் என் மகன் போன இடம் தெரியலை. என் மகளைக் கட்டிக்கிட்டவன் ஒரு முறை தேடிவந்தான். என் மகள் இருந்த நெலமையைப் பார்த்துட்டுப் போனவன் திரும்பலை.

– எங்களுக்கு என்ன பதில் சொல்றதுன்னு தெரியலை. எங்களால முடிஞ்ச உதவியை செய்யறோம். அதற்காக, கடன் வாங்கிட்டு அந்தக் கடனையெல்லாம் நாங்க அடைக்கணும்னு எதிர்பார்க்கவேண்டாம். நாங்களே தேடிவந்து எப்ப முடியுதோ, அப்ப ஏதாச்சும் உதவி செய்வோம். பேத்தியைப் பத்தின எந்தக் கவலையும் வேண்டாம். புரிஞ்சுதா?

கிழவரிடம் கையிலிருந்த சொற்பப் பணத்தைக் கொடுத்துவிட்டு மரியாவும் சிங்காரவேலுவும் எழுந்துகொண்டார்கள். லட்சுமியைப் பெற்றவளைப் பார்க்க மரியா, சிங்காரவேலு இருவருமே தயங்கினார்கள். மரப்படிகளைப் பிடித்து இறங்கி நதிக்கரை ஓரமாகவே நடந்து, மரியாவும் சிங்காரமும் வீடுவந்து சேர்ந்தார்கள்.

*

47

சைகோன் (6)

சைகோன் நகராட்சியின் காவல்துறை அலுவலகம். பிரிகாதியெ ஷேஃப் எனும் தலைமைக் காவலர் உத்தியோகத்தில் இருக்கிற ஃபெலிக்ஸ் சுப்பராயன் சைகோன் – ஞாயிறு (Saigon-Dimanche) இதழைப் புரட்டிக்கொண்டிருந்தார். இதழில் ஆங்கிலேயரிடமிருந்த சிங்கப்பூர், ஜப்பான் வசம் கைமாறியதைக் குறிப்பிட்டு ராவூல் ராமராஜா வெர்னியே என்ற புதுச்சேரித் தமிழர் ஒருவர் ஜப்பானியர்களை வானளாவப் புகழ்ந்திருந்தார். பெரும்பாலான பிரெஞ்சுக் குடியுரிமைபெற்ற புதுச்சேரித் தமிழர்களின் கருத்துக்கு மாறாக புருஷாந்தியைப் போன்ற ஒரு சிலர் ஜப்பானியர்களை வெளிப்படையாக ஆதரிக்கிறார்கள். இந்தோசீனா – இந்தியா இதழிலும் மஜீத் என்கிற பிரிட்டிஷ் இந்தியத் தமிழர் ஜப்பானியர்களைப் புகழ்ந்து எழுதுகிறார். இவர்களெல்லாம் இப்படித் துணிச்சலுடன் எழுதக் காரணம் இருக்கிறது. இந்தோசீனாவின் தற்போதைய கவர்னர் ஜெனரலாக இருக்கிற ழான் தெக்கூ (Jean Decoux) ஜெர்மன் பிடியிலிருக்கிற பிரான்சு அரசாங்கத்தினால் நியமனம் ஆன நபர். ஜப்பானியருக்கு வேண்டியவர்.

ஃபெலிக்ஸ் சுப்பராயனும் இவரைப்போல தாங்களாக பிரெஞ்சுக் குடியுரிமையைக் கேட்டுப்பெற்று, சைகோனில் பிழைப்பதற்கு வந்திருக்கிற பலரும் பிரான்சு தேசத்தின் உண்மையான விசுவாசிகள். ஜெர்மன் பிடியிலிருக்கிற பிரான்சு தேசம் விடுதலை அடையவேண்டும் என ஆங்கிலேயருடன் இணைந்து சண்டையிடுகிற ஜெனரல் தேகோல் ஆதரவாளர்கள். ஆனாலும் இந்தோ–சீன காலனி அரசாங்கம், ஜெர்மன் ஆதரவு பிரெஞ்சு அரசாங்கம் என்பதாலும் தாம் பார்ப்பது பொறுப்பான அரசாங்க உத்தியோகம் என்பதாலும் வாய் மூடி இருக்கிறார். வாய் திறந்து முணுமுணுத்த பலர் வேலையிலிருந்து நீக்கப்பட்டிருக்கிறார்கள், குரலை உயர்த்தியவர்கள் சிறையில் இருக்கிறார்கள். பிழைப்புக்கென்று பல ஆயிரம் மைல்கள் கடந்து வந்திருக்கும் தனக்கு எஜமானர்கள் யாரா இருந்தாலென்ன என்கிற காரியவாதித் தமிழனாக சுப்பு இருக்கிறார். அவ்வப்போது மனசாட்சி உறுத்துகிறது. பிரெஞ்சு அரசாங்கத்தின் தயவால் பெற்ற குடியுரிமையும் அவர்கள் தயவில் கௌரவமாகச் சைகோனில் வாழ்வதும் ஞாபகத்தில் வந்து தொலைக்கிறது. அதனால் புருஷாந்திபோன்ற ஆட்கள் செய்யும் காரியங்கள் எரிச்சல் தருகின்றன. ராணுவத்திற்கு ஆள் சேர்க்கவும் நிதி திரட்டவும் சைகோனுக்கு வருகிற சுபாஷ் சந்திரபோஸுக்கு பிரமாண்டமான வரவேற்பு கொடுக்கப்போகிறார்களாம். வேதவல்லிகூட ஒரு வாரமாக அந்த ஏற்பாடுகளில் மும்முரமாக இருக்கிறாள். அவளால் பிரான்சு விசுவாசியான இவருக்கு கெட்ட பெயர் “இங்கே தலைகாட்டுவான், அங்கே வால் காட்டுவான்” என்று காதுபட புதுச்சேரி கிரெயோல் தமிழர்கள் பேசுவதும் காதில் விழாமலில்லை.

காலையில் வீட்டில் ஆப்பத்தைத் தேங்காய் பாலில் மூழ்கடித்து ஃபெலிக்ஸ் சுப்பராயன் வழக்கமாக சாப்பிடுவதைக் காட்டிலும் இரண்டு ஆப்பங்கள் கூடுதலாகவே சாப்பிட்டது நெஞ்சில் இருந்தது. “ஹேவ்” என்று சத்தமாக ஏப்பம்விட, அண்மையில் ப்ரிகாடியேவாக சேர்ந்திருந்த ஐரோப்பிய இளைஞன் சிரித்துவிட்டான். சுப்பராயனுக்குக் கோபம், “என்ன சிரிக்கிற? நான் 30களில் மூன்றாவது பிரெஞ்சுக் குடியரசின் கீழ் உறுதிமொழி எடுத்துக்கிட்டு உத்தியோகத்துல சேர்ந்தவன். உன்னைப்போல ஜெர்மன்காரன்கிட்ட அடிமையா

இருக்கிற பிரெஞ்சு அரசாங்கத்துல உறுதிமொழி எடுத்துக்கிட்டு வேலைக்கு வந்தவனில்லை. அதனால, உன்னைவிட பிரெஞ்சு நாகரிகத்துக்கிட்ட எனக்கு விசுவாசமிருக்கு, இன்னொருமுறை இப்படி நடந்துக்கிட்ட நாள் பூரா தெருவாசலில் துப்பாக்கிய ஏந்திக்கிட்டு காவலுக்கு நிக்கவேண்டியிருக்கும்" என்று எச்சரிக்க நினைத்தார். நல்லவேளை, அவை வார்த்தையாக வெளியில் வரவில்லை.

என்னதான் ரெனோன்சான் உரிமையில் பிரெஞ்சுக்காரனாக அவதாரமெடுத்தாலும் இதுபோன்ற மனித இயல்பை எளிதாக விடமுடிகிறதா என்ன? ஃபெலிக்ஸ் சுப்பராயனுடைய தாத்தா அமாவாசை, கிருத்திகைகளில் சாம்பாரையும் வீட்டுப் பசு நெய்யையும் கொஞ்சம் தாராளமாக விட்டுப்பிசைந்து விரலிடுக்கில் சாம்பார் ஒழுக கவளம் கவளமாக வாய்கொள்ள அப்பி ஒன்றிரண்டு பருக்கைகளைக்கூட உதடுகளில் ஒட்டாமல் சாப்பிட்டு முடித்து எழுந்திருக்கும்போது முதல் ஏப்பம் சற்றுக் கம்பீரமாக வெளியில் வரும். வாசல் அண்டாவிலிருந்து ஒரு சொம்பு தண்ணியை மருமகள் மொண்டு கொடுத்தால் கணைத்து, உறுமி, தலையைச் சிலுப்பி, கொப்பளித்து வாசல் கொடியில் நிரந்தரமாக் காய்ந்துகொண்டிருக்கிற ஈரிழைத்துண்டில் கைகளைத் துடைத்துக்கொண்டு இரண்டாவது ஏப்பத்துடன் திண்ணையில் உட்காருவார். அடுத்து, வெத்திலைச் செல்லத்தைக் கையில் எடுத்துக்கொண்டு வரிசையாக நாலைந்து முறை ஏப்பம் விடுவார். தெருவில் போகிறவர்கள், 'என்ன முதலியாரே! சிரமபரிகாரம் ஆச்சா?' எனக் கேட்பார்கள். அவர்கள் கேள்விக்கும் மற்றொரு ஏப்பம்தான் பதில்.

சுதந்திரத்திற்கென பெரும் புரட்சியைச் செய்த பிரெஞ்சுக்காரர்கள், ஏப்பம்விடும் சுதந்திரத்திற்கு எதிரிகளாக இருப்பார்கள் எனக் கனவிலும் நினைத்ததில்லை. சைகோனுக்கு வந்த புதிதில் புத்தாண்டு தினத்தைக் கொண்டாட நேர்ந்த அன்று பிரெஞ்சுக்காரர்களின் சுதந்திரத்தில் பூரண நம்பிக்கை வைத்து இப்படித்தான் ஏப்பம்விட்டார். புதுச்சேரித் தமிழர்கள் உட்பட, உடன்சாப்பிட்ட பலரும் தாங்கள் சாப்பிடுவதை நிறுத்திவிட்டு, கூண்டில் அடைபட்ட மிருகக்காட்சிசாலை விலங்கைப் பார்ப்பதுபோல அதிசயமாகப் சுப்பராயனைப் பார்த்தார்கள். அருகிலிருந்த புதுச்சேரி சிநேகிதர் ஒருவர் "நாலு

பேர் காதுல விழற மாதிரி ஏப்பம் விடக்கூடாது, நாகரிகமில்லை, 'பர்தோன்' (மன்னிப்பு) கேளுங்க" எனக் காதில் முணுமுணுத்தார்.

* * *

இந்தோசீனாவில் ஜப்பானியர் ராணுவம் கொஞ்சம் உரிமை எடுத்துக்கொண்டு வலம்வர ஆரம்பித்தபிறகு அன்னாமிட்டுகளால் பிரெஞ்சுக் காலனி அரசாங்கத்திற்கு அதிகம் பிரச்னைகள் இல்லை. வேலையின்றி அலுவலகத்தில் பொழுதைக் கழிப்பதால் அநாவசியமான கற்பனைகளுக்கு மனத்தில் இடம் கொடுக்கவேண்டியிருக்கிறது. அதிலொன்று, மனைவி வேதவல்லியைப் பற்றியது.

வேதவல்லிக்கு, தான் கொடுத்த சுதந்திரம் சரியோ என்கிற சந்தேகம் சில நாள்களாக சுப்பு மனதை அரித்துக்கொண்டிருக்கிறது. சைகோன் – இந்தியா கடை உரிமையாளர் கேட்டுக்கொண்டதாலும் வேதவல்லியும் கறாரானவள், பிரச்னைகளை அண்டவிடமாட்டாள் என்பதாலும் தமிழ்ச்சங்கத்தில் சேரச் சம்மதித்தார். தவிர, ஐரோப்பியருடன் பழகுகிறோம் அவர்கள் மனைவிமார்களையும் பார்க்கிறோம். ஆண்களுடன் சரிசமமாகப் பழகினாலும் ஒருத்தர் ரெண்டு பேர் எல்லை மீறுகிறார்களேதவிர எல்லாப் பெண்களும் அப்படியல்ல என்பது அவருடைய சொந்த அனுபவம். அதேவேளை சொந்தமண் குடும்பஸ்த்ரிகளிலும் நூற்றில் ஒன்றிரண்டு பேர் அப்படி இப்படியென இருந்திருக்கிறார்கள். அவரைப் பொருத்தவரை வேதவல்லி மிச்சமுள்ள 98 பேர் கூட்டம். இருந்தும் சில நேரங்களில் மனம் தடுமாறுகிறது, வேதவல்லியைச் சந்தேகிக்கிறது. இரண்டு வருடங்களுக்கு முன்பு தமிழ்ச்சங்க நிகழ்ச்சிக்கு வியட்மின் பெண்கள் அணியும் கவுனை வேதவல்லி உடுத்திவந்திருப்பதை, மாலை வேதவல்லியை அழைக்கச்சென்றபோது பார்த்த கணத்தில் மனத்தில் வெப்பத்தை உணர்ந்தார். தீ மளமளவென பரவி உடலைத் தகித்தது. வேதவல்லி மீது காட்டவேண்டிய கோபம், புருஷாந்தியின் பக்கம் திரும்பியது. வெளியில் ஓடிவந்து ஒரு வியட்நாமிய இளைஞனிடம் ஐந்து பியாஸ்தர்களைக் கொடுத்து, புருஷாந்தியின் கார் சக்கரங்களைச் சேதப்படுத்த ஏற்பாடு செய்தார். தயங்கியவனிடம் "பயப்படாதே, பிரச்னை வந்தால் நான் பார்த்துக்கொள்கிறேன். காவல்துறையில் இருக்கிறேன்"

எனத் தைரியமூட்டினார். அதன் பின்னர்தான் நெஞ்சிலிருந்த வெக்கை தணிந்தது.

இரண்டு வாரங்களுக்குமுன்பு கிராந்தியே வீதியில் ஒரு பிரச்னை. தமிழர் கடையொன்றில் உள்ளூர்ப் பையன் ஒருவன் ஏதோ ஒரு பொருளை எடுத்து ஜேபியில் ஒளித்திருக்கிறான். அவனை எச்சரித்து விட்டிருக்கலாம். கடைக்காரர் அவசரப்பட்டுக் கைநீட்டியிருக்கிறார். கேள்விப்பட்டுத் திரண்ட அன்னாமிட்டுகள் தமிழர் கடையை உடைத்து நொறுக்கிவிட்டார்கள். செய்திகேட்டு சம்பவ இடத்திற்குச்சென்று கலவரக்காரர்களில் ஒருசிலரைக் கைதுசெய்து வாகனத்தில் ஏற்றிக்கொண்டு திரும்பும்போது போல் பிளான்ஷி வீதித் திருப்பத்தில் ஒரு கரும்பு ஜூஸ் கடையொன்றில் எதிரெதிரே புருஷாந்தியும் வேதவல்லியும் பேசிக்கொண்டிருக்கிறார்கள். சுப்பராயன்கூட மறந்திருப்பார். அன்று அலுவலகத்தில் புதுச்சேரி சிநேகிதன் விளையாட்டைப் போல கொளுத்திப்போட்ட ஒரு செய்தி கலவரப்படுத்தியது. ஊர்க்கதையை எல்லாம் பேசி முடித்துவிட்டு:

– நான் சீக்கிரம் வீட்டுக்குத் திரும்பணும். முன்னப்போல வெகு நேரம் உட்கார்ந்து உன்கூட அரட்டை அடிக்க என்னால முடியாது" என்றான்.

– ஏன் என்ன நடந்தது? – சுப்பராயன்.

– என்ன ஃபெலிக்ஸ், தெரியாதமாதிரி கேட்கிற? இந்த மாதிரி விஷயமெல்லாம் உடனே பரவி இருக்கணுமே, உன் காதுக்கு வரலைன்னா எப்படி? மதாம் கப்ரியெல் இப்ப எங்கூடத்தான் இருக்கா.

– அவ புருஷன்காரனுக்கு எதுல குறைச்சல்னு உன்னைத் தேடி வந்தா?

– பொம்பிளைகளுக்கு சோத்தைப்போட்டா போதுமா?" அமர்த்தலாக கண்ணைச் சிமிட்டிவிட்டு எழுந்து சென்றான். அந்தப் பொம்பளையையும் அவனையும் கண்டம்துண்டமா வெட்டணும்போல இருந்தது.

காலையில் ஆப்பத்தைச் சாப்பிட்டபோது, புதுச்சேரி சிநேகிதன், 'பொம்பிளைகளுக்குச் சோத்தைப் போட்டாபோதுமா?' எனக் கேட்டது நினைவுக்கு வந்தது. வெகுநாட்களாக தன்

மனத்தை அரித்துக்கொண்டிருந்த ஒரு கேள்வியை மனைவியிடம் கேட்டார்:

– வேதா நான் ஒண்ணு கேட்பேன், ஒளிக்காம எங்கிட்ட உண்மையைச் சொல்லணும். நாம கல்யாணம் பண்ணிக்கொண்டு இதோன்னாலும் பதினைந்து வருஷம் ஆகுது. என்கிட்ட அன்பா நடந்துக்கிற. குடும்பப் பொம்பிளைகள் எப்படி இருக்க வேண்டுமோ, அப்படி இருக்கிற. நானும் நல்ல புருஷனா உனக்கு வேண்டியதைச் செய்துக்கிட்டுதான் இருக்கேன். ரெண்டு பேருகிட்டயும் குறை, நிறைகள் இருக்கலாம். இருந்தாலும் அதை அனுசரிச்சுப் போகறதுதான் வாழ்க்கை. இதுவரைக்கும் நல்ல பொண்டாட்டியா வாழ்ந்துட்ட. இனியும் அப்படி இருப்ப இல்லையா? என்னை வேண்டாமென்று ஒதுக்கிட மாட்டிய?

– சீ ச்சீ! என்ன இது பத்தியகாரத்தனமா, என்றைக்குமில்லாம தீடீர்னு என்னென்னவோ உளறீங்க. வாயைக் கழுவுங்க. இப்படிக் கேக்கிறது இதுலே முதலும் கடைசியுமா இருக்கணும்.

‘அந்த வார்த்தையை வேதவல்லி காப்பாற்றுவாளா? அப்படிக் காப்பாற்றாமப்போனால் அதற்கு நான்தான் காரணமா?’ என நினைத்த மாத்திரத்தில் முதன்முறையாக தான் அலுவலகத்தில் இருக்கிறோம் என்பதைக்கூட மறந்து துண்டை வாயில் திணித்து ஓசையின் நெஞ்சை இறுக்கி குமுறிக் குமுறி அழுதார்.

*

48

சைகோன் - வேதவல்லி (21)

1943 ஆகஸ்ட் 9...

ஆகஸ்டு மாதத்தில் சைகோனில் பொதுவாக இருபதிலிருந்து இருபத்தைந்து நாட்கள் மழை இருக்கும். இரண்டு நாள்களாகப் புளியமரத்தை உலுக்கியதுபோலச் சடசடவென ஓயாமல் மழை. நேதாஜி வரவேற்பை மழை கெடுத்துவிடுமோ என்ற கலக்கம் எங்களுக்கு இருந்தது. பிரார்த்தனை வீண்போகவில்லை, மழை ஓய்ந்திருந்தது. ஊர்த் திருவிழாவில் காப்புக் கட்டுவார்கள். தினந்தோறும் விதவிதமான ஜோடிப்பு, சாத்துப்படி அலங்காரத்துடன் சாமி ஊர்வலமிருக்கும். பத்தாம் நாள் தேர்த்திருவிழா. ஏறக்குறைய கடந்த ஒருவாரமாக சுபாஷ் சந்திரபோசை வரவேற்கும் ஏற்பாடுகளும் அதுபோலத்தான் நடந்தன.

சைகோனுக்கு வருகைதரும் நேதாஜி, கடந்த ஜூலை மாதம் நான்காம் தேதி முதல் இந்திய தேசிய லீக்கின் தலைவர். நேற்று முதல் இந்திய தேசியப்படையின் தலைமை ராணுவ அதிகாரி. பொறுப்பை ஏற்றுக்கொண்ட கையோடு சைகோன் வருகிறார். வரவேற்பை விமரிசையாகக்

கொடுப்பதென்று முடிவு செய்திருந்தோம். ஆண்கள், பெண்கள் எனப் பிரித்து பொறுப்பு ஒப்படைக்கப்பட்டிருந்தது. “சைகோனுக்குப் பெரிய எதிர்பார்ப்புடன் வருகை தரவிருக்கிற இந்தியத் தலைவரின் நிகழ்ச்சியில் குற்றம் குறைகள் நேர்ந்துவிடக்கூடாது, குளறுபடிகள் நடந்துவிடக்கூடாது, உங்களைத்தான் மலைபோல புருஷாந்தி நம்பி இருக்கிறார்” என கலிலூர் ரஹ்மான் பாய் என்னிடம் தெரிவித்தார். முன்னதாக சைகோனிலிருக்கும் ஜப்பானியர் தூதர் மட்சுமோட்டா (Matsumota)வுடன் ரஹ்மான் மிஸியே பேசியிருந்தார். அவர் இந்தோசீனா கவர்னருக்கு எழுத, பாதுகாப்பு ஏற்பாடுகள் சிறப்பாகச் செய்யப்பட்டிருந்தன.

நேதாஜி சந்தோஷத்துடனும் திருப்தியோடும் சைகோனிலிருந்து திரும்பிப் போகவேண்டும் என்பதில் கவனமாக இருந்தோம். பாதுகாப்பு, வரவேற்பது, வரவேற்பை யார் கொடுப்பது, எப்படிக் கொடுப்பது, அவருடன் காரில் வர யாரை, அனுமதிப்பது ஊர்வலமாக அழைத்துச்செல்ல வேண்டிய வீதிகள், ஒவ்வொரு வீதியிலும் சுருக்கமாகவும் எளிமையாகவும் கொடுக்கவேண்டிய வரவேற்புகள், அவற்றை முன்நின்று செய்யவேண்டிய தமிழ்ப் பிரமுகர்கள் யார் யாரெனத் துல்லியமாக சைகோன் நகர ஜப்பான் தூதுவருடனும் உள்ளூர் மேயருடனும் கலந்து ஆலோசிக்கப்பட்டது. தமிழர்கள் வழக்கப்படி வாத்தியங்கள், ரோஜாப்பூ மாலைகள், ஆரத்தித் தட்டுகள், ஆரத்தி எடுக்கவேண்டிய பெண்கள் என எல்லாம் தயார். மலேசியாவிலும் சிங்கப்பூரிலும் கேட்ட ‘ஜெய்ஹிந்த்’ முழக்கம் சைகோன் வீதிகளிலும் கேட்கவேண்டும் என்பதில் வரவேற்புக்குழு உறுதியாக இருந்து. தென்கிழக்கு ஆசியாவில் நேதாஜியின் இந்திய தேசிய லீக்கிற்கு அதிக நிதியைக் கொடுத்தவர்கள் சைகோன் தமிழர்கள் என எதிர்காலம் பேசவேண்டும் என்பது எங்கள் விருப்பம். முன்னதாக உள்ளூர் வியாபாரிகளையும் சென்று பார்த்தோம். சிலர் முணுமுணுத்தார்கள். லேவாதேவி தொழில்செய்யும் செட்டியார்கள் ஒரு சிலருக்கு இதில் விருப்பமில்லை. பிழைக்கவந்த இடத்தில், நமக்கெதற்கு அரசியல் என்கிறார்கள். அடுத்ததாக புதுச்சேரித் தமிழர்களுக்கும் இதில் விருப்பமில்லை, இவர்களனைவருக்கும் தாங்கள் பிரெஞ்சுக் குடியுரிமை வைத்திருப்பவர்கள் என்பதால் இந்தியர்களில்லை. இவர்களிலும் கிரெயோல் தமிழர்களைப்பற்றி சொல்லவே

வேண்டாம். இவர்கள் ஐரோப்பியர் கலப்பால் உருவானவர்கள். காலனி நாடுகளில் தங்களுக்கு விசுவாசிகளை பெருக்கிக்கொள்ள ஐரோப்பியர் உள்ளூர்ப் பெண்களை மணந்து உருவாக்கிய இனம். புதுச்சேரித் தமிழரிலும் கிரெயோல் மக்கள் அதிகம். சுப்புவுக்கும் நேதாஜி, காந்தி, இந்தியா என்பதிலெல்லாம் துளியும் விருப்பமில்லை. காலனிய பிரெஞ்சு அரசாங்கம் ஜப்பானியர் தயவில் ஓடிக்கொண்டிருக்கிறது என்பதால் எங்கள் கூத்தையெல்லாம் சகித்துக்கொள்கிறார்.

போன மாதத்தில் புருஷாந்தியை அகஸ்மாத்தாக போல் பிளான்ஷி வீதியில் சந்தித்தபோதே நேதாஜியுடைய சைகோன் விஜயம் பற்றி என்னிடம் தெரிவித்திருந்தார்.

ஆனால், அப்போது தேதி முடிவாகத் தெரியவில்லை. மறுவாரமே 'சுப்பு வீட்டில் இருக்கிறாரா?' எனக் கேட்டு உறுதிசெய்துகொண்டபின், வீடு தேடிவந்தார். நேதாஜி சைகோன் வர இருக்கும் தகவலைத் தெரிவித்துவிட்டு "தமிழ்ச்சங்கத்தில் பேசினேன், சில பெண்மணிகள் மதாம் வேதவல்லிக்கு உதவுவதாக வாக்குத் தந்திருக்கிறார்கள் ஒருவாரம் நீங்கள் எங்கள் வீட்டு முகவரியில் உள்ள அலுவலகத்திற்கு வந்திருந்து விழா ஏற்பாடுகளை உங்கள் துணைவியார் கவனிக்கவேண்டும். நீங்கள் மறுக்கக்கூடாது" எனக் கேட்க, சுப்பு என் முகத்தைப் பார்த்தார். நான் அமைதியாக இருந்தேன்.

– மிஸியே புருஷாந்தி பொதுக்காரியம்னு கூப்பிடறீங்க. ஆட்சேபணை இல்லை. நீங்களும் என்னைப்போல ஒரு புதுச்சேரித் தமிழர். நம்ம சனங்கள் ஜப்பானியர்களை ஆதரிக்கிறவங்க இல்லைங்கிற காரணம் உங்களுக்குத் தெரியும். பிரெஞ்சுக் குடியுரிமையால நல்லா இருக்கிறதா நெனைக்கிறாங்க. பலமுறை சொன்னதைத்தான் திரும்பவும் சொல்றேன். நான் அரசாங்கத்துல இருக்கேன். இன்றைக்கிருக்கிற காலனி ஆட்சி ஜப்பான் பக்கம் இருக்கு. மனசுக்குள்ள ஆயிரம் இருந்தாலும் அரசாங்க விருப்பம் எப்படியோ, அப்படித்தான் நான் இருக்கணும். வேதவல்லி கலந்துக்குவா, நான் குறுக்கே நிக்கமாட்டேன்" என்று சுப்பு கூற... புருஷாந்தியும் சந்தோஷத்தோடு புறப்பட்டுப்போனார்.

வாயல் புடவை, தளரத் தளர வயதுக்குப் பொருத்தமாக ஒரு கொண்டை, கழுத்தில் மெலிதாக ஒரு சங்கிலி, கைகளிரண்டிலும்

பக்கத்திற்கு இரண்டெனெ பொன் வளைகள். காதிரண்டிலும் அடக்கமாக இரண்டு தோடுகள் என்ற அலங்காரத்தோடு, சுப்பு அலுவலகத்திற்குப் புறப்படும்போதே நானும் தயாரானேன். இனி லட்சுமியைத் தம்பி சிங்காரம் வீட்டில் விடவேண்டும். இங்கு ஆகஸ்டு மாதத்தில் பள்ளிகளுக்குக் கோடை விடுமுறை என்பதால், நேதாஜி வரவேற்பு ஏற்பாடுகளைக் கவனிப்பதற்குச் சௌகரியமாக காலையில் அவளை சிங்காரம் வீட்டில் கொண்டுபோய்விடுவதும் மாலையில் மரியாவிடம் சிறிது நேரம் வாயாடிவிட்டு, அழைத்துவருவதுமாக இருக்கிறேன். அவளும் இசாபெல், பிலிப் என்று பழகிவிட்டதால், வருஷம் முழுவதும் அங்கேயே இரு என்று நாங்கள் சொன்னால் இருந்துவிடுவாள் போலிருக்கிறது. இன்றைக்குச் சுப்புவிடம் காலையில் அலுவலகத்திற்குப் போகும்முன்பு “சிங்காரத்தின் குடியிருப்பில் லட்சுமியைக் கொண்டுபோய்விடமுடியுமா?” எனக் கேட்டேன். இந்த ஏற்பாடு ஒருவகையில் அவருடைய மனநிலையைப் புரிந்துகொள்ளச் செய்த தந்திரம். அவரும் “சரி” என்றார். நேதாஜியை வரவேற்பதற்கான முன்ஏற்பாடுகளை கவனிக்க கணவர் சுப்புவின் சம்மதத்தைப் பெற்றிருந்தாலும், ஒவ்வொருநாளும் அதை மையமாக வைத்து அவர் ஒன்று சொல்ல... நான் ஒன்று சொல்ல, எலியும் பூனையுமாகத்தான் நாட்களைத் தள்ளுகிறோம்.

காலை எட்டுமணி. சுளீர் என்று வெயில். கண் திறந்து சூரியனை அல்ல, சூரியன் இருந்த திசையைக்கூட ஒரே ஒரு நொடிகூடப் பார்த்திருக்கமாட்டேன். கண்களில் நீர்கோர்த்து எரிச்சலைத் தந்தது. வானம் மேகங்களைக் களைந்து நிர்மலமாக இருந்தது. வீதியில் இறங்கிக் கால் வைக்கவும், புருஷாந்தி அனுப்பிய கார் வந்து நிற்கவும் சரியாக இருந்தது. போல் பிளான்ஷி வீதியில் கதவெண் 76 முன்பாக கார் நிற்க... இறங்கிகொண்டேன். அமீனா பேகம், மதாம் வெர்னியெ, ரஹ்மான் மனைவி மதாம் ஆயிஷா, ஆண்டிச்சாமித் தேவர் பாரியாள் மதாம் சிவகாமி, மதாம் முனுசாமி என ஒரு பெருங்கூட்டம் வாசலில் ஆரத்தித் தட்டுடன் காத்திருந்தது.

“என்ன எல்லோரும் இங்கே நிக்கறீங்க?”

– உங்களுக்காகத்தான் காத்திருக்கிறோம். ஆரத்தி எடுத்து வேதவல்லி அம்மாளை வரவேற்றால்தான் விமானத்திலிருந்து

இறங்குவேன் என நேதாஜி அடம்பிடிக்கிறாராம்" என அமீனா பேகம் சொல்ல, மற்ற பெண்களெல்லாம் "ஹோ"வென்று கூச்சலிடுகிறார்கள்.

"என்ன இது ரகளை, நாடுவிட்டு நாடுவந்தா என்ன, நமக்குரிய பண்பாடுகள் இல்லன்னு போயிடுமா? அங்கே புருஷாந்தி ஏதோ சொல்லணுமென்று காத்திருக்கிறார்" என இஸ்மாயில் பாய் சகோதரர் சத்தம்போட, ஹாலை நோக்கி ஓடினோம்.

"மதாம் வேதம், கொஞ்சம் முன்னாடி வந்திருக்கக் கூடாதா? பொறுப்பாக இருக்கவேண்டியவர்களே இப்படி நடந்துகொண்டால் என்ன செய்வது, மற்றப் பெண்கள் எல்லாம் ஏழுமணியிலிருந்து காத்திருக்கிறார்கள்" எனப் புருஷாந்தி பொரிந்து தள்ளினார். எப்போதும் என்னிடத்தில் அவர் அப்படிக் கோபப்பட்டதில்லை. நான் பதிலின்றி அமைதியாக இருந்தேன். அருகிலிருந்த அமீனா, நான் ஏதாவது சொல்லிவிடுவேனோ என அஞ்சியதுபோல என் கைவிரல்களைப் பிடித்திழுந்து, தனது தலையை என் பக்கம் திருப்பி, பதிலேதும் வேண்டாம் எனக் கண்களால் பணிக்க... அமைதியானேன்.

"முக்கியமான நாளில் நாம இருக்கோம். ஒரு வாரமா நீங்கள்லாம் இந்த ஒரு நாளுக்காக எவ்வளவு கஷ்டப்பட்டிருப்பீங்கன்னு எனக்குத் தெரியும். அந்தக் கஷ்டத்தை இன்றைக்கும் நீங்க கொடுக்கணும். லாகிராந்தியே வீதியில மேள தாளத்தோட, மாலை போட்டு, பன்னீர் தெளித்து, சந்தனம் குங்குமத்தோடு வரவேற்பை ஆரம்பிச்சு வைக்கிறோம். அதற்கப்புறம் லாரெஞ்னேர், டெஸ்தார், புல்வார் ஷர்னெர், புல்வார் நொரோதோம் ஆகிய வீதிகள் வழியாகத் திறந்த காரில் ஊர்வலமாக அழைத்துவருகிறோம். ஒவ்வொரு இடத்திலும் முக்கிய பிரமுகர்களைக்கொண்டு வரவேற்பு. கடைசியாக கத்தீனா வீதியில, மெஜெஸ்டிக் ஓட்டல் சந்திப்புக்கு அருகே நான் வரவேற்கிறேன். கணிசமான தொகையை நன்கொடையாக தருகிறவர்களே கைகுலுக்க அனுமதிக்கப்படுவார்கள். ஒன்பது மணிக்கெல்லாம் லாகிராந்தயே வீதியில் நாம் கூடவேண்டும். வாகனங்கள் வெளியே உங்களுக்காகக் காத்திருக்கின்றன" என்று புருஷாந்தி தனது பேச்சை முடித்துக்கொண்டபோது, முகத்திலும் கழுத்திலும் வியர்வைத் துளிகளைக் கவனித்தேன். நிகழ்ச்சி

பிரச்னையின்றி நடந்து முடியவேண்டுமென்ற கவலை அவருக்கு இருந்தது.

அடுத்த பத்து நிமிடங்களில் புருஷாந்தி, தம்முடைய மனைவி, பிள்ளைகளுடன் அவர்கள் காரில் லாகிராந்தியே வீதியை நோக்கிச்செல்ல, மற்றவர்கள் அவர்களைப் பின் தொடர்ந்தோம். வீதியெங்கும் வேப்பிலை, மாவிலை, பனையின் குருத்தோலை எனக் கலந்து தோரணம். வழி நெடுக ஆங்காங்கே தமிழர்கள் சாலை ஓரத்தில் நிழல் தரும் மரங்களாகப் பார்த்து நின்றிருந்தார்கள். அன்னாமிட்டுகள், லாவோஸ்மக்கள், சீனர்கள் ஏன் ஒன்றிரண்டு ஐரோப்பியர்களுங்கூட "என்ன விசேஷம்?" என்பதுபோல வீதி யோரங்களில் கூடியிருந்தனர்.

திட்டமிட்டதுபோல ஒன்பதுமணிக்கு லாகிராந்தியே வீதியில் மஜீத் மாலை போட, பன்னீர் தெளித்து, ஆரத்தி எடுத்து நேதாஜியை வரவேற்றோம். கம்பீரமாக அவருடைய கோட்டையும் சூட்டையும் முகத்தில் அணிந்திருந்த கண்ணாடியையும் பார்த்து, புருஷாந்தியின் சகோதரர்போல இருந்தாரென்ற எனது அவதானிப்பை உங்களிடம் ஒளித்துவைப்பதில் என்ன வந்துவிடப்போகிறது. புருஷாந்தியைவிட நெகுநெகுவென நல்ல வளர்த்தி, அதற்கேற்ற சரீரம், ராட்சஸத்தனமான ஆகிருதி. திட்டமிட்டிருந்ததற்கு மாறாக மாரியம்மன் கோயில், தண்டாயுதபாணி கோயில் நிர்வாகிகள் பூரணக் கும்பமரியாதை செலுத்தவேண்டும் என்கிற வேண்டுகோளைத் தெரிவிக்க, நேதாஜியின் பாதுகாவலர் சோதனைக்குப் பிறகு அனுமதிக்கப்பட்டது. வழியெங்கும் பலரும் தாமாக முன்வந்து அவரவர் சக்திக்கு ஏற்ப நன்கொடைகளை வழங்கினார்கள். திட்டமிட்ட வீதிகளின் வழியாக ஊர்வலம் முடிந்து கத்தீனா வீதி மெஜெஸ்டிக் ஓட்டல் சந்திப்பில் புருஷாந்தி, நேதாஜி ஊர்வலமாக அழைத்துவரப்பட்ட காரில் ஏற அனுமதிக்கபட்டார். ஜப்பானியர் ஒருவர் புருஷாந்தியை ஆங்கிலத்தில் நேதாஜியிடம் அறிமுகப்படுத்தினார். "சைகோன் நகரின் முக்கியப் பிரமுகர், சீர்திருத்தவாதி, பரோபகாரி" எனப் புகழ்ந்துவிட்டு, புருஷாந்தி உறவினர் தருமநாதன் "சைகோனில் 1891இல் சொந்தக் கப்பல் வைத்து வணிகம் செய்த முதல் இந்தியர்" என்றார். கடைசியாக "தமது இல்லத்தை இந்திய தேசிய லீக் அலுவலகமாக பயன்படுத்திக்கொள்ள தானமாக அளித்த

வள்ளல் புருஷாந்தி"யென ஜப்பானியர் கூறவும் நேதாஜி முகத்தில் கட்டுக்கடங்கா சந்தோஷம், உணர்ச்சிவேகத்தில் புருஷாந்தியைக் கட்டித் தழுவியதைக் கூடியிருந்த மொத்த சனமும் பார்த்தது. நேதாஜியின் சந்தோஷத்தை அதிகரிக்க முனைந்தவர்போல புருஷாந்தி தன் மனைவியை அழைத்தார். அவரும் காரில் இருந்து இறங்கிவந்தார். எல்லோரும் பார்த்துக்கொண்டிருக்க அப்பெண்மணியின் கழுத்தில் போட்டிருந்த காசு மாலையையும் வைர அட்டிகையையும் கழற்றினார். அவற்றை நேதாஜியின் கையில் கொடுத்து, "நீங்கள் கனவு காணும் இந்திய தேசத்துக்கு எனது சிறிய காணிக்கை" என்றார். நேதாஜி உறைந்துபோய்விட்டார். இதனை எதிர்பார்க்கவில்லை என்பதைப்போல உயர்த்திய புருவங்கள் தெரிவித்தன. நாங்களும் இப்படியொரு காட்சியை எதிர்பார்க்கவில்லை. புருஷாந்தி அத்துடன் நிறுத்தவில்லை. தன் மனைவியின் கைகளிலிருந்த வைர வளைகளைக் கழற்ற ஆரம்பித்தார். அவர் மனைவி அதை விரும்பவில்லை என்பதை நேதாஜி புரிந்துகொண்டிருக்க வேண்டும், புருஷாந்தியைத் தடுத்தார். அவரோ உன்மத்தம் பிடித்துபோல, மனைவி அணிந்திருந்த மொத்த வளையல்களையும் உருவி... நேதாஜி கையில் கொடுக்க, நேதாஜி மட்டுமல்ல, அரங்கேறிய காட்சியை கண்ணுற்ற மொத்தக் கூட்டமும் ஸ்தம்பித்து நின்றது.

*

49

சைகோன் - வேதவல்லி (22)

வீடு திரும்பும்போது இரவு ஒன்பதரைக்கு மேலாகியிருந்தது. லட்சுமி, தம்பி சிங்காரத்தின் வீட்டிலேயே இருக்கட்டும் நாளை போய் அழைத்துக்கொள்ளலாம் என முடிவெடுத்திருந்தேன். கார் நிதானமாக ஓடிக்கொண்டிருந்தது. கார் புருஷாந்தியுடையது. தூறல் கனத்த மழையாகக் கொட்டிக்கொண்டிருந்தது. காற்றும் பலமாக வீசிக்கொண்டிருந்தது. சாலையில் வாகனங்கள் அதிகமில்லை. பகல் முழுக்க மழையில்லை. நேதாஜியின் ஊர்வலம் சிறப்பாக முடிந்து, விருந்தினர்களைப் பத்திரமாக ஓட்டலில் சேர்த்துவிட்டு வெளியில் வர, தூறல் விழ ஆரம்பித்தது. புருஷாந்தி தமது காரோட்டியை அழைத்து என்னைப் பத்திரமாய் வீட்டில் கொண்டுபோய் சேர்க்கவேண்டுமெனக் கட்டளை இட்டிருந்தார். பொழுதெல்லாம் மூட்டையை முதுகில் சுமந்ததுபோல அப்படியொரு வலி. வீட்டுக்குத் திரும்பினதும் தாமதிக்காது வெந்நீர் வைத்து குளித்தால்தான் தூக்கம் வரும். வரவேற்பு ஊர்வலம் முடிந்ததும் நன்கொடையாக வந்த பணத்தை எண்ணி முடிக்க இந்தத் தாமதம். “இரவு

உணவைச் சேர்ந்து சாப்பிடலாம்” என புருஷாந்தி வைத்த வேண்டுகோளுக்கு மொத்த பேரும் தலையாட்ட... எனக்கும் வேறுவழியில்லை.

‘சுப்புவை எப்படிச் சமாளிப்பது?’ என்ற யோசனையில் இருந்தேன். சுப்புவுக்கு நேதாஜிக்குக் கொடுக்கிற வரவேற்பில் துளியும் விருப்பமில்லை. நிகழ்ச்சி ஏற்பாடுகளில் கலந்துகொள்ள புருஷாந்தியிடம் சம்மதித்த மறுநாளே பிரச்னையை ஆரம்பித்துவிட்டார். காதுகொடுத்துக் கேட்கமுடியலை. எனக்கு வந்ததே கோபம், ஒரு பிடிபிடிச்சுட்டேன். “பிடிக்கலை என்கிறபோது, வந்த மனுஷனிடம் என் பொண்டாட்டியை அனுப்பமாட்டேன்னு சொல்ல வேண்டியதுதானே... முதுகுக்குப் பின்னால் என்ன பேச்சு? முகத்துக்கு நேரா முடியாதுன்னு சொல்ல வாய் வரலை. ஏன்னா, விழா ஏற்பாடு ஜப்பான்காரன் விருப்பத்தோட நடக்குது. இப்போதிருக்கிற பிரெஞ்சுக் காலனி அரசாங்க கவர்னருக்கு அவன் வேண்டியவன். அதனால, வீட்டுல ஒரு வேஷம் வெளியில ஒரு வேஷம். ஓங்க கொள்கையும் பொழைப்பும் ஊரு ஒலகத்துக்கு வாசனையா இருக்கலாம், எனக்கு நாத்தமெடுக்குது” சன்னதம் கண்டவள்போல நான் ஆடின ஆட்டத்தில சுப்பு அரண்டுபோனது நிஜம்.

புருஷாந்தி தன் மனைவியின் நகைகள் மொத்தத்தையும் வாரிக்கொடுத்த பிரமிப்பிலிருந்து மீளாமல் இருந்தேன். அந்த மனுஷன் பரோபகாரி என்ற உண்மை ஊரறிந்த செய்தி. ஆனால், அது வாமனரின் பிரமாண்டமாக வளர்ந்து நின்றதை இன்றுதான் கண்டேன். தலைவர்களைப் பாராட்டும் சாக்கில், தன்னை ஊர் பேசணுமென்று எதிர்பார்க்கிற அற்ப மனுஷர்களைக் கண்டிருக்கிறேன். புருஷாந்தியின் காரியத்தில் உண்மை இருந்தது, அது நேதாஜியை மட்டுமல்ல, மொத்த சனத்தையும் பிரமிக்க வைத்தது. இதுநாள்வரை நான் அறிந்த புருஷாந்தி வேறு, இன்றைக்கு நான் பார்த்த புருஷாந்தி வேறு. நேதாஜிக்கும் புருஷாந்திக்கும் தோற்றத்தில் அதிக வித்தியாசமில்லை. உயரம், ஆகிருதி, தேஜஸ், முகவிலாசம் இரண்டிலும் அப்படியொரு ஒற்றுமை. இருவருமே சராசரி மனிதர் கூட்டத்தில் பிறந்தவர்கள். ஒருவர், இந்தியாவின் தென்பகுதியைச் சேர்ந்தவர், மற்றவர், இந்தியாவின் வடபகுதியைச் சேர்ந்தவர். இருவரையும் பிறந்த தேசத்தின் தேவையும் நலனும் பல்லாயிரம் மைல்களுக்கப்பால்

ஒன்றிணைத்திருக்கின்றன. மனிதர் கூட்டம் வித்தியாசமான உயிர்களைக்கொண்டது: 'எனக்கிட்டது இதுதான்' என்றிருக்கும் ஒரு கூட்டம், 'என்னைச் சுற்றி எது நடந்தாலென்ன... என் வயிறு, என் வாழ்க்கை' என தனது பிறவியை அமைத்துக்கொள்ளும் ஒரு கூட்டம், 'மனித விலங்குகளை மேய்ச்சலுக்கு விடவும்வேண்டும். நேரம் அறிந்து தொழுவத்தில் அடைக்கவும் வேண்டும்' என்கிற அதிகார சூட்சுமத்தை அறிந்த ஒரு கூட்டம், 'காலறிந்து விழுந்து, முதுகறிந்து சொறிந்து, வளைந்தும் நெளிந்தும்' வாழத்தெரிந்த ஒரு கூட்டம். அதிகம் போலிகளே நிறைந்த மனிதர் கூட்டத்தில் ஒன்றிரண்டு அபூர்வ மனிதர்கள் இருக்கத்தான் செய்கிறார்கள். அவர்கள் 'இதுதான் ஒரு தேசத்தின் விதி, இதுதான் நம் மானுடத்தின் விதி' என்று சொல்லப்படுவதை மாற்றி எழுதுகிறார்கள். அவர்களுக்கு விதி என்பது எழுதப்பட்டது அல்ல, எழுதப்படுவது. புருஷோத்தியும் நேதாஜியும் 'அந்த ஒன்றிரண்டு அபூர்வ மனிதர்கள்'. தேசத்தின் விதியையும் மானுடத்தின் விதியையும் மட்டுமல்ல, அவர்களுடைய சொந்த விதியையும் திருத்தி எழுத இந்த லட்சிய புருஷர்களுக்குச் சாத்தியமாகிறது. இவர்களுக்கும் விதிக்குமான உறவு கலைஞனுக்கும் படைப்புக்குமான உறவைப் போன்றது. திருப்தியற்ற படைப்பை கலைஞன் திருப்பி எழுதுகிறான். திருப்தி தராத விதியை புருஷோத்தியும் நேதாஜியும் மாற்றி எழுதுகிறார்கள். இந்த அபூர்வ மனிதர்களுக்கு முன்பாக சுப்புவும் நானும் எங்களைப்போன்ற கோடானுகோடி ஈனப்பிறவிகளும் மழைக்கால ஈசல்போலப் பிறப்பதும் தெரியாது, இறப்பதும் தெரியாது. இந்த மகாபுருஷர்கள் முளைப்பார்கள், செடியாவார்கள், கொடியாவார்கள், மரமாக நிற்பார்கள், பூவாக, காயாக, கனியாகக் கற்பகோடிகாலம் பயன்தருவார்கள்.

– கீ தேன் என்ற சாரதியின் குரல்கேட்டு சிந்தனயிலிருந்து மீண்டேன். காரோட்டி தெரிவித்ததுபோல எங்கள் வீடு வந்திருந்தது. மழை கொட்டிக்கொண்டிருந்தது. "டிக்கியில் குடையிருக்கும் எடுக்கட்டுமா?" எனக்கேட்டார் காரோட்டி. பரவாயில்லை, நான் போய்க்கொள்கிறேன். நீங்கள் போங்கள்" எனக்கூற... அவர் காரை அரைவட்டம் அடித்த வேகத்தில் திரும்பிப்போனார். கார் மறைந்த பின்னர்தான் நான் மழையில் நனைவது உறைத்தது. முந்தானையைத் தலையில் போட்டுக்கொண்டு ஓடினேன். தெருக்கதவை நெருங்கியபொழுது

தொப்பலாக நனைந்திருந்தேன். கைப்பையைத் திறந்து சாவியைத் தேடவும்... இல்லை. என்னை நானே வசைபாடிக்கொண்டு பை மொத்தத்தையும் தரையில் கொட்டினேன். சாவி இல்லை. கைப்பையில் ஒரு சாவி எப்போதும் இருக்கும். இன்றைக்குப்பார்த்து அந்தச் சாவியும் அதனுடனிருந்த பிற சாவிகளும் எங்குபோயின எனத் தெரியவில்லை. "கதவைத் தட்டி சுப்புவை அழைக்கவேண்டும். அவர் வீட்டில் இருக்கிறாரா அல்லது நான் வெளியில் சென்றிருப்பதைப் பயன்படுத்திக்கொண்டு அருகிலிருக்கும் ஏதாவது 'பார்' ஒன்றிற்குச் சென்றிருப்பாரா?" என்று மனத்திலெழுந்த சந்தேகத்தை ஒதுக்கினேன். ஓரிரு நொடிகள் நின்று ஆசுவாசப்படுத்திக்கொண்டு கதவை ஒருமுறை தட்டிவிட்டுக் காத்திருந்தேன். இரவும் மழையும் காற்றும் மனிதர் நடமாட்டம் குறைந்திருந்த வீதியும் ஒருவித அசாதாரணப் பீதியை நெஞ்சினில் நிரப்பின. நா உலர்ந்து தாகமெடுத்தது. புடவையில் ஊறிய மழைநீர் காலடியில் சொட்டாக விழுந்து நீர்த்தாரையாக நகருவதைக் கண்டேன்.

இரண்டாவது முறையாகத் தட்டினேன், காத்திருந்தேன். ம்... இல்லை, பதில் இல்லை. மூன்றாவது முறை, நான்காவது முறை என முயன்றும் பலனில்லை. பயந்ததுபோல, சுப்பு குடிக்கச் சென்றிருக்கவேண்டும். வீட்டில் இல்லை. அப்படியே குடிக்க வெளியில் சென்றாலும் பத்து பத்தரைக்கெல்லாம் திரும்பக்கூடியவர். அதிக நேரம் வெளியில் இருந்ததில்லை. ஈரத்தலையுடன் இருப்பதா, நெஞ்சில் சுரக்கும் அச்சமா, இரண்டில் ஒன்று அல்லது இரண்டுமேகூட தலையில் பாரமாக அழுத்த, சுப்புவை எதிர்பார்த்து தெருக்கதவையொட்டி சுவரில் சாய்ந்து குத்துக்காலிட்டுத் தரையில் உட்கார்ந்தேன். கைகளிரண்டையும் மார்பில் குறுக்காக மடித்துப்போட்டிருந்தேன். கால்மணிநேரம் அரைமணிநேரம் எனக் காத்திருப்பு நேரம் கூடிக்கொண்டிருந்ததே தவிர எதுவும் நடக்கவில்லை. மழையில் நனைந்த உடலை, மேலும் வாட்ட முற்பட்டதுபோல ஈரமான ஊதற்காற்று. உடல் வெடவெடத்தது. நேரம்கூடக் கூட பயம் அதிகரித்தது. சுப்பு வெளியில் சென்றிருக்க வாய்ப்பில்லை, வீட்டில்தான் இருக்கவேண்டும், அதிகம் குடித்திருக்கலாம். எழுந்து சென்று தெருவை ஒட்டிஇருக்கிற அறையின் ஜன்னல்கதவைப் படபடவென்று தட்டினேன், அரைமணிநேரம் கால்கடுக்க நின்றிருப்பேன்.

எங்கள் வீட்டிற்கு அருகே வரிசையாக செட்டியார் வீடுகள். இரவு பத்துமணிவரை முன்வாசல் விளக்குகள் எரியும். தற்போது அணைந்திருந்தன. இருள் சூழ்ந்திருந்தது. நனைந்திருந்த சேலையின் மழைநீர் வடிந்திருந்தபோதும் ஈரம் உலராமல் பாரமாக உடலை அழுத்திற்று. உதறல் அடங்காமல் தூக்கித் தூக்கிப்போட்டது. பதற்றம் அதிகரிக்க... முந்தானையைக் கொத்தாக எடுத்து வாயை அடைத்து, தலையைக் கதவில் முட்டிக்கொண்டு வெடித்து அழுதேன். பின்னர் கதவடியிலேயே மார்பில் கால்கள் முட்ட சுருண்டு படுத்தவள் உறங்கிப்போனேன். திடீரென்று அனிச்சையாய் விழித்தபோது ஓர் ஆணுருவம். உடலைப் பாதியாக மடித்து தலையை என் முகம்மீது இறக்க, மதுவின் நெடியோடு கலந்த சுருட்டு நெடி. வாயில் கணிந்துகொண்டிருந்த சுருட்டை, விரலில் பிடித்துக்கொண்டு வியட்நாமிய மொழியில் ஏதோ கேட்கிறான். பதிலேதும் கூறாமல் நடுங்கும் உடலுடன் மூச்சை அடக்கி சவம்போல நான் கிடக்க, தணலுடன் சுருட்டை எனது தோள் பகுதியில் அழுந்தத் தேய்த்தான், காலால் மார்பை எந்தினான். பல்லைக் கடித்துகொண்டு அசைவின்றி எனதுடல் இருப்பதைப்பார்க்க பிணமென்று நினைத்திருக்க வேண்டும் அச்சத்துடன் சட்டென்று விலகினான், திரும்பத் திரும்ப என்னைப் பார்த்தவாறு தள்ளாடியபடி நடந்துபோவதைப் பார்க்க எனக்குப் பயம் தெளிந்தது.

மீண்டும் கண்விழித்தபோது அதிகாலைக்கான அறிகுறிகள் தெரிந்தன. உடலில் கூடுதலாக நடுக்கம், பற்கள் கடகடவென அடித்துக்கொண்டன. மெல்ல எழுந்து கடைசியாக ஒரு முறை கதவைத் தட்டிப் பார்ப்பதென முயன்றேன். இம்முறை உள் தாப்பாளை தள்ளிக் கதவைத் திறக்கும் கடக்முடக்கென்ற சப்த்தம். திறந்த கதவின் இடைவெளியில் நிழலாக சுப்புவின் உருவம். “வெளியில் போனால் நேரத்திற்கு வீட்டுக்கு வரணும். இனிமே இப்படியொரு தப்பு பண்ணாதே, உள்ளே வா!” என்று கூறி என் தோளில் வைத்த சுப்புவின் கையை உதறிவிட்டு, வெடித்த அழுகையை அடக்க முடியாமல் வீட்டுக்குள் ஓடினேன்.

*

50

புதுச்சேரி (8)

— இரண்டாம் உலகப்போர் முடிஞ்சுட்டுட்டுதாம் கேள்விபட்டியா? இனி நமக்கு சுதந்திரம்னு சொல்லும்யா.

— எங்காதுலயும் வுழுந்துது. பிரன்சு தேசத்துல வடபகுதியில ராவோடா ராவா எறங்குன அமெரிக்க, பிரிட்டிஷ், கனடா ராணுவத்தின் உதவியோட பிரான்சு, ஜெர்மன் கிட்ட இருந்து விடுதலைபெற்றிருப்பது வாஸ்துவம். உயிர்ச்சேதம் ஏராளம்னும் கேள்விபட்டேன். இனி காலனிய அரசியல் கூடாதென்று சொல்லித்தான் அமெரிக்காகாரன் பிரிட்டிஷ் அரசாங்கத்துக்கு உதவியும் செஞ்சிருக்கான். யுத்தகாலத்துல எங்களுக்கு அதிகம் பிரச்சனை கொடுக்காம இருந்தா இந்தியர்களின் வேண்டுகோளை பரிசீலிக்கிறதா பிரிட்டிஷ் முடியாட்சியும் உத்தரவாதம் கொடுத்தாங்க. மிதவாத காங்கிரசும் அதெல்லாம் சரிவராதுங்கிற மாதிரி தங்கள் வழக்கமான பாணியில் போராட்டத்தில் இறங்க அதை எப்படிச் சமாளிக்கனுமோ அப்படி பிரிட்டிஷ் ராஜ் சமாளிச்சாங்க. தவிர பிரிட்டிஷ் முடியாட்சி பாசிஸத்தை எதிர்க்கிறபோது,

காந்தியைப் போன்றவர்கள் குறுக்குசாலா பிடிக்கமுடியும், வாயை மூடிக்கிட்டாங்க. நம்ம புதுச்சேரி சனங்கள் பிரெஞ்சு ராணுவத்துல சேர்ந்தமாதிரி பிரிட்டிஷ் இந்தியாவிலிருந்தும் நெறய பேரு இரண்டாம் உலக யுத்தத்துல இங்கிலாந்து பக்கம் நின்னு சண்டை போட்டாங்க. ஏழை சனங்களுக்கு வயிறுன்னு ஒண்ணு இருக்குதில்ல. அதுதான அவனோட விதியைத் தீர்மானிக்குது. இன்னொரு பக்கம் நேதாஜி, இளம் ரத்தம். இந்தியாவை விடுவிக்க இதைவிட நல்ல சந்தர்ப்பம் கிடைக்காதுன்னு சொல்லி, இந்தியவிலிருந்து தப்பிச்சு பிரிட்டிஷ் முடியாட்சியின் எதிரிகளைப் போய் பார்த்தார். ஆசியாவில் ஜப்பானோட கூட்டுசேர்ந்தா இந்தியாவை விடுவிச்சிடலாம்னு கணக்குபோட்டார். சிங்கப்பூரை ஆங்கிலேயரிடமிருந்து ஜப்பானியர் விடுவிச்சது அவருக்குத் தைரியம் கொடுத்தது. சிங்கப்பூரில் ஜப்பானியர் சிறைபிடித்த இங்கிலீஷ் ராணுவத்திலிருந்த இந்திய வீரர்களைக்கொண்டு ஒரு ராணுவத்தையும் ஏற்படுத்தினார். சைகோனுல கூட அவருடைய ஆசாத் இந்தியாவுக்கு நிதி திரட்டினாராம். ஜப்பானியர் தங்களுக்கு வேண்டிய கிழக்கு ஆசிய நாடுகளின் பிரதிநிதிகளைக் கூட்டிப் பேசிய மாநாட்டிலும் அவர் கலந்துகிட்டாராம். இந்த நேரத்துதலதான் ஐரோப்பாவுல ஜெர்மன் தோத்திருக்கு. அதனால ஜப்பானுக்குச் சாதகமான நெலமை இல்லை. பிரிட்டிஷ் இந்தியாவுக்கோ அல்லதுபிரெஞ்சு இந்தியாவுக்கோ சுதந்திரங்கிறது நாளைக்கே கிடைச்சுடுங்கிற கனவெல்லாம் ரொம்ப அதிகம்.

– இங்கேயும் இதுநாள்வரைக்கும் நம்முடைய ஆட்களின் கவன மெல்லாம், காலனி அரசாங்கத்தின் உதவியோட அதிகார அரசியலை எப்படித் தமிழ்ச் சமூகத்தில் தக்கவைத்துக்கொள்ளணுங்கிறதுதான். புதுச்சேரி விடுதலை முக்கியமில்ல. ரெண்டு வருஷத்துக்கு முன்ன தொடங்கின கம்யூனிஸ்டு கட்சியும், பிரான்சு தேசத்து கம்யூனிஸ்ட்கள் வழியில போகறதுன்னு முடிவெடுத்த மாதிரி தெரியுது. அல்ஜீரியாவிலிருந்து புதுச்சேரிவந்த தமிழர்களான இம்மானுவெல் அதிசயமும் (Emmanuel Adicéam) உள்ளூர் பள்ளி ஆசிரியர் லாம்பெர் சரவணனும் (Lambert Saravane) இங்கிருக்கிற காலனிய ஐரோப்பியர் அர்சான் ப்ரிழான் (Arsane Prigent)என்பவருடன் சேர்ந்து ‘சமர்’ என்ற சங்கத்தை உருவாக்கின கதை தெரியும். இவங்களுக்கு பிரான்சு விடுதலைதான் பெருசா இருந்தது.

வ. சுப்பையாவும் அவர்களோடத்தான இருக்கிறார். இந்த நெலமையில நீங்க சொல்ற மாதிரிதான் நடக்கும். பிரிட்டிஷ் இந்தியாவிலாவது போராட தெம்பிருக்கிற மாதிரி தெரியுது. அங்கிருக்கிற தேசியவாதிகள் சும்மா இருக்கமாட்டாங்க, எப்படியாவது கூடிய சீக்கிரம் சுதந்திரத்தை வாங்கிடுவாங்க. புதுச்சேரியில் பிரெஞ்சு அரசாங்கம் தயவு பண்ணாத்தான் உண்டு.

– ஜானகி பொண்ணு உம்மைத் தேடி கீடி வந்தாளா ?

– இல்லையே, ஏன் என்ன விஷயம்?

– அவள் புத்திரனுக்குப் பதினான்கு வயசு ஆவப்போகுது. அவனைச் சைகோனுக்கு அனுப்பப் போறாளாம்.

– நீர் என்ன பதில் சொன்னீர், ஒளிக்காம சொல்லும்.

– நான் என்ன பதில் சொல்வேன்னு எதிர்பார்க்கறீர். அனுப்பாதன்னா சொல்ல முடியும். உங்க தம்பி இங்கே இருந்தா வயசு வேகத்துல தாலிகீலி கட்டிடப் போறான்னு, சைகோன் போறதுன்னு அவன் முடிவெடுத்தப்ப, நாமளும் நல்ல யோசனைன்னு அனுப்பி வச்சோம். என்னை உத்தமன்னு நம்பி அந்தப் பொண்ணும் ஓயாம என்னை தேடிவரத்தான் செய்யறா. ஒங்க தம்பியப்போலவே அவளோட மனக்குறையை எங்கிட்டச் சொல்லத்தான் செய்யறா. எனக்கும் மனசாட்சி இருக்குது. உங்களோட சேர்ந்துகிட்டு அவளுக்குப் பாவம் செஞ்சிட்டதா பல நேரங்களில் நெனைக்கிறேன். அதற்குப் பரிகாரமா ஏதாவது செஞ்சாத்தான் எம்மனசுக்கும் நிம்மதி. ே எம்பயனை தனியா அனுப்பறேன் அங்கே ஒரு துணையுமில்லை. சிங்காரம் முகவரி வேண்டாம். ஒரு காலத்தில் மகனைவிட்டு நாக்கை பிடுங்கிக்கொள்றாப்போல நாலு கேள்வி கேட்கணும்னு ஆசைப்பட்டது உண்மை. இப்ப அவர் கிட்ட எம்மவனை அனுப்ப இஷ்டமில்லைன்னு, அந்தப்பொண்ணு கறாரா சொல்லிட்டா. அதனால உங்க அக்கா வேதவல்லி முகவரியைக் கேட்டாள் கொடுத்தேன். உங்களுக்கு இதுல ஒண்ணும் ஆட்சேபணை இல்லையே.

– எந்த ஆட்ஷேபணையுமில்லை. நீர் இது நாள்வரை என்குடும்ப ஷேமத்தை மனசுல வச்சுத்தான் பலதும் செஞ் சுவந்திருக்கிறீர். அப்படி இருக்கிறபோது நான் சொல்றதுக்கு

என்ன இருக்கு. கிச்சிலி சம்பா அறுவடைக்கு ஊருக்கு வரணும். வழக்கம்போல பத்துநாளு தங்குவன். சேஷாத்திரி கிட்ட தகவலை சொன்னீர்னா அவர் வீட்டைத் தயார் பண்ணி வச்சிடுவார்.

– அந்த மனுஷன் கூத்தியா சகவாசமெல்லாம் எந்த அளவு இருக்கு, வெவரம் ஏதாவது தெரியுமா ? அவர் வீட்டுக்குபோனா, அவருடைய பெண்ஜாதி பொலபொலன்னு கண்ணீர் விடுது. அவனைக்கேட்டா, நான் எப்படி இருந்தா அவளுக்கென்ன, நல்ல குடும்பஸ்தனாதான இருக்கேன் எதுல அவளுக்கு கொறைவச்சேங்கிறான்.

– தம்ளர்ல வச்ச காப்பி ஆறி அவலா போச்சு, அதைக் குடிச்சுட்டு ஆற அமர ஊர்க்தைபேசுங்க! என சதாசிவம் முதலியார் பாரியாள் தெரிவிக்க, முதலியார் ஒரு தம்ளரை எடுத்துத் தம் கிராமத்துக் கூட்டாளி நடேசபாரதியிடம் கொடுத்துவிட்டு, மற்ற தம்ளரை எடுத்து உறிஞ்சிக் குடிக்க ஆரம்பித்தார்.

*

51

சைகோன் - சிங்காரவேலு (9)

ஓராண்டு காலமாக நடந்ததை நினைத்தால் தலை கிறுகிறுக்குதுங்க. என்ன கஷ்டகாலமோ! நேதாஜி சைகோன் வந்துபோனபிறகு இந்தோ-சீன அரசியலில் எதிர்பாராதவிதமாக என்னென்னவோ நடந்திருக்கிறது. மரியா தகப்பனாரிடத்தில் கடந்த ஒரு மணிநேரத்திற்கு மேலாக இதைப்பற்றிய பேச்சுதான், வீட்டுக்குத் திரும்பிக்கொண்டிருந்தேன். இந்தோசீனா அரசியல் மாற்றங்கள் ஒரு பக்கம், எங்கள் குடும்பத்தில் குறிப்பாக வேதவல்லி அக்காள் குடும்ப விவகாரம் இன்னொரு பக்கமென, சொல்ல ஏராளமா விஷயங்கள் இருக்கின்றன, கேட்க உங்களுக்குப் பொறுமை வேண்டும். இரண்டாம் உலக யுத்தம் எந்நேரமும் முடிவுக்கு வந்துவிடும் என்பதுபோலச் செய்திகள். அடுத்தடுத்து ஜெர்மன் படைக்குத் தோல்வி, நேசப்படைகள் உதவியோடு பிரான்சு தேசமும் மீட்கப்பட்டாயிற்று. பிற ஐரோப்பிய நாடுகளையும் நேசப்படைகள் ஒவ்வொன்றாக ஜெர்மன் பிடியிலிருந்து விடுவிப்பதாகத் தகவல்கள் வந்த வண்ணம் உள்ளன. இந்தோசீனா கவர்னர் ஜெனரலும் சமயோசிதமாக ஜப்பானுக்கு எதிராகக் காய் நகர்த்த ஆரம்பித்திருந்தார். ஜெர்மன் தோல்விகளோடு கிழக்கு ஆசியாவிலும் நிலைமை

தங்களுக்கு அநுகூலமாக இல்லை என்ற நிலைமையில் ஜப்பான் இங்கிருந்து வெளியேறிவிடும் என நினைத்தோம். ஆனால் அவர்களின் நடவடிக்கை வேறுவகையில் இருந்தது. தங்கள் தென்மண்டல இராணுவத்தலைமை அலுவலகத்தை மணிலாவிலிருந்து சைகோனுக்கு மாற்றியதை வைத்து அவர்கள் எதற்கோ தயாராகின்றார்கள் என்பது புரிந்தது. பர்மாபோல, சீனாபோல சைகோனும் யுத்தகளமாக மாறும் நாள் அதிக தூரத்தில் இல்லை.

ஜப்பானின் நடவடிக்கைகளை மோப்பம் பிடித்த அமெரிக்கா B52 விமானம் சைகோன் மீது குண்டுகளைப் போட்டது. மொத்த சைகோன்வாசிகளும் உயிருக்குப் பயந்து பதுங்கிக் கிடந்தோம். தாக்குதலில் எங்கள் பிள்ளைகள் பள்ளி தரைமட்டம் ஆனது. ஜப்பானுடைய எதிர்வினை என்னவாக இருக்குமோ என்ற கவலை நாளுக்கு நாள் அதிகரிக்க அந்த நாளும் வந்தது. 1945 மார்ச் மாதம் 9ஆம்தேதியை நாங்கள் மறக்க முடியாது. தொங்கனில் ஆரம்பித்து சைகோன்வரை நிறுத்தப்பட்டிருந்த தங்கள் 60,000 ராணுவ வீரர்கள், அதற்கீடான ஆயுதபலத்தைக் கொண்டு மிக்காடோ முடியாட்சி இந்தோசீனாவை தங்கள் வசம் எடுத்துக்கொள்வதென தீர்மானித்தது. அன்றைய தேதியில் பிரெஞ்சுக் காலனியப்படை என்பது ஜப்பானியரோடு ஒப்பிடுகையில் பூஜ்யம். யுத்தம் தொடங்கிய அன்றே நூற்றுக்கணக்கான பிரெஞ்சுப் படையினர் கொல்லப்பட்டு பலர் சிறையில் அடைக்கப்பட்டனர். மலைகளிலும் காடுகளிலும் புகுந்து தப்பித்த பிறர் பல காததூரம் நடந்து ஏப்ரல் மாதவாக்கில் சீனாவில் தஞ்சம் புகுந்தனர். 1945 மார்ச் மாதம் தொடங்கி ஆகஸ்ட் மாதம் வரை நீடித்த சண்டையில் பிரெஞ்சு ராணுவத்திற்குப் பலத்த உயிர்ச்சேதம். பிரெஞ்சு கவர்னர் ஜெனரல் ழான் தெக்கூ நீக்கப்பட்டு அவர் இடத்தில் ஜப்பானியர் தங்கள் கவர்னர் ஜெனரலை நியமித்தார்கள். தமக்கு விசுவாசமாக இருக்கமாட்டார்கள் எனச் சந்தேகித்த காலனி ஊழியர் பலரை ஜப்பானிய உளவுப்படை கைது செய்து சிறையில் அடைத்தது. சுப்பராயன் மாமாவையும் அவர்கள் தேடஆரம்பித்தார்கள். மரியா பெற்றோர் வீட்டில் ஒரு மாதம், மரியாவின் மாமா வீட்டில் ஒரு மாதம், மரியாவின் சகோதரர் வீட்டில் இரண்டு வாரங்களென தமக்கையையும் மாமாவையும் ஒளித்துவைத்தோம். ஜூலை மாதம்வரை எவ்விதப் பிரச்னையும் எழாத நிலையில், ஜப்பானியர்கள் மறந்திருப்பார்கள்

என நினைத்து அக்காவும் மாமாவும் சொந்த வீட்டுக்குத் திரும்பினார்கள். மறுநாளே அவர்கள் வீடு தேடிவந்த ஜப்பானிய உளவுப்படை மாமாவை கைது செய்துகொண்டுபோனது. சுப்பராயன் மாமாவை விடுவிக்கும் வழிதெரியாமல் கையைப் பிசைந்துகொண்டிருந்த நிலையில், தமிழர்கள் சிலர் புருஷாந்தி மனது வைத்தால் காரியம் சித்தி ஆகுமென்றார்கள்.

வேதவல்லி அக்காளுக்குச் சில காரணங்களால் தயக்கம். நேதாஜியின் சைகோன் விஜயத்திற்குப் பிறகு ஒரு நாள் மரியாவும் நானும் பிள்ளைகளை அழைத்துக்கொண்டு அவர்கள் வீட்டிற்குச் சென்றோம். தமக்கை, மாமா, அவர்கள் வளர்ப்புமகள் மூவருமே வீட்டில் இருந்தும் வழக்கமான கலகலப்பு வீட்டில் இல்லை. கடந்த பத்து வருஷங்களாக மாதத்திற்கு இருமுறையாவது எங்கள் இரு குடும்பங்களும் சந்திப்பது வழக்கமாக இருந்து வந்திருக்கிறது. நாங்கள் வீட்டிற்குள் காலெடுத்து வைத்தால் போதும், அக்காள் எந்த வேலையில் இருந்தாலும் அதை அப்படியே போட்டுவிட்டு, முந்தானையை இடுப்பில் செருகிக்கொண்டு, நெற்றியில் விரல் கனத்திற்கு ஊசலாடும் தலைமுடி பற்றிய அக்கறையின்றி எங்கள் கைகளைப் பற்றிக்கொண்டு "வாடா தம்பி, வாம்மா மரியா!" என அழைத்து சந்தோஷத்தில் பூரித்துப்போவார். எங்கள் பிள்ளைகளை அணைத்துக்கொண்டு, அவர்கள் கன்னங்கள் இரண்டிலும் முத்தமழை பொழிவார். நான் இங்கே குறிப்பிடும் தினத்தன்று அந்த வேதவல்லி அக்காளைச் சந்திக்கவில்லை. எங்களை வரவேற்று, "இரண்டு நிமிஷம் பொறுங்க" என உள்ளே சென்றவள், சென்றவள்தான். தனித்துவிடப்பட்ட மாமா என் முகத்தைப் பார்க்காமல் அங்குமிங்குமாகப் பராக்குப் பார்த்துக்கொண்டே அலுவலகம், அதிகாரிகள், புதுச்சேரி, பிரான்சு என ஒன்றுக்கொன்று சம்பந்தமின்றி பல விஷயங்களுக்குத் தாவிக்கொண்டிருந்தார். தமக்கை அடுக்களையைவிட்டு தேநீர்க் கோப்பைகளுடன் வெளியில் வருவதைக் கண்டதும் "இதோ வரேன், ஒரு சின்ன வேலை" என்று எழுந்துகொண்டவர் வெகு நேரம் தலைகாட்டவில்லை. அக்காளுக்கும் மாமாவுக்கும் ஏதோ பிரச்னையென்று புரிந்துகொண்டேன். அவர்கள் இல்லாத நேரமாகப் பார்த்து லட்சுமியிடம் "அம்மாவும் அப்பாவும் எத்தனை நாளாக இப்படி?"ன்னு கேட்டேன். அவள் "நேதாஜி மாமாவை அம்மா பார்க்கப்போன நாளிலிருந்து" என்றாள். தொடர்ந்து மூன்று நாட்களாக அம்மாவுக்கு இருமலும் காய்ச்சலும் இருந்ததாகவும்

தற்போது தேவலாமென்றாள். பின்னர் பிள்ளைகள் மூவரும் பின்வாசலுக்கு விளையாடச் சென்றார்கள். மரியா அக்காளை அழைத்துக்கொண்டு அடுப்படிக்குள் நுழைந்தாள். நான் மாமாவைத் தேடிச் சென்றேன்.

அன்றைய தினம் நாங்கள் வீட்டிற்குத் திரும்பியதும், மொன மொனன்னு மூச்சுவிடாமல் மரியா புலம்பிக்கொண்டிருக்க... "என்ன நடந்தது? எங்கிட்ட சொல்லேன், நானும் தெரிஞ்சுக்கிறேன்" என்று கேட்டேன். "நேதாஜி வந்த அன்னிக்கி, ஒரு ராத்திரி முழுக்க வீட்டுக்குள்ளவிடாம உங்க அக்காளை வெளியில நிறுத்தியிருக்கார், உங்க தங்கமான மாமா. பாவி மனுஷன் இப்படியா நடந்துக்குவார். நானா இருந்தா, இந்தமாதிரி புருஷன்கூட குப்பைகொட்டினதுபோதுமுன்னு நடையைக் கட்டிஇருப்பேன்" என்றாள்.

"என்ன நடந்தது? சொல்லித் தொலையேன், நானும் தெரிஞ்சுக்கிறேன்."

"உங்க மாமா சம்மதிச்ச பிறகுதான், நேதாஜி வரவேற்கிற ஏற்பாட்டுல கலந்துகொண்டாங்களாம். விருப்பமில்லைன்னா, போகக் கூடாதுன்னு முகத்துக்கு நேரா சொல்லியிருக்கலாம். உத்தியோக ஸ்தலத்துக்கா போறாங்க, குறிப்பிட்ட நேரத்துக்கு வீட்டுக்குத் திரும்ப. உங்க தமக்கை மட்டுமல்ல, பல பெண்கள் கலந்துக்கிட்ட காரியம். நிகழ்ச்சி முடிந்ததும் எல்லோரும் ஒன்னா சாப்பிடணும்னு ஆசைப்பட்டிருக்காங்க. எங்க வீட்டு ஆம்பிளைக்கு அதெல்லாம் பிடிக்காதுன்னா பொது இடத்துல சொல்லமுடியும், புருஷன்கிட்ட சமாளிச்சுக்கலாம், ஒரு நாள்தானேன்னு சாப்பிட உக்காந்துட்டாங்க. பத்து மணிக்கெல்லாம் வீட்டுக்கு வந்தாச்சு. மழையில நனைஞ்ச ஒடம்போட ராத்திரிபூரா கதவைத் தட்டிச் சோர்ந்திட்டாங்களாம். ஒங்க மாமா அன்றைக்கு நிதானத்துலதான் இருந்திருக்கிறார். வேண்டுமென்றுதான் கதவைத் திறக்கலைன்னுன்னு படுது, மறுநாள் அகங்காரமா பதில் வேற. அவர்மேல நல்ல மரியாதை வெச்சிருந்தேன், இவ்வளவு கேவலமா நடந்துக்குவார்னு நான் நெனைக்கலை" எனப் பொரிந்து தள்ளினாள்.

"நம்ம வீட்டுல வந்து இரண்டு நாள் தங்கிட்டுப்போனா அவங்களுக்கு ஆறுதலா இருக்குமில்லையா, கூப்பிட்டுப் பார்த்தியா?" என்றேன். "சொல்லிப் பார்த்தேன், அதற்கு என்னை

விட்டுட்டு ஒரு நாள்கூட அவர் இருந்ததில்லைன்னு சொல்றவங்க கிட்ட நாம என்ன பேச முடியும்” என்பது மரியாவின் பதில். அந்த மாமாவைத்தான் ஜப்பானியர் கைது செய்திருக்கிறார்கள். அவரை விடுவிக்க புருஷாந்தியின் உதவியை நாடுவது வீட்டில் குழப்பத்தை ஏற்படுத்தும் என்பது அக்காளின் வாதம்.

புருஷாந்திக்கு ஜப்பானியரிடம் இருக்கும் செல்வாக்கு இந்தோசீனா மொத்தமும் அறிந்த உண்மை. ஈடன் சினிமா ஹாலில் லெயோன் புருஷாந்தியும் சில பிரிட்டிஷ் இந்தியத் தமிழர்களும் நேதாஜி வாரம் கொண்டாடியதும் சைகோன் வரும் இந்திய தேசிய லீக் முக்கியஸ்தர்கள் புருஷாந்தி வீட்டில் ஜப்பானியர்களைச் சந்திப்பதும் புருஷாந்தி வீடு இந்திய தேசிய லீக் அலுவலகமாக இயங்குவதும் சைகோன் முழுக்க அறியும். இந்திய தேசியக்கொடி, ஜப்பானியர் கொடி, வியட்நாமியர் கொடியென்று, ஒன்றுக்கு மூன்றாக கொடிகளைப் பார்க்கமுடிவதும் போல் பிளான்ஷி வீதி, 76ஆம் எண் பங்களாவில்தான். புருஷாந்தி வீட்டிற்கு நேதாஜியின் இந்திய தேசியப் படையைச் சேர்ந்த ராணுவ வீரர் ஒருவரைக் காவலுக்குப் போட்டிருக்கிறார்கள். புருஷாந்தி என்றதும் சைகோனைப் பொருத்தவரை நேதாஜியின் இந்திய தேசியலீக்கும் ஜப்பானும் உடனடியாக, நினைவிற்கு வரக்கூடிய பெயர்கள். காலனி அரசாங்க உளவுத்துறை தஸ்தாவேஜ்களில் தெளிவாகச் சொல்லப்பட்ட ரகசியம். ஆகையால், “புருஷாந்தி தலையிட்டால் சுப்பராயன் மாமா விடுதலை நிச்சயம்” எனத் தமக்கையிடம் கூறினேன். அவர் என்னையே புருஷாந்தியைச் சென்று பார்க்குமாறு கேட்டுக்கொண்டார். அடுத்ததாக புருஷாந்தியின் தலையீடு இதில் இருந்ததென்ற உண்மை மாமா காதில் விழக்கூடாதெனவும் கேட்டுக்கொண்டார். நானும் சம்மதித்து அன்று மாலையே சைகோன் இந்திய தேசிய லீக் தலைவர் நஸ்ருதீன் பாயையும் செயலாளர் அப்துல் மஜீத் என்பவரையும் சந்தித்துப் பிரச்னையை தெரிவித்தேன். எங்கள் முயற்சி வீண்போகவில்லை, அன்று மாலையே சுப்பராயன் மாமாவையும் ஜப்பானியருக்கு நிதிகொடுக்க மறுத்தார் என்ற காரணத்திற்காக கைதுசெய்யப்பட்ட சைகோன் – இந்தியா ஜவுளிக்கடை அதிபர் இஸ்மாயில் பாய் தம்பி அப்துல் அஜீஸ் என்பவரையும் ஜப்பானிய ராணுவம் விடுதலை செய்தது.

*

52

சைகோன் (7)

நேற்றிரவு சுப்பு தன் மனைவியை அருகில் அமர்த்திக்கொண்டு வெகுநேரம் பேசினார். "வேதம் எங்குணம் உனக்குத் தெரியும். அதைப் புரிஞ்சு நீ நடந்துக்க வேணாமா? தமிழ்ச்சங்கத்துக்குப் போன நாளிலிருந்து நானொருத்தன் வீட்டில் இருக்கிறேன் என்பதை நீ மறந்துட்ட என்ற வருத்தம் எனக்கிருந்தது. நேதாஜி வந்த அன்றைக்கு, வீட்டுக்கு நீ தாமதமா வந்த காரணத்தை வெச்சு அர்த்தராத்திரியிலே வெளியில நிக்க வெச்சது தப்பு, இனி அப்படி நடக்காது. நாளைக்கு ஜீப்பை எடுத்துக்கிட்டு காலமே சுமார் பத்து மணிக்கு வருவேன், நீ கிளம்பித் தயாரா இரு. என் நடத்தைக்குப் பிராயச்சித்தமா ஏதாவது செய்யணும்னு நினைக்கிறேன். என்ன சொல்ற?" எனக் கணவர் கேட்டபோது, வேதவல்லியிடம் உண்மையில் சொல்வதற்கு எதுவுமில்லை. வார்த்தைகளின்றி தலையாட்டிவிட்டு, லட்சுமியின் அறைக்குத் திரும்பினார். சுப்பு, தன் மனவியை சமாதானப்படுத்திய சந்தோஷத்தில் கட்டிலுக்கு கீழேஇருந்த சாராய பாட்டிலை அவசரமாகத் திறந்து வயிறுமுட்டக் குடித்தார்.

கடந்த சில மாதங்களாகவே தம்பதி இருவரும் ஒரே அறையில் படுப்பதில்லை. அன்றும் மகளுடன் படுப்பதென்று அவள் அறைக்கு வேதவல்லி திரும்பினார். வெகுநேரம் புரண்டு புரண்டு படுக்க, அருகில் படுத்திருந்த லட்சுமி எழுந்து உட்கார்ந்தாள். அவளும் உறங்காமல் விழித்திருந்தாள். வேதவல்லியின் கன்னக்கதுப்புகளில் மகளின் கண்ணீர் சொட்டுகள் ஒன்று இரண்டு மூன்றென உடைந்து பரவ, தாய்க்குப் பொறுக்கவில்லை. எழுந்தவள், மகளை அணைத்துக்கொண்டு விசும்பி அழுதாள். தாயின் அழுகையோடு மகளின் விம்மலும் சேர்ந்துகொண்டது. "இதோ பாரு, இது உங்க அப்பாவுக்கும் எனக்குமான பிரச்னை. இதற்காக கவலைப்பட்டு, நீ பட்டினி கெடக்காத, கொஞ்ச நாளா நீ சரியா சாப்பிடறதில்லையோன்னு தோணுது. என்ன புரிஞ்சுதா?" எனத் தாய் கேட்க, மகள்... தாயின் கண்களைத் துடைத்தவண்ணம் தலையாட்டினாள். அரைகுறையாய்த் திறந்திருந்த கதவருகே நின்று தாய்க்கும் மகளுக்கும் நடந்த உரையாடலைக் கேட்ட சுப்பு உருகிப்போனார். "வேதவல்லி போன்ற ஒருத்தி உனக்கு பெண்ஜாதியா வாய்க்கணும்ங்கிற கொடுப்பினை ஒனக்கு இருக்குடா. நீ எங்கூடப் பொறக்கலைன்னா, உனக்கு அவளைக் கையைப்புடிச்சிக் கொடுத்திருக்க மாட்டேன். கண்கலங்காம பாத்துக்க" என வேதவல்லியின் தாயார் அம்போகத்தின் போது சொன்ன வார்த்தையை நினவுபடுத்திக்கொண்டார். "இல்லைக்கா, ஓம்பொண்ண பூப்போல பாத்துப்பேன், இனி ஒருக்கா தப்பு செஞ்சா, ஏண்டா நாயேன்னு கேளு" என சுப்பராயன் கூறியபோது நாக்கு குழறியது. தள்ளாடியபடியே படுக்கைக்குத் திரும்பினார்.

* * *

சைகோன் நகராட்சியின் காவல்துறை அலுவலகம் சுறு சுறுப்பாக இருந்தது. ஹனோய் நகரிலிருந்து சிறப்புப் பாதுகாப்புப் படை அதிகாரி மூன்று நாள்களுக்குள் முன்பு உத்தியோகப்பூர்வமாக தெரிவித்திருந்த தகவல்படி வந்திருந்தார். ஜப்பானியரோடு சகவாசம் வைத்திருந்த வியட்நாமியரையும் பிறரையும் சிலமணி நேரங்களில் கைதுசெய்ய இருக்கிறார்கள். தகவல் ரகசியமாக வைக்கப்பட்டிருந்தது. சுப்பு எதிர்பார்த்த பெயரும் அப்பட்டியலில் இருந்தது. குடும்ப உறவில் பிணக்கு

எதற்கென மனைவியை சமாதானப்படுத்தினாலும் சுப்பராயனின் ஆழ்மனத்தில் புருஷாந்தி மீது விலக்க முடியாத கோபம். இவ்விஷயத்தில் பெரும்பாலான புதுச்சேரித் தமிழர்களின் மனநிலையில் சுப்பராயன் இருந்தார். 'இந்தியா, நேதாஜி' எனக் கூறிக்கொண்டு பிரான்சு தேசத்திற்கு எதிராக அரசியல் செய்த ஜப்பானியரோடு கூடிக்குலாவியது குற்றம். நேதாஜியை ஆதரித்திருக்கலாம் அதற்காக இங்கிருந்த கவர்னர் ஜெனரலை கையில் போட்டுக்கொண்டு ஜப்பானியர் நடத்திய காட்டுத் தர்பாரை அறிந்திருந்தும் அவர்களோடு சகவாசம் தேவையா? என்பது ஃபெலிக்ஸ் சுப்பராயனுக்கும் பெரும்பாலான பிரெஞ்சுத் தமிழர்களுக்கும் மனத்தில் எழுந்த வினா.

இரண்டாம் உலகபோர் முடிவில் அச்சுநாடுகளுக்கு ஏற்பட்ட தோல்வியும், பசிபிக் பிராந்தியந்தில் ஜப்பானுக்கு ஏற்பட்ட ஏமாற்றமும் இந்தோசீனாவைவிட்டு ஜப்பான் வெளியேற வேண்டியதாயிற்று. சைகோனில் இனி தமக்கு வேலை இல்லை என்பதை நேதாஜியும் புரிந்துகொண்டிருக்கிறார். தங்களுடைய தோல்வியை ஜப்பான் ஒப்புக்கொண்ட இரண்டாம் நாள் இந்திய சுதந்திர லீக் அலுவலகம் செயல்பட்ட லெயோன் புருஷாந்தியின் இல்லத்திற்கு நேதாஜி வந்தார். சுதந்திர லீக்கை கலைத்த நேதாஜி, "தில்லியை அடைவதென்கிற எங்கள் நோக்கத்தில் மாற்றமில்லை. இந்தவழி அடைபட்டாலும் மாற்றுவழிகள் காத்திருக்கின்றன" என அறிவித்தாராம். மறுநாள் ஜப்பானிய ராணுவ அதிகாரி தெரௌச்சி (Terauchi)யோடு கலந்து ஆலோசித்துவிட்டு இந்திய தேசியப்படை இராணுவ அதிகாரி ஹபிபூர் ரஹ்மானுடன் நேதாஜி விமானத்தில் சென்றிருக்கிறார், தைப்பைக்காட்டில் விமானம் விபத்துக்குள்ளாகி இறந்ததாகத் தகவல்.

நேசப்படைகளுக்குப் பயந்து ஜப்பானியரின் கூடாரம் காலியாகிறதென்று சந்தோஷப்பட்டுக்கொண்டிருந்த வேளையில் கம்யூனிஸ்டுகள் ஹோசிமின் தலைமையில் வியட்நாம் விடுதலையை தன்னிசையாக அறிவிக்க... காலனி அரசாங்கத்திற்கு மீண்டும் தலைவலி. அடுத்த சிலதினங்களில் போட்ஸ்தாம் (Potsdam) ஒப்பந்தப்படி பிரிட்டிஷாரின் இந்திய கூர்க்காப்படை தென்வியட்நாமையும் சீன ராணுவம் வட வியட்நாமையும் பாதுகாக்க வரஇருந்தன. இனிப் பயமில்லையென காலனி அரசாங்கம் நினைக்க, வியட்மின்கள் பழிவாங்கும்

நடவடிக்கைகளில் இறங்கினார்கள். தமிழ் வியாபாரிகளையும் காலனி அரசாங்கத்தில் உத்தியோகம் பார்க்கும் தமிழர்களையும் குறிவைத்துத் தாக்கினார்கள். இத்தாக்குதலில் பல தமிழர்கள் கொல்லப்பட்டார்கள். பலரைக் கடத்திச் சென்றார்கள்.

ஜெனரல் லெகிளெர்க் தலைமையில் பிரான்சு தேசத்திலிருந்து ஒரு பெரும்படையை காலனி அரசு எதிர்பார்த்துக் கொண்டிருந்தது. வியட்மின்களுக்கு எதிரான நடவடிக்கைகளில் தீவிரம் காட்டவேண்டுமென்றும் இருக்கிற ஒன்றிரண்டு ஜப்பானியர் ஆதரவாளர்களை களை எடுக்கவேண்டுமென்பதும் புதிய காலனி நிர்வாகத்தின் உத்தரவு. அதன் பொருட்டு பாதுகாப்புப் படைக்கும் போலீஸுக்கும் முழுச் சுதந்திரம் கொடுக்கப்பட்டிருந்தது. ஃபெலிக்ஸ் சுப்பராயனும் இப்படியொரு நாளை எதிர்பார்த்துக் காத்திருந்தார். இரண்டாம் உலக யுத்தம் முடியும் தறுவாயில் அதிரடித் தாக்குதல் நடத்தி அதிகாரத்தைப் பறித்துக்கொண்ட ஜப்பானியர், எதிராளிகள் என சந்தேகித்துப் பலரைக் கைதுசெய்தபோது அப்பட்டியலில் தாமும் இருப்போமென அவர் சந்தேகித்தது இல்லை. ஜப்பானியரை ஆதரித்த சைகோன் தமிழர்கள்மீது அவருக்குக் கோபதாபமிருந்தாலும் மனிதர் வெளியில் மூச்சுவிட்டது கிடையாது. மனைவி வேதவல்லியை இந்திய தேசிய லீக், நேதாஜிக்கு வரவேற்பு என அனுமதித்த காரணமே, எதிர்காலத்தில் சங்கடங்கள் என்று வருகிறபோது இதுபோன்ற காரியங்கள் உதவும் என்கிற முன்ஜாக்கிரதைதான். என்னதான் சாமார்த்தியசாலிகளாக இருந்தாலும் அவர்களுக்கு எதிராக சில நேரங்களில் எக்குத் தப்பாக ஏதாவது நடந்துவிடும். அப்படியொரு காரியத்தை புத்தி கெட்டுப்போய் நேதாஜி வரவேற்பு தினத்தன்று செய்தார்.

தம்மை ஜப்பானியர் கைது செய்ததற்கும் தம் மனைவியை வெளியில் நிறுத்தியதற்கும் தொடர்பிருக்குமோ என்று மனத்தில் சிறு சந்தேகம். வேதவல்லி தம்மை கைதுசெய்ய அனுமதிப்பவள் அல்ல. தம்மீது ஒரு துரும்பு விழுந்தாலும் துடித்துப் போகிறவள். அதேவேளை சைகோன் வேதவல்லிக்கும் புதுச்சேரி வேதவல்லிக்கும் உள்ள வித்தியாசங்களையும் அலட்சியம் செய்ய முடியாது. இன்று நேற்றல்ல, இளம்வயதிலிருந்தே தன் மனைவியை அவருக்கு நன்றாகத் தெரியும். விவேகம் சமயோசிதம்

நிதானம் சாதுர்யம் என எதிலும் அவள் மீசுரம். இக்குணங்களை முன்னிட்டு ஊர்மெச்ச மனைவியைக் கொண்டாடியதும் உண்டு. இன்று அவற்றை முன்னிட்டே எதிராளிபோல அவளைப் பார்க்கிறார். இருவரும் நடந்துசெல்லும்போது, வேதவல்லியின் உயரம் அதிகரித்திருப்பதுபோல மனத்தில் தட்டுகிறது. கணவனும் மனைவியும் ஜோடியாக உட்காரும்பொழுது தம்மைக்காட்டிலும் மனைவி முகம் சோபையுடன் இருப்பதுபோலப்படுகிறது, இல்லயெனில் தங்களைச் சுற்றி இருக்கிற மொத்த விழிகளும் வேதவல்லியை ஏன் மொய்க்க வேண்டும். ஜவுளிக்கடை இஸ்மாயில் சாயபும் புருஷாந்தியும் இவரை ஒதுக்கிவிட்டு வேதவல்லியை ஏன் தலையில் தூக்கிவைத்துக் கொண்டாட வேண்டும். மாரியம்மன் கோயில் அர்ச்சகர் எதற்காக வேதவல்லி அம்மாளுக்கு பரிவட்டம் கட்டலாமா எனக் கேட்கிறார். வீட்டிலும் சுப்பராயனுக்குக் கூர்தீட்டிய கொம்புகளைக்கொண்ட வாடிவாசல் காளையாகவே வேதவல்லி தெரிகிறார். அக்காளையின் திமிலையைக்கூடப் பிடிக்கப் போதாமல், கால்களில் மிதிபடுவதாக நினைக்கிறார். இத்தனை வருட தாம்பத்தியத்திற்குப் பிறகும் தம்மிடமுள்ள இரண்டாவது மனுஷனை வேதவல்லி புரிந்துகொள்ளாதது அல்லது புரிந்துகொண்டும் அலட்சியம் செய்வது இவருக்கு எரிச்சல் தரும் விஷயம்.

சைகோன் வந்த புதிதில் நடந்த சம்பவம்... ஒரு பாரில் அமர்ந்து நெஞ்சு முட்ட ஐரோப்பிய சிநேகிதன் ஒருவனுடன் குடித்தார். இவர் வீட்டுக்குத் திரும்பியிருக்கலாம். தனக்கு ஒரு விபச்சார விடுதி தெரியுமென சிநேகிதன் கூற, புதிய அனுபவத்திற்கு இவரும் ஆசைப்பட்டார். மூன்று பெண்களைக் காட்டினார்கள். ஐரோப்பிய சிநேகிதன் அவசரப்பட்டவன்போல ஒரு பெண்ணைப் பரபரவென்று இழுத்துச் சென்றான். இவர் தனிமையில் விடப்பட்டார், எதிரில் இரண்டு பெண்கள். இரு பெண்களும் புருவங்களை உயர்த்தி அடிக்கடி சிரித்தார்கள். இவருக்குக் கூச்சமாக இருந்தது. கொஞ்சம் தைரியத்தை வரவழைத்துக்கொண்டு ஒருத்தியின் தோளில் கையைப் போட்டார். அப்பெண் தட்டிவிட்டாள். தனக்குச் சம்மதமில்லை என்பதுபோல தலையைச் சிலுப்பினாள். அருகிலிருந்த பெண் குறுக்கிட்டு "அவள் தொழிலுக்குப் புதுசு, பயம் போகலை, அவளுக்குப் பதிலா நான் வர்றேன்" என்றாள். சுப்பராயன் நன்றாகக் குடித்திருந்தார். தனக்கு அவள்தான்

வேண்டுமென்றார். அப்பெண் உதட்டைச் சுழித்து அலட்சியம் செய்ததை இவரால் சகித்துக்கொள்ள முடியவில்லை. புரியாத பாஷையில் ஏதோ கூறிச் சிரிக்கிறாள். ஆத்திரமும் கோபமும் வந்தது. அருகிலிருந்தவர்களிடம், "இவர்கள் ரெண்டு பேரும் என்ன பேசினார்கள் என்று தெரியணும்" என்றார். நடுத்தர வயதுப் பெண்மணி ஒருத்தி ஓடிவந்தாள். தான் சமாதானம் செய்து அனுப்பிவைப்பதாகக் கூறினாள். "இல்லை இல்லை, தன்னைப்பற்றி அவர்கள் என்ன பேசினார்கள் என்பது முதலில் தெரியணும்" எனக்கூறி கையிலிருந்த மொத்த பியாஸ்தர்களையும் பெண்மணியின் கையில் திணித்தார். நாணயங்கள் அவள் கையிலிருந்து விடுபட்டுத் தரையில் விழுந்து சிதறின. அவள் முகம் வெளுத்தது, விழிகளில் அசாதாரண அச்சத்தைத் தேக்கி சுப்பராயனின் முகத்தையும் பெண்கள் முகத்தையும் மாறி மாறிப் பார்த்தபின்பு, கையிலிருந்த பியாஸ்தர் நோட்டுகளை இவரிடம் திருப்பிக்கொடுத்தாள். சுப்பராயன் அவள் தோளை நகங்கள் பதியப் பிடித்து சினத்துடன் உலுக்கினார்." நீ என்னை ஏமாற்றலாம் ஆனால், உண்மையை எப்படி வரவழைப்பதென்று எனக்குத் தெரியும்" எனக் கத்தினார். நடந்த அசம்பாவிதம் சம்போகத்திலிருந்த பிரெஞ்சு சிநேகிதனை வெளியில் வரச் செய்தது. சுப்பராயன் தன் சந்தோஷத்தைக் கெடுத்துவிட்டதாக நினைத்திருக்கலாம். 'முகத்தைப் பார்க்க ஆம்பிளை மாதரி தெரியலை' என நாடோடிப் பெண்கள் கூறியதாக மொழிபெயர்த்தவன், "ஹோ"வென்று சத்தம்போட்டுச் சிரித்தான். அவமானத்தில் சுப்பராயன் துடித்துப்போனார், சவுக்கால் அடித்ததுபோல இருந்தது. நடந்த சம்பவம் அலுவலகத்திலும் பரவியது.

அடுத்த இரண்டு மாதங்களிலேயே இவரை ஏளனம் செய்த பெண்ணைக் கைது செய்யவேண்டிவருமென்று நினைத்ததில்லை. கம்யூனிஸ்டு இயக்கத்தைச் சேர்ந்த இளைஞன் ஒருவனைத் தேடி அவன் வீட்டு முகவரிக்குச் சென்ற பாதுகாப்புப்படை, உள்ளூர் காவலரையும் தங்களோடு அழைத்துச்சென்றது. இளைஞன் இல்லை. அவன் தந்தையும் தாயும் தங்கையும் கிடைத்தார்கள். அக்குடும்பத்தில் ஒருத்தியாக நாடோடிப்பெண்ணைச் சந்தித்தது எதிர்பாராதது. தொங்கன் அதிகாரியிடம் விசாரணை செய்யும் பொறுப்பைத் தன்னிடம் ஒப்படைக்குமாறு சுப்பராயன் கேட்டுக்கொண்டார். பதினைந்து நாள்கள் அவளைக்

கட்டிவைத்து எப்படியெல்லாம வதைக்கமுடியுமோ அப்படி வதைத்த பின்னர்தான் அவர் ஆத்திரம் அடங்கியது. தன்னை இழித்துப் பேசியதற்குச் சரியான தண்டனை கொடுக்க முடிந்ததென திருப்திப்பட்டுக் கொண்டார்.

* * *

மனைவிக்கு வாக்களித்தவண்ணம் காலை பத்து மணி சுமாருக்கு சுப்பராயன் வீட்டின் முன்பாக ஜீப்பை நிறுத்தினார். மனைவியையும் லட்சுமியையும் அழைத்துக்கொண்டு கிராந்திய வீதியில் உள்ள ஜவுளிக்கடைக்குச் சென்றார். வேதவல்லிக்கு ரவிக்கைத் துணியுடன் ஒரு பட்டுப்புடவையும் வளர்ப்பு மகளுக்கு பாவாடை, தாவணியும் வாங்கிக்கொடுத்தார். அப்பாசாமி பத்திசெரிக் கடையில் மகளுக்குப் பிடித்தமான கேக்கைக் வாங்கிக் கொண்டார்கள். அலுவல்களை முடித்துக்கொண்டு சுப்பு, தாயையும் மகளையும் வீட்டில் கொண்டுபோய்ச் சேர்ப்பாரென இருவரும் எதிர்பார்த்தார்கள். அவர்கள் எண்ணத்திற்குப் புறம்பாக ஜீப் போல் பிளான்ஷி வீதியில் நுழைந்தது. வேதவல்லி மௌனமாக இருந்தார். லட்சுமி, “வீட்டுக்குத் திரும்பாம எங்க அழைச்சு போறப்பா?” என சுப்பராயனிடம் கேட்ட கேள்விக்குப் பதில் இல்லை. அடுத்த சில நிமிடங்களில் புருஷாந்தி பங்களாவிற்கு நேராக சாலையின் மறுபக்கம் ஜீப் நின்றது. இவர்கள் வாகனத்தை நிறுத்திய சிறிது நேரத்திற்குப் பிறகு மற்றொரு அரசாங்க வாகனம் புருஷாந்தி வீட்டு முன்பாக நின்றது. ஜவுளிக்கடையில் இருந்தபோது, சுப்பராயன் அடிக்கடி தம் கைக்கடிகாரத்தைப் பார்த்துக்கொண்டிருந்தார், அதற்கான காரணம் வேதவல்லிக்குப் புலப்பட்டது.

வெளிவாயிற்கதவைத் தள்ளிக்கொண்டு ராணுவ வீரர்கள் புருஷாந்தி வீட்டிற்குள் நுழைந்தார்கள். புருஷாந்தி வீட்டில் பறந்த கொடிகள் மூன்றும்: இந்தியா, ஜப்பான், வியட்நாம் – இறக்கப்பட்டன. மனிதர் சந்தடியைக்கேட்டு புருஷாந்தியும் பிறரும் பங்களா கதவைத் திறந்துகொண்டு வெளியில் வந்தார்கள். பாதுகாப்பு அதிகாரி அவரைக் கைதுசெய்ய வந்ததாகத் தெரிவித்து உத்தரவைக் காண்பிக்கிறார். புருஷாந்தி அதிகாரி சம்மதத்துடன் வீட்டுக்குள் திரும்பிச்சென்று மாற்றுடையுடன் வெளியில் வருகிறார். ராணுத்தினர் அவரை ஜீப்பில் ஏற்றினார்கள். பிள்ளைகள் ‘ஹோ’வென்று சத்தமிட்டு அழ, திருமதி புருஷாந்தி

மூர்ச்சையாகி தரையில் விழுகிறார். பங்களாவைச் சேர்ந்த பிற மனிதர்களும் கதறி அழுதார்கள். நடந்தது அனைத்தையும் பார்த்த உள்ளூர் மக்கள் கண் கலங்கினார்கள்.

புதுஷாந்தியைக் கைதுசெய்த வாகனம் பங்களாவிலிருந்து வெளியில் வந்தது. சுப்பராயன், "நாம் வீட்டிற்குத் திரும்பலாமா?" என வேதவல்லியிடம் கேட்டார். "இல்லை... நான் வரவில்லை, இறங்கிக்கொள்கிறேன்" எனத் தெரிவித்த அப்பெண்மணி, கணவரின் பதிலுக்குக் காத்திராமல் சாலையின் மறுபக்கமிருந்த புருஷாந்தியின் வீட்டை நோக்கி நடந்தார். பங்களாவின் வெளிவாசற்கதவை நெருங்க, அம்மா என்று அழைத்தவண்ணம் லட்சுமி ஜீப்பிலிருந்து இறங்கி, வளர்ப்புத்தாயை நோக்கி ஓடிவந்தாள். சிறிது நேரம் நடந்தவைகளைக் கண்ணுற்ற ஃபெலிக்ஸ், சுப்பராயன் மனைவியையும் மகளையும் கோபத்துடன் முறைத்துவிட்டு ஜீப்பைக் கிளப்பினார்.

*

53

சைகோன் - வேதவல்லி (23)

இரவு வெகுநேரம் உறங்கியிருக்கிறேன். படுக்கை அருகில் கை போனது, லட்சுமி இல்லை. இன்னும் சிறிது நேரம் உறங்கினால் தேவலாம்போலிருந்தது. கால்களிலிருந்து தோள்பட்டைவரை அவ்வளவு வலி. கழுத்தையொட்டி முதுகில் கிடந்த தலைமயிரின் நச்சரிப்பு தாளாமல் அவசரமாக சுருட்டிக் கொண்டையாக்கிக்கொண்டு மார்பில் கிடந்த போர்வையைத் தள்ளிவிட்டு எழுந்து உட்கார்ந்தேன். தலைக்கு நேரெதிரே திறந்திருந்த ஜன்னல் கதவு வழியாகத் தெரிந்த பகற்பொழுது விடிந்து வெகு நேரம் ஆனதைத் தெரிவித்தது.

நேற்று நடந்த சம்பவங்களை மனது திரும்பப் புரட்டியது. சுப்பு எங்கள் ஜீப்பை புருஷாந்தி வீட்டிற்கு நேரெதிரே நிறுத்தியிருந்தார். சிறிது நேரத்தில் ஒரு பெருங்கூட்டம் கூடிவிட்டது. விழா காணவந்த மகிழ்ச்சியுடன் சில புதுச்சேரித் தமிழர்களையும் கூட்டத்தில் கண்டேன். ராணுவ ஜீப்பிலிருந்து இறங்கிய அதிகாரியும் ராணுவ வீரர்களும் வெளி வாயிற் கதவைத் திறந்து வைத்திருந்தார்கள். நடந்தது அவ்வளவையும் எங்கள் ஜீப்பிலிருந்து தெளிவாகக் காணமுடிந்தது.

பங்களா வாசலில் பணி ஆட்கள் கூடிய சில நொடிகளில் புருஷாந்தி வெளியில் வந்தார். அவரிடம் பாதுகாப்பு அதிகாரி தம் கையிலிருந்த காகிதத்தைக்காட்டி ஏதோ சொல்கிறார். தலையாட்டிய புருஷாந்தி சில நிமிட அவகாசத்திற்குப்பிறகு வெளியில் வரவும் ஜீப்பில் ஏற்றப்படுகிறார். இருபுறமும் துப்பாக்கி ஏந்திய காவலர்கள். திருமதி புருஷாந்தி மூச்சிறைத்தபடி நடந்துவந்து அதிகாரியிடம் முந்தானையைக் கூளமாக வாயில் வைத்து விம்மியபடி ஏதோ சொல்கிறார். பாதுகாப்பு அதிகாரி அலட்சியமாக சாரதி அருகே உட்கார... ஜீப் வெளியில் வருகிறது. வீதியில் இறங்கி வாகனம் வேகமெடுத்தபோது, புருஷாந்தி உட்கார்ந்திருந்தவிதம் மனத்தில் பதிந்திருக்கிறது. ஒரு கைதியாக அழைத்துச் செல்லப்பட்ட நேரத்திலும் தமிழர்களுக்கு அவர் வற்புறுத்துகிற உடை சீர்திருத்தத்தை மறந்தவரில்லை, ஐரோப்பிய கனவான்போல உடுத்தியிருந்தார். மனிதர் கூட்டத்தோடு சாலையில் மற்றொரு அரசாங்க ஜீப் நிற்பது அவர் கவனத்தைத் தொட்டிருக்கவேண்டும். சட்டென்று தலை திரும்பியது. எனது முகத்தில் அவர் பார்வை அதிகம் போனால் கண்சிமிட்டும் நேரம் விழுந்திருக்கும். அப்பார்வை தெரிவித்த தகவல் எனக்கானது. குடும்பத்தைக் கவனித்துக் கொள்ளுங்கள் எனப் பொறுப்பை ஒப்படைத்த பார்வை. சுப்பு வீட்டுக்குத் திரும்பலாமா என்றென்னைக் கேட்டதும் மறுத்து புருஷாந்தி வீட்டை நோக்கி நான் நடந்தேன்.

வீட்டை நெருங்கியதும் பிள்ளைகளின் அழுகை உரத்துக் கேட்டது. சுற்றிலும் ஆணும் பெண்ணுமாய் வேலைக்காரர்கள். அவர்களை விலக்கினேன். கால்களை நீட்டி தன் கனத்த சரீரத்தை காரை பூசிய தரையில் இறுத்தி மதாம் புருஷாந்தி. அவிழ்ந்துகிடந்த கூந்தல் அலைபாய்கிறது. குரலடங்கி ஒலித்தது. மோவாய்க்கட்டையை அசைக்கிறபோதெல்லாம் எச்சில் நூலாக உதட்டோரம் வழிகிறது. கைகளை துழாவுவதுபோல காற்றில் அலையவிட்டு, அவ்வப்போது மார்பில் அடித்துக்கொள்கிறார். "என் ராசாவை காப்பாத்துங்க, ஓடி ஓடி ஊருக்கெல்லாம் அளந்தாரே. அவருக்கு ஒருத்தருமில்லையா?" எனக்கேட்டபோது, எனக்குப் பதில் சொல்ல வாய் வரவில்லை. அப்பெண்மணியை எழுப்பி மார்பில் தாங்கிக்கொள்ள என் ஒருத்தியால் முடியாமல் போனது. திருமதி புருஷாந்தி புரிந்துகொண்டவராக என் தோளில் கையூன்றி எழுந்துகொண்டார். பிள்ளைகள் "அப்பா...

அப்பா..." என அரற்றியபடி எங்களைத் தொடர்ந்தார்கள். வீட்டுக்குள் நுழைந்து, வரவேற்பறை மெத்தை இருக்கையில் மதாம் புருஷாந்தியை உட்காரவைக்கவும் பணிப்பெண் ஒருத்தி ஓடிவந்து விசிறினாள். திருமதி புருஷாந்தி இதுநேரம்வரை என்னை யாரோ எவரோ என நினைத்திருக்கவேண்டும். புரிந்துகொண்டு, தன் கண்களை அகற்றாமல் என்னை ஒரு கணம் பார்த்தவர், சட்டென்று கட்டிக்கொண்டு மீண்டும் "ஓ"வெனக் கதறி அழ, வீட்டுப்பிள்ளைகள் அழ, பணி ஆட்கள் அழ நானும் அவர்களுடன் சேர்ந்தழுதேன். ஒரு மணிநேரம் வீடு மொத்தமும் சோகத்தில் ஆழ்ந்திருக்க, நேரம் கடந்தது. "பிள்ளைகள் பசியோடிருப்பார்கள், அவர்களை அழைத்துச்சென்று ஏதாவது கொடுங்கள்" என சமையற்காரியிடம் கூறினேன். அவரும் பிள்ளைகளை அழைத்துசென்று சாப்பிட வைத்தார். திருமதி புருஷாந்தி எதையும் தொடவில்லை.

இரவு எட்டுமணி. திருமதி புருஷாந்தியிடம் "நீங்கள் தைரியமாக இருக்கவேண்டிய நேரம். பிள்ளைகளையும் பார்க்கவேண்டும். நாங்களெல்லாம் உங்களுக்குத் துணையாக இருப்போம்" எனச் சமாதானப்படுத்திவிட்டு விடைபெற்றுக் கொண்டேன். என் கைகளைப் பிடித்துக்கொண்டு "கொஞ்சம் முடிஞ்சால் அப்பப்ப வீட்டுக்கு வாங்க" என்றார். என் கைகளை வெகுநேரம் இறுகப் பிடித்துக்கொண்டிருக்க... எனக்கும் தர்மசங்கடமாக இருந்தது. ஒருவழியாக பெண்மணியின் கைகளை விலக்கிக்கொண்டு வீட்டிற்குப் புறப்பட்டபோதுதான், லட்சுமியும் இத்தனை மணிநேரமாக என்னுடன் இருக்கிறாள் என்ற ஞாபகம் வந்தது. புருஷாந்தியின் காரோட்டி ஓடி வந்தார். "அம்மா! வீட்டில் கொண்டுபோய் விடட்டுமா?" எனக் கேட்டார். வேண்டாம் நாங்கள் டிராம் பிடித்துப் போய்விடுவோம், உங்கள் எஜமானி அம்மாளையும் பிள்ளைகளையும் நன்றாகப் பார்த்துக்கொள்ளுங்கள்" என்றேன். அவர் "நன்றிம்மா! நீங்களும் அடிக்கடி வந்து போங்கம்மா, அம்மாவுக்குத் தெம்பா இருக்கும்" என்றார்.

டிராம் ஏறப்போனபோது, லட்சுமி "சிங்காரம் மாமா வீட்டிற்குப் போவலாம். இரவை அவர்கள் வீட்டில் கழிச்சுட்டு காலையில் நம் வீட்டிற்குத் திரும்பலாம்" என்றாள். "ஏன்?" என்று கேட்டேன். "முன்பொருமுறை நடந்துகொண்டதுபோல

அப்பா கதவைத் திறக்கலைன்னா என்ன பண்றது? என்னால இரவெல்லாம் கண்முழிக்க முடியாது" என்று பதில் கிடைத்தது. "அப்படியெல்லாம் இந்த முறை நடக்காது, தைரியமா எங்கூடவா!" என்றதும் அமைதியானாள். ஆனால், ஒரு விஷயம் நெஞ்சில் உறுத்தியது. பழைய சம்பவத்தைச் சுத்தமாக மறந்தாயிற்று. அப்படி இப்படியென இருந்து, எனக்கும் சுப்புவுக்குமான உறவு சீராகப் போய்க்கொண்டிருந்த சமயத்தில் புருஷாந்தியின் கைது நடவடிக்கையை நான் பார்க்கவேண்டும் என்பதுபோல ஜீப்பைக் கொண்டுவந்து அவர்கள் வீட்டின் முன்பாக நிறுத்தியதை என்னால் ஜீரணிக்க முடியவில்லை.

'ஜப்பானியர் சுப்புவை கைது செய்ததற்குப் பழிவாங்கும் நடவடிக்கையாக, சுப்புவே புருஷாந்தியைக் கைதுசெய்ய ஏற்பாடு செய்திருப்பாரோ?' என்கிற சந்தேகமும் மனத்தில் எழுந்தது. 'சுப்புவை ஜப்பானியர் கைதுசெய்திருந்தபோது அவரை விடுவிக்க உதவியது யாரெனத் தெரிந்தால், புருஷாந்தி கைதை நான் காணவேண்டுமென்று ஆசைப்பட்டிருக்கமாட்டாரோ?' என்றெல்லாம் யோசித்துக்கொண்டு வர, எங்கள் நிறுத்தம் வந்தது. லட்சுமியும் நானும் இறங்கிக்கொண்டோம்.

கதவைத் தட்டியதும் திறந்துகொண்டது. கதவைப் பிடித்தபடி சுப்பு. "கோவிச்சுக்காதீங்க, புருஷாந்தி சம்சாரம் இருந்த நெலமையைப் பார்க்க மனசுக்கு கஷ்டமாக இருந்தது. அதனால, கூடுதலா கொஞ்சநேரம் இருக்க வேண்டியதாப் போச்சு" என்றேன். "பரவாயில்லை, உள்ளே வா!" என்றார். "சாப்பீட்டீங்களா, இல்லையா?" எனக் கேட்டார். அப்போதுதான் வீட்டில் சமைக்காதது ஞாபகத்திற்கு வந்தது. லட்சுமியும் காலையில் இரண்டு இட்டிலி சாப்பிட்டதோடு இருந்தாள். "ஒரு நிமிஷம் பொறுத்துக்குங்க.. சோத்த வடிச்சு, ரசமாவது வெச்சிடறேன். முட்டை இருக்குது, பொரிச்சுடலாம்" என அடுப்பங்கரையை நோக்கிச்சென்ற என்னை சுப்பு தடுத்தார். "அதற்கு அவசியமில்லை, சித்தமுன்ன காரைக்கால் வேலுப்பிள்ளை கடையில் ரெண்டு எடுப்புச் சாப்பாடு வாங்கி வந்தேன். நானும் இன்னும் சாப்பிடலை, மூன்று பேருமா சேர்ந்து சாப்பிடலாம்" என்றார்.

லட்சுமி உறங்கியதை உறுதி செய்துகொண்ட பின்னர் கணவரைத் தேடிவந்தேன். "சுப்பு தூங்கறீங்களா? உங்ககிட்ட

ரெண்டு நிமிஷ பேசணுமே” எனத் தெரிவித்தேன். சுப்பு அமைதியாக இருந்தார். நான் தொடர்ந்தேன்:

“புருஷாந்தி வீட்லருந்து நம்ம வீட்டுக்குத் திரும்பறப்போ லட்சுமி, ‘சிங்காரம் மாமா வீட்டுல படுத்திருந்துவிட்டு, காலையில் போகலாம்’னா, ‘ஏன் அப்படிச் சொல்ற?’ன்னு, கேட்டேன். ‘அப்பா இன்னைக்கும் முன்னால நடந்துகொண்டதுபோல கதவைச் சாத்திட்டா என்ன பண்ணுவது?’ என்றாள். நான் ‘அப்படியெல்லாம் இந்தமுறை நடக்காது’ என அவளுக்கு சமாதானம் சொன்னாலும் உள்ளூற பயம். என் நம்பிக்கை வீண்போகலை. எங்களை மன்னித்ததுபோலக் கதவு திறக்கப்பட்டது. நீங்கள் போனமுறைபோல நடந்துகொள்ள மாட்டீர்களென நம்பக் காரணமே, இம்முறை என்கூட லட்சுமி இருக்கிறாள் என்கிற தைரியம்தான். அதற்கப்புறமா சில அதிசயங்களையும் பார்த்தேன். எங்களுக்காகச் சாப்பாடும் தயாராக இருந்தது. எம்மனசு ரொம்ப சந்தோஷப்பட்டது. லட்சுமியும் பெரிய பெண்ணாயிட்டா. இதற்கு முன்னால பார்த்த லட்சுமியில்லை. பெற்றோரிடத்தில் சில எதிர்பார்ப்புகள் அவளுக்கு இருக்கும். அதை முடிஞ்சமட்டும் நாம காப்பாத்தணும். என்னைக் காட்டிலும் அதிக நேரம் வெளிஉலகத்தில் இருந்துட்டு வீட்டுக்குள்ள வர்றீங்க, கூடுதலான மனிதர்களோட பழகறீங்க. காலம்காலமா ஆம்பிளைகளுக்கு உள்ள சுதந்திரம் இது. சமூகப் பர்வை விஸ்தாரமா ஒங்களுக்கு நெலத்தை ஒதுக்கியிருக்குது. நீங்க எங்கேயும் போகலாம் எத்தனை மணிக்கும் திரும்பலாம். எங்களுக்கு அப்படியில்லை... அது எங்களுக்கென எழுதிவைத்துள்ள ஷரத்துக்குள்ள நாங்க இருந்தாகணும். பெரியார், பெண்விடுதலைன்னு பேசற ஆம்பிளைகளுக்குக்கூடத் தங்கள் வீட்டுப்பெண்கள் வேதகாலப் பெண்ணா இருந்தால்தான் திருப்தி.’ புருஷாந்தி மனைவி காலையில தைரியமற்று புலம்பினப்ப எனக்கு மனசுல தோணினது எல்லா ஆம்பிளைகளும் ஒன்னுங்கற விஷயம்தான். இதுல சுப்பு மட்டும் விதிவிலக்கா? வேதவல்லியை தலையில தூக்கிவெச்சுக் கொண்டாடுவார்னு நான் எதிர்பார்க்கலை. ஒரு உத்தரவாதத்தை உங்களுக்கு என்னால கொடுக்கமுடியும். நான் சுப்புவின் மனைவி. ஒரு சராசரி இந்திய மனைவி எப்படி இருக்கவேண்டுமோ அப்படி இருப்பேன். அதனால் பயம் வேண்டாம். அதேவேளை எங்கிட்ட இன்னொருத்தி இருக்கிறா.

ஒடம்பு சொகத்துக்காக இல்ல, மனசு சொகத்துக்காக. சில காரியங்களை அந்த இன்னொருத்தி செய்யத்தான் செய்வாள். என நான் தெரிவிக்க... சுப்பு மௌனமாக கேட்டுக்கொண்டு இருந்தார். மனதில் சுமந்திருந்த மொத்த பாரத்தையும் இறக்கிவைத்த நிம்மதியில் படுக்கைக்குத் திரும்பினேன். இரவு நிம்மதியாக உறங்கவும் செய்தேன்.

அடுப்படியில் எதையோ உருட்டுக்கிற சத்தம். "லட்சுமி, லட்சுமி!" எனக் கூப்பிட்டுக்கொண்டே அறையைவிட்டு வெளியில் வந்தேன், பதிலில்லை. தோட்டத்துக்கதவு திறந்திருந்தது. வாசலிலிருந்து தோட்டக்கதவுவரை நீர் வடிந்த அடையாளம். புறக்கடைக் கதவைத் திறந்துகொண்டு எட்டிப் பார்த்தேன். வாளியில் அமுக்கெனப் போட்டிருந்த எனது புடைவகளும் சுப்புவின் கால்சராயும் சட்டைகளும் துவைக்கப்பட்டுக் கயிற்றுக்கொடியில் காய்ந்துகொண்டிருந்தன. சமையலறைக்குள் நுழைந்தேன். லட்சுமி கத்தரிக்காயை அரிவாள்மனையில் வைத்து அரிந்துகொண்டிருந்தாள். ஏற்கெனவே அரிந்துமுடித்த வெங்காயமும் தக்காளியும் தட்டில் கிடந்தன. "என்ன செய்யற?" என்றேன். செய்துகொண்டிருந்த வேலையைப் பாதியில் நிறுத்திவிட்டு என் முகத்தைப் பார்த்தாள். மல்லிகைமொட்டை உதிர்ப்பதுபோல ஒரு சிரிப்பு "பொண்ணு சமையல் எப்படி இருக்குதுன்னு சொல்லு, சோத்தை வடிச்சுட்டேன். பருப்பு வெந்துகொண்டிருக்கிறது, கத்தரிக்காய் சாம்பார் வைக்கப்போறன். கொறை சொல்லாம ரெண்டு பேரும் நான் போடறதைச் சாப்பிடணும்" என்றாள். தாண்டுகால் வைத்து, உட்கார்ந்திருந்தவளை எழுப்பி என் மார்போடு இறுகக்கட்டிக்கொண்டு பித்துப்பிடித்தவள்போல முத்தமிட ஆரம்பித்தேன்.

*

54

சைகோன் (8)

அக்டோபர் 1945...

காலனி அரசாங்கப் பாதுகாப்புப்படையின் விசாரணைக்கூடம். கடுமையான பாதுகாப்பின்கீழ் வைக்கப்பட்டிருந்த இடம். பாதுகாப்புப்படை அதிகாரி பிரான்சிஸ் கைதியை விசாரிக்கும் பொறுப்பை ஏற்றிருந்தான். விசாரணையெனில், உண்மையை அறிவதல்ல, நீதிமன்றத்தில் குற்றத்தை முன்வைத்து தண்டனை வாங்கித் தருவதும் அல்ல. அதிராகத்திற்கு எதிரானவர்கள் அனைவரும் குற்றவாளிகள், தண்டிக்கப்பட வேண்டியவர்கள் என்பதால் விசாரணை, சாட்சியங்கள், குற்றத்திற்கான ஆதாரங்கள் போன்றவைகளுக்கு எவ்வித அவசியமுமில்லை. இரண்டு மாதங்களுக்கு முன்புவரை விசாரணை அதிகாரி பிரான்சிஸ், பிரான்சு தேசத்தின் வட ஆப்ரிக்கக் காலனியான அல்ஜீரியாவில் பணியாற்றிவன். அவனுடன் விசாரணைக்கு துணை அதிகாரிகள் என்ற பெயரில் இரு தடியன்கள். துணை அதிகாரிகள் கைதியை விசாரிக்கும்போது, பிரான்சிஸ் குறுக்கிடுவதில்லை. மறுநாள் விசாரணை முறையை, முதல் நாள்

மாலையே தெளிவாக விளக்கிவிடுவான். சிற்சில சமயங்களில் துணை அதிகாரிகளே புதிய உத்திகளை தங்கள் அதிகாரி மெச்சுதலுக்காகக் கையாளுவார்கள். கூண்டுபோன்ற சிறைக்கதவை விசாரணை அதிகாரிகள் திறக்கும்போதே அனுபவத்தால் தமக்கு என்ன காத்திருக்கிறது என்பதை புரிந்துகொண்ட கைதி 'வரமாட்டேன்' எனப் பிடிவாதம் செய்வார். 'என்னை விட்டுடுங்க' எனச் சத்தமிட்டு கதறுவார். அப்போதே கையிலிருக்கும் தடியை துணை அதிகாரிகள் ஓங்க ஆரம்பித்துவிடுவார்கள். பரபரவென்று கைதியை இழுத்துக்கொண்டுபோய், விசாரணை மண்டபத்தில் போடுவார்கள். பிறகு அன்றையத் திட்டப்படி ஒரு தூண்போன்ற கம்பத்திலோ அல்லது தகரம் வேய்ந்த பெஞ்சிலோ படுக்கவைத்து அரை நிர்வாணமாக்குவார்கள். சித்ரவதையை ஆரம்பிப்பார்கள். கைதியின் கதறல்கள் அதிகாரி பிரான்சிஸுக்குச் சிற்சில சமயங்களில் ஒவ்வாமையைத் தருகிறது என்பதால் கதவை இறுகச் சாத்திட்டு அமைதியாக கோப்பில் கவனம் செலுத்துவான். தினசரிவதை முடிவுக்கு வருவது கைதியின் உடல் நிலையைப் பொருத்தது அல்ல, வதை முறையை அரங்கேற்றும் துணை அதிகாரிகள் மனநிலையையும் உடல் ஆரோக்கியத்தையும் பொருத்தது.

வதைக்கூடத்தில் அதிக வெளிச்சமில்லை. ஒரே ஒரு சிறிய கம்பிவலை அடித்த ஜன்னல். ஈரவாடையுடன் துரிஞ்சல் வாடையும் கலந்திருந்தது. சுவரில் ஆங்காங்கே குளவிக்கூடுகள். பரபரவென்று இழுத்துவரப்பட்ட கைதி, "எழுந்திருக்கமாட்டேன்" என கை, கால்களை உதறி அடம்பிடிக்க, துணை அதிகாரிகளில் ஒருவன் தோள்களுக்கடியில் கைகொடுத்தான், மற்றவன் பாதங்களைப் பிடித்துத் தூக்க, இருவருமாக பெஞ்சில் கைதியைக் கவிழ்த்துப் படுக்கவைத்தார்கள். மார்பில் பெருக்கல் குறிபோல போட்டிருந்த கைகளைக் கடும் பிரயாசையுடன் விலக்கித் தோள்பட்டையிலிருந்து பிய்தெடுப்பதுபோல ஆளுக்கொருபக்கம் இழுத்தார்கள். கணுக்கை இரண்டையும் கயிற்றால் பிணைத்தார்கள். கால்களிரண்டையும் விரித்து பக்கத்திற்கொன்றாக பெஞ்சின் கால்களில் இறுகக் கட்டினார்கள். ஐந்துநிமிட நேரத்திற்குப்பிறகு இரண்டு வாளி கொள்ள பனிக்கட்டிகளைக் கொண்டுவந்து எரிக்கும் பிணத்தின்மீது வரட்டி அடுக்குவதுபோல கைதியின் உடலில் அடுக்கினார்கள். மொத்தமும் கரையவேண்டுமென்கிற எதிர்பார்ப்புடன், துணை

அதிகாரிகள் இருவரும் அதிகாரி பிரான்சிஸ் அறைக்குத் திரும்பினார்கள். பிரான்சிஸ் பொதுவாக அவர்களை நிற்கவைத்தே பேசுவான். அதிசயமாக அவர்களை உட்காரவைப்பான். அன்று அவன் சந்தோஷத்தில் இருந்திருக்கவேண்டும். ஆளுக்கொரு பீர் பாட்டிலை வினியோகித்துவிட்டு, தனக்கொன்றை திறந்துகொண்டு குடிக்கத் தொடங்கினான்.

அரைமணி நேரத்திற்குப் பிறகு இரண்டு துணைஅதிகாரிகளும் கைதியிடம் திரும்பியபொழுது, உடலில் நடுக்கம் குறையாமல் இருந்தது. கைதி ஏதோ முனகுவது காதில் விழுந்தது. இவர்களுக்கு அதன் அர்த்தம் புரிவதில்லை. எந்தக் கேள்வியும் இல்லை, கைதியின் பதிலுக்குக் காத்திருக்கும் எண்ணமும் இல்லை. முதல் ஆள் அங்கிருந்த மாடத்திலிருந்து எதையோ எடுத்தான். சுற்றியிருந்த தாளை அகற்றியதும் பிளேடு என்பதை மற்றவன் புரிந்துகொண்டான். "என்ன செய்யப்போற?" என்ற கேள்விக்கு, பிளேடைக் கையில் பிடித்திருந்தவன், திடீரென்று இப்படியொரு யோசனையை முயற்சி செய்யலாம்னு தோன்றியது, சரிப்பட்டால், இந்த ஆயுதத்தையும் நம்முடைய வதைப்பட்டியலில் சேர்த்துக்கொள்ளலாம் என விளக்கம் தந்தான். பதினைந்துநிமிட நேரம், கைதி கதறலை ஒரு பொருட்டாக கொள்ளாமல், இரண்டு தடியன்களும் போட்டிபோட்டுக்கொண்டு உடலைக் கிழித்தார்கள். பிறகு ஒருமணி நேரம் காத்திருந்து அக்காயங்களை பெட்ரோலில் நனைத்த கிழிசல்களால் மூடித் தீயிட்டார்கள், கைதி துடிக்க... கைதட்டி ஆரவாரம் செய்தார்கள். மதிய உணவுக்குப்பிறகு பிரான்சிஸ் எட்டிப்பார்த்தான். கைதிக்கு அன்றைய தினத்திற்கென்று வழங்கப்பட்ட 30 கிராம் அரிசிக் கஞ்சி தொடப்படாமல் இருந்தது.

* * *

லெயோன் புருஷாந்தி கைது செய்யப்பட்டு ஒருவாரம்போல ஆகியிருந்தது. கைது செய்யப்படுவதற்கு முதல்நாள்வரை அவர் சைகோனின் முக்கியப்புள்ளி. மாரியம்மனுக்குச் சந்தனக்காப்பா, தண்டாயுதபாணிக்குத் தேரோட்டமா, கிறிஸ்துமஸ் திருநாளா, தமிழ்ச்சங்கத்தில் பொங்கல் பண்டிகையா, பிரான்சு தேசத்தின் சுதந்திர தினமா புருஷாந்தி அங்கே இருந்தார். கோயிலுக்கும் கொடுத்தார், மசூதிக்கும் வழங்கினார். பத்து தமிழர்கள் சேர்ந்து ஒருநிகழ்ச்சி நடத்தினால்போதும் புருஷாந்தியை முன்னால

நிறுத்தணும், எவ்வளவு பெரிய மனுஷன் அவர் இல்லாமலா என்று வாய்திறந்து சொல்வது அவர் காதுல விழணும். 'ஏங்க! வீட்டுக்குத் திரும்ப இவ்வளவு தாமதம்? என ஒரு மனைவி தன் கணவனைக் கேட்டால், 'வழியில புருஷாந்தியைப் பார்த்துட்டேன், நாலு வார்த்தை பேசாம எப்படி வரமுடியும். ஊர்ப் பெரியமனுஷனாச்சே!' என்ற பதில் கிடைக்கும். ஃபெலிக்ஸ் சுப்பராயன்கூட ஒருமுறை அப்படிக் கூறி இருக்கிறார். காலனி அரசாங்கம் அவரை அறிந்திருந்தது, அரசாங்க அதிகாரிகள் அவரைத் தெரிந்துவைத்திருந்தார்கள். இந்தோசீனா வர்த்தகர்கள் அறிந்திருந்தார்கள். அன்னாமிட்டுகள் தெரிந்து வைத்திருந்தார்கள். ஜப்பானியர்களிடம் செல்வாக்கிருந்தது. நேதாஜி அவரை அறிவார். நேதாஜிக்கு வேண்டியவர்கள் அவரை அறிந்திருந்தார்கள். தமிழர்கள் அறிந்திருந்தார்கள். மொத்த சைகோனும் அவரை அறிந்திருந்தது.

ஜப்பானியருடன் புருஷாந்திக்கிருந்த நெருக்கத்தைச் சந்தேகித்ததோடு, இயல்பாகவே காலனி மக்களைத் தண்டிப்பதை ஒரு போதையாகக் கொண்டிருந்த காலனி அரசாங்கத்துக்கு குறிப்பாக சைகோன் ஐரோப்பியரில் ஒரு சிலருக்கு புருஷாந்தி ராஜதுரோகி. புருஷாந்தி கைது செய்யப்பட்ட அன்று, திருமதி புருஷாந்தியைச் சமாதானப்படுத்தும்வகையில் வேதவல்லி சில நம்பிக்கைகளை அந்த அம்மாளுக்குக் கொடுத்திருந்தார். லெயோன் புருஷாந்தியின் கைதை தமிழர்கள் சகித்துக்கொள்ள மாட்டார்கள் என்றும் காலனி அரசாங்கமும் எதற்கு வீண்பிரச்னையென அவரைச் சீக்கிரம் விடுவித்துவிடுமெனவும் கூறியிருந்தார். மறுநாள் புருஷாந்தி இல்லத்திற்குச்சென்று வேதவல்லி விசாரித்தபோது, ஒரு தமிழர்கூட எட்டிப்பார்க்கவில்லையென்ற தகவல் கிடைத்தது.

*

55

சைகோன் (9)

நவம்பர் 1945...

பாதுகாப்புப்படை அதிகாரி பிரான்சிஸ் கடுங்கோபத்தில் இருந்தான். அல்ஜீரியாவில் விசாரணை அதிகாரியாக இருந்தபோது பிரான்சுக்கு எதிரானவர்கள் எனச் சந்தேகித்துப் பலரை விசாரணை என்ற பெயரில் ஈவிரக்கமின்றிக் கொன்றிருக்கிறான். நேற்று மதுபானக்கடைக்குச் சென்றிருந்தான். அங்கே வியட்நாமின் வடபகுதியிலிருந்து தற்காலிகமாக சைகோன் வந்திருந்த ஓர் ராணுவ அதிகாரியைச் சந்திக்க நேர்ந்தது. அந்த ராணுவ அதிகாரி கடந்த மார்ச் மாத ஜப்பானியர் தாக்குதலில் பாதிக்கப்பட்டவன். பல நூறு மைல்கள் காட்டில், தான் தப்பியோடியதையும் பிடிபட்டுச் சவுக்கடி வாங்கியதையும் அதிஷ்டவசமாக உரிய காலத்தில் உதவிக்குவந்த ஆங்கிலேயப் படையால், தான் உயிர் தப்ப நேர்ந்ததையும் தெரிவித்தான். அதற்குப் பழிவாங்கும் விதத்தில், அன்றிரவே பிரிட்டிஷார் கைதுசெய்திருந்த ஜப்பானியர்கள் பதினைந்து பேரை அவர்களைக்கொண்டே குழிதோண்டச் செய்து, சுட்டுப் புதைத்த கதையைப் பெருமையாகக்

கூறி ஆரவாரம் செய்தான். பிரான்சிஸும் கடந்த இரு மாதங்களாக ஜப்பானியருக்கு ஆதரவாக இருந்த இந்தியன் ஒருவன் தம்மிடம் கைதியாக இருக்கும் தகவலை மகிழ்ச்சியுடன் பகிர்ந்துகொண்டபோது, "ஆப்ரிக்கர்களைப்போல ஆசியர்களை எண்ணாதே, கவனமாக இரு!" என அதிகாரி போதனை செய்தான்.

பிரான்சிஸ் மனைவி வீட்டிலிருந்து புறப்படும்போது, மறக்காமல் ழின்சாங் (Ginsang) சாராயம் ஒரு பாட்டில் வாங்கிவரவேண்டும் எனக் கட்டளையிட்டிருந்தாள். தவறினால் என்ன நடக்குமென அவனுக்குத் தெரியும். எனவே, வீட்டிலிருந்து புறப்படும்போதே கத்தினா வீதியிலுள்ள ஒரு கடைக்குச்சென்று இரண்டு பாட்டில் ழின்சாங்கும், நான்கு பாட்டில் சிவப்பு ஒயினையும் வாங்கிக்கொண்டு விசாரணை அலுவலகத்திற்கு வரத் தாமதமாகியது. தமது அலுவலக அறையில் அவற்றைப் பத்திரப்படுத்திவிட்டு துணை அதிகாரிகளைத் தேடினான். அவர்கள் பேசிக்கொண்டிருப்பது காதில் விழுந்தது. கைதியைத் தண்டிக்காமல் இரண்டு மணிநேரத்தை வீணடித்திருப்பது சகித்துக்கொள்ளக்கூடியதல்ல. வெளியில் வந்து நிற்க... தங்கள் எதிரே பாதுகாப்பு அதிகாரி நிற்பதைக் கண்டதும் வாயில் வைத்திருந்த சிகரெட்டைக் கையில் எடுத்து தரையில் தேய்த்து அணைத்துவிட்டு எழுந்து சல்யூட் அடித்தார்கள். அணைத்த சிகரெட் துண்டிலிருந்து வெளிப்பட்ட ஒப்பியத்தின் நாற்றம் மூக்கை அடைத்தது. "கைதி எங்கே, விசாரணையைத் தொடங்கலையா?" எனத் தன் துணை அதிகாரிகளிடம் வினவினான். காவலர்கள் இருவரும் அமைதியாக முன்னே செல்ல... பிரான்சிஸ் மௌனமாகப் பின்தொடர்ந்தான்.

விசாரணைக்கூடத்தில் கைதி முழு நிர்வாணமாக பேச்சு மூச்சின்றிக் கிடந்தார். "செத்துவிட்டானா?" என பிரான்சிஸ் பதற்றத்துடன் கேட்டான். அவர்கள் 'இல்லை'யென்று தலையாட்டினார்கள். அவர்கள் மறுப்பு ஆறுதலைத் தந்தது. தற்போதைக்குத் தண்டிப்பதற்கென்று ஒரு கைதிதான் இருக்கிறான். இந்த நிலையில் அவனையும் பரலோகம் அனுப்பிவிட்டு, என்ன செய்வது? நாற்காலியில் உட்கார்ந்தும் எழுந்தும் நேரத்தைப் போக்கி ஊதியம் வாங்குவது பிறந்த நாட்டுக்குச் செய்யும் துரோகமென்பது பிரான்சிஸ் அபிப்ராயம்.

“மயக்க நிலையில் தண்டிப்பதால் பயன் கிடையாது. கைதிக்கு நினைவு திரும்பியதும் என்னைக் கூப்பிடுங்க, எனக்கு எல்லாம் மறந்துடும் போலிருக்கு. நீங்க துணைக்கு நின்றால்போதும், மற்றதை இன்றைக்கு நான் பார்த்துக்கறேன்” என்றான்.

அதிகாரி கேட்டுக்கொண்டதுபோல, முப்பது நிமிடங்களுக்குப் பிறகு துணை அதிகாரிகள் இருவரும் அவனைத் தேடிவந்தார்கள். “மயக்கம் தெளிந்துவிட்டது. உடல் அசைந்து கொடுக்கிறது” என்றார்கள். பிரான்ஸிஸ் மனதில் அல்ஜீரியாவில் இருக்கிறபோது கையாண்ட முறையைச் சோதித்துப் பார்க்கும் எண்ணம் இருந்தது. கைதியும் நல்ல சதைப்பிடிப்புடன் இருப்பதால் அந்தமுறை எடுபடுமெனத் தோன்றியது. அவர்களுடைய வதைப்பட்டியலில் ‘இரைப்பையைப் புரட்டிப்போடுதல் (retourner le gésier)’ என்ற சங்கேதச்சொல்லால் அது குறிப்பிடப்பட்டிருந்தது. அதன்படி, கைதியைத் தகரம் வேய்ந்த பெஞ்சில் முதுகை மேலாக நிறுத்திப் படுக்கவைத்தார்கள். முதுகில் கைகளிரண்டும் விலங்கிடப்பட்டுக் கிடந்தன. அவற்றை துணை அதிகாரிகள் இருவரும் கைதி கதறுவதைப் பொருட்படுத்தாமல் தலைக்குச் செங்குத்தாகக் கொண்டுவந்து நிறுத்திப் பிடித்துக்கொண்டார்கள். பிரான்சிஸ் கையில் தற்போது ஒரு குறடு. அதனைக்கொண்டு விலா எலும்பைக் கவ்விக்கொண்டிருந்த சதையைப் பற்றிஇழுப்பதும் விடுவதுமாக தொடர்ந்தான். ஓர் ஐம்பதுமுறை அவ்வாறு செய்திருப்பான். கைதியில் மூக்கிலும் காதிலும் ஆசனவாயிலும் ரத்தம் கசியத்தொடங்கியது.

* * *

வேதவல்லியின் கையில் விண்ணப்பங்கள். ஆங்கிலத்திலும் பிரெஞ்சிலும் மரியா தந்தையியிடம் ஏற்பாடுசெய்து மொழிபெயர்க்கப்பட்டிருந்தன. விண்ணப்பம் லெயோன் புருஷாந்தியின் குடும்பப் பெருமைகளை விவரமாக எடுத்துரைத்தது. சாதி, சமயப் பாகுபாடின்றி வள்ளலாக சைகோனில் வாழ்ந்துவந்ததற்கென சில சான்றுகளைப் பதிவு செய்திருந்தது. லெயோன் புருஷாந்தி தாம் பிறந்த நாடான இந்தியா விடுதலை பெறவேண்டுமென நேதாஜியை ஆதரித்தார். அதன்காரணமாக காலனிய அரசியலை எதிர்த்தாரே அன்றி அவர் ஒருபோதும் ஆங்கிலேயரையோ, பிரெஞ்சியரையோ

எதிர்த்ததில்லை. காந்தியைப்போல ஏகாதியபத்தியத்தை மறுத்ததும் சுதந்திரச் சிந்தனைக்கு ஆதரவாக இருந்ததும் அவர் செய்த குற்றம். எனவே, சுதந்திர பிரான்சு என்ற கோஷத்தின் அடிப்படையில் ஜெர்மனியிடமிருந்து விடுதலைபெற்றுள்ள பிரான்சும் அதன் நட்புநாடுகளும் அவரை உடனடியாக விடுவிக்கவேண்டுமென்பது தங்கள் தாழ்மையான வேண்டுகோள் என அதில் எழுதப்பட்டிருந்தது. விண்ணப்பத்தை லெயோன் புருஷாந்தியின் நண்பர்கள், அவரால் பயன்பெற்றவர்கள் என நம்பப்படுகின்றவர்கள், அவரை அறிந்து கொண்டாடிய மக்கள், சைகோன் முக்கியஸ்தர்கள் எனப் பலரிடமும் காட்டிக் கையொப்பம் பெற்று இந்தோ சீன காலனி அரசாங்கத்தின் உயர் ஆணையர், பிரான்சு தேசத்து அரசாங்கத்தை நிர்வகிக்கிற ஜெனெரல் ஷார்ல் தெ கோல், இலங்கை கண்டியில் இருக்கிற நேச நாடுகளின் சுப்ரீம் கமாண்டர் மவுண்ட்பேட்டன் பிரபு என மூவருக்கும் அனுப்பவேண்டும்.

முதல் கையொப்பத்தை பிள்ளையார் சுழிபோல இஸ்மாயில் குடும்பம் இட்டால் நல்லதொரு ஆரம்பமாக இருக்குமென்பது வேதவல்லியின் எண்ணம். புருஷாந்தியைத் தம் குடும்பத்திற்கு அறிமுகப்படுத்தியதோடு அவருடன் நெருக்கமாகவும் இஸ்மாயில் அண்ணன் இருந்திருக்கிறார். அவர் ஊரில் இல்லையென்றாலென்ன, அவர் குடும்பம் இருக்கிறது. காவலாளியிடம்தான் வந்திருக்கும் தகவலைத் தெரிவித்துவிட்டு கேட்டருகே நின்றார். இஸ்மாயில் மனைவி அமீனா பேகம் தன்னை அண்ணி என்றழைத்து அன்பு பாராட்டும் பெண்மணி. அண்மையில் நேதாஜி சைகோன் வந்திருந்த அன்று புருஷாந்தி வீட்டிற்கு வந்திருந்து வேதவல்லிக்கு ஒத்தாசையாக நாள் முழுவதும் இருந்தார். இஸ்மாயில் தம்பியை ஜப்பானியர் கைது செய்தபோது புருஷாந்தி தலையிட்டு விடுவிக்கச்செய்தார். இவற்றையெல்லாம் இஸ்மாயில் குடும்பம் மறந்திருக்க வாய்ப்பில்லை என்பதால் நம்பிக்கையுடன் காத்திருந்தார். வெகுநேரம் ஆயிற்று. போன காவலாளி திரும்பவில்லை. வாயிற்கதவைத் திறந்துகொண்டு போகன் வில்லா பூத்திருந்த பாதையைப் பிடித்து வீட்டை நோக்கி காலெடுத்துவைக்க, எங்கிருந்தோ காவலாளி ஓடி வந்தான். “மதாம் நில்லுங்க, உங்களைப் பார்க்க எங்க முதலாளி அம்மாவுக்கு விருப்பம் இல்லையாம், திரும்பிப் போகச்சொன்னாங்க” என்றான். அவன்

கண்கள் ஜன்னல் பக்கம் சென்றன. வேதவல்லியின் பார்வையும் திறந்திருந்த ஜன்னலைத் தொட்டது. அந்த முகம் தெரிந்த முகம், வேதவல்லியை அன்புடன் கைப்பிடித்து அரவணைத்த முகம். ஓயாமல் பெண்வாழ்க்கையின் சங்கடங்களையும் சந்தோஷங்களையும் வேதவல்லியிடம் பகிர்ந்துகொண்ட முகம். இன்று வேதவல்லியைக் கண்டதும் தீயில் விரலை வைத்ததுபோல, சட்டென்று விலக்கியிருந்த ஜன்னல் திரையை இழுத்து மூடிவிட்டு காணாமல்போனது.

*

56

சைகோன் (10)

1945 டிசம்பர்...

காலை பதினோரு மணி. சைகோன் பாதுகாப்புப்படை விசாரணை அலுவலகம். சைகோன் நகராட்சிக் காவல்துறை அதிகாரி ஒருவர், சிறப்பு அனுமதிபெற்று கைதியை பார்க்கவருவதாக சற்றுமுன்பு விசாரணை அதிகாரி பிரான்சிஸுக்கு தகவல் வந்ததது.

இந்தோசீனாவைப் பொருத்தவரை நிர்வாகத்திற்கு எதிரானவர்கள் என நம்பப்படும் குற்றவாளிகள் ராஜதுரோகிகள். இக்குற்றவாளிகள் விஷயத்தில் கடைப்பிடிக்கப்படும் விதிமுறைகளுக்கு ஏற்ப, குடும்ப உறவினர்களோ, பிற மனிதர்களோ இக்கைதிகளைப் பார்க்க அனுமதிக்கப்படுவதில்லை. எனவே அதிகாரிகளைத்தவிர பிறர் இக்குற்றவாளிகளைப் பார்ப்பதென்பது சுலபத்தில் நடவாது. அப்படியிருக்க, இக்கைதியைப் பார்க்கத் தங்கள் துறை சாராத ஒருவர் மாலை நான்குமணிக்கு வருகிறார் என்ற செய்தி உண்மையில் வியப்பை அளித்தது. பிரான்சிஸுக்குக்குச் சிறு சந்தேகம்: கைதிக்கு வேண்டியவர் யாரேனும் மேலிடத்திற்கு வேண்டியவர்களாக இருந்து, தமது

விசாரணைமுறை குறித்து ஆய்வு நடத்த வருகிறாரோ என்றும் சந்தேகித்தான். அவன் சந்தேகம் நியாயமானது. கைதி நினைவை முற்றாக இழந்து நடைப்பிணமாக மாறியிருந்தார்.

விசாரணை என்ற பெயரில் கைதி வதைகளுக்கு உள்ளாகி இன்றுடன் மூன்று மாதங்கள், சரியாக 90 நாட்கள். விசாரணைக் கைதியை கூடத்தின் நடுவில் மரக்கம்பத்தில் கட்டியிருந்தார்கள். கைதிக்குத் தண்ணீர் கொடுக்கக் கூடாதென கட்டளை இடப்பட்டிருந்தது. காவலர்கள் இருவரும் தங்கள் மண்டகப்படிகளைக் காலை எட்டுமணிக்கே ஆரம்பித்திருந்தார்கள். முதல் ஒரு மணிநேரம் பிரப்பங்கழியால் கைதியின் கணுக்கால்களிலும் அடுத்த ஒருமணி நேரம் உள்ளங்கால்களிலிலும் மாறி மாறி தசை கிழிந்து ரத்தம் சுவரிலும் தரையிலும் தெறித்து நனைக்கும் அளவிற்கு விளாசியிருந்தார்கள். கூடமெங்கும் புது ரத்தத்தின் வாடை. பின்னர், ஆளுக்கொரு குறடைக் கையில் பிடித்து கைதியின் நெற்றிப்பொட்டில் பிரயோகித்து கண் குழியிலிருந்து விழி பிதுங்குவதை ரசித்துவிட்டு ஓய்வெடுத்தார்கள். பிற்பகல் இரண்டு மணிக்கு பிரான்சிஸ் முன்பாக, கைதியின் கையொன்றைச் செப்புக் கம்பியொன்றால் இறுகக் கட்டினார்கள், பின்னர், அக்கம்பியின் மறுமுனையை கைதியின் குறியில் செருகி, மின்சார இணைப்புக் கொடுக்கப்பட்டது. மின்விசையை இயக்கி, மின்சார சக்தியை கூட்டியும் குறைத்தும் காவலர்கள் விளையாட... கைதியின் உடல் வில்லாக வளைந்து மரக்கம்பத்தில் மோதி அடங்குவதை அவர்களுடன் சேர்ந்து சுவாரஸ்யமான விளையாட்டைக் கண்ட சந்தோஷத்தில் பிரான்சிஸ் தமது அலுவலறைக்குத் திரும்ப, எதிர்பார்த்த நபரும் வந்தார்.

– நீங்க? – வந்தவரிடம் கைகுலுக்கியபடி பிரான்சிஸ்கேட்டான்.

– என் பெயர் ஃபெலிக்ஸ் சுப்பராயன். கைதியை பார்க்க அனுமதி பெற்றிருக்கிறேன், உங்களுக்குத் தகவல் கிடைத்திருக்குமே.

– கிடைத்தது, கிடைத்தது. உடனே கைதியைப் பார்க்கிறீர்களா? இல்லை சிறிது நேரம் உரையாடிவிட்டுப் பிறகு பார்க்கிறீர்களா?

– நாளை கைதி விடுவிக்கப்பட இருப்பதாகக் கேள்விப்பட்டேன். அதற்கு முன்பாகப் பார்த்துவிடவேண்டும்.

– நீங்கள் என்ன எதிர்பார்ப்புடன் வந்திருக்கிறீர்கள் என்று தெரியாது. இதுபோன்ற விசாரணையின் முடிவில் எப்படி ஒரு கைதி இருப்பாரோ, அப்படித்தான் இக்கைதியும் இருக்கிறார்.

இருவரும் உரையாடியபடி, வதைக்கூடத்திற்குள் நுழைந்தார்கள். ஃபெலிக்ஸ் சுப்பராயன் மரக்கம்பத்தில் விலங்கிட்டுப் பிணைக்கபட்டிருந்த கைதியிடம் "என்னைத் தெரிகிறதா?" எனக்கேட்டார். கைதியிடமிருந்து எவ்விதப் பதிலுமில்லை பார்வையோ ஓரிடத்திலும் நிலையில்லாமல் சுழன்றுகொண்டிருந்தது. திருப்தியுற்ற சுப்பராயன் பாதுகாப்புப் படை அதிகாரியிடம் விடைபெற்றுக்கொண்டு புறப்பட்டார்.

* * *

வேதவல்லிக்கு அலுத்துவிட்டது. லெயோன் புருஷாந்தி பிரெஞ்சுப் பாதுகாப்புப் படையினரால் கைதுசெய்யப்பட்டு ஏறக்குறைய மூன்று மாதங்கள் ஆப்போகிறது. அவரை விடுவிக்க எண்ணித் தயார்செய்த பெட்டிஷனில் ஒரு தமிழர்கூட கையொப்பம் இடத்தயாரில்லை. அவை வேதவல்லியின் கைகளில் வெற்றுக்காகிதங்களாகவே இன்றுவரை இருக்கின்றன. வேதவல்லியைக் கண்டதும் பதுங்குகிறார்கள். இரண்டு நாள்களுக்கு முன்பாக புருஷாந்தி வீட்டிற்குச் சென்றிருந்தபோது கேள்விப்பட்ட செய்தியோ ஆக மோசம். பல தமிழ் வர்த்தகர்கள், வியாபார நிமித்தமாகவும் குடும்பக் காரியங்களுக்காகவும் புருஷாந்தியிடம் கடன் பெற்றிருக்கிறார்கள். கைதுக்கு முன்புவரை கடன்கள் தவணைப்படி ஒழுங்காகத் திரும்பச் செலுத்தப்பட்டிருக்கின்றன. அவர் கைதுக்குப் பிறகு ஒருவர்கூட எட்டிப் பார்க்கவில்லையாம்.

லெயோன் புருஷாந்தி கைதாவதற்கு முதல்நாள் வரை சைகோன் தமிழர்கள் மொத்தப் பேரும் ஓஹோவென்று புருஷாந்தியைக் கொண்டாடியவர்கள். தமிழ்ச்சங்க நிகழ்ச்சிகளில் வேதவல்லிக்கு நேரிடை அனுபவம் இருந்திருக்கிறது. ஒதுங்கியிருக்கும் புருஷாந்தியை மேடையில் ஏற்றுவார்கள், காட்டும் தீபாராதனையில் மற்றவர்கள் குளிர்காய்வார்கள். "புருஷாந்திக்கு ஒரு கரண்டி பாயசத்தைக் கூடுதலாக ஊத்துங்கம்மா. பெரிய மனுஷன், அவரு வேண்டாமென்றுதான் சொல்லுவார். நாம அப்படி இருந்துட முடியுமா?" என்பார்கள்.

“மண்டபத்து வாடகையை அவர் கொடுத்தார், பந்தல் செலவு அவருடையது, சொந்த விளைச்சலிலிருந்து சீரகச் சம்பா அரிசி மூட்டைகளை அனுப்பிவெச்சதோட ரெண்டு பெண்டுகளை ஏற்பாடு செய்து அரிசியில் கல்லு, மண்ணு, குருணையைப் புடைத்தெடுத்து சோறுபோட்ட மவராசன்” என்று புகழ்ந்த வாய்கள் ஏராளம். எல்லோருக்கும் புருஷோந்தி தேவைப்பட்டார், இன்று அவர்களே, “அந்த ஆள் பிரச்னையா... எங்கிட்ட வேணாம்மா!” என முகத்தில் அறைவதுபோல சொல்கிறார்கள். இந்து மகாஜன சபைத் தலைவர், கருப்பண்ணச் செட்டியார், சோமசுந்தரம் செட்டியார், கருப்பண்ணபிள்ளை, சின்னசாமி வாண்டையார், கிருஷ்ணசாமித் தேவர், மாரியம்மன் கோயில் தர்மகர்த்தா சுப்பிரமணிய பிள்ளை, அப்பாவுப் பிள்ளை எனக் கிட்டத்தட்ட சைகோன் முக்கியஸ்தர்களையெல்லாம் பார்த்தாயிற்று. மொத்தப் பேரும் கதவை அடைத்தார்கள். சிலர் “உங்கள் புருஷன் போலீஸ்ல இருக்காரு பிரச்னை இல்லை. நாங்க கையெழுத்துப்போட்டு எங்க தலை உருண்டா நாளை எங்க பெண்டாட்டி, பிள்ளங்க கதி?” என்றார்கள். இரண்டொருவர் “தாலி கட்டின பொண்டாட்டி வீட்டுல இருக்கிறபோது, இந்த அம்மாவுக்கு அப்படி என்ன அக்கறை!” என வேதவல்லி காதுபட நா கூசாமல் வார்த்தையால் நோகடித்தார்கள்.

முதல்நாள் பெட்டிஷனை மரியாவின் தகப்பனாரை வைத்து எழுதிய கையோடு சிங்காரம் வீட்டிற்குப் போகநேரிட்டது. “தம்பி பெட்டிஷனைத் தூக்கிக்கொண்டு உங்க வீட்டுக்குத்தான் வந்திருக்கிறேன். ஒரு கையெழுத்துப் போட்டு ஆரம்பிச்சு வை. உன் கல்யாணத்தை புருஷோந்தி முன்னின்று நடத்தியதாகவும் சில சம்பிரதாயச் செலவுகளை அவர் ஏற்றுக்கொண்டதாகவும் பலமுறை சொல்லி இருக்கிற” எனத் தமக்கை கேட்க... சிங்காரவேலு பதறினான். “அக்கா! நான் எப்படி? குடும்பம் பெண்டாட்டி, பிள்ளைகள்னு நிம்மதியா இருக்கேன். என் வாழ்க்கையைக் கெடுத்துடாத. தவிர, அவர் மேலயும் தப்பு இருக்குதுக்கா, கவனமாக இருந்திருக்க வேண்டாமா? நாடு எக்கேடு கெட்டா எனக்கு என்னன்னு இந்தியாவிலேயே பல கோடி சனங்கள் வாழுது. இவரு பிரெஞ்சுக்காரர்களை நம்பிப் பொழைக்க வந்த மனுஷன், அதிலும் ரெனோன்சான் வேற” என ஏட்டிக்குப் போட்டியாக சிங்காரம் சொல்லிக்கொண்டுபோக, தமக்கைக்குக் கோபத்தை அடக்கமுடியவில்லை: “ச்சீ நிறுத்துடா,

பெருசா பேச வந்துட்டான். மெஜெஸ்டிக் ஓட்டலுல அந்த ஆள் வாங்கிக் கொடுத்தப்ப கூச்சமில்லாம தின்னியெ... அன்னிக்கி அவரிடம் தைரியமாக இதைச்சொல்லி இருக்கலாமில்லையா?” எனக் கேட்டுவிட்டு வீட்டுக்குத் திரும்பி அழுதுகொண்டிருக்க, ஃபெலிக்ஸ் சுப்பராயன் குறுக்கிட்டார்:

“வேதம் இதை நான் எதிர்பார்த்ததுதான். உலகம் போற திசையிலதான் நாம போகணும். பெரும்பாலான சனங்கள் போற பாதையில நாமளும் நடந்துட்டா பிரச்னையில்லை. நான் இப்படித்தான் இருப்பன்னு நேதாஜி இருந்தார், புருஷாந்தி இருந்தார், இன்னைக்கு நீ இருக்கிற. நீங்க எல்லோரும் அதனால் ஏற்படும் சங்கடங்களைச் சந்திச்சுதான் ஆகணும். எங்களால உங்கள எப்படி மாத்த முடியாதோ, அதுபோல நாங்களும் எங்களை மாத்திக்கமாட்டோம். நாளைக்கு இதைவிடப் பல ஆச்சரியங்களைச் சந்திக்கவேண்டியிருக்கும். உன்னிடத்திலிருக்கிற இன்னொருத்திக்கு சொல்லிவை... ஒடம்பு சொகத்துக்காக செய்யற காரியங்களில் காயம்பட்டால் சொஸ்தமாக அதிகநாள் எடுக்காது. ஆனா, மனசு சொகத்துக்காகச் செய்யற காரியங்களில் காயமென்பது ராஜபிளவை மாதிரி, தேறுவது நடக்காத காரியம்.

*

57

சைகோன் - வேதவல்லி (24)

நிலாவைக்காட்டி குழந்தைக்குச் சோறூட்டும் விளையாட்டுப்போல நடந்து முடிந்த என் திருமணம் அடை காத்த கோழியே தன் குஞ்சை பருந்து வசம் ஒப்படைத்த கதை. இந்த உண்மையைப் புரிந்துகொள்ளும் பக்குவத்தில் அன்றைக்கு நானில்லை. பருந்தும் பார்ப்பதற்கு எங்கள் இனத்தைப்போலவே இருந்தது. அதன் வசம் முழுமையாக என்னை ஒப்படைக்கவும் செய்தேன். பருந்தின் சிறகும் அதன் மென்மையும் காதலின்போது கதகதப்பாகவே இருந்தன. ஆனால், அதன் முனைவளைந்த கூரிய அலகும் கத்திபோன்ற வலுவான கால் விரல் நகமும், உறவாக அல்ல, இரையாக என்னைப் பார்க்கிறதென்ற உண்மையை அனுபவம் புரியவைத்தது. பருந்துக்கும் கோழிபோலவே தலை, அலகு, சிறகு, கால்கள், வயிறு, குடல் எல்லாம் இருந்தன. ஆனால், அதற்கெனப்பெற்ற இயற்கைத் தன்மையை மாற்றிக்கொள்ளுமென நான் எப்படி எதிர்பார்க்க முடியும். சுப்பு பருந்துகளிலும் வித்தியாசமான பருந்து. இரையை உடனே தின்று பசியாறும் பருந்தல்ல, இரையைக் கூட்டில் வைத்திருந்து

வேண்டும்போது சிறிது சிறிதாக குத்திக் கிழித்து சிறு துண்டுகளாக விழுங்கும் கழுகு. புருஷாந்தியைக் கைது செய்து மூன்று மாதங்கள் முடிந்திருக்கும். தனியொருத்தியாக அவரை விடுவிக்க எடுத்த முயற்சிக்கு ஒரு கழுதையும் தோள் கொடுக்கவில்லை. அவரைத் தேடிச்சென்று "உங்களால்தான் இந்த உலகம் ஜீவிக்கிறது; நீங்க இல்லைன்னா சைகோனுல தமிழ் மாநாட்டை நினைச்சுப்பார்க்க முடியுமா? பாரி, காரி, வரிசையில் வெச்சு உங்களைப் பத்தியும் ஒரு பிள்ளைத்தமிழ் பாடலாம் என்றிருக்கிறேன்" என்று புருஷாந்தியைத் துதி பாடிய வாய்களெல்லாம், "எனக்கு இப்படி நடக்கும்னு அன்னைக்கே தெரியும், ஆழம் தெரியாம காலவிட்டா ஆத்தோடதான் போகணும்" எனப் பேச ஆரம்பிச்சுச்சுட்டாங்க.

மனத்திலிருந்த தைரியமெல்லாம் வடிந்திருந்த நேரம், ஒரு நாள் சோர்வுடன் படுத்திருந்தேன். பிற்பகல் நான்குமணி. வெளியில் சென்றிருந்த லட்சுமி வயதான மனிதர் ஒருவரை அழைத்துக்கொண்டு வீட்டிற்கு வந்தாள். விசாரித்தபோது கிழவர், லட்சுமியின் தாய்வழிப் பாட்டன் எனப் புரிந்தது. மரியாவும் சிங்காரமும் இதுபற்றிப் பேசியிருக்கிறார்கள். ஆனால், இலட்சுமிடன் எப்படி? கிழவருக்குப் பணத் தேவை இருக்கிறதென தெரியும். ஏதாவது கொடுத்துச் சமாளித்துவிடலாம் என்றாலும் பேத்தியைச் சொந்தம் கொண்டாடி அழைத்துச்சென்று விடுவாரோ என்ற பயம். என் பயத்தைப் புரிந்துகொண்டதுபோல லட்சுமி, "நான் சொல்றதைக் கேட்டு நீங்க கோபிக்கக் கூடாதும்மா! நான் இனியும் குழந்தை அல்ல. அடிக்கடி என்னைப் பெற்ற தாயையும் அவர்கள் குடும்பத்தையும் சென்று பார்க்கிறேன் என்பதும் உண்மை. இருந்தும் எனக்கு நீங்க முதல் பெற்றோர். நான் உங்க மகள். நீங்களே துரத்தினாலும் நான் உங்களை இனிப் பிரியமாட்டேன். என்னை நம்புங்க" என அவள் கூறியபோது கண்கலங்கிட்டேன்.

தொடர்ந்து லட்சுமி, "மாமா சிங்காரத்திற்கும் எங்கே இவர் என்னை உங்களிடமிருந்து பிரித்து அழைத்து சென்றுவிடுவாரோ என்ற பயம் இருந்திருக்கிறது. இவரிடம் நம் வீட்டிற்கு வரக்கூடாதென்று எச்சரித்திருந்தார். நான்தான் இவரைச் சமாதானப்படுத்தி உங்களை அறிமுகப்படுத்தலாமென அழைத்துவந்தேன்" என்று கூறிக்கொண்டிருக்க, கிழவரின்

பார்வை, கூடத்தில் மாட்டியிருந்த புகைப்படத்தில் இருந்தது. சுப்பு தன்னுடைய சிப்பாய்ச் சீருடையில் எடுத்துக்கொண்ட புகைப்படம். படத்தில் இருப்பது யாரெனப் பெரியவர் கேட்க, "அவர் என் கணவர், லட்சுமியின் வளர்ப்புத் தந்தை" என்றேன். மறுகணம், கிழவரின் முகம் சட்டென வெளிறியது. மறு நிமிஷம் விடுவெனத் தெருக்கதவை நோக்கி நடந்தார். தடுத்த பேத்தி... காரணத்தைக் கேட்டாள், மனிதர் பதில் சொல்லவில்லை. பிடித்திருந்த லட்சுமியின் கையை உதறிவிட்டுப் போனவர் போனவர்தான்.

ஒரு வாரம் கழித்து லட்சுமியே, தன் பாட்டன் நடத்தைக்கான காரணத்தைத் தெரிவித்தாள்: "கம்யூனிஸ்டு கட்சியிலிருந்த கிழவரின் மகனைத் தேடிவந்த போலீஸ், அவன் கிடைக்காமல்போக கிழவரையும் அவர் குடும்பத்தினரையும் கைது செய்திருக்கிறார்கள். பெரியவரையும் அவர் மனைவியையும் விடுவித்த சிப்பாய்கள் மகளை விடவில்லை. அவள் சகோதரன் இருக்குமிடத்தைச் சொல்லச் சொல்லி அவர்கள் ஆடிய கோரத் தாண்டவத்தில் லட்சுமியின் தாயார், மனநிலை பாதிக்கப்பட்டு வெளியில் வந்திருக்கிறாள். அவளை வதை செய்த போலீசாரில் சுப்புவும் ஒருவர்" என லட்சுமி முடித்தபோது, வழக்கமாக நான் காணும் முகம் அவளிடத்தில் இல்லை. இந்தப் புதிய உண்மை பெரும் புயலை எங்கள் குடும்பத்தில் உருவாக்கியிருந்தது. மனத்தில் என்ன நினைத்திருப்பாளோ, சுப்புவிடம் சுத்தமாகப் பேசுவதை நிறுத்திவிட்டாள். "ஏன்; என்ன நடந்தது? எனப் பலமுறை சுப்பு கேட்டும் நாங்கள் காரணத்தைச் சொல்லவில்லை. சொல்லக்கூடாதென்பது லட்சுமியின் உத்தரவு. ஆனால் மெல்ல மெல்லச் சிறு சந்தேகம், செடியாக முளைத்து விருட்சமாக கிளை பரப்பி நெஞ்சை அடைத்தது. சுப்புவிடம் லட்சுமி பேசாதது நியாயமாகப்பட்டது. ஆனால், என்னிடமும் அவள் மெல்ல மெல்ல விலகிப்போவதுபோல உணர்ந்தேன். ஒரு நாள் பொறுக்கமுடியாமல், சட்டென்று அவள் காலில் விழுந்தேன். "சுப்பு செய்திருக்கும் அநியாயத்திற்கு என்னைத் தண்டிச்சுடாதே" என்றேன்.

"அம்மா, நான் உன் பொண்ணும்மா! உன்னைவிட்டு நான் எங்கும் போகமாட்டேன், ஆனா, இப்படிச் சொல்றேன்னு வருத்தப்படாதே, எனக்குக் கொஞ்சநாளா அப்பா முகத்தைப்

பார்க்கப் பிடிக்கலை. முதன்முதலில் வீட்டுக்கு என்னை அழைச்சு வந்தப்போ, என்னைத் தூங்கவைக்க நீ சொன்ன கதைகளில் ராட்சஸர்கள் வருவார்கள். அப்பாவையும் இப்ப ஒரு ராட்சஸனாத்தான் பார்க்கிறேன். கொஞ்சநாள் என் மனசை தேற்றிக்கொள்ள அவர் முகத்தில் விழிக்கக்கூடாதுன்னு நெனைக்கிறேன். ராணுவத்துல செவிலியா சேரலாம்னு நம்ம பிலிப் சொன்னான். சேரப்போறேன். கவலைப்படாதே, திரும்ப உன்கிட்டத்தான் வருவேன். என் தாய் என்கிற நியாயம் மட்டும் அதற்குக் காரணமில்லை, நீங்க இயற்கையைப்போல வித்தியாசமானவங்க. மனிதர் மூளைக்குப் பிடிபடாத புதிரா அச்சுறுத்தவும் செய்வீங்க, மனிதர் முயற்சிகளுக்கு இணங்கி உதவவும் செய்வீங்க. அப்பாவால வதைபட்டது என்னைப் பெற்றவள் இல்லை, யாரோ ஒரு அந்நிய மனுஷின்னே வெச்சுக்குவோம், இருந்தும் அப்பா செய்தது சரியா? என்ற கேள்வி மனசுல இருக்கு, அவர் முகத்தை இப்போதைக்குப் பார்க்க விரும்பலை. ராணுவத்தில் சேரமுடிவெடுத்ததற்கு முக்கிய காரணமே அதுதான். என மனசிலேற்பட்ட காயத்தைக் காலம் ஆற்றிடும். உன் மகளா திரும்பவும் வருவேன்" என்று லட்சுமி பெரிய மனுஷிபோலப் பேசினாள். மகள் ராணுவத்தில் சேர்ந்த சில தினங்களில் புருஷாந்தியை விடுவித்துவிட்டதாகவும் அவர் மனநிலை பிறழ்ந்து லட்சுமியின் தாயைப்போலவே நடைப்பிணமாக வெளியில் வந்திருக்கிறார் என்றும் தகவல் கிடைத்தது.

*

58

சைகோன் (11)

ஜானகி, தன்னுடைய மகன் பொன்னுச்சாமியைச் சைகோனுக்குக் கப்பலேற்றியபொழுது அவனுக்கு வயது பதினான்கு. ஏரியில், குளத்தில் நீச்சலடிப்பதுபோல; நிலாவெளிச்சத்தில் சகாக்களுடன் ஊர்த்திடலில் சடுகுடு ஆடுவதுபோல; பாரி, பேந்தா விளையாட்டில் தோழர்களுடன் கட்டிப்புரளுவதுபோல ராணுவமும் யுத்தமும் அவனுக்கு விளையாட்டாகப்பட்டது. கோழி, ஆடு, மாடு திருட்டு விவகாரங்களில் குற்றவாளிகளைத் தேடி வெள்ளைத்தோல் அதிகாரியுடன் உள்ளூர் மனிதர்கள் சிப்பாய் என்ற பெயருடன் காக்கிச்சட்டையும் இடுப்பில் பெரிய பெல்ட்டும் காஸ்க்குமாக சேரிக்குள் நுழையும் மனிதர்களைப் பார்த்திருக்கிறான். புத்துப்பட்டு ஐயனாரப்பன்போல மீசை வைத்திருப்பார்கள், கிராம மிராசுகளை ஐயா என்பவர்கள். விவசாயக் கூலிகளை 'ஏய்!' என விளித்து, 'களவாணிகளா!' என அழைத்துத் தடியை ஓங்குவார்கள். சிப்பாய்களின் நடவடிக்கைகள் பிடிக்காதேதவிர அவர்கள் உடையும் தொப்பியும் அவனுக்குப் பிரியமானவை. ஜானகிகூட ஒருமுறை மகனை அழைத்து சிப்பாய் ஒருவரைக் காட்டி

'நாளைக்கு நீயும் சைகோனுக்குப் போயிட்டு இப்படித்தான் ஊருக்குள்ள திரும்பணும் ஒங்கப்பனை அப்படியே உரிச்சு வச்சிருக்க, நீ நடந்து வந்தா ஊரு கண்ணு மொத்தமும் ஒம்மேல இருக்கணும் என்ன புரிஞ்சுதா?' எனக்கேட்டு மகன் தலையோடு தன்னுடையதை மோதி சந்தோஷப்பட்டிருக்கிறாள்.

ஒரு வருடத்திற்குமுன்பு கோடை விடுமுறைக்குப் பிறகு எட்டாம் வகுப்புக்குப் போகவேண்டும். மகனை அழைத்துக்கொண்டு ஜானகி புதுச்சேரிக்கு வந்துவிட்டாள். ஐரோப்பியர் வீட்டில் வேலை கிடைத்தது. மூன்றுவேளையும் சோறுபோட்டு, படுக்க இடமும் கொடுத்தார்கள். ஐரோப்பியர் உதவியுடன் கொலேழ் கொலோனியில் பொன்னுச்சாமியை எட்டாம் வகுப்பில் சேர்க்க 'பிரவே'யுடன் வெளியில் வந்தான். ஜானகி புதுச்சேரிக்குக் குடிவந்தது பொன்னுச்சாமியைப் படிக்கவைக்க அல்ல, 'தகப்பனைப்போல மகனும் சைகோனுக்குப் போகணும் 'ஒரு நா இல்லாட்டி ஒரு நா அப்பனைப் பார்த்து, ஆத்தாளை உட்டுட்டு எப்படிக் கப்பலேறலாம்?' எனக் கேக்கணும், சிங்காரமும் பொன்னுச்சாமியும் ஊர் திரும்பினதும் ஊர் சனங்கள் சொந்தப்பந்தங்கள் முன்னால எம்புருஷன் திரும்பக் கெடைச்சுட்டார்னு கத்திச்சொல்லணும். ஜானகி மனசுகொள்ள அந்த வேண்டுதல்தான் இருந்தது.

*1945*இல் டிசம்பர் மாதக்கடைசியில் கப்பல் ஏறினான். பயணச்செலவு மொத்தமும் காலனி அரசாங்கத்துடையது. ஜானகி வேலை பார்த்த ஐரோப்பியர் அதற்கான ஏற்பாடுகளைச் செய்திருந்தார். சைகோன் வந்திறங்க ஒன்றரை மாதம் ஆனது. பொன்னுச்சாமியுடன் பயணித்த மற்ற புதுச்சேரி இளைஞர்கள் வயதில் மூத்தவர்கள், பயணமெங்கும் அவனிடம் அன்பாக நடந்துகொண்டார்கள். ஒரு முறைக்குப் பலமுறை மகனைப் பத்திரமாகப் பார்த்துக்கொள்ளும்படி ஜானகி அவர்களிடம் கேட்டுக்கொண்டதும் அதற்குக் காரணமாக இருக்கலாம். சைகோன் வந்திறங்கிய அன்றே சுயவிருப்பத்தின் பேரால் ராணுவத்தில் சேருவதாகக் கையொப்பமிட்டுக் காலனி ராணுவத்தில் பொன்னுச்சாமி சேர்ந்தான். சிநேகிதன் பிலிப்பையும் முதன்முதலாக அன்றுதான் பொன்னுச்சாமி சந்தித்தான். தன் தந்தையிடம் கோபித்துக்கொண்டு ராணுவத்தில் சேர்ந்ததாக பிலிப் தெரிவித்தான். ஜெனரல் லெகிளெர்க் தலைமையிலிருந்த பிரெஞ்சுக் காலனி ராணுவத்தில் அவர்கள்

இருவரையும் சேர்த்து அப்போது 800 வீரர்கள். வந்த புதிதில் பொன்னுச்சாமிக்குக் குழப்பமாக இருந்தது. பிரெஞ்சுக் காலனி அரசு யாரை எதிர்க்கிறார்கள், யாருடன் கைகுலுக்குகிறார்கள் என்பதைப் புரிந்துகொள்ளவே இரண்டு மூன்று மாதங்கள் தேவைப்பட்டன.

காலனிப்படையில் சேர்ந்திருந்த நமது பொன்னுச்சாமிக்கும் அவனுடையப் படைப்பிரிவுக்கும் காத்திருந்த முக்கியமான பணித்திட்டம் காலனி அரசாங்கத்தை ஜப்பானியரிடமிருந்து மீட்பதற்குதவிய பிரிட்டிஷ் படையை இந்தோசீனாவிலிருந்து விடுவிப்பது முதலாவது; ஜப்பானியக் கைதிகளைச் சைகோனிலிருந்து அப்பறப்படுத்துவது இரண்டாவது. முதன்முதலில் பொன்னுச்சாமியின் படைப்பிரிவு **ஷொலான் (Cholan)** என்ற ஊருக்கு அனுப்பிவைக்கப்பட்டது. சிறையில் கைதிகளாக அடைபட்டிருந்த ஜப்பானியர்கள் தனக்கும் தன் கூட்டாளிகளுக்கும் சல்யூட் அடித்தது, மாலை சிநேகிதர்களுடன் பிரெஞ்சுக்காரர்கள் புழங்குகிற மதுபானக் கடைக்குச்சென்று உள்ளூர் சாராயம் குடித்தது, சாராயம் விற்ற பெண்களுடன் அரட்டை அடித்தது மூன்றுமே அவனுக்கு வித்தியாசமான அனுபவங்கள். அங்கே, மறுநாள் பிரெஞ்சு முதலாளிகளின் ரப்பர் தோட்டப் பாதுகாப்புக்கென்று அனுப்பி வைக்கப்பட்டனர். பிரான்சு தேசத்திலிருந்து காலனியில் முதலீடு செய்த முதலாளிமார்களின் பெரிய பெரிய வில்லாக்களும் அருகிலேயே அவர்கள் பண்ணையில் நேரம் காலமின்றி உழைக்கும் கூலிகளின் குடியிருப்புகளும் இருந்தன. விவசாயக்கூலிகளில் ஒரு சிலர் வியட்மின்களுடன் தொடர்பு வைத்திருப்பதாகவும் அதிகக் கூலிகேட்டு பிரச்னை பண்ணுவதாகவும் தகவல் கிடைத்திருந்தன. அவர்களைப் பொன்னுச்சாமியும் மற்றவர்களும் கைது செய்து பிரெஞ்சு உளவுப்படைவசம் ஒப்படைக்க வேண்டும். பிறகு உளவுப்படையினர் அவர்கள் வழியில் விசாரிப்பார்கள். சிற்சில சமயங்களில் சந்தேகத்திற்குரிய விவசாயக்கூலிகள் வரிசையாக நிற்கவைக்கப்பட, அதிகாரியின் கட்டளைக்கேற்ப பொன்னுச்சாமியேகூட சுட்டுக்கொன்றிருக்கிறான்.

1946 பிப்ரவரி மாதத் தொடக்கத்தில் பொன்னுச்சாமியின் படை தொங்கன் செல்லவேண்டி இருந்தது. கடந்த ஆறு மாதங்களாக வியட்நாமின் வடபகுதி பாதுகாப்புப் பொறுப்பை ஏற்றிருந்த **சியாங் கை ஷேக்கின் (Chiang Kai-**

Shek) படையை விடுவித்து, காலனிப்படை அப்பொறுப்பை ஏற்கவேண்டும். அடுத்த சில நாள்களில் அமெரிக்காவும் சீனாவும் அறிவுறுத்த, தங்களிடையே உள்ள பிரச்னையை சுமுகமாக முடித்துக்கொள்வதென பிரான்சு தேசமும் வியட்நாம் சார்பாக ஹோசிமினும் ஒப்பந்தம் செய்துகொண்டார்கள். ஒப்பந்தப்படி வட வியட்நாம் சுய அதிகாரம்கொண்ட பகுதியாக மாறியது: மக்களவை, அரசாங்கம், படை, நிதி நிர்வாகம் வியட்மின்கள் பொறுப்பில். அதேவேளை இந்தோசீனாவின் பிற பகுதிகளைப்போன்றே தென் வியட்நாம் பிரெஞ்சு யூனியனுக்கு அடங்கிய பகுதி. இருதரப்பும் தங்கள் நீண்டகாலப் பகையை முடித்துக்கொள்வதற்கான வழிவகைகளை பேசித் தீர்த்துக்கொள்வது, சீனரை எதிர்க்கும் பிரான்சுக்கு, வடவியட்நாம் ஹோசிமின் துருப்புகள் ஒத்துழைப்பது, ஐந்தாண்டுகளின் முடிவில் பிரெஞ்சுத் துருப்புகள் வெளியேற, வட வியட்நாம் தென் வியட்நாம் ஒன்றிணைவது என ஒப்பந்தம் பேசியது.

ஒப்பந்தத்திற்குப்பிறகு வியட்நாமியருக்கும் பிரெஞ்சுப் படையினருக்கும் இணக்கமான உறவு ஆரம்பித்திருக்க, மே முதல் தேதி அனிவகுப்பில் வியட்மின்களுடன் ஹைபோங்கிலிருந்து ஹனோய்க்குச் சென்ற பொன்னுச்சாமியின் பிரெஞ்சுப்படையும் கலந்துகொண்டது. வியட்நாமில் யுத்தமேகங்கள் மறைந்து சகஜ நிலை. மக்கள் தங்கள் பிழைப்பைப் பார்க்க ஆரம்பித்த காலம். இனி துப்பாக்கிகளுக்கு வேலையில்லை என நம்முடைய பொன்னுச்சாமியும் நினைத்தான். எது நினைத்தபடி நடக்கிறது? பிரெஞ்சு ஆட்சியாளர்களுடன் வியட்நாமின் எதிர்காலம் பற்றி 1946ஆம் வருடம் ஜூலைமாதத்தில் இரண்டு முறைகள் ஹோசிமின் நடத்திய பேச்சுவார்த்தையில் பலனில்லை. நவம்பர் மாதம் 23 அன்று வியட்மின்களைத் தாக்குகிறேன் என்ற பெயரில் வியட்நாம் மக்கள்மீது பிரெஞ்சுக் கடற்படை நடத்திய தாக்குதலில் கிட்டத்தட்ட 6000 பேர் கொல்லப்பட்டனர். வெறுத்துப்போன ஹோசிமின் இனி யுத்தமின்றி வேறு தீர்வுக்குச் சாத்தியமில்லை என விளங்கிக்கொண்டு 19 டிசம்பர் 1946 அன்று இரவு எட்டுமணி அளவில் பிரெஞ்சுப் படையினர் மீது தாக்குதலை நட த்த பிரான்சுக்கும் வியட்நாமியருக்கும் இடையிலான முதல் இந்தோ சீன யுத்தம் ஆரம்பமானது.

*

59

புதுச்சேரி (9)

1949 ஆகஸ்டு 15...

ஞானகியின் ‘தொரை’ பங்களா புதுச்சேரியின் கிழக்கே கடலையொட்டி இருந்தது. காலையில் வெள்ளென எழுந்து ஜன்னலைத் திறந்துவைத்துக் கடலைச் சிறிது நேரம் பார்த்தாள். துரை பெனுவா காலனி கொமிஸ்ஸேர் (Commissaire) – பிரெஞ்சு கிழக்கிந்திய வணிக நடவடிக்கைகளின் ஆலோசகர் – துரைசானி கத்ரீனை குறைசொல்ல முடியாது. துரை இல்லாத நாள்களில் உணவு பரிமாறும் ஞானகியிடம் “நீயும் உட்காரு, ஒன்றாகச் சாப்பிடலாம்!” எனத் தெரிவிக்கிற பொம்மனாட்டி. ஞானகி ஒவ்வொரு நாளும் காலையில் ஆறு மணிக்கு எழுந்திருக்க வேண்டும். வீட்டைக் கூட்டிப் பெருக்கினால், அதிகாலையில் கண்விழித்துச் செய்த விதவிதமான ரொட்டிகளை ஒற்றை மாட்டுவண்டியில் ஏற்றிக்கொண்டு வெள்ளைக்காரர் தெருக்களில் வலம் வரும் அந்துவான் ஏகாம்பரம் டாணென்று ஏழு மணிக்கு வண்டியை வாயில் முன்னால் நிறுத்தி, வாசல் மணிக்கயிற்றை இழுப்பார், அவரிடம் அன்றைக்குத் தேவையான ரொட்டிகளை வாங்கவேண்டும். ஞானகியின் எஜமான் காலை எட்டு

மணிக்கு அலுவலகத்திற்குப் போகிறவர். அவரோ, எஜமானியோ காலையில் புதுச்சேரிக் குடித்தனக்காரர்களைப்போலப் பல் துலக்கி, குளித்து ஜானகி பார்த்ததில்லை, இவையெல்லாம் அநேகமாக மாலையில்தான். விடுமுறையில் கணவனும் மனைவியுமாக பெரிய மரத்தொட்டியில் நீரை நிரப்பி சளக் புளக் சத்தத்துடன் நீராடுவதைப் பலமுறை பார்த்திருக்கிறாள். குளிக்கும் நேரத்தில்கூட சுருட்டைப் புகைப்பதும் அதை துரை கையாளும் நேர்த்தியையும்கண்டு வியப்பதுண்டு. ஒரு நாள் இரவு ஜானகியை அழைத்த துரைசாணி, "எனக்கு இன்றைக்கு உடம்புக்கு முடியலை, முதலாளிக்குத் துணையாக நீதான் நித்திரை கொள்ளவேண்டும்" எனக் கூறியதும் ஜானகி பதறிப்போய்விட்டாள். கண்களில் ஜலம் பொங்க தண்டனிட்டு மறுத்தாள். அன்றைய இரவை ஜன்னி கண்டவள்போல உடல் நடுக்கமும் பினாத்தலுமாக கழிக்கவேண்டியிருந்தது. மறுநாள் ஜானகியை வேலைக்கு ஏற்பாடு செய்தவனை அழைத்து துரைசானி கடுமையாகச் சத்தம்போட்டாள். அன்றோடு தனக்கு வேலை முடிந்தது என்று ஜானகி நினைத்தாள். நல்ல வேளை அப்படியேதும் நடக்கவில்லை. சம்பவத்திற்குப் பிறகு ஜானகியை வேலைக்கமர்த்திய ஆளே துரையின் படுக்கை உத்தியோகத்திற்கெனவும் ஒருத்தியை நியமனம் செய்தான்.

இச்சம்பவத்திற்குப்பிறகு ஜானகிக்கேகூட பாகூர் திரும்பிவிடும் எண்ணம் இருந்தது. இருந்தாலும் இந்தோசீனா யுத்தம் தொடங்கிய பின்னர் பிள்ளையிடமிருந்து வரும் கடுதாசிகள் நின்றுபோனபிறகு, துரைசானிதான் அவ்வப்போது ஜானகியிடம் சைகோன் பற்றிய வர்த்தமானங்களைக் கூறி வருகிறாள். கொமிஸ்ஸேர் பீரோவுக்கு (அலுவலகத்திற்கு) வந்துசேரும் தககவல்களை துரைசானி தன் கணவர் மூலம் கறந்துவிடுவாள். பொன்னுச்சாமி பற்றிய புதினங்கள் என்றில்லாவிட்டாலும் அவனுடைய பிரெஞ்சு ராணுவம் எங்கே நிறுத்தப்பட்டிருக்கிறது, அதன் நடவடிக்கைகள் என்ன என்பதுபோன்ற கபுறுகள் (தகவல்கள்) அவளுக்குக் கிடைத்தன. இந்த ஒரு காரணத்தினாலேயே தன் துரைமார் குடும்பத்தை அண்டிக்கிடப்பதென தீர்மானமாக இருந்தாள்.

காலை ஒன்பது மணிக்குச் சமையலுக்கு வழக்கமாக இறைச்சி விநியோகிக்கிற சாய்பு வரவில்லை. இறைச்சியும் நவதானியங்களும்

வாங்கவேண்டும். "ஆடுதொட்டிவரை போய்விட்டு அப்படியே பெரியகடை சந்தைக்குப் போய்வருகிறேன்" என துரைசானியிடம் அனுமதி பெற்றுக்கொண்டு கிளம்பினாள். அவளுடன் அண்டைவீட்டுத் துரையிடம் வேலை பார்க்கும் பெண்மணியும் வந்திருந்தாள். ஆடுதொட்டி இறைச்சிக் கடையொன்றில் பனையோலையில் மாட்டிறைச்சியை வைத்து சுருட்டிக் கசாப்புக்கடை பாய் கொடுக்க, வாங்கிக்கொண்டு திரும்பிய பொழுது, சதாசிவம் வெயிலுக்கென்று விரித்த குடையும் தம்முடைய வளர்ந்த மகனுமாக எதிரில வந்தார். இளைஞனைப் பார்க்க அச்சு அசலாக பொன்னுச்சாமியைப்போலவே இருந்தான். ஜானகிக்கு மனம் குளிர்ந்துவிட்டது, இறைச்சி வாடை அடிக்கும் கையுடன், சதாசிவம் மகனுடைய மோவாயைப் பிடித்து "உன் தம்பியும் செக்கச்செவேல்னு, ஒசரமா உன்னைப்போலவே ராசாமாதிரி இருப்பான்" என்ற வாக்கியத்தை முடிக்கவில்லை. சதாசிவம் அவளுடைய கையைத் தட்டிவிட்டார். அவர் வாயால் அன்று கேட்கக்கூடாத வார்த்தைகளையெல்லாம் கேட்கவேண்டியிருந்தது. ஜானகியுடன் வந்த பெண்மணிக்கு வந்ததே கோபம்... பத்ரகாளியாக அவதாரமெடுத்துக் கூச்சலிட, சதாசிவம் மகனை இழுத்துக்கொண்டு கூட்டத்தில் மறைந்தார். "இந்த நாய்களைவிட வெள்ளைக்காரன் எவ்வளவோ தேவலாம்" என்று முணுமுணுத்துக்கொண்டு துரை வீட்டுக்குத் திரும்பிய ஜானகி, அதன்பிறகு பாகூர் திரும்பும் எண்ணத்தைச் சுத்தமாக மறந்துவிட்டாள்.

* * *

"கண்ட கழுதைகிட்டெல்லாம் பாட்டுவாங்கணும்னு நம்ம தலையெழுத்து, ஒருவரையும் குத்தம் சொல்லமுடியாது, நம்ம ஊட்டுப்பிள்ளை ஒழுங்கா இருந்திருந்தா, நமக்கேன் இந்த நெலமை. அவன் பண்ணின அசிங்கத்தால ஊரைவிட்டு ஓடிவந்தேன், இங்கேயும் காலச் சுத்தன பாம்பு நம்மக் கடிக்காம விடாதுபோல" என முனகிக்கொண்டே சதாசிவம், பிள்ளையுடன் வீட்டின் வாசற்படியில் செருப்பை உதறினார்.

"ஏன், என்ன நடந்தது? காலச் சுத்தின பாம்பு, கீரின்னு என்னென்னவோ புலம்பறீர்?" வீட்டுத்திண்ணையில் உட்கார்ந்தபடி சுதேசமித்திரனை வாசித்துக்கொண்டிருந்த நடேச பாரதி, சிநேகிதரிடம் விசாரித்தார்

– என் பிரார்த்தனை வீண்போகலை, அந்த நடேசபாரதி மட்டும் கையில கிடைச்சா ரெண்டா வகுந்திடுவேனென்று என் பிள்ளையாண்டானிடம் சொல்லிக்கொண்டு வந்தேன், நீரும் பிரசன்னமாகி இருக்கிறீர். கடைக்குப் போயிட்டு வந்தேன். வாங்கினவற்றை என் பொண்டாட்டிகிட்டக் கொடுத்துட்டுக் கச்சேரியை வச்சிக்கிறேன்" என்று வீட்டுக்குள் நுழைந்த சதாசிவம் அடுத்த சில நிமிடங்களில் வெளியில் வந்தார். நண்பர் எதிரில் தோளில் போட்டிருந்த துண்டினால் முகத்தை விசிறிக்கொண்டு அமர்ந்தார். சற்றுமுன் வெளிப்பட்ட கோபம் தணிந்திருந்தது.

"பெரியகடை சந்தைக்குப் போயிருந்தேன். அங்கே எந்தம்பிக்கிட்ட புள்ளை வாங்கினவ வக்கணையா பேசவந்துட்டா. எம்பிள்ளையைத் தொட்டு சொந்தம் கொண்டாடறா. அவள் பிள்ளை சாயலில் என் மகன் இருக்கானாம். கொழுப்பைப் பாரு. எல்லாம் உம்மால் வந்தது. அரசல் புரசலாக காதில் விழுந்த அன்றைக்கே இவ்விஷயத்தை என்னிடத்தில் சொல்லியிருந்தால், பிரச்னை இந்த அளவிற்கு வளர்ந்திருக்காது. சுதேசமித்திரன் என்ன சொல்லுது? சந்திரநாகூர் விஷயம் இருக்கணுமே..."

"ஆமாம். கொட்டை எழுத்துலே போட்டிருக்கான். இன்னையிலிருந்து சந்திரநாகூர் இந்திய யூனியன்ல சேர்ந்திடுத்தாம். புதுச்சேரி, காரைக்கால், மாஹே, ஏனாம், சந்திரநாகூர்னு இருந்த பிரெஞ்சிந்திய ஊர்களில், சந்திர நாகூருக்கு மட்டும் விடுதலை. அழுத பிள்ளை பால் குடிக்குது. 'எவ்விதக் கட்டுப்பாடுமின்றி, சுதந்திர சந்திரநாகூரா, பிரான்சுதேச நிர்வாகத்தின்கீழ் இருக்கச் சம்மதமா?' எனக் கேட்டு நடந்த வாக்கெடுப்புல சந்திரநாகூர் இந்துக்களான வங்காளிகள் மொத்தப் பேரும் 'சம்மதமில்லை, இந்தியாவோடு சேர்ந்துக்கிறோம்'னுட்டு தெளிவாச் சொல்லிட்டாங்க. முஸ்லிம்களில் சில பேர் மட்டும் எதிர்ப்புத் தெரிவிச்சிருக்காங்க. சந்திரநாகூரிலிருந்த காலனி சிப்பாய்களை வெளியேற்றிட்டு அவங்க இடத்துல இப்ப இந்திய யூனியன் அரசாங்கம் மேற்கு வங்காள போலீஸ இறக்கிட்டுதாம். நமக்கு எப்ப விமோசனமோ?"

"பிரெஞ்சு இந்தியா இனியும் இந்தியாவைப் பிரிந்து இருக்க முடியாது. இந்தியாவில் ஒருபகுதியா அது இருக்கணுமென்பது இயற்கை, நடந்தே தீரும்" என்று பிரிட்டிஷ் இந்தியா விடுதலை அடைஞ்ச மறுநாள் நேரு சொன்ன வார்த்தை, அது பலிக்கும்னு

நம்புவோம். இந்திய யூனியன் அரசாங்கமும் பிரெஞ்சு அரசாங்கமும் கிருபை பண்ணா இங்கும் ஏதாவது நடக்கும்.”

புதுச்சேரி தலைவர்களால அதற்கு வாய்ப்பில்லைன்னு சொல்ல வரீர். உம்முடைய வாய்முகூர்த்தம் அப்படியாவது பலிக்கட்டும். வாய் நிறைய சர்க்கரை போடறேன். ஒருபக்கம் காலனி அரசியல் பண்ணிக்கிட்டு இன்னொரு பக்கம் பாசிஸ்டுகள் எதிர்ப்புன்னு சொன்னா சரிவருமா? காலனிகளுக்குச் சுதந்திரத்தைக் கொடுத்துட்டு, உங்க சொந்தப் பிரச்னையை பாருங்கன்னு தன்னோட கூட்டாளி நாடுகளுக்கு ரூஸ்வெல்ட்டும் புத்தி சொல்லியிருக்கான். அவர்களும் ஜெர்மன் முதலான நாடுகளைச் சுலபமா ஜெயிக்கலை, பல லட்சம் உயிர்களையும் பொருளையும் பறிகொடுத்து விழி பிதுங்கி நிக்கறாங்க. இரண்டாம் உலகப்போர் நடந்திராவிடில் பிரிட்டிஷ் இந்தியாவுக்கும் சுதந்திரம் இத்தனை சீக்கிரம் கிடைத்திருக்க வாய்ப்பில்லைன்னு சொல்றாங்க.”

“இருக்கலாம். நான் இல்லைன்னு சொல்லலை, அதற்காக காந்தியும் காங்கிரஸும் நடத்திய போராட்டங்களையும் அவற்றுக்குக் கிடைச்ச சனங்கள் ஆதரவையும் கொறைச்சு எடை போடமுடியுமா? சர்ச்சில சாதாரணமா எடை போட்டுடாதீர், ஹிட்லர் கண்ணில் விரல் விட்டு ஆட்டிய அரசியல்வாதி அவரொருத்தர்தான். அந்த ஒருத்தர் அஞ்சியது யாருக்குத் தெரியுமா? நம்ம பொக்கைவாய்க் கிழவனுக்கு. அதனால, கிழவனையும் அவனுடைய போராட்டத்தையும் நீர் சாதாரணமாக நினைக்கவேணாம், ஓய்! எதார்த்தத்தை பிரிட்டிஷார் புரிந்துகொள்ளும் பாஷையில் பேசின மனுஷன். அந்த மொழியிலதான் இப்ப பிரெஞ்சிந்தியா அரசாங்கம் கிட்டயும் அவருடைய காங்கிரஸ் பேசுது. இந்திய யூனியன் அரசாங்கம் தம் எல்லைகளை மூடி முள்கம்பி போட்டுட்டாங்க. காரைக்காலுக்கும் புதுச்சேரிக்கும் தொடர்பு இல்லை. இலங்கையிலிருந்து புதுச்சேரிக்கு இனி கப்பல்கள் இல்லை. இங்கிருந்து ஒருத்தரும் இந்திய யூனியனுக்குள்ள போகவும் முடியலை, அங்கிருந்து ஒருத்தரும் வரவும் முடியலை. நமக்கு உப்பு, மொளாகா, புளியிலிருந்து அத்தனையும் இந்திய யூனியனிலிருந்து வரணும். பிரெஞ்சிந்தியாவின் நெஞ்சை இந்திய யூனியன் இறுக்கமா பிடிச்சிருக்கு. இனி என்ன நடக்குமோ? சரி

சரி, நான் கிளம்பறேன். பேசிக்கொண்டிருந்ததுல நேரம் போனது தெரியலை. புதுச்சேரிக்கு வந்தேன், அப்படியே உம்மையும் பார்த்துப் போகலாம்னு நினைச்சேன்."

"இவ்வளவு நேரம் இருந்துட்டுச் சாப்பிட உக்கார நேரத்துல கிளம்பறேங்கிறீர். சாப்பிட்டுட்டு, கொஞ்சநேரம் திண்ணையில் படுமய்யா! வேப்பமரக் காத்துக்குத் தம்மைக் கொண்டாட ஆளில்லைங்கிற கவலை. படுத்துப்பாரும். சாயங்காலமா போகலாம்.

*

60

சைகோன் - வேதவல்லி (25)

"சைகோன் வாழ்க்கை முன்புபோலவே எனக்குப் பிடிப்பின்றி இருக்கிறது. சைகோனை பாலையென நினைத்ததுபோக, அது குறிஞ்சி, மருதம், முல்லை, நெய்தல் அத்தனையும் இருக்கு கண்ணைத் தொறந்துபாருன்னு சொன்ன இஸ்மாயில் அண்ணனோ, புருஷாந்தியோ, தமிழ்ச்சங்கமோ இல்லைன்னு ஆயுப்போச்சு. புருஷாந்திக்கு நேர்ந்த கதி வேறொருத்தருக்கு வந்துடக்கூடாது. சைகோனுல இருக்கிற பெரிய தொக்தரை (டாக்டர்) வெச்சுப் பார்த்தாங்க, அவர் குணமாகலை. நாட்டு வைத்தியம், மந்திர மாயம்னு என்னென்னவோ பண்ணிப்பாத்து ஒரு பலனுமில்லாம, இருந்த சொத்துப்பத்த நாய், நரி தின்னட்டுமென அப்படி அப்படியே போட்டுட்டு ஊரு போய்ச் சேர்ந்திட்டாங்க."

"எங்க வீட்டு நெலமையும் சொல்லிக் கொள்ளும்படி இல்லை. லட்சுமியே சுப்புவை இராட்சஸன் என்று முடிவு கட்டிட்டபிறகு எனக்குச் சொல்ல என்ன இருக்கு? குடும்ப வாழ்க்கையும் தாமரைஇலைத் தண்ணீர் நெலமை. சுப்பு வடக்கென்றால், நான் தெற்கு. இருவரும் சேர்ந்து வெளியில் சென்று வெகுகாலம் ஆவுது.

வீட்டுக்கு வேண்டியதை வாங்கிப் போடுறார். வழக்கம்போல எழுந்திருக்கிறேன், கூட்டிப் பெருக்கறேன், நாள் கிழமையென்றால் வீட்டை அலம்பறேன். கோலம் போடறேன். வண்ணானிடத்தில் போட்டதுபோக தேவையெனில் துவைக்கவும் செய்யறேன், சமைக்கிறேன், பாத்திரம் பண்டங்களைத் துலக்கறேன். மேசையில் எடுத்துவைக்கறேன். அவர் எடுத்துப்போட்டுச் சாப்பிடறார். அவர் சாப்பிடாமல்போனாலும் ஏன் என்று கேட்பதில்லை. அவரும் எனது தினசரிகளில் குறுக்கிடுவதில்லை. இலட்சுமி இல்லையேல், இப்பகுதியைச் சொல்ல நான் இருந்திருக்கமாட்டேன். அவள் இராணுவத்தில் நர்சாக சேர்ந்து மூன்று வருடங்கள் ஆகப்போகின்றன. வேதவல்லி மரம் பட்டுப்போகாமலிருக்க லட்சுமி எழுதும் கடிதங்கள்தான் காரணம். பெரிய தம்பி சதாசிவமும் மறக்காமல் கடிதம் எழுதுகிறான். அண்மையில் எனக்கு இரண்டு கடிதங்கள் ஒருவார இடைவெளியில் வந்திருந்தன. ஒன்று, வழக்கம்போல லட்சுமியுடையது. மற்றொன்றை புதுச்சேரியிலிருந்து ஜானகி என்ற பெண் எழுதியிருந்தாள். கடிதமும் லட்சுமியின் இராணுவ முகாமிலிருந்தே வந்திருந்தது. அனுப்பியவர் இடத்தில் பொன்னுச்சாமி என்ற பெயரைக் கண்டேன். இரு கடிதங்களுக்கும் இடையே ஏதோ ஒரு பந்தம் இருக்கணும்.

* * *

லட்சுமியின் கடிதம்

ஹனோய்
23 செப்டம்பர் 1949

அன்பும் பண்பும் நிறைந்த அம்மாவுக்கு! தங்கள் மகள் லட்சுமி என்றழைக்கும் மைஃபோங் எழுதிக்கொண்டது. இங்கு யாவரும் ஷேமம் என்றெழுதத் தயக்கமாக உள்ளது. நானொரு செவிலித்தாய். நித்தம் நித்தம் போரில் காயமுற்று ஆபத்தான நிலையில் கொண்டுவரப்படும் படைவீரர்களுக்குச் சிகிச்சை அளிப்பது என்னுடைய தொழில். நோயாளிகள் வலியால் துடிப்பதைக்கண்டும் காணாமல் சகித்துக்கொண்டு பொய்யாய்ச் சிரித்து, அவர்கள் உடற்காயத்திற்கு மட்டுமின்றி, மனக்காயத்திற்கும் சிகிச்சை அளிக்கும் காரியம். என்னுடன் பணியாற்றும் பல பெண்கள் அலுத்துக்கொள்கிறார்கள். இந்த வேலைக்கு ஏன் வந்தோமெனப் புலம்புகிறார்கள். ஒன்றிரண்டு பேர் தற்கொலையும்

செய்துகொண்டார்கள். யுத்தம் செய்யும் வீரர்களுக்காவது உறங்க வாய்ப்புண்டு, எங்களுக்கு அதுகூட இல்லை. இருந்தும் என்னால் பணியில் அக்கறையுடனும் ஆர்வத்துடனும் இருக்க முடிகிறதென்றால், நீதான் காரணம். நான் உன்னிடம் தெரிவித்தபடி எனது சம்பளத்தில் ஒரு தொகையை என்னைப் பெற்றவள் குடும்பத்திற்கு அனுப்பி வருகிறேன். நீயும் முடிந்தபோது அக்குடும்பத்தைப் பார்த்து உன்னால் முடிந்த உதவிகளைச் செய்வதாக எழுதியிருந்தாய். எனக்கு எழுத வார்த்தைகளில்லை. உன்னை அம்மாவாக அடைய நான் பாக்கியம் செய்திருக்கணும்.

இந்த நேரத்தில் உன்னிடம் இன்னொரு செய்தியையும் ஒளிக்காமல் உரியகாலத்தில் சொல்லவேண்டும். மாமா சிங்காரவேலுவின் மகன் பிலிப்புக்கு நெருக்கமான தோழர் ஒருவர் ராணுவத்தில் இருக்கிறார். புதுச்சேரித் தமிழர், பெயர் பொன்னுச்சாமி. சில மாதங்களாக நாங்கள் மூவரும் ஒரே முகாமில் இருக்கிறோம். புதுச்சேரி இளைஞனைப் பார்த்தவுடன் எனக்குப் பிடித்துவிட்டது. அதை பிலிப்பிடம் சொல்லவும் செய்தேன். இன்னும் சம்பந்தப்பட்ட இளைஞரிடம் எனதெண்ணத்தைத் தெரிவிக்கவில்லை. அவர் மனத்தில் என்னைப்பற்றி என்ன அபிப்ராயம் வைத்திருக்கிறார் என்றும் தெரியாது. இருந்தும் இதுபற்றிப் பேசத் தயக்கம். எனது பிறப்பு எப்படி நிகழ்ந்ததென உங்களுக்குத் தெரியும், அந்தக் கதி நாளை என் பிள்ளைக்கு ஏற்படக்கூடாதில்லையா, அதற்காக அவசரம் கூடாதென இருக்கிறேன். யுத்தம் விரைவில் முடிவுக்கு வருமென்று தெரிகிறது. அவரை ஒரு சிநேகிதராக வீட்டிற்கு அழைத்து வருவேன். நீங்கள் முடிவு செய்யுங்கள். அது நாள்வரை எனது ஆசையை எல்லை மீறாமல் பார்த்துக்கொள்கிறேன்.

இப்படிக்கு
உங்கள் அன்பு மகள்
லட்சுமி

* * *

ஜானகியின் கடிதம்

புதுச்சேரி
4/11/1945

சௌபாக்கியவதி வேதவல்லி அம்மாவுக்கு, தங்கள் வீட்டில் படியாளாக இருந்த தனபாக்கியத்தின் மகள் ஜானகி

எழுதிக்கொண்டது. எனக்கும் உங்கள் சின்னத்தம்பி சிங்காரத்திற்கும் என்ன உறவென்பதை ஊர் அறியும். உங்கள் காதிலும் விழுந்திருக்கும். உங்க தம்பி ஆம்பிளையாச்சே. அவருக்கு எந்த விக்கினமுமில்லை, நான் கர்ப்பவதியானேன். ஐயா நடேசபாரதிக்கு ஆதியோடந்தமாக அத்தனையும் தெரியும். சைகோனுக்குப் போகிறேன், நாலு காசு சம்பாதிக்கப்போறேன், வந்து ஊரறிய தாலிகட்டறேன், என்று தெரிவித்துக் கப்பலேறிய உங்கள் தம்பியிடமிருந்து ஒரு பதிலுமில்லை. நடேசபாரதியை வைத்துப் பல கடிதாசி உங்கள் தம்பிக்கு எழுதினேன். அவரே தபாலில் சேர்த்துவிடுவதாகவும் சொல்வார். அவர்மேல் குற்றமுமில்லை. பதவிசா நாலு பேருக்குக் கௌரவுமா குடுத்தனம் பண்ற சிநேகிதம் முக்கியமா, அன்னன்னைக்கு ஒழைச்சு வயித்தக் கழுவற ஜென்மம் முக்கியமான்னு கேட்டா, புத்திசாலிங்க முன்னதத் தான் தேர்ந்தெடுப்பாங்க. அவர் புத்திசாலி. இது தெரிஞ்சும் அவர்கிட்ட ஓயாம எதற்காக எழுதச்சொன்னேன்னு கேப்பீங்க. நான் ஓய்ஞ்சிடமாட்டேன் என்ற விஷயத்தை அவருக்குச் சொல்லணும், அது மத்தவங்களுக்கும் போய்ச்சேரணும். இந்தக் கடுதாசி உங்க கிட்ட வருவதற்கு. நான் நெனைச்சமாதிரியே நாலு எழுத்து படிச்ச எம்மகன் பொன்னுச்சாமியால் நேர்ந்த காரியம். அவனையும் அவன் தகப்பன் வழியில சைகோன் அனுப்பிவச்சேன். ராணுவத்துல சிப்பாயாக இருக்கான். உங்களை ஒரு தடவை பார்க்க சொல்லியிருக்கேன். உங்க தம்பி சிங்காரத்திடம் இந்தப் பய ஒனக்குப் பொறந்த பையனாம், கண்ணைத் தொறந்து பாருன்னு சொல்லி, எம்பையனை முன்னால நிறுத்துங்க, அது போதும். அப்புறம் கடவுள் வுட்ட வழி.

இப்படிக்கு
தங்கள் உண்மையுள்ள
ஜானகி

* * *

ஜானகியின் மகன் நாலு வருஷங்கள் பத்திரப்படுத்தி வைத்திருந்து கடிதத்தைத் தபாலில் சேர்த்திருந்தான். சிங்காரவேலுவுக்கு, ஜானகி தன்னால் கர்ப்பிணி ஆக்கப்பட்டிருக்கிறாள் என்ற விவரம் தெரியுமா, மரியா இப்பிரச்னையை எப்படி எடுத்துக்கொள்வாள் என்றேல்லாம் யோசிக்கிறேன். இந்த உண்மையை சிங்காரவேலு – மரியா தம்பதியிடம் கொண்டுசேர்க்கும் உபாயம் தெரியாமல்

தடுமாறுகிறேன். சிங்காரவேலு எனக்கு ஒரு பொருட்டே அல்ல, அவன் கிடக்கிறான் என அலட்சியப்படுத்தத் தயாராக இருந்தேன். ஆனால், மரியா இடத்தில் அன்பும் மரியாதையும் இருக்கிறது. இனிமையும் அமைதியுமாகப் போய்க்கொண்டிருக்கிற அவர்கள் குடும்ப வாழ்க்கையில் பொன்னுச்சாமி என்ற பெயர் சங்கடத்தை உண்டுபண்ணுமோ என்கிற கவலை எனக்கிருக்கிறது.

ஜானகியை நினைக்க எனக்கு ஆச்சரியமாக இருந்தது. கோழை சிங்காரத்திற்குச் செருப்படி கொடுத்திருக்கிறாள். அவள் கல்விமான் அல்ல, வாழ்க்கையின் சூட்சமங்களை அறிந்த பெண்ணுமல்ல. ஆனால், செல்லவேண்டிய திசையை அறிந்து வைராக்கியத்துடன் நடைபோட்டு, எண்ணியதை முடித்திருக்கிறாள். எந்தத் திருக்குறளையும் படித்தவளில்லை. எனக்குக் கிராமத்திலிருந்த நிலமும் நீச்சும் வாழ்க்கையை நிர்வகிக்கும் கலையையும் அதன் நீக்குப்போக்குகளையும் சொல்லி கொடுத்தது. ஜானகி சேரிப்பெண், அவளுக்குத் தெரிந்ததெல்லாம் சத்தியமும் நம்பிக்கையும். அவை சைகோன்வரை வந்திருக்கின்றன. ஜானகி ஏதொவொரு எதிர்பார்ப்பில் என்னிடம் முறையிட்டிருக்கிறாள். ஒரு பெண்ணின் நியாயமான வேண்டுதலை நிறைவேற்றவேண்டிய கடமை அவளைப்போல பெண்ணாகப் படைக்கப்பட்ட எனக்கிருக்கிறது. லட்சுமி, பொன்னுச்சாமியை அழைத்துவரட்டுமென காத்திருக்கிறேன்.

*

61

சைகோன் (12)

1954 மே 7...

ஒன்பது ஆண்டுகால யுத்தம் இன்றுடன் முடிந்துவிடுமா? முடிந்துவிடவேண்டும் ஹனோயிலிருந்த வடபகுதி ராணுவ ஜெனரல் கொஞ்னியும் (René Cogny) சரி, வியட்மின்களின் ஜெனரல் வோ கியென் ழியாப் (Vo Nguen Giap) சரி இருவருக்குமே அவரவர் கடவுளிடம் கடந்த சிலமாதங்களாகவே... செய்யும் பிரார்த்தனை இதொன்றுதான்:

தியன் பியன் ஃபூ யுத்தம் தொடங்கி இன்றுடன் 56 நாள்கள். ஆன் மரி, பேயாத்ரிஸ், கப்ரியேல், நத்தாஷா, சிமோன், தொமினிக், குளோதின், ஹுய்கெத் எனத் தங்கள் பாதுகாப்புக்கென பிரெஞ்சுப் படைகள் உருவாக்கிய அரண்களில் மிஞ்சியவை எலியானும் இசாபெல்லும் மட்டுமே. இதில் எலியான் பாதுகாப்பரண் எந்த நேரமும் தகர்க்கப்படலாம் என்ற நிலைமை. தியன் பியன் ஃபூ யுத்தக்களத்தைப் பொருத்தவரை திட்டங்கள் தீட்டும்போதும் தங்கள் படைப்பிரிவினருக்கு அதிகாரமாக கட்டளை இடுகிறபோதும்

அதிகாரிகளிடம் கண்ட ஆணவமும் செருக்கும் ஒவ்வொருநாளும் அன்றைய முடிவுகளை அறியவரும்போது அர்த்தமிழப்பதை பொன்னுச்சாமி பலமுறை கண்டிருக்கிறான். ஒருநாளைப்போல ஏற்படும் தோல்வியும் உயிரிழப்பும் படைவீரர்கள், அதிகாரிகளை மட்டுமின்றி, முகாம்களில் பணியாற்றும் மருத்துவர்கள், செவிலியர்கள், பிற ஊழியர்களையும் பாதித்தது, யுத்தம் சீக்கிரம் முடிவுக்கு வந்தால் தேவலாம் என்ற மனப்பாங்கில் இருந்தார்கள். இழப்பு பிரெஞ்சுப் படைகளைப்போலவே வியட்நாமியருக்கும் சம அளவில் இருந்ததாக நம்பப்பட்டாலும் வியட்மின்கள் சமாளிக்கிறார்கள், வெட்ட வெட்டத் துளிர்த்தார்கள். அதிகப் பயிற்சி பெறாத வீரர்கள் என எண்ணியதுபோக அவர்களுடைய சண்டை முறையும் மனோபலமும் பிரமிக்க வைத்தது. பிரெஞ்சுப்படை பாதுகாப்பு அரண்களின் மொத்தத் தொடர்புகளையும் துண்டித்திருந்தனர். ஆயுதங்கள் மட்டுமல்ல, உணவுப்பொருட்களைக் கொண்டுவருவது கூட இயலாத நிலை. இந்நிலையில் பிற்பகல் உணவுக்குப்பிறகு தியன் பியன் ஃபூ யுத்தகள துணைத் தளபதி தலைமையில் ஒன்றுகூடிய பாரசூட் படைப்பிரிவு அதிகாரிகள் மொத்தப்பேரும் இனி தொடர்ந்து வியட்மின்களுடன் போரிட நம்மால் முடியாது, சரண் அடைவதைத்தவிர வேறு வழியில்லை என்ற முடிவுக்கு வந்தனர். சரண் அடைகின்ற மனநிலையில் இருந்தாலும் அறிவிலும் யுத்த தந்திரத்திலும் தம்மினும் தாழ்ந்தவர்கள் என்று தாங்கள் நினைத்த ஒரு கூட்டத்திடம் கௌரவமாகத் தங்கள் தோல்வியை ஒப்புக்கொள்ள முடிவெடுத்தார்கள்.

பிற்பகல் மணி மூன்று: வியட்மின்கள் நடத்திய திடீர்த் தாக்குதலில் பொன்னுச்சாமி படையினரின் வலிமையான கிழக்குப் பாதுகாப்பு முகாம் அடையாளமற்றுப்போனது. பிற்பகல் நான்கு மணி: இனி பாதுகாப்புடன் வியட்மின்களுடன் மோதுவதென்பது இயலாதென்ற நிலையில் தியன் பியன் ஃபூ யுத்தகளப் பொறுப்புத் தளபதி யுத்தத்தை நிறுத்தும் முடிவுக்கு வருகிறார். துக்ககரமான இச்செய்தியை ஹனோய் தளபதிக்குத் தொலைபேசியில் அவர் தெரிவித்தபோது மாலை ஐந்து மணி. மறுகணம் தங்கள் கையிருப்பு ஆயுதங்கள், வெடிமருந்துகள் மொத்தத்தையும் எதிரியின் கைக்குப் போவது நல்லதல்ல என்ற முடிவுடன் அழிப்பு நடவடிக்கைகளில் ஈடுபடுகின்றனர்.

மாலை ஐந்தரை மணி. *56* நாள்களாக வியட்மின்களுடன் நம்பிக்கையின்றி நடத்திய யுத்தம் ஒரு வழியாக முடிவுக்கு வந்தது. பாரதம் படிக்கிறவர்கள் குருஷேத்திரப்போரின் பதினெட்டாம் நாளைப் பற்றிச் சொல்ல பொன்னுச்சாமி கேட்டிருக்கிறான். தியன் பியன் ஃபூவில் நடந்து முடிந்த கடைசி நாள் யுத்தம் அதுபோலத்தான் இருந்தது. இரைச்சலிட்ட சமுத்திரம் ஓய்ந்ததுபோல எங்கும் நிசப்தம். அமைதி. காயமுற்ற வீரர்களின் முனகல்கள். போட்டது போட்டபடி கிடக்கும் துப்பாக்கிகள், கையெறி குண்டுகள் பதுங்குக்குழியின் விளிம்பில் கேட்பாரற்றுக் கிடக்கும் சிறு பீரங்கிகள் என ஓடிய பார்வை வியட்நாமிய சிநேகிதன் பிலிப்பைத் தேடியது. பொன்னுச்சாமியை மண் மூடியிருந்தது, கை, கால்களை அசைத்துப் பார்த்தான், பிரச்னையில்லை. எதையும் இழக்கவில்லை. நெற்றியில் ஈரத்தை உணரத் தடவிப் பார்த்தான். பிசுபிசுவென்று கையில் ஒட்டியது இரத்தம். 'பிலிப் எங்கிருக்கிறான், மைஃபோங் எங்கிருப்பாள், அவர்களையெல்லாம் திரும்பக் காணமுடியுமா?" என யோசித்துக் கொண்டிருக்க... அருகிலிருந்த காட்டுப்புதரிலிருந்து வெளிப்பட்ட நரிகள் குட்டிநாய்கள்போல சப்தம் எழுப்பியபடி மனிதர் அங்கங்களைக் கவ்விக்கொண்டு ஓடுகின்றன. ஒன்றிரண்டு காட்டுப்பன்றிகள் மனிதர் உடல்களை முகர்வதும் உறுமுவதும் தங்களுக்குள் சண்டையிடுவதும் என்றிருக்க, நட்சத்திரம் பொறித்த சிவப்புக்கொடியைப் பிடித்தபடி கிடைக்கோடு வரிசையில் வியட்மின் போ டோஸ்கள் (bo doïs) தொலைத்த பொருளைத் தேடுவதுபோல பிரெஞ்சுப் படையினர் சண்டையிட்ட திசையில் முன்னேறுகிறார்கள். உயிருடன் இருக்கிற பிரெஞ்சுப் படையினரை ஒன்றுதிரட்டுகிறார்கள், போர்க்கைதிகள் என்று அறிவித்து முகாமொன்றில் அடைத்தார்கள். கைதிகள் கூட்டத்தில் அவனுடன் போரிட்ட பல தோழர்களைக் காணமுடிந்தது. எல்லோரும் தலைகுனிந்து சோகத்துடன் நிற்கிறார்கள். பிலிப்பைத் தேடினான், 'ஒருவேளை இறந்திருப்பானோ?' என நினைத்ததும் கண்கலங்கினான். மைஃபோங் என்ன ஆனாள் என்ற கேள்வியும் பிறந்தது. அவள் இவர்களைப்போல ராணுவ வீரனில்லை. மருத்துவச் சேவகி. அவர்களை வேறெங்கேனும் கொண்டுசென்றிருக்கலாம்.

இனி என்ன நடக்கும், வியட்மின்கள் கைதிகளை என்ன செய்வார்கள்? பொன்னுச்சாமி நிராயுதபாணிகளாக இருந்த

பல வியட்நாமியரை அதிகாரிகளின் உத்தரவின்பேரில் சுட்டுக்கொன்றிருக்கிறான். முதல் துப்பாக்கிச் சூட்டின்போது கண்ட ஓர் அப்பாவி வியட்நாமியன் முகம் பல நாள்கள் உறக்கத்தைக் கெடுத்திருக்கிறது. முகாமில் உணவுத்தட்டை ஒதுக்கிவைத்துவிட்டு எழுந்ததுண்டு. அதற்குபிறகு சுடும்போது முகங்களைப் பார்ப்பதில்லை. 'ஒருவேளை தங்களையும் அதுபோல வரிசையாக நிற்கவைத்துச் சுடுவார்களா? புதுச்சேரிக்கு இனி திரும்ப முடியாதா, அம்மாவைப் பார்க்கமுடியாதா? யுத்தம் முடிந்ததும் தாய் கூறிய சிங்காரத்தைச் சந்தித்து அதுபற்றிக் கடிதம் எழுத நினைத்ததும் இனி சாத்தியமில்லையோ?' என தன்னைத்தானே கேட்டுக்கொண்டான். திடீரென்று அருகில் கைதியாக அடைபட்டிருந்த பிரெஞ்சு ராணுவ வீரன் ஒருவன், "என்னை விடுதலை செய்யுங்க, என் பிள்ளைகளைப் பார்க்கணும், என் மனைவியை பார்க்கணும்" எனக் கத்த, உள்ளே நுழைந்த வியட்மின்கள் தங்கள் துப்பாக்கிக் கட்டையால் அவன் தலையில் தாக்கினார்கள், ரத்தம் கொட்ட மயங்கி விழுந்தவனை காலால் எந்தி வியட்நாமிய மொழியில் ஏதோ கத்திவிட்டு வெளியேறினார்கள்.

*

62

சைகோன் (13)

பகற்பொழுதிலும் இருண்டிருந்த காடுகள் ஊடாக நடந்து பொன்னுச்சாமியையும் இதரப் பிரெஞ்சுப் போர்க்கைதிகளையும் வியட்மின்கள் ஓய்வின்றி, உணவின்றி, இரவு, பகலாக வெகு தூரம் நடக்கவைத்து இறுதியாக வியட்நாம் வடபகுதியில், உயர்ந்த மலைப்பகுதியில் அமைத்திருந்த முகாமொன்றில் அடைத்தார்கள். முகாமெங்கும் மூங்கிற்கழிகளையும் பனையோலைகளை கூரைகளாக வேய்ந்தும் சிறு சிறு குடிசைகள், அவற்றிற்குக் கதவுகள் இல்லை. முகாமைச் சுற்றி மூங்கிற்கழிகளை இணைத்த வேலி, காவலுக்குத் துப்பாக்கி ஏந்திய வியட்மின்கள். முகாமைச் சுற்றியிலும் புதர்களும் மரங்களும் மண்டிக்கிடந்தன. தோராயமாக நூறு பேர் தங்கலாம். பொன்னுச்சாமிக்குக் கைதிகள் எண்ணிக்கை அதிகமிருக்கும்போலத் தோன்றியது. படுக்கை என்ற பெயரில் மூங்கிற்கழிகளைக் கால்களாகக் கொண்ட மரப்பலகைகளைப் போட்டிருந்தனர். வியட்மின்கள் உயரத்திற்குத் தயாரித்திருக்க வேண்டும். படுத்துக் காலை நீட்டினால் கால்கள் வெளியில் தொங்கின. ஆங்காங்கே மூங்கிலைக்கொண்டே தயாரித்திருந்த மேசைகளைப் போட்டிருந்தனர்.

பொன்னுச்சாமியுடன் அதிகம் ஐரோப்பியரில்லை. பிரான்சு தேசத்தின் பிற காலனிகளிலிருந்து பொன்னுச்சாமியைப்போல காலனிப் படையில் சேர்ந்து போரிட்டவர்கள் கைதிகளாக அடைத்துவைக்கப்பட்டிருந்தனர். முகாமில் ஒருபக்கம் மூங்கில் வேலியினால் தடுக்கப்பட்ட பகுதி, யுத்தத்தில் படுகாயமுற்று பிழைப்பது கடினம் என நம்பப்பட்ட மனிதர்க்கென ஒதுக்கப்பட்டிருந்தது. அவர்களுக்கு எவ்வித மருத்துவ உதவியுமில்லை. அவர்கள் வலிகளால் கூச்சலிடுவது, முகாம் முழுக்கக் கேட்டது, முதல் நாள் சங்கடமாக இருந்தது, பிறகு பழகிவிட்டது. முகாமுக்குக் காவலிருந்த வியட்மின் படையினருக்கும் அவர்கள் அதிகாரிகளுக்கும் சற்றுப் பெரிய கூடாரம், சமையலுக்கெனவும் ஒரு பகுதி. அரிசிச்சோறும் வேகவைத்த காய்கறிகளும் கைதிகளுக்குப் போடப்பட்டன. உணவுக்குப்பிறகு பொதுவுடைமைக் கொள்கை வகுப்புகள் இருந்தன. வகுப்பு முடிந்ததும் அதிகாரிகள், வியட்மின் வீரர்கள், பிரெஞ்சு ராணுவக் கைதிகள் என வழங்கப்பட்ட உணவில் பேதங்கள் இருந்தன.

போர்க்கைதிகள் முகாமில் அடைபட்டு பத்து நாள்கள் கடந்திருந்தபோது, திடீரென்று அம்மா நினைப்பும் ஊர் நினைப்பும்வர முதன்முறையாக அழுதான். ஒன்பது ஆண்டுகளாக சைகோனில் இருக்கிறான், யுத்தம் செய்கிறான். யாருக்காக இந்த யுத்தம்? வியட்மின்கள் அவனுக்குச் செய்த துரோகம் என்ன அல்லது அவர்களுக்கு பொன்னுச்சாமிதான் ஏதாவது துரோகம் செய்திருப்பானா, இதென்ன விளையாட்டு? எங்கோ பிறந்து, எங்கோ வளர்ந்து, ஆசை ஆசையாக அம்மா ஊர்ச்சாமிகளுக்குப் படையலிட்டு கப்பலில் ஏற்றி அனுப்பியது, கடைசியில் இப்படிச் சிறையில் வாடவா? தம்முடைய படைவீரர்கள் சிறைப்பட்டிருப்பது குறித்த அக்கறை பிரான்சுக்கு உண்டா? உண்டென்றால் விடுவிக்க ஏதேனும் முயற்சிகள் செய்கிறார்களா அல்லது இறந்தவர்கள் கணக்கில் கைதிகளையும் சேர்த்துவிட்டு, நமக்கென்ன என்றிருப்பார்களா என்றெல்லாம் நினைத்துக் கலங்கினான்.

ஒரு நாள் திடீரென்று மறுபடியும் சிநேகிதன் பிலிப் நினைவுகள் மனத்தில் உதிக்க... உடனிருந்த கைதிகளிடமெல்லாம் அவனைக் குறித்து விசாரித்தான். பிலிப் மாயமானது

வியப்பைத் தந்தது. ராணுவத்தில் சேர்ந்த முதல் நாளிலிருந்து பொன்னுச்சாமியும் பிலிப்பும் மிக நெருக்கமான நண்பர்கள். இருவரிடத்திலும் ஒன்றிரண்டு விஷயங்களைத்தவிர மற்றவற்றில் ஒளிவு மறைவு இருந்ததில்லை.

இரண்டு வருடங்களுக்கு முன்பு ஒரு நாள் காட்டில் தனியாக நடப்பதுபோலவும் ஓரிடத்தில் மிருகங்கள் அவன் மீது பாய்ந்து கொல்வதுபோலவும் கெட்ட கனவு ஒன்றைக் கண்டு பொன்னுச்சாமி அலறினான். மறுநாள் காலை “அம்மா மேல பிரியம் அதிகமோ, ராத்திரி கனவில்கூட அம்மா அம்மான்னு பினாத்தின” என பிலிப் தமிழ் மொழியில் விசாரிக்கவும் அவனுக்குத் தூக்கிவாரிப்போட்டது. அவனிடம் “உன்னை நான் வியட்நாமியன் என நினைத்திருந்தேன், தமிழ் வருமா?” என பொன்னுச்சாமி வினவினான். “உன்னைவிட தமிழ் எனக்கு நன்றாக வரும், எங்க அப்பா ஒரு தமிழர்” என்ற பிலிப், சிங்காரவேலு என தகப்பன் பெயரையும் சொன்னான். மறுநிமிடமே பிலிப் தகப்பனும் தம்முடைய தகப்பனும் ஒருவர்தான் என பொன்னுச்சாமிக்கு விளங்கிவிட்டது. இருந்தபோதும் நெருங்கிய சிநேகிதனிடம் உண்மையைக்கூற பொன்னுச்சாமிக்குத் தயக்கம். சைகோனில் தமக்கென்று கிடைத்த ஒரே நண்பனை இப்பிரச்னை காரணமாக இழக்க அவன் தயாரில்லை. பிறகு பொன்னுச்சாமிக்கும் மான அவமானங்கள் இருக்கின்றன. தாயை ஏமாற்றிவிட்டு சிங்காரவேலு சைகோனுக்கு வந்தவர் என்ற தகவலைத் தெவித்து சிநேகிதன் முன்பாக தாயின் நடத்தையையும் தன்னுடைய பிறப்பையும் கேவலப்படுத்தவும் அவனுக்கு விருப்பவில்லை. பிலிப்பும் பொன்னுச்சாமியிடம் ஏதோ ஓர் உண்மையை மறைக்கிறான் என்று தோன்றியது. தியன் பியன் ஃபூ யுத்தம் தொடங்கிய நாளில் இருந்து ஒவ்வொரு நாளும் யுத்தம் வியட்மின்களுக்குச் சாதகமாக முடிவது கண்டு மொத்த பிரெஞ்சுப் படையினரும் கவலைகொண்டிருக்க... பிலிப் சந்தோஷத்தை வெளிப்படையாகக் காட்டிக்கொண்டான். இவர்கள் பாராசூட் படைப்பிரிவு அதிகாரிக்கும் பிலிப்பின் மீது சந்தேகம் இருந்தது.

பொன்னுச்சாமியின் மனஉளைச்சலைக் கூட்டிய மற்றொரு விஷயம் கடந்த சில ஆண்டுகளாக இவர்கள் படைமுகாமில் மருத்துவத் தாதியாக சேவை புரிந்த மைஃபோங் என்ற

வியட்நாமியப் பெண். பிலிப் போலவே அவளும் என்ன ஆனாளென்று தெரியவில்லை. முகாமில் அடைபட்டிருந்த கைதிகள் அனைவரும் பிரான்சுதேசக் காலனிகளிருந்தும் ஐரோப்பாவிலிருந்தும் சண்டைபோட வந்தவர்கள். பிரான்சுப் படையில் வியட்நாமியர்களும் இருந்தனர். பெரும்பாலும் கிறித்துவ சமயத்தவரான அக்கைதிகளை வியட்மின்கள் என்ன செய்தார்கள் என்ற தகவல்களில்லை.

பிரெஞ்சுப்படையின் மருத்துவப் பிரிவில் செவிலியராக பணிபுரிந்த மைஃபோங்கிற்கு பொன்னுச்சாமி மீது அன்பிருந்தது. அதைக் காதலென்று சொல்ல முடியாது. புதுச்சேரி தமிழர்களெனில் தமக்குப் பிரியமென்று சொல்லியிருக்கிறாள். அவ்வளவுதான். ஆனாலும் பிலிப் அதை விரும்பாததுபோல நடந்துகொண்டது ஏன் என்று பொன்னுச்சாமிக்குப் புரிவதில்லை. பிலிப்பும் மைஃபோங்கும் அடிக்கடி சண்டையிட்டுக்கொள்வதும் நடந்திருக்கிறது. ஒரு முறை முகாம் மருத்துவர், படைப்பிரிவு தளபதியிடம் இப்பிரச்னையைக் கொண்டுபோக, இரண்டு நாள்கள் தொடர்ந்தாற்போல படைமுகாமில் பிலிப் காவலுக்குத் துப்பாக்கியைத் தோளில் சுமந்தபடி நின்றான்.

* * *

முகாமில் கைதியாக அடைபட்டு இரண்டு மாதங்கள் முடிந்திருந்தது. ஒரு நாள் வரிசையில் நின்று பிற்பகல் உணவென்று ஊற்றிய கஞ்சியையும் அவித்த காளானையும் தர... அதை வேண்டா வெறுப்பாக விழுங்கிவிட்டு உட்கார்ந்தபோது, காவலதிகாரி அழைப்பதாக செய்திவந்தது. அதிகாரி ஜெனீவாவில் பிரான்சும் வியட்நாமும் ஒப்பந்தம் செய்துகொண்டதாகவும் அதன்படி கைதிகள் அனைவருக்கும் விடுதலையெனவும் அறிவித்தான். இந்த விடுதலையை எப்படி எடுத்து கொள்வதென பொன்னுச்சாமிக்குத் தெரியவில்லை. சைகோனில் ஒரு காக்காய், குருவியைக்கூட அவனுக்குத் தெரியாது. இந்த லட்சணத்தில் வெளியில் சென்று என்ன செய்வதென்கிற கவலை. தன் கூடாரத்திற்குத் திரும்பி தமது உடைமைகளை எடுத்துக்கொண்டு வெளியில் வர, பிலிப் காத்திருந்தான்.

முப்பது நிமிடங்களுக்கு முன்புவரை, பொன்னுசாமி வியட்மின்களின் போர்க்கைதி. தனது உயிருக்கு எதுவும்

நேரலாமென அவநம்பிக்கையுடன் கழித்த தருணங்கள். நடந்தவை அனைத்தும் வியப்பாக இருந்தது. காலனிப்படை தமது மூளையும் ஆயுதங்களும் வியட்ன்மின்களினும் மேம்பட்டது என நினைத்தது. எஜமான்கள் – அடிமைகளுக்கிடையிலான யுத்தத்தில் ஒருபக்கம் பலம் மறுபக்கம் பனவீனம். நியதிப்படி வலியார் மெலியாரை வெல்லவேண்டும் என்பது எதிர்பார்ப்பு, ஆனால் நூறாண்டுகால எஜமான்கள் தங்கள் அடிமைகள் என நினைத்த காலனி மக்களிடம் தோல்வியைக் கண்டார்கள். வருங்கால அடிவானத்தை அடையாளப்படுத்த தெம்பின்றி தாயின் எதிர்பார்ப்புகள் அனைத்தையும் பொய்யாவாக்கிவிட்டு தான் அனாதைப் பிணமாக சாவது நிச்சயம் எனக் காத்திருந்த வேளையில் விடுதலை. இதை எப்படி எடுத்துக்கொள்வதென புரியாமல் கலங்கினான். பிரெஞ்சு காலைனிப்படை வியட்மின்களிடம் தோற்றுள்ள நிலயில், வியட்நாமில் இன்றைய தேதியில் அவர்கள் முகவரி என்ன, அதிகாரம் என்ன? அவனைத் திரும்ப புதுச்சேரிச் செல்ல ஏற்பாடு செய்வார்களா? இயலும் என்றாலும் தங்கள் மக்களுக்கு முக்கியத்துவம் அளித்து இவனைக் காலனி அடிமைதானே எக்கேடு கெட்டால் நமக்கென்ன, என்றிருந்து விடுவார்களா? எனக் குழம்பிக்கொண்டு வெளியில் வந்த வேளை, வாயிலில் பிலிப். நன்றியுடன் கட்டி அணைத்துக்கொண்டான்.

– உன்னை எப்போது விடுதலை செஞ்சாங்க? –ஆர்வத்துடன் பொன்னுசாமி நண்பனைக் கேட்டான்.

– என்னை யார் விடுதலை செய்யவேண்டும், நான் உண்மையில் வியட்மின்களின் உளவாளி. சுருக்கமாகச் சொன்னால் பிரெஞ்சுக் காலனிப்டையில் சேர்ந்து எங்கள் வியட்மின்கள் படைத்தலைமைக்கு நம்முடைய அசைவுகளையும் திட்டங்களையும் கொண்டு சேர்ப்பதுதான் என் வேலை.

– என்னை விடுவித்ததும் பொய்யா மெய்யா, நம்பலாமா? – பொன்னுசாமி அவநம்பிக்கையுடன் கேட்டான்.

– தற்போதைக்கு நீ நம்பத்தான் வேண்டும். நீ நண்பன் மட்டுமில்லை, மைஃபோங் உன்னை விரும்புகிறாளென்பதும் எனக்குத் தெரியும். அவள் எனுடைய உறவுக்கார பெண், அவளுக்காவும் இந்த உதவி.

– அடுத்தது என்ன, எங்கே என்னை அழைத்துப்போக போகிறாய்?

– இரவு அருகிலுள்ள ஒருவீட்டில் தங்கப்போகிறோம், விடிந்ததும் உன்னை சைகோன் அழைத்துச் செல்ல திட்டம். அதன் பிறகு உன் விருப்பம். எந்த உதவியையும் செய்யத் தயார்.

மாலை 6 மணி. பொன்னுசாமி, பிலிப் ஐரோப்பியர் ஒருவர் மூவருமாக அமர்ந்திருந்தார்கள். அவர்கள் எதிரே சிறு மேசையில் ஒரு பெரிய மண்குவளை நிறைய அரிசி சாராயம் (Rượu Nếp Cẩm).

– இங்கேவந்து ஐந்து நிமிடம் ஆயிற்று இந்த ஐரோப்பியரை எனக்கு அறிமுகப்படுத்தவில்லையே, வெறும் கைகுலுக்கலுடன் அவர் முன்னால் அமர்ந்திருப்பது என்னவோ போலிருக்கிறது – குடித்துக்கொண்டிருந்த அரிசி சாராயக் குவளையை மேசையில் வைத்துவிட்டுப் பொன்னுச்சாமி கேட்டான்.

– அவர் பெயர் அவசியமற்றது, ஏதாவது ஒன்றை கற்பனை செய்துகொள் அதுபோதும் என பொன்னுசாமியிடம் தெரிவித்துவிட்டு, பிலிப் ஐரோப்பியரைப் பார்த்து கண்ணைச் சிமிட்டினான்.

– ஆமாம் என்பெயர் உங்களுக்கு அவசியமில்லை. ஆனால் நான் பிரான்சு நாட்டைச் சேர்ந்தவன். ஓர் ஆசிரியன், பணிக்காக சைகோன் வந்தேன். இதற்கிடையில் பிரெஞ்சுக் குடிமகன் ஒருவன் கட்டாய இராணுவ சேவை ஆற்றவேண்டும் என்கிறவிதியை நான் மீறியதோடு வியட்மின்கள் படையில் சேர்ந்து எனது தேசத்திற்கு எதிராகவும் போரிட்டிருக்கிறேன். இன்றைய தேதியில் தேசத்துரோக குற்றம் சாட்டப்பட்ட ஒரு மரண தண்டனை கைதி.

தனது நிலமைக் குறித்து எவ்வித கவலையுமின்றி ஐரோப்பியர் தெரிவித்த தகவல் பொன்னுசாமியை வியப்பில் ஆழ்த்தியது.

– இது சொந்த நாட்டுக்குச்செய்யும் துரோகமில்லையா?

– இல்லை. எனது தேசத்திற்கு எனது காரியத்தால் பெருமையே தவிர சிறுமை அல்ல. ஒரு வீரனுக்குப் பெருமை, அவனது தேசத்தை அதன் எல்லைகளை பாதுகாப்பதே அன்றி அடுத்தவர் தேசத்தை அபகரிக்க, அடிமைகொள்ள அல்ல

என்பது என்னுடைய கருத்து. வியட்மின்கள் தங்கள் தேசத்தை மீட்கப் பேரிட்டார்கள். சகமனிதனாக அவர்களுக்கு உதவினேன்.

பொன்னுசாமிக்கு மேற்கொண்டு அவரிடம் உரையாட வார்த்தைகளில்லை. அவன் தலையில் சில கிழமைகளாக இருந்த குழப்பங்களுக்கு விடை கிடைத்தது. நண்பன் பிலிப் மீது பார்வை சென்றது. அதனை உணர்ந்தவன்போல, பிலிப் எழுந்து அவனை அணைத்துக்கொண்டான்.

*

63

புதுச்சேரி (10)

1954 அக்டோபர் 18...

நடேசபாரதி, அவருடைய கூட்டாளிகள் சதாசிவம் முதலியார், சேஷாசலம் ரெட்டியார் மூவரும் வில்வண்டியில் கீழையூரை நெருங்கிக்கொண்டிருந்தார்கள். வண்டிக்காரன் தலைப்பாக் கட்டாகக் கட்டியிருந்த துண்டின் ஒரு முனை தளர்ந்தது போலிருக்க, அவிழ்த்து திரும்ப இறுகக் கட்டிக்கொண்டான். "மாடுகளை கொஞ்சம் அதட்டி ஓட்டுப்பா!" சேஷாசலம் கேட்டுக்கொண்டதை காதில் வாங்கியவன்போல நுனிக்காலால் மாடுகளின் வயிற்றை எந்தினான். "ஊர் வந்துட்டுது, பாக்குக் கடிக்கிற நேரம்தான்" என தன் எஜமானை சமாதானப் படுத்தினான். இன்று கீழையூரில் பிரெஞ்சிந்திய மக்கள் பிரதிநிதிகள் கூடி இந்திய யூனியனில் சேருவதா, இல்லையா என்பது குறித்த வாக்கெடுப்பைத் தங்களுக்குள் நடத்த இருந்தார்கள். ஏற்பாடு ஜனநாயக முன்னணி கட்சித் தலைவர் எதுவார் குபேருடையது. பிற காலனிவாசிகளைப்போலவே கூட்டாளிகள் மூவருக்கும் கீழையூர்க் கூட்டம்

முக்கியமானதுதான். முடிவு அவர்களுக்குத் தெரிந்திருந்தும் பகிரங்கமாக அதிகாரப்பூர்வமாக, காலனி தமது விடுதலையைப் பிரகடனப்படுத்த முடிவுசெய்திருந்த நாள் என்பதால், அடுத்தடுத்து புதுச்சேரியில் நடக்கப்போகும் சம்பவங்களைத் தெரிந்துகொள்வதில் ஆர்வமாக இருந்தார்கள்.

நடேசபாரதி சிரித்தார். "எதற்காகத் தனியாகச் சிரிக்கிறீர்? காரணத்தைச் சொல்லும் நாங்களும் சேர்ந்து சிரிக்கிறோம்" கோபத்துடன் ரெட்டியார் கேட்டார். "பக்கத்துல இருக்கிற உங்க ஆத்ம சிநேகிதரைக் கேளும், எதற்காகச் சிரிக்கிறேன் என்ற காரணத்தைச் சொல்வார்" என அவர் பதில் கூற, சதாசிவமும் ஹாஸ்யத்தைக் கேட்டதுபோல பகபகவென்று சிரிக்க, ரெட்டியாருக்குக் கோபம் வந்தது.

"வண்டியை நிறுத்துப்பா, நான் இறங்கிக்கிறேன். ரெண்டு பேரும் இப்படிக் கோமாளிகள்போல சிரித்தால், எனக்குத் தலை வெடிச்சுடும்" என்றார்.

"கீழையூர்ல என்ன நடக்குமென்று நமக்குத் தெரியும், அப்படி இருக்கும்போது, நாம போகணுமா?"ன்னு காலையில் உம் ஆத்ம நண்பர் என்னிடம் கேட்டார்.

"நேற்றுவரைக்கும் பிரெஞ்சுக்காரர்களுக்கு குடை பிடித்த குபேர் இன்றைக்கு காந்தியவாதி, தியாகி. அவரைப்போல நமக்கும் தியாகி ஆகணுமென்கிற கனவிருந்தால் கீழையூருக்குச் சென்று குறைந்தபட்சம் பந்தலோரமாகவாவது போய் நிற்கத்தான் வேண்டும். புதுச்சேரித் தியாகிகளுக்கு என்றிருக்கிற மரியாதையைக் காப்பாற்ற வேண்டுமில்லையா?' என நான் கூற... உங்க கூட்டாளியும் ஆமோதித்தார். பிரிட்டிஷ் இந்தியாவில் காந்தியும் காங்கிரஸும் செய்த போராட்டங்கள் உலகறிஞ்ச சேதி. போராடிய தொண்டர்கள் தடியடி பட்டிருக்காங்க, செத்திருக்காங்க, சிறை சென்றிருக்காங்க, செக்கிழுத்திருக்காங்க, தூக்குல தொங்கியிருக்காங்க. இங்கே, நாம ஒரு மசுரையும் பெருசாப் புடுங்கலை. நமக்குப் பயந்து பிரெஞ்சுக்காரன் போகப்போறதும் இல்லை. வியட்மின்களோடு பிரான்சு நடத்திய யுத்தம் படுதோல்வியில முடிஞ்சிருக்கு, பிரான்சுக்குச் சாதகமா முடியலை. கௌரவமா வியட்நாமிலிருந்து பிரெஞ்சுக்காரர்கள் வெளியேற ஜெனீவாவுல ரெண்டு பேருக்கும் நடுவுல மத்தியஸ்தம் பண்ணியது நேரு அனுப்பிவைத்த கிருஷ்ணமேனன். அதற்கு

நன்றிக்கடனாக கடந்த ஜூலை மாசமே பிரெஞ்சு அரசாங்கம் பிரெஞ்சிந்தியாவை இந்திய அரசாங்கத்திடம் ஒப்படைக்கச் சம்மதிச்சுட்டாங்க. வாக்கெடுப்புத் தேவையில்லைன்னும் சொல்லிட்டாங்க. ஆக, இனி பிரெஞ்சிந்தியா இந்தியாவோடு சேர்ந்திடும், அதற்கான கெடுவைத் தீர்மானிப்பது நேரு தலைமையிலான இந்திய அரசாங்கத்தையும் பிரான்சு அரசாங்கத்தையும் பொறுத்த விஷயம்.

“நடேசபாரதி சொல்வது அத்தனையும் உண்மை. கீழையூர் கூட்டத்துக்கு ஏற்பாடு செய்த எதுவார் குபேர் கடந்த மார்ச் வரை பிரெஞ்சுக் காலனி அரசாங்க விசுவாசி. ‘பிரான்சு தேசக் கூட்டாளி’ (l’ami de la France) என்று பெருமை ஒருபக்கம் அதேசமயத்துல இன்னொருபக்கம் இந்தியாவோட ரகசிய உறவு. பூனைக்கும் தோழன் பாலுக்கும் காவலென்றிருந்தால் எப்படிச் சகித்துகொள்ள முடியும்? குபேர் செய்த வரிஏய்ப்பு வெளிச்சத்துக்கு வருகிறது. காலனி அரசு அதைத் தோண்டின உடனே, புதுச்சேரியும் பிறபகுதிகளும் உடனடியா இந்திய யூனியனோடு இணைக்கப்பட வேண்டுமென்று அவர் தீர்மானம் கொண்டுவருகிறார். குபேருக்கும் அவருடைய கூட்டாளிகளுக்கும் பிரெஞ்சிந்தியா விவகாரத்துல வேறொரு உள்நோக்கம் இருக்கு, சந்திரநாகூர் பிரெஞ்சிந்தியாவிலிருந்து பிரிஞ்சு மேற்கு வங்காளத்துல சேர்ந்தது, அதுபோல புதுச்சேரி நாளை மதராஸ் ராஜதானியோட சேர்ந்தா… இவர்கள் ஆட்டம்போட முடியாது. பிரெஞ்சுப் பண்பாடு, கலாச்சாரம் என்று காரணத்தைச் சொல்லி மதராஸ் ராஜதானியில் புதுச்சேரியை இணைக்காமல் தடுக்கவேண்டும். இந்த உத்தரவாதத்தையும் ஏற்கெனவே நேரு கொடுத்திருப்பது தெரிந்த உண்மை. ஆனால், குபேருக்குத் தன்னாலதான் இது கிடைத்தது என்பதுபோல காட்டிக்கொள்ளவேண்டும்.”

“ஐயா! மாநாட்டுப்பந்தலை நெருங்கிட்டோம்” என்ற வண்டிக்காரன் வில்வண்டியை ஓரமாக நிறுத்த, சிநேகிதர்கள் மூவரும் இறங்கிக்கொண்டனர்.

“மாடுகளை, எங்கனா நிழலிருக்கும் மரமாகப் பார்த்துக் கட்டிட்டு, கொஞ்சம் வைக்கோல் கூளத்தைத் தெளி” ரெட்டியார் வண்டிக்காரனுக்குக் கட்டளையிட, அவன் தலையாட்டினான்.

* * *

கீழையூர் கிராமம் பிரெஞ்சியா, இந்திய யூனியன் என இரண்டிலும் எல்லைகளைக் கொண்டிருந்த கிராமம். மாநாட்டிற்குப் போடப்பட்டிருந்த பந்தலும் இரண்டு எல்லைப்பகுதிகளையும் உள்ளடக்கியிருந்தது. இந்திய யூனியன் பத்திரிகையாளர்களோடு, இரண்டொரு பிரெஞ்சுப் பத்திரிகையாளர்களையும் காணமுடிந்தது. கூட்டம் சரியாகப் பத்து மணிக்குத் தொடங்கியது. இந்தியாவும் பிரான்சு தேசமும் பிரெஞ்சிந்தியப் பகுதிகளின் பரிவர்த்தனை விஷயமாகச் செய்துகொண்ட ஒப்பந்தம் தமிழிலும், பின்னர் பிரெஞ்சு மொழியிலும் வாசிக்கபட்டது. அசெம்பிளி பிரதிநிதிகள், கொம்யூன் கவுன்சிலர்கள் என வந்திருந்த 178 உறுப்பினர்களில் பிற்பகல் 1.30க்கு அறிவிக்கப்பட்ட வாக்கெடுப்பு முடிவின்படி 170 பேர் இந்திய யூனியனில் பிரெஞ்சிந்தியாவை இணைக்க சம்மதம் தெரிவித்திருந்தார்கள், 8 பேர் தீர்மானத்திற்கு எதிராக வாக்களித்திருந்தார்கள்.

*

64

சைகோன் - மரியா ஹோவாம்மீ (7)

1956 நவம்பர் 10...

தென்சீனக் கடல். நங்கூரமிட்ட லெபஸ்தெர் கப்பல் மேல் தளம். என் நகத்தில் அழுக்கு மண்ணாக உறவாடிய நிலம், உள்ளங்கையில் ஏந்தி விரல்களிடையில் கசியவிட்ட மீகாங் தண்ணீர், என் பார்வைக்குப் பழகிய பசுமைகள், என்னுடைய நாசித்தமர்களில் பிசுபிசுக்கும் அடினியம் பூக்களும் கடற்பாசியும்: இவை அனைத்தும் ஒரு சில நிமிடங்களில் என்னுடைதில்லை என்றாகிவிடும். சிங்காரம், இசாபெல், என் நாத்தனார் வேதவல்லியின் வளர்ப்பு மகள் லட்சுமி, அவள் கணவன் பொன்னுச்சாமி நால்வரும் எங்களுக்கென ஒதுக்கப்பட்ட இரண்டாம் வகுப்பு 'கபினைத் தேடி பெட்டி படுக்கைகளுடன் கப்பல் உள்ளே சென்றிருக்கிறார்கள். எனது பார்வை பசைபோட்டு ஒட்டியதுபோல சுங்கத்துறை அலுவலகம் ஓரமாக நிற்கும் சிறு மனிதக் கும்பலைவிட்டு அகல மறுத்தது. எனக்கும் அவர்களுக்குமான தூரத்தை நீரும் நிலமும் பிரித்திருக்கிறது.

ஒருத்தர்போல தலையை உயர்த்தி கண்களை என்னிடமிருந்து அகற்றாமல் நிற்கின்ற அத்தனை பேரும் என்னுடைய அல்லது அவர்களுடைய பிறப்பிலிருந்து என்னை அறிந்தவர்கள். ஒவ்வொரு நாளும் அலுவலகத்தில் இருந்து திரும்பிய மறுகணம் மரியா என்றென்னை அழைத்து, மடியில் இருத்திக்கொண்டு, 'பள்ளியில் என்ன சொல்லிக் கொடுத்தார்கள், ஆசிரியை உன்னிடம் நன்றாக நடந்துகொண்டாரா, மதியம் பள்ளியில் ஒழுங்காகச் சாப்பிட்டாயா?' எனக் கேள்விகேட்டு, நான் அளிக்கும் பதில்கள்தரும் சந்தோஷத்தில் திக்குமுக்காடும் தந்தை, 'இறுக்கமான கவுன் வேண்டாம், பெண்பிள்ளைகளோடு மட்டும் பழகு, பையன்களோடு அதிக நேரம் நின்று பேசாதே, உங்கப்பா உன்னைச் செல்லம் கொடுத்துக் கெடுத்துட்டார் அதனால்தான் இந்தப் பிடிவாதம்' என்ற அதிகாரத் தொனி ஒருபக்கம்; 'ஏன் சோர்ந்திருக்க, கணவர் உன்கிட்ட அன்பா நடந்துகொள்கிறாரா, வயிறு வித்தியாசமா தெரியுதே, மாசமா இருக்கிறியா?' என்கிற பாசத்தொனி மற்றொரு பக்கமென பழகிய தாய்; என் சகோதரன், அவன் மனைவி, என் தாய்மாமா, அவர்கள் குடும்பம், சற்றுத் தள்ளி தனித்து மகன் பிலிப் அத்தனைபேரும் பிரிவு வலியின் பாரத்தைச் சுமந்தபடி நிற்கிறார்கள். நிமிடத்திற்கொருமுறை கைகளை அசைப்பதும் அலுப்புற்று விழிமடலில் நிரம்பும் கண்ணீரை கைக்குட்டையால் ஒத்துவதுமாக நிற்கிற என் பெற்றோரிடமிருந்து சிறிது நேரத்தில் விடை பெறவேண்டும். மகன் பிலிப் "வியட்நாம் மண்ணைப் பிரியமுடியாது" எனத் தெளிவாகச் சொல்லிவிட்டான். இளம் வயதிலிருந்தே வியட்மின்களுக்கு ஆதரவாகப் பேசுவான். ஒருநாள் சிவப்பு நட்சத்திரத்துடன்கூடிய ஹோசிமின் படமொன்றை அவன் சட்டைப்பையில் பார்த்த சிங்காரம் பயந்துபோனார். கம்யூனிஸ்டுகளைத் தேடித் தேடி காலனி அரசாங்கம் தண்டித்த காலம் என்பதால் அவருக்குக் கலக்கம். "பிலிப் கெடுவதற்கு எனது தாய்மாமா குடும்பமே காரணம், அவர்கள் வீட்டிற்கு இனி அவன் போகக்கூடாது என்றார். அன்றிலிருந்து தந்தையும் மகனும் முகம்கொடுத்துப் பேசுவதில்லை. இந்நிலையில் ஒரு நாள் 'பிரெஞ்சுக் காலனி ராணுவத்தில் சேர்ந்திருக்கிறேன்' என மகன் தெரிவிக்க... சிங்காரத்திற்குப் பரம ஆனந்தம். தியன் பியன் ஃபூ யுத்தத்தில் பிரெஞ்சுப்படைத் தோல்வி அடைய... மகனை வியட்மின்கள் சிறை பிடித்திருக்கக்கூடும் என்ற கலக்கத்தில் இருந்தோம்.

சண்டை முடிந்த மூன்றாம் நாள் வியட்மின் படை அதிகாரி உடையில் எங்களைப் பார்க்கவந்தான். எங்களுக்குப் பெரும் அதிர்ச்சி. விசாரித்ததில் “வியட்மின்களின் மக்கள் படையில் உளவு அதிகாரி உத்தியோகம்” என்றான். இவ்வளவு நாட்களாகப் பிரெஞ்சுப் படையில் இருந்துகொண்டு வியட்மின்களுக்கு ராணுவ ரகசியங்களைச் சொல்லி வந்திருக்கிறான். அன்றிரவு முழுக்கத் தந்தைக்கும் மகனுக்கும் பலத்த வாக்குவாதம். தான் ஒரு அன்னாமிட் என்றும், தாய் நாட்டிற்குச் செய்யவேண்டிய கடமையை நிறைவேற்றியதாகவும், வயிற்றுக்காகச் சொந்த நாட்டை மறந்த கூலிகளுக்கு அதன் மகத்துவம் புரியாதென அவன் சிங்காரத்திடம் ஆணவமாகப் பேச... நான் கோபத்தில் அவன் கன்னத்தில் அறைந்துவிட்டேன். அன்று கோபித்துக்கோண்டு போனவன் இரண்டு நாள்களுக்கு முன்னர்தான் திரும்ப வந்தான். நாங்கள் பிரான்சுக்குக் கப்பல் ஏறும் தகவலை இசாபெல் தன் சகோதரனுக்குத் தெரிவித்திருக்கிறாள்.

பொன்னுச்சாமி என்னுடைய சக்களத்தி மகன் எனத் தெரியவந்த நாளையும் என்னால் மறக்க முடியாது. யுத்தம் முடிந்து ஒரு மாதமிருக்கும். ஒரு நாள் என் நாத்தனார் வேதவல்லி, அவர் கணவரோடு எங்கள் வீட்டிற்கு வந்தார். “லட்சுமிக்கு முருகர் கோயிலில் எளிமையாகத் திருமணம் வைத்திருக்கிறோம். அவளுக்குத் தாய்மாமன் என்ற வகையில் சிங்காரம் கல்யாணத்தை முன்னின்று நடத்தவேண்டும்” என்றார். புருஷாந்தி பிரச்னையால் தமக்கையும் தம்பியும் அதிகம் பேசிக்கொள்வதில்லை. வேதவல்லி, புருஷாந்தியை பிரெஞ்சுப்படை கைது செய்திருந்தபோது, அவரை விடுவிக்க விண்ணப்பமொன்று தயார்செய்து அதில் சிங்காரத்தின் கையொப்பத்தைக் கேட்டார், இவர் மறுக்க... பிரச்னை வெடித்தது. இந்நிலையில் வெகுநாட்களுக்குப் பிறகு வளர்ப்பு மகள் கல்யாணத்திற்கு அழைக்கவந்தார். மாப்பிள்ளை பொன்னுச்சாமி புதுச்சேரி என்றும் தனக்கு உறவுக்காரர் பிள்ளை என்றும் அவனை எங்களுக்கு அறிமுகப்படுத்தினார். திருமணமும் எளிமையாக முடிந்தது. பொன்னுச்சாமியை எங்க வீட்டுக்கு அழைத்து வந்தப்போ, அவன் முக சாடையும், உடல் வாகும் சிங்காரத்தைப் போலிருப்பது தாமதமாகத்தான் புரிஞ்சுது, அடிமனசுல லேசுபாசா சந்தேகம். சிங்காரத்தின் முகத்தைப் பார்த்தேன். எங்கள் மகன் பிலிப்பை கல்லுளிமங்கன்னு அவர்

திட்டறதுண்டு. அன்றைக்குச் சிங்காரமும் அப்படித்தான் இருந்தார்.

இதற்கிடையில் பிரெஞ்சுக்காரர்கள் யுத்தத்தில் பெற்ற தோல்வியால் காலனி அரசு உத்தியோகஸ்தர்களில் ஒரு சிலர் இந்தியாவுக்கும், வேறு சிலர் பிரான்சுக்கும் குடியேற, பிரிட்டிஷ் இந்தியத் தமிழர்களைப்போல சில புதுச்சேரித் தமிழர்கள் வியட்நாமிலேயே தங்கள் வாழ்க்கையைத் தொடர்வதென முடிவெடுத்தார்கள். எங்கள் குடும்பத்தில் நாத்தனார் வேதவல்லியும் அவர் கணவரும் புதுச்சேரிக்குச்செல்ல விரும்பினார்கள். நாங்கள் பிரான்சுக்கு குடியேற முடிவுசெய்தோம். இந்தியா பயணப்படுவதற்கு முன்பாக எங்கள் வீட்டிற்கு வந்திருந்த என்னுடைய நாத்தனார், "பொன்னுச்சாமி சிங்காரத்தின் மகன்" என்ற உண்மையைப் போட்டுடைத்தார். லட்சுமியும் பொன்னுச்சாமியும் பிரான்சு தேசத்தில் குடியேற விரும்புவதாகவும் அவர்கள் இருவரையும் எங்கள் பொறுப்பில அழைத்துச் செல்ல முடியுமா என்றும் கேட்டார். "கவலைப்படாமல் நீங்கள் புதுச்சேரி செல்லுங்கள், என் மகன்போல பொன்னுச்சாமியைப் பார்த்துக்கொள்வேன்" என தைரியம் சொன்னேன். என்னைப் பற்றி என் நாத்தனாருக்கு நன்றாகத் தெரியும். இருந்தும் எதற்காக இந்த விஷயத்தை இரகசியமாக வைத்திருந்தார் எனபது பிரான்சுக்குப் பயணப்பட்டு கப்பலின் மேல்தளத்தில் நிற்கும் இக்கணம் வரை விளங்காத புதிர்.

நங்கூரம் விடுவிக்கப்பட்டது, சங்கு ஒலித்தது. கப்பல் ஆடியபடி நகரத் தொடங்கியது. சிங்காரம் எட்டிப்பார்த்தார். "விடைபெற்றுக்கொண்டு உள்ளேவா!" என்றார். இறுதியாக ஒருமுறை எனது குடும்பத்தினர் நிற்கும் திசைக்காய் கையை அசைத்தேன். பிலிப்பைத் தேடினேன், அவன் கண்களைத் துடைத்துக்கொண்டிருந்தான்.

*

65

புதுச்சேரி - வேதவல்லி (26)

1962 ஆகஸ்ட் 16...

மனசையும் அது சார்ந்த எண்ணங்களையும் ஓரிடத்தில வேர்பிடிக்க அனுமதிச்சுட்டா அதை இன்னொரு இடத்துல பிடுங்கி நடறதுங்கிறது விஷப்பரீட்சை. நமக்குப் பிடிச்ச பொருள் பெத்த பிள்ளையோ, பொண்ணோ, நல்ல சிநேகிதமோ, எழுத்தோ, வாசிப்போ, ஏன் நல்லெண்ணெய்விட்டுப் பருப்புப் பொடியுடன் பிசைந்த ஒரு பிடிச் சோறோ, சாப்பிட்டு முடிச்சு வாயில போடற கடலைமிட்டாயோ, எள்ளுருண்டையோ, சுப்பு போன்ற ஆசாமிகளுக்குச் சாராயமோ ஏதோ ஒரு மண்ணாங்கட்டி ருசிகண்டுட்டா விடறது அத்தனை சுலபமல்ல. புலன்கள் அடிமையானா பிடறியில் தட்டி ஒரு நாள் இல்லாட்டி ஒருநாள் எழுப்பிடலாம். பாழும் மனசு அப்படியில்லை. வேண்டியதைப் பார்த்தா, தோளில் கிடக்கும் துண்டை இடுப்பில் முடிந்து நெடுஞ்சாண்கிடையா விழுந்துடும். புதுச்சேரியும் எனக்கு அப்படித்தான். உடம்பு மண்ணில்பட, விழ எத்தனையோ இந்த புதுச்சேரி மண்ணுல இருக்கு. அதுல ஒண்ணத் தேடித்தான் வெளியில கிளம்பிக்கொண்டிருக்கிறேன்.

சுப்பு சித்த முன்னதான் சாராயக்கடையிலிருந்து திரும்பியிருந்தார். சில மாதங்களில் பென்ஷன் புத்தகத்தைச் சாராயக் கடையில் அடமானம் வெச்சும் குடிப்பதுண்டு. இருந்தும் நாங்க ரெண்டு பேருதான் என்பதால பிரெஞ்சு அரசாங்கம் கொடுக்கிற பென்ஷன் தாராளமா காணும்.

சைகோனுலஇருந்து வந்திருக்கும் சம்சாரிக்கென புதுச்சேரியில ஒரு நிறமிருக்கு: அரைக்கால் சட்டை, மணிக்கட்டு ரெண்டிலும் ஒண்ணுத்துல தங்கத்துல குர்மாத்து, இன்னொண்ணுல தங்கத்துல கடிகாரம், பாவாடைத்துணி நிறத்துல தொளதொளப்பும் மினுமினுப்புமா கை மடித்த மெல்லிய சிலுக்குச்சட்டை, பொத்தான்கள் எந்த நேரமும் தெறித்து விழலாம் என்பதுபோல மொழுமொழுன்னு தொப்பை, முன் தலையில் நிறுத்திய ரேபான் கண்ணாடி – இதுதான் புதுச்சேரி ஃபெலிக்ஸ் சுப்பராயன். ஒரு நாளைப்போல மார்க்கெட்டுக்குப் போறார், மீன் கறின்னு பிடிச்சதை வாங்கிவறார். சமைச்சு வைக்கிறேன், சாப்பிடறார். மலஜலம் கழிக்கிறார். சாப்பிட்டு ஓய்ந்த வேளைகளில் சாராயம் குடிக்கிறார். வேலைக்காரியுடன் சமையலறையில் தொட்டுத் தொட்டுப் பேசுகிறார். தெளிந்திருக்கும் நேரங்களில் “ஏன் இப்படி?” எனக் கேட்டால், “எங்க அப்பன் கோவணம் அவுத்த நேரம், ஒனக்கு எங்க குத்துது?” என்கிறார். “நீங்கல்லாம் ஏதோ பிரெஞ்சுக்காரனுக்குப் பொறந்தது மாதிரி பேசற ஆசாமிகளாச்சே, அவங்களுக்கும் கோமணம் கட்டற பழக்கமுண்டா?” எனக் கேட்பதுண்டு, பதில் சொல்லமாட்டார்.

வீட்டைவிட்டு வெளியில் வந்தேன். எதிர்த்தவீட்டு வாசலில் காலைப் பலகாரம் சாப்பிட்டுட்டுப்போட்ட இலைகளுக்காக நாய்கள் சண்டை போட்டுக்கொண்டிருந்தன. சந்தடி சாக்கில் வெகு சாமர்த்தியமாக இரண்டு காக்கைகள் குதித்துக் குதித்து இலையைக் கொத்திப் பசியாறுகின்றன. நான் வாசற்படிகளைக் கடந்து தெருவில் கால் வைத்ததும் தெருமுனையில் பீடி பிடித்துக்கொண்டிருந்த ரிக்ஷாக்காரர் அதை எறிந்துவிட்டு, ரிக்ஷாவின் கைப்பிடியைத் தூக்க, அவரை நெருங்கி, கையிலிருந்த எட்டணாவைக் கொடுத்து, “இதை வெச்சுக்கப்பா, இன்னைக்கு காலாற நடக்கவேண்டும் போலிருக்கு” என்றேன். அவர் முகம் சிறுத்துவிட்டது, தலையைச் சொறிந்தார். பொருட்படுத்தாமல் நடந்தேன்.

ஊரெங்கும் மூவண்ணக் கொடிகள். பிரெஞ்சிந்தியாவுக்கு இன்று விடுதலை. பிரிட்டிஷ் இந்தியா விடுதலைபெற்று பதினைந்து ஆண்டுகள் கழித்துப் பெறப்பட்ட விடுதலை. சரியாகச் சொன்னால் *5476* நாட்களுக்குப்பின்பு கிடைத்த சுதந்திரம். பிரெஞ்சுக் காலனிய வரலாற்றில் பிரெஞ்சுக்காரர்களின் முதல் காலனியும் இதுதான், அவர்கள் உள்ளூர் மக்களிடம் ஒப்படைத்துவிட்டு வெளியேறும் கடைசிக் காலனியும் இதுதான். இங்கும் ஓர் அசல் தியாகி கிடைத்திருந்தால் குறைந்தபட்சம் இந்தியா விடுதலை பெற்றபோதே புதுச்சேரிக்கு விடுதலை கிடைத்திருக்கும் அல்லது இரண்டு வருடங்கள் கழித்து சந்திரநாகூர்போல, *1949*லாவது இந்திய யூனியனில் சேர்ந்திருக்கும்.

புஸ்ஸி வீதி. தடதடவென்று சத்தம்போட்டபடி வந்த மோட்டார் வாகனம் போகட்டுமெனக் காத்திருந்து சாலையைக் குறுக்காகக் கடந்து கடற்கரை நோக்கி நடந்தேன். கடந்த ஆறு ஆண்டுகளாக புதுச்சேரி வாழ்க்கை. வந்த புதிதில் சுப்புவின் அண்ணன் பிள்ளைகள் வீடு, என்னுடைய பெரிய தம்பி சதாசிவம் வீடு எனக் கூடிக்குலாவி களைத்தபின் தரகர் மூலமாக நகரின் தென் பகுதியில் வாடகைக்கு ஒரு நல்ல வீடு கிடைத்தது. பின்னர், வாடகை வீடே விலைக்குவர தாமதிக்காது வாங்கிவிட்டோம்.

காலத்தோடு பயணிக்க முடிந்ததொரு காலம் எனக்கு இருந்தது. தற்போது காலம் என்னை முந்திக்கொள்கிறது. அதன் வேகத்திற்கு ஈடுகொடுக்க முடிவதில்லை. பல நேரங்களில் என்னைவிட்டு அது வெகுதூரம் சென்றிருப்பதைப்போல உணர்வு. குற்றம் காலத்துடையது அல்ல. வயது அல்லது உடல்மீது பழிபோடவும் எனக்கு விருப்பமில்லை. மனச் சோர்வுதான் காரணம். காலத்துக்கு இணையாக மனம் பயணித்த காலத்தில் தெளிவாக இருந்தேன். சம்பவங்களுக்குச் சாட்சியாக இருந்து நடந்ததை நடந்தபடி சொல்ல முடிந்த வேதவல்லி இன்றில்லை. அவ்வப்போது எடுத்துவைத்த குறிப்புகளைக் கொண்டுசொல்கிறேன். குறிப்புகளுக்கிடையே உள்ள இடைவெளியை இட்டுநிரப்ப கற்பனைகள். சைகோன் வாழ்க்கையை கதைபோலச் சொல்லவும் எனக்கு ஆசை. அடுத்த பத்துப் பதினைந்து நிமிடங்களில் நான் சந்திக்க இருக்கிற

மனிதருக்கேனும் என்னுடைய வாழ்க்கையை, என்னுடைய அனுபவத்தை, புதுச்சேரியில் கண்டதை, சைகோனில் காணாததை அல்லது சைகோனில் கண்டதை, புதுச்சேரியில் காணாததை எழுத எனக்கும் ஆசை.

சூஃப்ரென் வீதி. புஸ்ஸி வீதியில் பார்த்த அளவிற்கு இந்திய தேசியக்கொடிகள், தோரணங்கள், சந்தோஷங்கள் இவ்வீதியின் முகத்தில் இல்லை. எதையோ பறிகொடுத்த அவலட்சணம். பெரும்பாலும் கிரெயோல் குடும்பங்கள். பிரெஞ்சிந்தியா இந்திய யூனியனோடு சேருவதில் தமக்கு அக்கறையில்லை என்பதுபோல இருந்தார்கள். மனம் புருஷாத்திக்குத் தாவியது. இஸ்மாயில் அண்ணன், தமிழ்ச்சங்கம், பொங்கல் விழா, நீண்டமேசை, நாற்காலிகள், வரிசையில் தமிழ் மனிதர்கள். அவர்களில் வித்தியாசமான பேர்வழியாக சீட்டாட்டச் சீட்டுகளிடையே ஒன்றை உருவி எடுத்ததுபோல பார்வைக்குக் கிடைத்த முகமும் அதன் கம்பீரமும் கண்களை கூசச்செய்யும் பிரகாசமும் மனத்தில் வந்துபோனது. நகரப் பூங்காவை நெருங்கியிருந்தேன். வெள்ளித்தகடு வேய்த்திருப்பதுபோல வெயில். எங்கும் சுதந்திர நாளின் கோலாகலம்.

இன்றைக்கும் வழக்கம்போல அங்கு இருப்பாரா? இருக்கவேண்டும். சைகோனில் குணமாகாத நிலையில், இந்தியா திரும்பியதும் மதராஸ் கீழ்ப்பாக்கம் மருத்துவனையில் சிகிச்சை அளிக்கப்பட்டிருக்கிறது. எந்த முன்னேற்றமும் இல்லை. வீடு திரும்பியவர் மனம் போனபோக்கிலே புதுச்சேரி வீதிகளில் அலைய ஆரமித்திருக்கிறார். நாள்களில் பெரும்பகுதி வீதிகளில் என்று கேள்விப்பட்டேன். எதிர்பாராதவிதமாக முதல்முறை காண நேர்ந்தபோது இடிந்துபோனேன். பல மாதங்கள் திரும்பவும் அவரை எதிர்கொள்ள நேருமோ என அஞ்சி வீட்டில் அடைந்துகிடந்தேன். மனம் கேட்கவில்லை, அவரைக் காணாமல் இருந்தால் எனக்குப் பைத்தியம் பிடித்துவிடும் போலிருந்தது. மனநிலை பாதிக்கப்பட்ட மனிதரென ஊர் உலகம் சொல்கிறது.

எண்ணத்தில், சிந்தனையில், செயலில் பெரும்பாலான மனிதர் கூட்டத்திலிருந்து விலகிய மனிதர்கள் எல்லோரையும் பைத்தியக்காரர்களாகத்தான் சமூகம் பார்க்கிறது. நடந்து போகிற கூட்டத்தில் ஓடுகிறவன் பித்தன். தலைவாரி, முகச்சவரம் செய்த மனிதர்களில் தலை கலைந்தவன் பைத்தியக்காரன். ஏன்,

இதே புருஷாந்தி ஆரோக்கியமான மனநிலையில் சைகோன் தமிழர்களில் ஒரு சிலர் அரைநிர்வாணமாக வேட்டி, துண்டு, லுங்கியென பொதுவிடங்களிலும் வீதிகளிலும் நடமாடுவதைக் கண்டிக்கும் வகையில், ஐரோப்பியர்போல நாமும் இங்கு உடுத்தவேண்டுமென உடைச் சீர்திருத்தத்தை வற்புறுத்தியபோதும் பலர் அவரரை 'பித்தன்' என முணுமுணுத்ததைக் காதில் வாங்கியிருக்கிறேன். இப்போதெல்லாம் பித்தர்கள் எனில் தைரியசாலிகள், பயமற்றவர்கள். ஊர், உலகம், சமூகம் என்கிற நாலு பேர் என்பதைப் பற்றிய கவலைகளின்றி துணிச்சலாக எதையோ சொல்கிறவர்கள், செய்கிறவர்கள், அவர்கள் பத்தோடு பதினொன்று அல்ல, கோடியில் தனித்தன்மையுடன் விலகி நிற்கும் ஒருவர் என்பதென் அபிப்ராயம்.

இன்றும் எனக்கு ஏமாற்றமில்லை, ஒரு சிமெண்ட் பலகையில் புருஷாந்தி. சுற்றிலும் ஏழைச் சிறுவர்கள், சற்றுத்தூரத்தில் ஒரு புறாக்கூட்டம். அவர் கண்கள் சிறுவர்கள், புறாக்களென அலைபாய்கிறது, திடீரென்று ஒரு தூங்குமூஞ்சி மரத்தின் கொம்பிலிருந்து காட்டாமணக்கு புதர்மீது துள்ளிப் பாய்ந்தோடிய அணிலை பார்வை துரத்திச் சென்றபின், அடுத்து உடைந்துச் சிதறிக்கிடந்த பொரிஉருண்டைத் துணுக்குகளை இழுத்துச்சென்ற கட்டை எறும்புகளுக்குப் போட்டியாக இரண்டு மைனாக்கள் அவைகளை கொத்த முனைந்தன. இரண்டொரு நொடிகள் அவற்றில் கவனம். அதற்கான நேரம் முடிந்தது என்பதுபோல, பார்வை என்னிடம் வந்து நின்றது. மூலவர் முன்நிற்கும் பக்தைபோல எதிரில் நிற்கிறேன். உற்சவ சிலை அதரங்களில் ஒட்டிக்கிடக்கும் மெலிதான சிரிப்புடன் புருவம் உயருகிறது. முப்பது வருடங்களுக்கு முன்பு பார்த்த அதேமுகம், பெரிய நெற்றி, அடர்ந்த புருவங்கள், கோணல் வகிடு எடுத்து ஒதுக்கிய தலைமுடி, காதருகே கூடுதலாகத் தற்போது நரை. என்ன இருந்தாலும் பெரிய மனுஷன் பெரிய மனுஷன்தான் என்பதுபோல தோரணை. நொடிக்கொருமுறை தலையைச் சிலுப்பிக்கொள்கிறார்.

"மிஸியெ புருஷாந்தி! என்னைத் தெரியுதா? வேதவல்லி வந்திருக்கிறேன்."

வழக்கம்போல பதிலில்லை, மௌனம். கடந்த காலத்தின் கதவைத் திறந்து என்னைத் தேடுவதுபோல கண்கள்

அலைகின்றன. பிறகு சிலம்பாட்டக்காரர்போல கையை அரைவட்டமாகச் சுழற்றி என்னைத் தெரியாதென்கிற பாவனை. நானொருத்தி எதிரே நிற்கிறேன் என்பதை மறந்தவர்போல பார்வை மேகமற்ற நிர்மலமான வானில் வெகுநேரம் ஆணி அடித்ததுபோல பதிந்திருக்க, பொறுமை இழந்த நான், கைப்பையிலிருந்த பாத்திரத்தைக் கொடுத்தேன். அதில் காலையில் செய்த புட்டு. வாங்கிய பாத்திரத்தை மறுநொடி திரும்ப என்னிடம் கொடுத்தார். என்றாவது ஒருநாள் நான் கொண்டுவருவதை அவர் சாப்பிடுவார் என்கிற எதிர்பார்ப்பு அன்றும் புறம்தள்ளப்பட்டது.

"அவர்தான் மத்தவங்களுக்குக் கொடுப்பார், பிறர் கொடுப்பதை அவர் வாங்கமாட்டார்" என்றொரு குரல் குறுக்கிட... திரும்பினேன். பெரியவர் ஒருவர் நின்றுகொண்டிருந்தார். தொடர்ந்து அவர் "சைகோனுல ரொம்ப வசதியா வாழ்ந்த குடும்பம். நேதாஜி படைக்கெல்லாம் பொருள் உதவி செஞ்ச மனுஷன். அவருடைய இந்திய தேசிய இயக்க அலுவலகம் இயங்க, மாளிகை போன்ற வீட்டையே தானமாக்கொடுத்த மனுஷன். இன்றைக்கு நெலமையைப் பாத்திங்களா?" எனக்கேட்டு, பதிலை எதிர்பார்த்தவர்போல என் முகத்தைப் பார்த்தார். நான் காதில் வாங்காதவள்போல திரும்பி நடந்தேன். "ஹோ ஹோ"வென புருஷாந்தி சிரிப்பது வெகுதூரம் கேட்டது.

(முற்றும்)

நாவலுக்கு உதவிய நூல்கள்

1. Viet -Nam – La guerre d'Indochine (1945 – 1954) Jean Luc Enaudi, Edition – Le Cherchemidi , 75006-Paris
2. Pondichéry et les Pondichériens – Claude Marius Edition – Société Historique de Pondichéry
3. Dien Biên Phu 13 mars – 7 mai 1954 – Ivan Cadeau Edition Talender (2013) ; 75006 – Paris
4. Le peuple annamite : ses mœurs, croyances et traditions - E. Laglet, Editeur Berger-Levrault (Paris), 1913
5. A Tamil Martyr from Pondicherry in Netagi's freedom Struggle, JPB Moré, Paris
6. Indians as French citizens in Colonial Indochina –Natacha PAIRAUDEAU, University of London, London, U.K
7. Society and Politics in French-India - Geetha S Pondichéry University.
8. Les Possessions françaises en Inde dès les années 1920 jusqu'à l'Independence, histoire d'un revirement politique – Zorian STECH, Faculté des arts et des sciences, Université de Montréal, Ca-nada ;
9. Politics and social conflicts in French-India – (1879-1930), A. Suresh Department of History, Pondicherry University.
10. Speeches and writings of M.K. Gandhi, G.A Natesan and Co.Madras (The Cornell University Library, New york)
11. லெயோன் புருஷாந்தி - வீரமதுரகவி, புதுச்சேரி.